MW00895724

પરાત્પર

પરાત્પર

પ્રમુખસ્વામીજી સાથે મારી આધ્યાત્મિક યાત્રા

ડૉ. એ.પી.જે. અબ્દુલ કલામ

અરુણ તિવારી સાથે

અનુવાદ
અજય ઉમટ

હાર્પરકોલિંસ પબ્લિશર્સ ઇન્ડિયા

હાર્પર ગુજરાતી
(હાર્પરકોલિંસ પબ્લિશર્સ ઇન્ડિયા) દ્વારા ૨૦૧૫માં પ્રકાશિત

કોપીરાઇટ લેખક © ડૉ એ.પી.જે. અબ્દુલ કલામ અને અરુણ તિવારી, ૨૦૧૫
કોપીરાઇટ અનુવાદક © અજય ઉમટ, ૨૦૧૫

લેખક આ પુસ્તકના મૂળ રચયિતા હોવાનું નૈતિક રીતે સ્વીકારે છે.
આ પુસ્તકમાં વ્યક્ત કરવામાં આવેલા વિચાર અને દૃષ્ટિકોણ લેખકના પોતાના છે.
તથ્યો-હકીકતો પણ તેમના દ્વારા રજૂ થયેલી છે. તેમાં પ્રકાશક કોઈપણ રીતે જવાબદાર નથી.

હાર્પરકોલિંસ પબ્લિશર્સ
એ-૭૫, સેક્ટર ૫૭, નોઇડા, ઉત્તર પ્રદેશ - ૨૦૧૩૦૧, ભારત
૧ લંડન બ્રિજ સ્ટ્રીટ, એસઈ૧ ૯જીએફ, યુનાઇટેડ કિંગ્ડમ
હેઝેલ્ટન લેન્સ, ૫૫ એવન્યૂ રોડ, સુઈટ ૨૯૦૦, ટોરન્ટો, ઑન્ટેરિયો એમ૫આર ૩એલ૨
તથા ૧૯૯૫ મરખમ રોડ, સ્કારબરો, ઑન્ટેરિયો, એમ૧બી ૫એમ૮, કેનેડા
૨૫ રાઈડ રોડ, પિમ્બલ, સિડની, એનએસડબલ્યૂ ૨૦૭૩, ઑસ્ટ્રેલિયા
૧૯૫ બ્રોડવે, ન્યૂયોર્ક, એનવાય ૧૦૦૦૭, યૂએસએ

P-ISBN: 978-93-5177-798-4
E-ISBN: 978-93-5177-799-1

ટાઇપ સેટિંગ અને મુદ્રણ : સ્વામિનારાયણ અક્ષરપીઠ, અમદાવાદ

આ પુસ્તક એ શરત સાથે વેચાઈ રહી છે કે પ્રકાશકની લેખિત પૂર્વ સંમતિ વિના તેનો વ્યાવસાયિક કે અન્ય કોઈપણ સ્વરૂપે ઉપયોગ કરી શકાશે નહીં. તેને પુનઃ પ્રકાશિત કરીને વેચી શકાશે નહીં કે ભાડે આપી શકાશે નહીં. આ તમામ શરતો પુસ્તક ખરીદનાર પર પણ એટલી જ લાગુ પડે છે. આ સંદર્ભમાં, પુસ્તકના સર્વ હક્ક આરક્ષિત છે. આ પુસ્તકના કોઈપણ અંશને પ્રકાશકની લેખિત પૂર્વ સંમતિ વિના પુનઃ પ્રકાશિત કરી શકાશે નહીં, ડિજિટલ કે અન્ય કોઈપણ સ્વરૂપે પ્રકાશન માટે પોતાના રેકોર્ડ માટે સુરક્ષિત રાખી શકાશે નહીં. તેને પુનઃ પ્રસ્તુત કરવા, તેની અનુવાદિત આવૃત્તિ તૈયાર કરવા અથવા ઇલેક્ટ્રોનિક, મિકેનિકલ, ફોટોકોપી તથા રેકોર્ડિંગ વગેરે કોઈપણ પદ્ધતિથી તેનો ઉપયોગ કરવા માટે સમસ્ત પ્રકાશનનો અધિકાર રાખનાર અધિકારી તથા પ્રકાશકની લેખિત પૂર્વ અનુમતિ મેળવવી અનિવાર્ય છે.

જગતના પવિત્ર લોકોને સમર્પિત

ક્રમિકા

પરિચય

શ્રદ્ધાનો સાક્ષાત્કાર

મારું બાળપણ રામેશ્વરમ્‌માં વીત્યું હતું. મારી સ્મૃતિમાં આજે પણ ત્યાંનાં ઘણાં સ્મરણો તાજાં છે. તેમાં પણ એક વિશેષ પ્રસંગ તો મારા સ્મૃતિપટ પર બરાબર અંકિત થઈ ચૂક્યો છે. હજુ પણ ક્યારેક ક્યારેક તે દૃશ્ય મારી નજર સામે તરવરતું રહે છે.

એ વખતે હું ૧૦ વર્ષનો હતો. મને બરાબર યાદ છે કે મારા ઘરમાં ક્યારેક ક્યારેક ત્રણ અલગ અલગ વિરોધાભાસી વ્યક્તિત્વોનો સમન્વય થતો હતો : વેદના જ્ઞાતા અને રામેશ્વરમ્ મંદિરના મુખ્ય પૂજારી પાક્ષી લક્ષ્મણ શાસ્ત્રીગલ; રામેશ્વરમ્ ટાપુ પર પ્રથમ ચર્ચનું નિર્માણ કરનાર રેવરન્ડ ફાધર બોદલ, અને મસ્જિદમાં ઈમામ એવા મારા પિતા – આ ત્રણેય અમારા ઘરના ફળિયામાં અવારનવાર ભેગા થતા હતા. ત્રણેય મહાનુભાવો હાથમાં ચાનો કપ લઈને ભેગા થતા, અમારા સમુદાયની વિવિધ સમસ્યાઓનું સમાધાન શોધવા માટે ચર્ચા પણ કરતા અને તેનો ઉકેલ લાવતા હતા.

આ પ્રસંગ હું યાદ કરું છું ત્યારે મને સમજાય છે કે વિવિધતામાં એકતા એ ભારતીય સંસ્કૃતિનો આત્મા છે. અને રામેશ્વરમ્‌માં મારા પિતા અને તેમના સાથી ધર્મગુરુઓ સદીઓથી ચાલી આવતી આ ભારતીય સંસ્કૃતિની તે પરંપરાને જ અનુસરતા હતા; બલકે, તેને અભિવ્યક્ત કરતા હતા. હજારો વર્ષોથી ભારત વિવિધ વિચારધારાના સંગમનું અને સર્વધર્મ-આદરનું સાક્ષી બન્યું છે. હું દૃઢપણે માનું છું કે મારા ઘરમાં યોજાતી વિવિધ ધર્મ અને સંસ્કૃતિના આગેવાનોની તે બેઠક સૌથી વધુ આવશ્યક અને અનુકરણીય છે. કારણ કે, દેશ અને દુનિયામાં અત્યારે વિવિધ ધર્મ અને સંસ્કૃતિઓ વચ્ચે આ પ્રકારનો નિખાલસ અને

મિલનસાર સંવાદ અનિવાર્ય બન્યો છે. મૈત્રીપૂર્ણ અને સૌહાર્દયુક્ત વાતાવરણમાં આવા સંવાદની જેટલી જરૂર અત્યારે અનુભવાય છે, તેટલી જરૂર ઈતિહાસમાં ક્યારેય ઊભી થઈ નથી.

મારું એ સદ્ભાગ્ય છે કે મારા જીવનના અનેક તબક્કામાં મને મારા પિતા ઝૈનુલઆબ્દીનથી માંડીને અનેક મહાન શિક્ષકો અને માર્ગદર્શકો મળ્યા છે. મારા પ્રથમ માર્ગદર્શક પિતાએ મને શીખવ્યું હતું કે ''જીવનમાં કોઈ પણ વ્યક્તિની ભૂમિકા એક માધ્યમ તરીકેની હોવી જોઈએ. આપણે માત્ર એક માધ્યમ છીએ. આપણી ફરજ એક હાથે લેવાની અને બીજા હાથે આપવાની હોવી જોઈએ.'' મારા પિતા કહેતા હતા કે ''ભગવાન પ્રકાશનો પુંજ છે. હું અને તું, તે પ્રકાશપુંજ પરના આવરણનાં સૂક્ષ્મ છિદ્રો છીએ, જેમાંથી આપણે આપણી ક્ષમતા મુજબ તે ભગવાનનો પ્રકાશ ફેલાવીએ છીએ.''

મારા પિતા સરળ અને સાદું જીવન જીવ્યા હતા. તેઓ જીવનમાં રહેલી દિવ્યતા કદી ભૂલ્યા નહોતા. મેં હંમેશાં મારા જીવનમાં મારા પિતાના પગલે ચાલવાનો પ્રયાસ કર્યો છે અને આઠ દાયકાના મારા અનુભવોએ મારા પિતાની ફિલસૂફી યથાર્થ હોવાનો મને અહેસાસ કરાવ્યો છે. હું માનું છું કે દરેક વ્યક્તિના અંતરમાં - હૃદયમાં દિવ્ય શક્તિ હોય છે, જે મૂંઝવણ, દુઃખ, ઉદાસી અને નિષ્ફળતામાંથી વ્યક્તિને ઉગારી શકે છે અને જરૂર પડ્યે તેનું માર્ગદર્શન મેળવીને આપણે પ્રગતિના પંથે જઈ શકીએ છીએ.

યુવાન ઈજનેર તરીકે હું ડૉ. બ્રહ્મપ્રકાશ સાથે કામ કરતો હતો. ડૉ. બ્રહ્મ-પ્રકાશે મને અન્ય લોકોના અભિપ્રાયો અને મત પ્રત્યે સહિષ્ણુ બનવાનું અને ઉદાર અભિગમ રાખવાનું શીખવ્યું હતું. ડૉ. બ્રહ્મપ્રકાશે મને સમજાવ્યું હતું કે વ્યક્તિગત ક્ષમતાથી પૂર્ણ ન થાય તેવી કામગીરી પાર પાડવા સારી ટીમ બનાવવી જરૂરી છે. સફળ અને સારી ટીમ બનાવવા અન્ય લોકોના અભિપ્રાયોને સમજવાની અને તેનો સ્વીકાર કરવાની ક્ષમતા કેળવવી અત્યંત જરૂરી છે. ડૉ. બ્રહ્મપ્રકાશે મને શીખવ્યું હતું કે જીવન અમૂલ્ય ભેટ છે, પણ તેની સાથે જવાબદારીઓ સંકળાયેલી છે. જીવનરૂપી અમૂલ્ય ભેટ સાથે આપણી પાસેથી એવી અપેક્ષા રાખવામાં આવતી હોય છે કે આપણામાં રહેલી પ્રતિભાનો ઉપયોગ દુનિયાને જીવવા માટે, બહેતર બનાવવા માટે કરવો જોઈએ. જેથી આપણે પ્રામાણિક, નૈતિક મૂલ્યોથી સજ્જ અને સંતુલિત જીવન જીવી શકીએ. આપણને

તે આધ્યાત્મિક જીવન તરફ દોરી જાય છે, જે શાશ્વત છે.

ડૉ. બ્રહ્મપ્રકાશે દુનિયાને જોવાની મારી દૃષ્ટિ બદલી નાંખી હતી. તેમણે એક વખત મને કહ્યું હતું કે "કલામ! જો તમે આ દુનિયાને અસંસ્કારી, અશિષ્ટ અને અણઘડ ગણશો તો તેનાથી તમારી એકાગ્રતા ઓછી થઈ જશે. નકારાત્મક વિચારસરણીથી આપણે આપણી જાતને જ નુકસાન કરી દઈશું. આવી વિચાર-ધારા બોજારૂપ છે. તમે પ્રવાસમાં ૨૦ બેગ ઊંચકીને તેની મજા માણી શકો ખરા? આ પ્રકારનો બોજ તમારા પ્રવાસની મજા મારી નાંખે છે અને જીવનમાં તમારી આગળ ધપવાની ઝડપ ઘટાડે છે."

પ્રૉજેક્ટ ડિરેક્ટર તરીકે મેં પ્રૉફેસર સતીશ ધવન સાથે કામ કર્યું હતું. પ્રૉફેસર ધવને મને શીખવ્યું હતું કે એક સારો નેતા પોતાની ટીમની નિષ્ફળતાની જવાબદારી પોતાના શિરે લે છે અને સફળતાનું શ્રેય પોતાના સાથીદારોને આપે છે. પ્રૉફેસર ધવનની શૈક્ષણિક સિદ્ધિઓ પ્રશંસનીય અને ચકિત કરી દે તેવી હતી. પ્રૉફેસર ધવન ગણિતમાં બી.એ. અને ભૌતિકશાસ્ત્રમાં બી.એસસી. થયા હતા. પછી તેમણે મૅથેમૅટિક્સમાં એમ.એ., મિકેનિકલ એન્જિનિયરિંગમાં બી.ઇ., ઍરોસ્પેસ એન્જિનિયરિંગમાં એમ.એસસી. અને મૅથેમૅટિક્સ અને ઍરોસ્પેસ એન્જિનિયરિંગમાં ડબલ પીએચ.ડી. કર્યું હતું. મેં પ્રૉફેસર ધવનને આટલા ઉચ્ચ અભ્યાસ અને વિદ્વત્તા વિશે પૂછ્યું ત્યારે તેમણે મને કહ્યું હતું : "કલામ! તમે અરીસો જુઓ છો ને? આપણે બધા જાણીએ છીએ કે ધૂળ સાફ થઈ જાય પછી અરીસો ચમકે છે અને આપણે આપણું પ્રતિબિંબ સ્પષ્ટપણે જોઈ શકીએ છીએ. શિક્ષણ મેળવવાની કળા પણ તેવી જ છે. આપણે આપણું અજ્ઞાન દૂર કરવાની જ જરૂર છે. આપણે શુદ્ધ અને નૈતિક જીવન જીવીને તેમજ માનવસેવા કરીને આપણી અંદર રહેલી અશુદ્ધિ અને અજ્ઞાન દૂર કરી શકીએ છીએ. પછી જુઓ, પરમેશ્વર તેનાં કાર્યો કરવા આપણને માધ્યમ બનાવશે."

ત્યારબાદ હું જૈન સાધુ આચાર્ય મહાપ્રજ્ઞને મળ્યો હતો. તેમણે મને પૃથ્વી પર દૈવી જીવન અને નાશવંત જીવનમાં શાશ્વત આત્માનો અહેસાસ કરાવ્યો હતો. મને આચાર્ય મહાપ્રજ્ઞજીએ શીખવ્યું હતું કે આપણા અંતરાત્મામાં જ નીતિ-નિયમો જન્મે છે. આચાર્ય મહાપ્રજ્ઞજીએ કહ્યું કે "જ્યારે આપણો અંતરાત્મા શુદ્ધ હોય છે ત્યારે આપણે સત્યને અનુભવી શકીએ છીએ. આપણો અંતરાત્મા જ આપણો સાચો મિત્ર છે."

આચાર્ય મહાપ્રજ્ઞજી સાથે એક સહલેખક તરીકે મેં *'ધ ફૅમિલી ઍન્ડ ધ નેશન'* નામનું પુસ્તક લખ્યું હતું. આ પુસ્તકમાં અંતરાત્માના અવાજને શી રીતે સાંભળી શકાય, એ અંગેના બે તબક્કાની વિગતે વાત કરી હતી, જેથી આપણે આપણી જાતનો પરિચય કેળવી શકીએ, તેની સાથે જોડાઈ શકીએ અને અંતરાત્માના અવાજને અનુસરી શકીએ.

મને મારા શ્રેષ્ઠતમ શિક્ષક અને માર્ગદર્શક પ્રમુખસ્વામીજી મહારાજનો ભેટો અજાણતાં જ થયો હતો. કદાચ મારી નિયતિ અને મારી જિજ્ઞાસા મને પ્રમુખસ્વામીજી તરફ દોરી ગઈ હતી. ભારત સરકારના મુખ્ય વૈજ્ઞાનિક સલાહકાર તરીકે કચ્છના ભૂકંપ પછી પુનઃવસવાટનાં કાર્યોની સમીક્ષા કરવા મેં ભુજની મુલાકાત લીધી હતી. ત્યાં ૧૫ માર્ચ, ૨૦૦૧ના રોજ મારી મુલાકાત પ્રમુખસ્વામીજી મહારાજના એક શિષ્ય સાધુ બ્રહ્મવિહારીદાસજી સાથે થઈ હતી. સાધુ બ્રહ્મવિહારીદાસજીએ મને આશ્ચર્યચકિત કરે તેવો એક પ્રશ્ન પૂછ્યો હતો અને તેનો આધ્યાત્મિક જવાબ એકાએક મને સ્ફૂર્યો હતો. સાધુ બ્રહ્મવિહારીદાસજીએ મને પૂછ્યું હતું: ''પ્રથમ અણુબૉમ્બના વિસ્ફોટ પછી રોબર્ટ ઓપેનહાઈમરે શ્રીમદ્ ભગવદ્ગીતાના શબ્દો 'હું જ દુનિયાનો સંહારકર્તા છું'નું સ્મરણ કર્યું હતું. ભારતના પ્રથમ અણુબૉમ્બનું પરીક્ષણ કર્યા પછી તમને શો વિચાર આવ્યો હતો ?''

આ પ્રશ્ન સાંભળીને હું મૂંઝાઈ ગયો હતો અને પછી મેં કહ્યું હતું: ''દૈવી ઊર્જા કે પરમેશ્વર તરફથી વહેતો ઊર્જાનો અખૂટ સ્રોત ક્યારેય વિધ્વંસક હોતો નથી; તે તોડતો નથી, જોડે છે.''

સાધુ બ્રહ્મવિહારીદાસજીએ તરત વળતો જવાબ આપતાં કહ્યું હતું : ''અમારા આધ્યાત્મિક ગુરુ પ્રમુખસ્વામીજી મહારાજ એકતાના મહાન શિલ્પી છે. પ્રમુખસ્વામીજીએ ખંડિત થયેલા અમારા જીવનમાં નવશક્તિનો સંચાર કરવા માટે, અમારી જ અંદર રહેલી ઊર્જાને પુનઃ યોગ્ય દિશામાં વહેતી કરી, અમારી ઊર્જાને ચેતનવંતી બનાવી છે.''

સાધુ બ્રહ્મવિહારીદાસજીની વાત સાંભળીને અભિભૂત થઈને, મેં પ્રમુખસ્વામીજી મહારાજને મળવાની ઇચ્છા વ્યક્ત કરી હતી. મારો આશય આવા મહાપુરુષનો પરિચય કેળવવાનો હતો, પણ અલ્પ પરિચય સ્વરૂપે શરૂ થયેલી અમારી આ આકસ્મિક મુલાકાત જાણે 'દૈવી નિયતિ' બની ગઈ હતી.

ત્યારબાદ આટલાં વર્ષો દરમ્યાન હું અવારનવાર પ્રમુખસ્વામીજી મહારાજને મળ્યો છું. પ્રમુખસ્વામીજીની સાથે અનેકવિધ વિષયો પર મેં ચર્ચા-વિચારણા કરી છે. મને એવી પ્રતીતિ થઈ છે કે જ્યાં સુધી આપણે આપણા શરીરરૂપી મંદિરની અંદર નિવાસ કરતા શાશ્વત આત્મા - પરમ દિવ્ય તત્ત્વને ઓળખી ન શકીએ અને તે સનાતન આત્માનાં તમામ તત્ત્વોને સંકલિત ન કરીએ ત્યાં સુધી આપણું જીવન દિવ્ય ન બની શકે ! આ પૃથ્વી પર રહેતા તમામ લોકો – મારી આસપાસના, મારાથી દૂર વસતા તમામ લોકો, મારા દેશબાંધવો અને અન્ય દેશના લોકો; અન્ય તમામ પ્રજાતિઓ, ફળફૂલ અને વનસ્પતિ તેમજ ખનીજ તત્ત્વો – આ સર્વે એક મહાન દૈવી એકતાનાં વિવિધ સ્વરૂપો છે. *'અખિલ બ્રહ્માંડમાં એક તું શ્રીહરિ'* જેવી આ પાયાની વાત છે. માત્ર નામરૂપ જૂજવાં છે, અંતે તો હેમનું હેમ જ હોય છે. નેનો-બાયો-ઇન્ફો-કોગ્નો ટેક્નોલોજીનું નાવીન્યપૂર્ણ સમન્વય એ તેનો બોલતો પુરાવો છે. આ સમન્વય માનવજાતને ફાયદો કરાવશે અને નુકસાન તો નહીં જ કરાવે. પણ, એની તકેદારી કોણ રાખશે ? માત્ર થોડા વગદાર અને સમૃદ્ધ લોકોને જ તેમાંથી ફાયદો નહીં થાય ને ? ગરીબો અને વંચિતોને લાભ મળશે ને ? તેની ખાતરી મળવી અનિવાર્ય છે.

હું આ વિચારોને મનમાં વાગોળતાં વાગોળતાં પ્રમુખસ્વામી મહારાજને મળવા છેલ્લે, ૧૧ માર્ચ, ૨૦૧૪ના રોજ ગુજરાતના સારંગપુર ગયો હતો. સુંદર ફૂલોથી મહેકતા બગીચામાં અમે બેઠા હતા, જ્યાં મોર ગહેકતા હતા. આધ્યાત્મિકતા અને લાગણીસભર વાતાવરણમાં પ્રમુખસ્વામીજીએ ૧૦ મિનિટ સુધી મારો હાથ પકડી રાખ્યો હતો. અમે બંને મૌન હતા. અમારી વચ્ચે એક પણ શબ્દનું આદાન-પ્રદાન થયું નહોતું. મૌનનું માહાત્મ્ય છવાયું હતું. ચેતનાના સૂક્ષ્મ સંચાર સાથે અમે એકબીજાની આંખોમાં જોતા રહ્યા. આ એક મહાન આધ્યાત્મિક અનુભવ હતો.

અગાઉ પણ મને થોડા આધ્યાત્મિક અનુભવો થયા હતા. ૩૦ સપ્ટેમ્બર, ૨૦૦૧ના રોજ હેલિકૉપ્ટરની દુર્ઘટનામાં મારો આબાદ બચાવ થયો હતો. તે રાતે મને એક વૈવિધ્યપૂર્ણ સ્વપ્ન આવ્યું હતું. મે સ્વયંને અજવાળી રાતે ચાંદનીમાં રણમાં બેઠેલો જોયો, માઈલો સુધી સફેદ રેતીની ચાદર પથરાયેલી હતી. સમ્રાટ અશોક, મહાત્મા ગાંધી, આલ્બર્ટ આઇન્સ્ટાઇન, અબ્રાહમ લિંકન અને હઝરત ખલીફા ઉમર – આ પાંચ મહાપુરુષોએ મને દેશના યુવાનોના

મનમાં આશા અને ઉમંગનો દીપ પ્રજ્વલિત કરવાનું એક મિશન સોંપ્યું હતું.

૨૮ એપ્રિલ, ૨૦૦૭ના રોજ ગ્રીસના ફિલોપાપ્પોસ પર્વત પરની ગુફામાં મારા અંતર્ચક્ષુઓએ શક્તિશાળી પ્રકાશપુંજનો અનુભવ કર્યો હતો. આ જ પર્વત પરની એક ગુફામાં મહાન ફિલસૂફ સૉક્રેટિસને કેદ કરવામાં આવ્યા હતા અને અહીં જ તેમણે જીવનનું બલિદાન આપ્યું હતું. ગુફાના અંધકારમય ખૂણાઓમાંથી સફેદ વસ્ત્ર ધારણ કરેલી ચાર આકૃતિઓ મારી તરફ આવી રહી હતી. સૌપ્રથમ સૉક્રેટિસ આવ્યા. સૉક્રેટિસે વિનમ્ર અવાજમાં કહ્યું કે 'વિચાર જ સ્વતંત્રતા છે.' તેમની પાછળ અબ્રાહમ લિંકન હતા. તેમણે મને કહ્યું હતું : 'કોઈ પણ મનુષ્ય બીજા મનુષ્યનો ગુલામ ન હોઈ શકે.' ત્યારબાદ મેં મહાત્મા ગાંધીને જોયા. તેમણે મને કહ્યું : 'માનવજીવનમાંથી હિંસાનો નાશ થવો જોઈએ અને શાંતિનું સામ્રાજ્ય સ્થપાવું જોઈએ.' છેલ્લે મેં ગેલિલિયો ગેલિલીને જોયા. ગેલિલિયોએ કહ્યું કે 'સત્ય સર્વોપરી છે અને તમામ માનવીય કાયદાથી પર છે.'

અલબત્ત, સારંગપુરમાં પ્રમુખસ્વામીજી મહારાજ સાથે બગીચામાં સંપૂર્ણપણે અલગ અનુભવ થયો હતો. અગાઉ બે પ્રસંગોમાં મને લાગ્યું હતું કે મને જે અનુભૂતિ થઈ રહી છે તે મારી કલ્પનાઓ છે. જોકે, આ વખતે સાક્ષાત્કાર થયો હતો. પ્રમુખસ્વામીજી મહારાજે સ્વયં મારો હાથ પકડ્યો હતો. હું અન્યમનસ્ક થઈ ગયો હતો અને શાશ્વત શાંતિ તરફ દોરાઈ રહ્યો હતો. મને અહેસાસ થયો હતો કે તેમના હાથમાં કાયાપલટ કરી નાંખે તેવી અખૂટ ઊર્જા છે, જેની અત્યારે વિશ્વને સૌથી વધુ જરૂર છે. આ ઊર્જાનો પ્રવાહ સમગ્ર જગતમાં પરિવર્તન આણી શકે છે. આધ્યાત્મિક વ્યક્તિત્વ ધરાવતા પ્રમુખસ્વામીજી મહારાજ ગુણાતીત સત્પુરુષ છે. તેઓ ક્ષણિક અને નાશવંત પ્રકૃતિથી પર છે. મને એવો અહેસાસ થયો હતો કે માનવજાતના ઉત્થાન માટે, તેને સામર્થ્ય પ્રદાન કરવા માટેનો સર્વશક્તિમાન ભગવાનનો દિવ્ય સંદેશ પ્રમુખસ્વામીજી મહારાજ મારફતે મને મળી રહ્યો છે, એક એવો સંદેશો કે જે માનવજગત વીસરી ચૂક્યું હતું.

આ સાક્ષાત્કારમાં મને અહેસાસ થયો કે મનુષ્યના અસ્તિત્વ સમાન સુખ અને દુઃખ તથા માનવજાતની ઐતિહાસિક તવારીખ જોઈએ તો યુદ્ધ અને શાંતિ વચ્ચેના સંઘર્ષનાં કારણોમાં ખરેખર પરિવર્તન આવવું જોઈએ. પ્રમુખસ્વામીજીએ મારો હાથ જકડી રાખ્યો હતો અને મૌનની એ ભાષામાં મને જાણે સંભળાયું હતું : 'કલામ ! જાવ અને દરેકને સમજાવો કે સુખ અને દુઃખ તથા શાંતિ અને

યુદ્ધ વચ્ચેના સંઘર્ષમાં આપણને શાશ્વત વિજય તરફ દોરી જતી શક્તિ આપણી અંદર, આપણા હૃદયમાં જ છે. માનવજાતને સંવાદિતાપૂર્ણ વિશ્વનું નિર્માણ કરવાની આ દૃષ્ટિનો સંદેશો આપો. આ દૃષ્ટિ માનવજાતે અત્યાર સુધી સાકાર કરેલા અન્ય કોઈ પણ સ્વપ્નથી વિશાળ હશે...'

સામંજસ્યપૂર્ણ વિશ્વનું નિર્માણ એક અસંભવિત આદર્શ કલ્પના લાગી શકે છે, પરંતુ પરમ દિવ્ય તત્ત્વના માર્ગદર્શન સાથે અને તમામ સર્જનમાં એકત્વનો સ્વીકાર કરવાથી તેમજ પ્રમુખસ્વામીજી મહારાજ જેવા ગુણાતીત આત્માઓની મદદથી અસંભવ પણ સંભવ થઈ શકે છે. સામંજસ્યપૂર્ણ વિશ્વની શરૂઆત સામંજસ્યપૂર્ણ આંતરિક વિશ્વની સાથે અનિવાર્ય આધ્યાત્મિકતાની ખોજ માટે થાય છે. આપણી આધ્યાત્મિકતાને પ્રજ્વલિત કરવા માટે આપણે આત્મખોજ કરી અહંકારને ઓગાળવાની જરૂર છે. આપણામાં રહેલા શાશ્વત આત્માને ઓળખવાની, તેની સાથે તાદાત્મ્ય કેળવવાની અને એકસૂત્રતા જાળવવાની જરૂર છે.

આ હેતુ સિદ્ધ કરવા માટે ચાર તબક્કા આવશ્યક છે: આપણી ખોજ યોગ્ય સ્થળે કરો, અજ્ઞાનરૂપી રજ દૂર કરો, આંતરચક્ષુઓ જાગ્રત કરો અને તે હેતુ માટે તમારાં સ્વપ્નો સાકાર કરવા રાહ જોઈ રહેલી નિયતિને ઓળખો. આ ચારેય ચરણને કેન્દ્રમાં રાખીને મેં આ પુસ્તક ચાર ભાગમાં લખ્યું છે. પુસ્તકની શરૂઆત પ્રમુખસ્વામીજી મહારાજની દિવ્ય ઉપસ્થિતિમાં મને થયેલા આધ્યાત્મિક અનુભવો સાથે થાય છે. બીજા ભાગમાં પ્રમુખસ્વામીજી મહારાજના નેતૃત્વમાં બોચાસણવાસી શ્રી અક્ષરપુરુષોત્તમ સ્વામિનારાયણ સંસ્થા(બી.એ.પી.એસ.)નાં સામાજિક કાર્યો વિશે પ્રકાશ પાડવામાં આવ્યો છે. ત્રીજો ભાગ, વિજ્ઞાન અને અધ્યાત્મના સુભગ સમન્વયની દૃષ્ટિ સાથે માનવતાનો દીપ પ્રજ્વલિત રાખવાનો પથ પ્રદર્શિત કરે છે. જ્યારે ચોથા ભાગમાં રચનાત્મક નેતૃત્વની વાત કરી છે, જે આ સ્વપ્ન સાકાર કરવા માટે પાયાની જરૂરિયાત છે.

બોચાસણવાસી શ્રી અક્ષરપુરુષોત્તમ સ્વામિનારાયણ સંસ્થાની 'વસુધૈવ કુટુંબકમ્'ની ભાવના સુખી, શાંત અને સમૃદ્ધ દુનિયાનું નિર્માણ કરવાનો પાયો નાંખે છે. આ સંસ્થાનો અભિગમ તમામ સંસ્કૃતિઓ શાંતિ અને સૌહાર્દ સાથે સહઅસ્તિત્વ ધરાવે તેવો ને એકમેકની વિવિધતાને પરસ્પરમાં સમાવવાનો છે. પ્રમુખસ્વામીજી મહારાજે આપણા સાંસ્કૃતિક વારસા દ્વારા ચિંતનશીલ સમાજનું

નિર્માણ કરીને ઉત્કૃષ્ટ જીવંત ઉદાહરણ પૂરું પાડ્યું છે. તેમણે ભવ્યાતિભવ્ય બી.એ.પી.એસ. સ્વામિનારાયણ મંદિરો, પ્રતિબદ્ધ હરિભક્તો અને સમગ્ર દુનિયામાં પથરાયેલા લાખો શુભેચ્છકો દ્વારા, ભારતીય સંસ્કૃતિનો પરિચય આફ્રિકા, યુરોપ, અમેરિકા અને દૂર પૂર્વના દેશોને કરાવ્યો છે. પ્રમુખસ્વામીજી મહારાજના આ ઉપદેશ અને સમાજનો વ્યાપ, હવે પારદર્શક વહીવટ અને નૈતિક વ્યવહાર, સત્ય આધારિત સુ-શાસનમાં પ્રસરે એ સમયનો તકાદો છે. બાયો-નેનો-ઈન્ફો-ઈકો-કોગ્નો ટેક્નોલોજીના સમન્વયથી સંચાલિત માનવજાત આવનારા દિવસોમાં અભૂતપૂર્વ ઊર્જા પ્રાપ્ત કરશે. સમાજના છેવાડાના માનવીનું સામાજિક, રાજકીય અને આર્થિક – એ તમામ ક્ષેત્રોમાં જીવનધોરણ સુધરે તેવી સ્થિતિ સુનિશ્ચિત થાય એવા સ્વપ્નની આવશ્યકતા છે.

આ પુસ્તક લગભગ પૂર્ણ થયું ત્યારે રામેશ્વરમ્થી મારા મોટા ભાઈ એ.પી.જે. મોહમ્મદ મુથુ મીરા લેબ્બઈ મારેકેયરે વહેલી સવારની નમાઝ – 'નમાઝે ફજ' અદા કર્યા પછી મને ફોન કર્યો. આટલી વહેલી સવારે ફોન આવવાથી શરૂઆતમાં મને ચિંતા થઈ, પણ તેમનો પ્રસન્નચિત્ત અવાજ સાંભળીને મને રાહત થઈ. તેમણે મને કહ્યું કે 'ભાઈ ! આજકાલ તું ખાસ શું મહત્ત્વપૂર્ણ કાર્ય કરી રહ્યો છે ?' મેં તેમને આ પુસ્તક વિશે વાત કરી. મેં તેમની સમક્ષ મારી દુવિધા વ્યક્ત કરતાં કહ્યું કે એક મુસ્લિમ તરીકે અન્ય ધર્મના એક સંપ્રદાયના વડા વિશે લખવું મારા માટે કેટલું યોગ્ય છે ?

મને મારા ભાઈ મુથુમાં પૂરો વિશ્વાસ છે. તેઓ મારાથી ૧૪ વર્ષ મોટા છે અને પાક જીવન જીવે છે, ઈસ્લામને અનુસરે છે અને માનવસેવાને પ્રભુસેવા માને છે. તેમણે મને મોહમ્મદ પયગંબરનો દાખલો આપીને સમજાવ્યું : ''કલામ ! જ્યારે પયગંબર મોહમ્મદ(સલલ્લાહુ અલૈયહિ વ સલ્લમ)નું મદીનામાં આગમન થયું હતું ત્યારે યહૂદીઓ અને ખ્રિસ્તીઓ ત્યાં રહેતા હતા. પયગંબર સાહેબે મુસ્લિમોના વ્યાપક હિતને ધ્યાનમાં રાખીને યહૂદીઓ અને ખ્રિસ્તીઓ સાથે સંધિ કરી હતી. આ સંધિની એક શરત એ હતી કે દરેક પક્ષ, અન્ય પક્ષ સાથે ચર્ચા-વિચારણા અને સંવાદ કરશે. પારસ્પરિક સંબંધો સત્ય અને ન્યાય પર આધારિત હશે; પાપ કે અનિષ્ટને કોઈ સ્થાન નહીં હોય.''

મારા ભાઈએ મને આ પુસ્તક પૂર્ણ કરવાની અને પ્રમુખસ્વામીજીના પવિત્ર અને સદાચારી જીવનના પ્રસંગો દરેક સાથે વહેંચવાની સલાહ આપીને ફોન મૂક્યો

અને ત્યારબાદ મારા મોટાભાઈના પ્રેરણાબળે મેં આખરે આ પુસ્તક પૂર્ણ કર્યું.

હું આ પુસ્તક દુનિયાના કોઈ પણ ભાગમાં વસતા સદાચારી લોકોને સમર્પિત કરું છું. અક્ષરધામ અને તેનાં સ્વામિનારાયણ મંદિરો ખરેખર પવિત્રતા અને સદાચારયુક્ત જીવનના અભયારણ્ય સમાન છે. આ સંસ્થામાં શાંતિનું સામ્રાજ્ય છે અને આશાનો પ્રકાશપુંજ છે. કુસંગ અને સ્વચ્છંદતામાં ગરકાવ થયેલા લોકો માટે, જીવનને સુધારણાનું માર્ગદર્શન બી.એ.પી.એસ. સંસ્થા દ્વારા પ્રાપ્ત થાય છે. બી.એ.પી.એસ. સંસ્થા સેવાના માધ્યમથી આ પ્રકારના લોકોને અંતરાત્માનો સાક્ષાત્કાર કરાવે છે, તેમનામાં રહેલી માનવતાને જાગ્રત કરે છે. બી.એ.પી.એસ. સંસ્થાના સંતોના માર્ગદર્શનમાં વિકસિત દેશોના લાખો લોકો જીવનના રોજ-બરોજના પ્રશ્નો, પાખંડી સંબંધો અને આધુનિક જીવનને કારણે ઉદ્ભવતી સમસ્યાઓમાંથી મુક્તિ મેળવી રહ્યા છે. ભગવાન કરે કે આ પ્રકારની દિવ્ય ઉપસ્થિતિનો ગુણાકાર થાય !

નવી દિલ્હી   એ.પી.જે. અબ્દુલ કલામ
મે ૨૦૧૫

દિવ્ય પ્રવેશ

૧૧ માર્ચ, ૨૦૧૪ના રોજ સારંગપુરમાં પ્રમુખસ્વામીજીને મળીને હું દિલ્હીમાં ૧૦, રાજાજી માર્ગ ૫ર આવેલા મારા ઘરે પહોંચ્યો ત્યારે લગભગ મધરાત થઈ ચૂકી હતી. રાતના ભોજન પછી મારા બગીચામાં બે સદી જૂના અર્જુન વૃક્ષ પાસે થોડો સમય લટાર મારી. આ અતિવ્યસ્ત દિવસ પછી આરામ માટે હું ઉપરના રૂમમાં ગયો. મારા સુરક્ષાકર્મીએ મને રાત્રિસલામ કરી અને મેં દરવાજાની આંકડી અંદરથી બંધ કરી.

મેં છેલ્લાં ૫૦ વર્ષથી સૂતાં પહેલાં એક સારું પુસ્તક વાંચવાની આદત કેળવી છે. આ પાંચ દાયકા દરમ્યાન મેં સેંકડો પુસ્તકો વસાવીને એક અંગત પુસ્તકાલય બનાવ્યું છે. એ રાત્રે, મેં બુકશેલ્ફમાંથી અનાયાસ જ એક પુસ્તક ઉપાડ્યું. અચાનક હાથમાં આવેલા પુસ્તકનું શીર્ષક હતું : *'ધ બુક ઑફ મિરદાદ'*. જાણીતા લેબનીઝ લેખક, મિખાઇલ નૈમાએ લખેલું તત્ત્વજ્ઞાન પરનું આ પ્રતીકાત્મક પુસ્તક ૧૯૫૪માં પ્રકાશિત થયું હતું. તેમાં લિયો તોલ્સ્તોયથી માંડીને સૂફી ઇસ્લામ સુધીની ફિલસૂફીની અનેકવિધ વાતો ગુરુ-શિષ્ય વચ્ચેના સંવાદ સ્વરૂપે આલેખાઈ છે. *'ધ બુક ઑફ મિરદાદ'* વર્ષોથી મારી લાઇબ્રેરીમાં હતું પણ કદી એ વાંચવાનો મને મોકો નહોતો મળ્યો.

પથારીમાં બેસીને મેં એ પુસ્તક વાંચવાનું શરૂ કર્યું.

દૂધ જેવા શ્વેત પહાડોમાં આવેલા એક ઉન્નત પર્વત *ઑલ્ટર પિક* (એટલે કે વેદી-શિખર) ઉપર વિશાળ મઠનું નિરાશાજનક ભાસતું ખંડેર ઊભું છે. આ મઠ એક જમાનામાં 'આર્ક' તરીકે પ્રસિદ્ધ હતો.* આ મઠને પરંપરાગત જળપ્રલય જેટલો જ જૂનો માનવામાં આવે છે...

મારું મન શાંતિથી ઊભરાઈ રહ્યું હતું અને એક અજાણી તંદ્રાએ મને ઘેરી

---

* હિબ્રૂ બાઇબલના પ્રથમ પ્રકરણ, 'બુક ઑફ જિનેસિસ'માં આલેખાયેલા જળપ્રલયમાં પૃથ્વીની પ્રજાતિઓને ઉગારવા નોઆએ બનાવેલા ભવ્ય વહાણને 'આર્ક' તરીકે ઓળખવામાં આવે છે.

લીધો. હું નિદ્રાવસ્થામાં નહોતો, હું સાંભળી શકતો હતો છતાં હું જાગ્રત નહોતો, હું મારો હાથ હલાવી શકતો નહોતો...

મેં એક અવાજ સાંભળ્યો કે 'અરે ઓ અજ્ઞાત સુખી માણસ ! જાગો. તમે તમારું ધ્યેય પ્રાપ્ત કરી લીધું છે.'

'હું ક્યાં છું ?' મે પૂછ્યું.

'સ્વર્ગમાં.'

'અને પૃથ્વી ?'

'એ તમારી પાછળ છે.'

'અહીં મને કોણ લાવ્યું ?'

'જે તમને આજે મળ્યા હતા એ જ.'

'તમે કોણ છો ?'

'હું એ જ છું.'

'તમે પ્રમુખસ્વામીજી ? પણ, તમે બોલો છો, એ તો આજે નહોતા બોલ્યા!'

'પણ સ્મિત કર્યું હતું ને !'

'કેમ ?'

'જગતમાં સ્મિત રેલાવવા. તમે એ ભાગ્યશાળી વ્યક્તિ છો જેના હાથમાં હું એક પવિત્ર પુસ્તક વિશ્વ સમક્ષ પ્રગટ કરવા માટે મૂકી રહ્યો છું.'

'કયું પુસ્તક ?'

'એ પુસ્તક કે જે શબ્દોની ભુલભુલામણીમાં અટવાતી માનવજાતને સાચો માર્ગ ચીંધે.'

'પણ એ માટે મને જ કેમ પસંદ કર્યો ?'

'તમે જ તે કરી શકવા સક્ષમ છો, કારણ કે તમારી દૃષ્ટિ અને અભિવ્યક્તિમાં સત્યતા છે. તમને માત્ર હું જ દેખાઉં છું અને મારા જ શબ્દોને તમે વાચા આપો છો.'

'મારે શું સંદેશ આપવાનો છે ?'

'એ જ કે દુનિયા તેનું સ્મિત ગુમાવી ચૂકી છે. 'અહમ્' અને 'મમત્વ'ની મડાગાંઠમાં જાણે કેદ થઈ ચૂકી છે. તમારું વિશ્વ 'અહમ્'ના કાંટાળા તારને કારણે વાડાબંધી અને જૂથબંધીમાં વહેંચાઈ ગયું છે. માનવજાત વેરણછેરણ થઈને રિબાઈ રહી છે. કલામ ! અહમ્‌ને કારણે ઊભા થયેલા આ અવરોધોને દૂર કરવા, આ વાડાઓને તોડવા અને વિભાજિત સમાજને સંગઠિત કરવા તમે *'પરાત્પર'* લખો.'

ભાગ : ૧

દિવ્ય ઉપસ્થિતિનો અનુભવ

'પોતાની જાતને પવિત્ર કરશો તો સમાજને પવિત્ર કરી શકશો.'

– અસ્સીસીના સંત ફ્રાન્સીસ

૧૨મી સદીના ઈટાલિયન કૅથોલિક ભિખ્ખુ

૧

ભારતનું નેતૃત્વ કરો

'મોટા ભાગના વિશ્વને તેનું ધાર્મિક શિક્ષણ ભારત પાસેથી મળ્યું છે. સતત સંઘર્ષ અને ઘર્ષણ વચ્ચે પણ આધ્યાત્મિક જ્ઞાનની પોથીઓનો ભાર વહન કરીને, સદીઓ સુધી ભારત પોતાના આધ્યાત્મિક આદર્શોને વળગી રહ્યું છે.'

– સર્વપલ્લી રાધાકૃષ્ણન્

દાર્શનિક અને ભારતના દ્વિતીય રાષ્ટ્રપતિ

પ્રમુખસ્વામીજીને હું પ્રથમ વખત ૩૦મી જૂન, ૨૦૦૧ના રોજ ભર ઉનાળાની એક સાંજે મળ્યો હતો. ભગવાં વસ્ત્રોમાં શોભાયમાન, ગૌરવર્ણ, સૌમ્ય ચહેરો ધરાવતા પ્રમુખસ્વામી જાણે ચોતરફ દિવ્યતા રેલાવી રહ્યા હોય, એવી આભા એમના મુખારવિંદને જોતાં જ પ્રથમ દૃષ્ટિએ મારા મનમાં પડી હતી. મારી સાથે મારા મિત્ર વાય. એસ. રાજન હતા. પ્રમુખસ્વામીજીની પ્રભાવશાળી ને દિવ્યતા-સભર ઉપસ્થિતિમાં અમે એક ટૂંકા સંવાદની શરૂઆત કરી.

મેં પ્રમુખસ્વામીજી સમક્ષ મારા વિઝન-૨૦૨૦ના વિચારો પ્રસ્તુત કરતાં કહ્યું કે ''સ્વામીજી ! આધુનિક સમયમાં ભારતે જે બે મોટાં સ્વપ્નો સેવ્યાં છે, તેમાં એક હતું : ૧૮૫૭માં સ્વતંત્રતાનું સ્વપ્ન... અને આઝાદી મેળવવામાં ૯૦ વર્ષ વીતી ગયાં. આઝાદી કાજે, સમગ્ર દેશ – આબાલવૃદ્ધ, સૌ સંગઠિત થયા. ત્યારબાદ ૧૯૫૦માં પ્રજાસત્તાક બનવાનું સ્વપ્ન સેવ્યું, જેથી ભારત એક રાષ્ટ્ર તરીકે

પ્રસ્થાપિત થાય. સ્વામીજી ! હવે એવું જ કયું સ્વપ્ન છે અથવા કયું હોઈ શકે ? છેલ્લાં ૫૦ વર્ષથી ભારત એક વિકાસશીલ દેશ રહ્યો છે. એનો અર્થ એ કે તે આર્થિક રીતે સશક્ત નથી, સામાજિક રીતે સ્થિર નથી અને સુરક્ષા બાબતે અપૂરતો છે. આ જ કારણોસર, ભારત આજે વિકાસશીલ દેશ કહેવાય છે. મારા જેવા અનેક લોકોના મનમાં પ્રશ્ન છે કે 'ભારતનું હવે પછીનું સ્વપ્ન કયું હોવું જોઈએ ? ભારતને આવનારાં ૩૦ વર્ષમાં વિકાસશીલ દેશમાંથી વિકસિત દેશમાં કઈ રીતે પરિવર્તિત કરી શકાય ?' ભારતમાં પરિવર્તન લાવવાના હેતુથી અમે પાંચ મહત્ત્વપૂર્ણ ક્ષેત્રો તારવ્યાં છે : ૧. શિક્ષણ અને આરોગ્ય, ૨. કૃષિ, ૩. માહિતી અને પ્રત્યાયન, ૪. માળખાગત સુવિધાઓ અને ૫. મહત્ત્વપૂર્ણ ટેક્નોલોજી."

પ્રમુખસ્વામીજી મારા ચહેરાના પ્રશ્નાર્થ ભાવને અનિમેષ નીરખતા મને સાંભળી રહ્યા. કંઈ જ બોલ્યા નહીં. મેં વાત આગળ વધારીને કહ્યું : "સ્વામીજી ! અમારી સમસ્યા એ છે કે અમે સરકાર સમક્ષ *(ત્યારે હું રાષ્ટ્રપતિ નહોતો)* અમારા આ વિઝનની રજૂઆત તો કરીએ છીએ, પરંતુ આ મહત્ત્વાકાંક્ષી સ્વપ્નને સાકાર કરવા માટે મૂલ્યનિષ્ઠ પ્રજાજનોનું સર્જન કેવી રીતે કરીએ ? અમારે ખરેખર મૂલ્યનિષ્ઠ નાગરિકોના સંવર્ગની જરૂર છે. સ્વામીજી ! આપ આ બાબતના તજજ્ઞ છો. અમને આપની સલાહની જરૂર છે."

પ્રમુખસ્વામીજીએ સ્મિત રેલાવીને સૌપ્રથમ ઉચ્ચારેલા શબ્દો હતા : "ભારતને પરિવર્તિત કરવાનાં આપે જે પાંચ ક્ષેત્રો તારવ્યાં છે, તેમાં છઠ્ઠું ક્ષેત્ર ઉમેરો – ભગવાનમાં શ્રદ્ધા તથા આધ્યાત્મિકતા થકી લોકોનો વિકાસ. આ બાબત ખૂબ મહત્ત્વપૂર્ણ છે." પ્રમુખસ્વામીજીના આ વિધાનની સ્પષ્ટતા, ચોકસાઈ અને દૃઢતાથી હું આશ્ચર્યચકિત થઈ ગયો.

ક્ષણેક થંભીને પ્રમુખસ્વામીજીએ આગળ કહ્યું : "પહેલાં આપણે નૈતિક અને આધ્યાત્મિક માહોલ ઊભો કરવાની જરૂર છે. આજની પ્રવર્તમાન પરિસ્થિતિ ગૂંગળામણજનક છે. શુદ્ધ વિચારો અને ઉમદા કાર્ય માટે અપરાધિક અને ભ્રષ્ટાચારવાળું વાતાવરણ હાનિકારક છે. આ પરિસ્થિતિ બદલવી જ પડે. આપણે લોકોને એવી રીતે ઘડવા પડે કે તેઓ શાસ્ત્રોના નિયમાનુસાર જીવન જીવે અને ભગવાનમાં શ્રદ્ધા રાખે. આ હેતુ માટે આપણે શાસ્ત્રો અને ભગવાન પ્રત્યેની શ્રદ્ધા પુનઃ પ્રજ્વલિત કરવી પડે. અન્યથા કોઈ પરિવર્તન શક્ય નથી, કોઈ સમસ્યાનું નિરાકરણ પણ શક્ય નથી. નૈતિક અને આધ્યાત્મિક માહોલ વિના તમારું સ્વપ્ન

સાકાર થઈ શકે નહીં.''

મૌન રહેવું મુનાસિબ માની હું શાંતચિત્તે પ્રમુખસ્વામીજી વધુ બોલે તેની રાહ જોતો આતુરતાથી અનિમેષ નજરે પ્રમુખસ્વામીજીના મુખારવિંદ સમક્ષ જોઈ રહ્યો. થોડી વાર પછી પ્રમુખસ્વામીજીએ કહ્યું : ''આપણી સંસ્કૃતિ આપણને પરા(આધ્યાત્મિક) અને અપરા(ભૌતિક) બંને વિદ્યા કે જ્ઞાન પ્રાપ્ત કરવાનું શીખવે છે. તેથી, અપરાની સાથે સાથે આપણે પરાવિદ્યા પણ પ્રાપ્ત કરવી જોઈએ. આ શીખી લેવાથી અપરા એટલે કે ભૌતિક જ્ઞાનના પાયામાં આધ્યાત્મિકતા રહેશે. સૃષ્ટિના સર્જન પાછળનું ભગવાનનું ધ્યેય એ જ છે કે પ્રત્યેક વ્યક્તિને, પ્રત્યેક આત્માને મોક્ષપ્રાપ્તિ થાય. તેથી જ, ભગવાને પોતે સર્જેલી સૃષ્ટિના જ્ઞાન સાથે પોતાના વિશે પણ જ્ઞાન આપ્યું છે. તેથી જ આ દુન્યવી જ્ઞાનની સાથે ભગવાન દ્વારા અપાયેલું જ્ઞાન – આધ્યાત્મિકતા પણ એટલી જ આવશ્યક છે.''

મને જાણે કોઈ એક દિવ્ય ઉપસ્થિતિની અનુભૂતિ થઈ રહી હતી. ખરેખર, પ્રમુખસ્વામીજીમાં એક પરમ શક્તિ વસે છે; એક પરમ આત્મા, આત્માનો પણ આત્મા. મને આપણા પ્રાણક્ષેત્રની સૌથી નજીક હોય એવા એક જુદા જ દિવ્ય તત્ત્વ સાથેના જોડાણનો અનુભવ થયો. પ્રમુખસ્વામીજીના દિવ્ય તેજથી મારું અંતઃકરણ ઝળહળી ઊઠ્યું. જાણે મારી છઠ્ઠી ઇન્દ્રિય જાગ્રત થઈ હોય એવી અનુભૂતિ થઈ રહી હતી.

રામાનન્તપુરમ્‌ની શ્વોર્ટ્ઝ હાઈસ્કૂલના મારા શિક્ષકોએ શીખવ્યું હતું કે પરમેશ્વરનું સર્જન હંમેશાં શ્રેષ્ઠ અને સંપૂર્ણ જ હોય છે. આપણે જો ઈશ્વરીય શક્તિને નિયમિત રીતે, ઉત્સાહપૂર્વક આપણા જીવનમાં લાવવાની કોશિશ કરીએ, તો ક્રમશઃ, જીવનમાં આપણે કુસંપ અને સંઘર્ષને બદલે સંવાદિતા તરફ, પરિપૂર્ણતા પામવાની દિશામાં અગ્રેસર બનીશું. આપણી તમામ અર્જિત ઊર્જા ધીરે ધીરે એક પવિત્ર પ્રકાશમાં પરિવર્તિત થતી જશે. આપણી નિમ્નસ્તરની ઇચ્છાઓને ત્યજી, પરમેશ્વરની મહાન ઇચ્છાને, દિવ્ય ઉપસ્થિતિને સમર્પિત થવાની આ વાત છે. તો જ પરમેશ્વર આપણા માટે પરિપૂર્ણ જીવનનું સર્જન કરશે.

મને લાગ્યું કે પ્રમુખસ્વામીજી સાથે હું જીવનની એક પરિવર્તનશીલ ઘડીમાંથી પસાર થઈ રહ્યો હતો અને જાણે હું કોઈ જુદી જ દુનિયામાં પ્રવેશી રહ્યો હતો. આ આધ્યાત્મિક અનુભવથી પ્રભાવિત થઈ, તેમાં સરી ના પડું તે માટે, પ્રમુખસ્વામીજી સાથે સંવાદ આગળ વધારતાં મેં કહ્યું : ''સ્વામીજી ! જ્યારે

મેં સૌપ્રથમ વાર રૉકેટ છોડ્યું ત્યારે મારો એ પ્રયાસ નિષ્ફળ નીવડ્યો હતો. હું ખૂબ દુઃખી અને નાસીપાસ થઈ ગયો હતો. એ તબક્કે બધું જ ત્યજી સંન્યાસી બની જવાનો વિચાર કર્યો હતો.''

પ્રમુખસ્વામીજીએ કહ્યું : ''શ્રીમદ્ ભગવદ્ગીતામાં 'ત્યાગ'ની અજોડ વ્યાખ્યા આપવામાં આવી છે. વ્યક્તિએ કર્મની ફળપ્રાપ્તિની ઇચ્છાનો ત્યાગ કરવાનો છે, કર્મોનો નહીં. તમે નિઃસ્વાર્થભાવે તમારાં સત્કર્મો કરી રહ્યા છો. મારા મિત્ર ! તમને અહીં મળીને હું ખૂબ જ પ્રસન્ન છું.''

પ્રમુખસ્વામીજીએ ઉમેર્યું : ''માનવપ્રયત્ન અને ભગવાનની કૃપા – બંને આ જગતનું ચાલકબળ છે. પ્રથમ રૉકેટમાં નિષ્ફળતા મળી, તેમાં પણ તમારું ભલું જ હશે, કારણ કે નિષ્ફળતાને કારણે વધુ સારા સુધારા કરવાની ફરજ પડી અને પછી તમે આવિષ્કાર કરી જે રૉકેટ બનાવ્યું તેનાથી તમને અણધારી સફળતા મળી. અંતે, ભગવાને તમને સફળતા આપી જ.''

પ્રમુખસ્વામીજીની સાદગી મને સ્પર્શી ગઈ. મને લાગ્યું કે જાણે હું એમને જીવનમાં પહેલેથી જ ઓળખું છું – જાણે હું મારા પિતા અને ગુરુજનોની સાથે બેઠો છું – એક પરમ આત્માની ઉપસ્થિતિમાં.

મેં પ્રમુખસ્વામીજીને પૂછ્યું : ''ભારત એક સમૃદ્ધ દેશ હતો; આર્થિક અને સાંસ્કૃતિક બંને રીતે સમૃદ્ધ દેશ ! ત્રણ હજાર વર્ષ સુધી ભારત ઉપર અવારનવાર આક્રમણો થયાં, પરંતુ ભારતે કદી કોઈ દેશ પર આક્રમણ નથી કર્યું. આનું શું કારણ હશે? આ સવાલ મને હંમેશાં મૂંઝવે છે.''

પ્રમુખસ્વામીજીએ જવાબમાં કહ્યું કે ''આ ભગવાનનો સદ્ગુણ છે. એક દિવ્ય ગુણ – જે બીજાનું છે તે ક્યારેય ન લેવું અને બળજબરીપૂર્વક ક્યારેય કોઈનું છીનવી લેવું નહીં. કોઈને હાનિ પહોંચાડવી નહીં અને પજવવા નહીં. આપણે ખરેખર તો લોકોનાં દિલ જીતવાં જોઈએ, તેમનાં શરીર કે સંપત્તિ તો કદી નહીં.''

એ ખંડમાં ઉપસ્થિત અન્ય સંતોએ અક્ષરધામ મંદિરનો એક મોટો નકશો અમારી સામે પાથર્યો. સંતોએ અમને કહ્યું કે નવી દિલ્હીમાં યમુના નદીના પૂર્વીય તટ પર અક્ષરધામનું નિર્માણ કરવાનું છે. આ યોજનાની ભવ્યતા જોઈને હું અચંબિત થઈ ગયો. પ્રાચીન વૈદિક શાસ્ત્રોના આધારે બનાવેલા અક્ષરધામના આ નકશામાં ભારતની વિવિધ સ્થાપત્ય શૈલીઓને આવરી લેવાઈ હતી. સંતોએ મને કહ્યું કે સ્ટીલ કે કોંક્રીટના ઉપયોગ વિના આ મંદિર રાજસ્થાની ગુલાબી પથ્થર

અને ઇટાલિયન કર્રારા આરસથી બનશે.

પ્રમુખસ્વામીજીએ મને કહ્યું કે "આ સ્મારક જોઈને દર્શનાર્થીઓને સમજાશે કે ભારત અશક્ત નથી, પરંતુ એક અત્યંત સામર્થ્યવાન અને સંસ્કારી દેશ છે. મંદિરો વાસ્તવમાં ભગવાનનું ઘર છે. મંદિરો ઉપાસનાનાં પાવન સ્થાન છે, જ્યાં વ્યક્તિ ભગવાનને પવિત્ર વચનો આપે છે."

એક કલાક ક્યાં પસાર થઈ ગયો, તેની કોઈને ખબર જ ન પડી. હું પણ જાણે કોઈ પરમ સુખમયી અવસ્થામાંથી બહાર આવ્યો હોઉં તેમ વિદાય લેવા ઊભો થયો. પ્રમુખસ્વામીજીએ મારો હાથ ઝાલ્યો અને કહ્યું કે "સારું થયું કે આપ આજે અહીં પધાર્યા. અમને ખૂબ જ આનંદ થયો. ભૂતકાળમાં ઋષિઓએ આપણને વિજ્ઞાન પણ આપ્યું છે. તમે પણ એક ઋષિ જ છો. તમે ખૂબ ઊંચા હોદ્દા પર છો તેમ છતાં તમારું જીવન સાદગીપૂર્ણ છે."

ત્યારબાદ પ્રમુખસ્વામીજીએ ઉચ્ચારેલું વિધાન અત્યંત પ્રેરણાદાયી હતું : "આપના ઉપર ભગવાનના આશીર્વાદ છે જ. હું પ્રાર્થના કરીશ કે આપના વિચારો સાકાર થાય, અર્થાત્ વિઝન-૨૦૨૦ સફળ બને. અમારા ગુરુ યોગીજી મહારાજની[૧] ઇચ્છા આધ્યાત્મિક દૃષ્ટિએ પ્રબુદ્ધ, કુશળ અને પરિશ્રમી યુવાધનનું ઘડતર કરવાની હતી. જાઓ અને વિશ્વભરના યુવાનોનું માનસ પ્રજ્વલિત કરવાની દિશામાં આપ પ્રયાસોને ગતિમાન કરો. ભારતનું નેતૃત્વ કરો."

પ્રમુખસ્વામીજીના એ શબ્દો પાછળનું તાત્પર્ય મને ત્યારે સ્પષ્ટ ન થયું, આગામી થોડા દિવસો મેં અનેક વાર 'ઇસ્તીખારા'ની[૨] પ્રાર્થના પણ કરી.

> *'હે ઈશ્વર ! હું તને પ્રાર્થના કરું છું કે શ્રેષ્ઠ શું છે તે મને બતાવ, તારા જ્ઞાન થકી; અને હું યાચના કરું છું કે તું મને સશક્ત બનાવ, તારી શક્તિ વડે; હું યાચના કરું છું કે તું તારો અઢળક સદ્ભાવ મને બક્ષ, કારણ કે, ઈશ્વર ! તારી પાસે શક્તિ છે, જ્યારે હું શક્તિહીન છું; અને તું જ્ઞાની છે, હું અજ્ઞાની છું, અને તું જ એક છે, જેને તમામ અદૃશ્ય બાબતોનું જ્ઞાન છે.'*

મને એવું સપનું આવ્યું કે એક શાંત, સફેદ પ્રકાશપુંજમાં તરબોળ થઈ ગયો છું. ભગવાનમાં શ્રદ્ધાને પાયો બનાવી અને વિઝન-૨૦૨૦ની રાષ્ટ્રીય સમૃદ્ધિની યોજના સાથે મારું જીવન પરિવર્તિત થયું અને કદાચ રાષ્ટ્રને અગ્રેસર બનાવવા જ હું ભારતનો ૧૧મો રાષ્ટ્રપતિ બન્યો.

૨

તમે ખુદને ધારો છો, તે તમે નથી

'અદૃશ્ય પ્રકૃતિ એ પરમેશ્વરનું છૂપું સ્વરૂપ છે.'

– શ્રી અરવિંદ

ભારતીય રાષ્ટ્રવાદી અને દાર્શનિક

30મી સપ્ટેમ્બર, ૨૦૦૧ના રોજ હું 'ઝારખંડ રાજ્ય વિજ્ઞાન અને પ્રૌદ્યોગિકી પરિષદ'ની એક સભા માટે હેલિકૉપ્ટર મારફતે રાંચીથી બોકારો જઈ રહ્યો હતો. સાંજે ૪.૩૦ વાગ્યે બોકારોમાં ઉતરાણની થોડી ક્ષણો પૂર્વે હેલિકૉપ્ટરનું એન્જિન બંધ પડી ગયું અને હેલિકૉપ્ટર આશરે ૧૦૦ મીટરની ઊંચાઈથી ઝોલા ખાતું ધરતી પર પછડાયું. અંદર બેઠેલા અમારા સૌનો ચમત્કારિક બચાવ થયો અને મેં મારા નિર્ધારિત કાર્યક્રમ અનુસાર પ્રસ્થાન કર્યું. અલબત્ત, સમાચાર-માધ્યમો દ્વારા અકસ્માતની આ વાત વાયુવેગે ફેલાઈ ગઈ. રામેશ્વરમ્‌થી મારા મોટા ભાઈનો મારી સ્વસ્થતા જાણવા ફોન પણ આવ્યો.

એ સમયે, પ્રમુખસ્વામીજીના શબ્દો મારા મગજમાં પડઘાતા હતા : ''આપના ઉપર ભગવાનના આશીર્વાદ છે જ. હું પ્રાર્થના કરીશ કે આપના વિચારો સાકાર થાય અર્થાત્ વિઝન-૨૦૨૦ સફળ બને. અમારા ગુરુ યોગીજી મહારાજની ઇચ્છા આધ્યાત્મિક દૃષ્ટિએ પ્રબુદ્ધ, કુશળ અને પરિશ્રમી યુવાધનનું ઘડતર કરવાની હતી. જાઓ અને વિશ્વભરના યુવાનોનું માનસ પ્રજ્વલિત કરવાની દિશામાં આપ પ્રયાસોને ગતિમાન કરો. ભારતનું નેતૃત્વ કરો.''

ભગવાનની સૃષ્ટિમાં અને આપણા જીવનમાં કશું જ આકસ્મિક નથી હોતું. આવી ઘટનાઓ જીવનમાં ક્યાંથી આવતી હશે? કેવી રીતે ઘટતી હશે? કેમ ઘટતી હશે? શું તેનો કોઈ હેતુ હશે? આવી ઘટનાઓ પાછળ કયું બળ કામ કરતું હશે? શું મારા જીવનની દિશા બદલવાનો સમય આવી ગયો હતો?

આશ્ચર્યની વાત એ છે કે સૃષ્ટિ આપણને ક્યારેક અનપેક્ષિત ઘટનાની સોગાદ આપે છે અને ક્યારેક તેના માધ્યમથી જીવનને નવી દિશા દેખાડતું માર્ગદર્શન પણ મળે છે. ક્યારેક આવી ઘટનાઓ આપણા જીવનને પ્રભાવિત કરી જાય છે. જ્યારે પણ આવું બને છે ત્યારે આપણી સ્વતંત્ર ઇચ્છાઓનું ઉલ્લંઘન ક્યારેય થતું નથી. એવું પણ બને કે આવી જ કોઈક ઘટના જીવનની દિશામાં અણધાર્યો વળાંક લાવી દે અને આપણને તેનો અણસાર સુધ્ધાં ન હોય. અલબત્ત, ઘટનાનું મહત્ત્વ ગમે તે હોય, પરંતુ આપણે જ્યાં સુધી નશ્વર દેહરૂપે છીએ ત્યાં સુધી નિર્ણય લેવાની કે આવી ઘટનાઓની પ્રતિક્રિયા આપવાની આઝાદી તો આપણા જ હાથમાં હોય છે.

દિલ્હી પરત ફરીને હું વડાપ્રધાન અટલ બિહારી વાજપેયીને મળ્યો અને ભારત સરકારના મુખ્ય વૈજ્ઞાનિક સલાહકાર તરીકેની ફરજમાંથી મને મુક્ત કરવા વિનંતી કરી. વાજપેયીએ અનુમતિ આપી અને નવેમ્બર, ૨૦૦૧માં હું ચેન્નઈની અન્ના યુનિવર્સિટી, એટલે કે મારી માતૃસંસ્થાના પરિસરમાં પરત આવ્યો અને ટેક્નોલોજી તથા સમાજ-પરિવર્તનક્ષેત્રે પ્રૉફેસર તરીકે શૈક્ષણિક કાર્ય પુનઃ શરૂ કર્યું. અધ્યાપન અને સંશોધનકાર્ય મારા માટે આજીવન પ્રિય રહ્યું છે અને હું તેમાં ફરી એક વાર ખૂંપી ગયો. અલબત્ત, મારી આધિકારિક જવાબદારીઓએ મને ક્યારેય અધ્યાપન-કાર્ય કરવાનો પૂરતો સમય જ ન આપ્યો. તદુપરાંત, આધ્યાત્મિક દૃષ્ટિએ પ્રબુદ્ધ, કૌશલ્યો ધરાવતા પરિશ્રમી યુવાનોના ઘડતરનું ઈશ્વરીય કાર્ય પણ મારે પાર પાડવાનું જ હતું. પરિણામે, મેં રાષ્ટ્રના વિકાસ માટે દેશના યુવામાનસને પ્રજ્વલિત કરવાનું એક ભગીરથ કાર્ય, એક મિશન સ્વરૂપે હાથ ધર્યું અને આ હેતુ પાર પાડવા દેશભરની હાઈસ્કૂલના વિદ્યાર્થીઓને મળવાનું નક્કી કર્યું.

૧૦ જૂન, ૨૦૦૨ના રોજ મને કુલપતિ ડૉ. કલાનિધિના કાર્યાલયનો એક સંદેશો મળ્યો કે વડાપ્રધાનના કાર્યાલયમાંથી મારા માટે એક ફોન આવ્યો હતો. નવેમ્બર, ૨૦૦૧માં દિલ્હી છોડ્યા બાદ હું કોઈ સરકારી અધિકારી સાથે

સંપર્કમાં નહોતો, તેથી થોડી મૂંઝવણ થઈ. કુલપતિના કાર્યાલયમાં પહોંચ્યો અને વડાપ્રધાન કાર્યાલયમાં ફોન જોડ્યો. થોડી ક્ષણો બાદ વડાપ્રધાન અટલ બિહારી વાજપેયી ફોન પર આવ્યા. તેમણે કહ્યું કે ''ડૉ. કલામ ! રાષ્ટ્રપતિ તરીકે રાષ્ટ્રને આપની જરૂર છે.'' વાજપેયીજીના આ ઉદાર પ્રસ્તાવ પર વિચારણા કરવા તથા મિત્રો અને મુખ્ય સહકર્મીઓ સાથે ચર્ચા કરવા માટે મેં થોડો સમય આપવા વડાપ્રધાનને વિનંતી કરી. વાજપેયીએ કહ્યું : ''સમય જરૂર લ્યો, ચર્ચા કરો, પણ મારે તમારી માત્ર 'હા' સાંભળવી છે, 'ના' નહીં.''

સાંજ સુધીમાં નેશનલ ડૅમોક્રેટિક ઍલાયન્સ(NDA)ના કન્વીનર શ્રી જ્યોર્જ ફર્નાન્ડિસ, સંસદીય બાબતોના મંત્રી શ્રી પ્રમોદ મહાજન, આંધ્રપ્રદેશના મુખ્યમંત્રી શ્રી ચંદ્રબાબુ નાયડુ અને ઉત્તરપ્રદેશનાં મુખ્યમંત્રી કુ. માયાવતીજી દ્વારા સંયુક્ત રીતે સંબોધવામાં આવેલી એક પત્રકાર પરિષદમાં રાષ્ટ્રપતિ તરીકે મારી ઉમેદવારીની ઘોષણા કરાઈ. નાયડુજીએ મને 'શ્રેષ્ઠ પસંદગી' તરીકે ગણાવ્યો. સમાજવાદી પાર્ટી(SP)ના મુલાયમસિંઘ યાદવે કહ્યું કે ''રાષ્ટ્રપતિ કાર્યાલય માટે ડૉ. કલામ ખૂબ સારી પસંદગી છે. એ એક સમર્થ વૈજ્ઞાનિક, વિદ્વાન, પ્રતિષ્ઠિત અને બહોળી ખ્યાતિ ધરાવનાર વ્યક્તિ છે. તેઓ ભારતીય જનતા પાર્ટી (BJP), રાષ્ટ્રીય સ્વયંસેવક સંઘ (RSS), શિવસેના, કૉંગ્રેસ કે સમાજવાદી પાર્ટીના ઉમેદવાર નથી.'' ૯૦ ટકા મતોની વિશાળ બહુમતીથી હું ભારતના ૧૧મા અને પ્રથમ વૈજ્ઞાનિક રાષ્ટ્રપતિ તરીકે ચૂંટાયો.

૨૫મી જૂન, ૨૦૦૨ના રોજ ભારતના ૧૧મા રાષ્ટ્રપતિ તરીકે મારી શપથગ્રહણવિધિ થઈ. તે સમયે ૯૦ વર્ષના આયુષને આંબી રહેલા મારા મોટાભાઈ રામેશ્વરમ્‌થી તેમનાં બાળકો, પૌત્ર-પૌત્રીઓને અને બાળપણના મારા કેટલાક મિત્રોને લઈને આવ્યા. તેઓ સૌ, સંસદ ભવનના ભવ્ય હૉલમાં પ્રથમ હરોળમાં બેઠા. પાછળથી મારા ભાઈએ મને કહ્યું હતું કે ''મેં સ્વપ્નમાં પણ કલ્પના કરી નહોતી કે હું ક્યારેય દિલ્હી આવીશ, સંસદ ભવનમાં બેસવાની વાત તો બહુ દૂરની હતી.'' મોટાભાઈએ ઉમેર્યું કે ''આ મારા જીવનનો સૌથી રોમાંચક અને અકલ્પનીય અનુભવ હતો. આપણે સાચે જ ભાગ્યશાળી છીએ.''

મારા જીવનની આવી અનેક અકલ્પનીય ઘટનાઓ અને ભગવાનની કૃપા ઉપર વિચાર કરતાં એમ લાગે છે કે આવા દિવ્ય અને રહસ્યમયી અનુભવો પાછળ શું હોઈ શકે !? આ બાબત આપણને આશ્ચર્યચકિત કરે છે અને વિચારતા

પણ કરી મૂકે છે. મને લાગે છે કે ફક્ત પોતાના વિચારોમાં મગ્ન રહેવા કરતાં, આપણા જીવનમાં શું બની રહ્યું છે તે વિશે સજાગ રહેવું અનિવાર્ય છે. ધ્યાન દરમ્યાન જેની કોઈ એંધાણી જ ન હોય, એવાં સંકેતો, બનાવો અને કુદરતી ઘટનાઓ ક્યારેક સાકાર થતાં જણાય; કલ્પના ન કરી હોય એવા મિત્રનો ફોન આવે કે જૂનો પત્ર કે છબી મળી આવે અથવા મનમાં કોઈ ગેબી અવાજ સંભળાય કે તમને મૂંઝવતા પ્રશ્નને લગતું કોઈ સ્વપ્ન આવે, તો સજાગ રહો... દિવ્ય પ્રેરણાનાં આ તો માત્ર થોડાં ઉદાહરણો છે. કંઈક અકલ્પનીય આકાર લઈ રહ્યું હોય ત્યારે સજાગ રહો. જે વ્યક્તિ મનમાં દૃઢ સંકલ્પ કરે છે, માહિતીનો સંચય કરી પરિપક્વતા હાંસલ કરે છે – એવી વ્યક્તિના જાગ્રત મનદ્વાર પર જ તક ટકોરા મારે છે, જેને ઝીલી લેનાર બાજી મારી જાય છે.

હંમેશાં યાદ રાખો કે જ્યારે બધું સરળતાથી પાર પડતું જણાય, તો સમજવું કે તમે સાચા નિર્ણયો લીધા છે. જેને પરિણામે તમારા જીવનમાં સાચી ઘટનાઓ ઘટી રહી છે. જો તમારા નિર્ણયો કે પ્રયત્નોના માર્ગમાં અડચણો કે અવરોધોનો સામનો કરવો પડે તો ગંભીરતાપૂર્વક તમારા નિર્ણયોને ફરી એક વાર ચકાસો, જેથી તમારા જીવનમાં આવશ્યક સંકેતો – માર્ગદર્શક ઘટનાઓ ઘટી શકે. થોડાં વર્ષો અગાઉ, મેં અરુણ સાથે *'ગાઈડિંગ સોલ્સ'*[૩] નામનું પુસ્તક લખ્યું. આ પુસ્તકમાં મારા પોતાના અનુભવોના આધારે ઘડાયેલી મારી માન્યતાઓ વિશે મેં ચર્ચા કરતાં કહ્યું છે કે આ પ્રકારનું માર્ગદર્શન - હંમેશાં સાચું, પ્રેમાળ, દયાળુ અને આપણા હિતમાં હોય છે. અને આ બળ સૌને પ્રાપ્ત છે.

આ પ્રકારનું માર્ગદર્શન ક્યારેક કોઈ આપત્તિ વચ્ચે પણ પ્રગટ થાય છે. ૨૦૦૧ના વિનાશક ધરતીકંપે ગુજરાતને મૃત્યુ, વિનાશ અને લાચારીના વિષાદમાં ધકેલી દીધું.[૪] સેંકડો લોકોએ જીવ ગુમાવ્યા. અસંખ્ય લોકો ઘરવિહોણા થયા. આજીવિકાનાં બધાં જ સાધનો નાશ પામ્યાં. આ અકલ્પનીય આઘાતજનક સંકટના સમયે હું સંખ્યાબંધ ટુકડીઓ સાથે, પુનઃવસવાટ અને પુનઃનિર્માણના કાર્યમાં જોડાયો. માત્ર એક વર્ષ બાદ, ૨૦૦૨માં ગુજરાત પર કોમી હુતાશન - રમખાણોની આંધીએ જોરદાર આઘાત આપ્યો. સેંકડો નિર્દોષો માર્યા ગયા, સંખ્યાબંધ કુટુંબો લાચાર બન્યાં. વર્ષોની મહેનતથી ઊભી કરેલી સંપત્તિ નાશ પામી. ભૂકંપના કુદરતી વિનાશમાંથી માંડ ઊભા થતા, ભાંગી ગયેલા, ઘવાયેલા ગુજરાતને હિંસાના બનાવોએ જાણે છિન્નભિન્ન કરી નાંખ્યું. હું ખરેખર હચમચી

ગયો હતો. શોક, દુ:ખ, પીડા, વેદના, વિપદા, સંતાપ અને વ્યથા – એ વિનાશક આપત્તિ જોઈને મેં જે 'સંપૂર્ણ ખાલીપો' અનુભવ્યો તેની અભિવ્યક્તિ માટે મારી પાસે પૂરતા શબ્દો પણ નહોતા.

એક બાજુ ભૂકંપના અસરગ્રસ્તોનું દર્દ હતું અને બીજી બાજુ કોમી હુલ્લડોના અસરગ્રસ્તો. આ પીડાદાયક ઉત્પાતનો હિંમતભેર નિર્ણાયક સામનો કરવાના ઇરાદાથી મેં ગુજરાતની મુલાકાત લેવાનું નક્કી કર્યું. રાષ્ટ્રપતિ તરીકે રાજધાની દિલ્હી બહારનો મારો આ પ્રથમ પ્રવાસ હતો. વડાપ્રધાનશ્રી અટલ બિહારી વાજપેયી મારા નિર્ણયથી વ્યાકુળ હતા. તેમણે મને પૂછ્યું : ''શું તમારે આવી પરિસ્થિતિમાં અત્યારે ગુજરાત જવું અનિવાર્ય છે?'' મેં જવાબમાં કહ્યું કે ''રાષ્ટ્રપતિ તરીકે મારે ત્યાં જઈ લોકો સાથે વાત કરવી જોઈએ. આને હું મારું પ્રથમ મહત્ત્વપૂર્ણ કાર્ય માનું છું.''

મારી સમક્ષ સંખ્યાબંધ લોકોએ અનેક શંકા-કુશંકાઓ વ્યક્ત કરી. દા.ત., મુખ્યમંત્રી નરેન્દ્ર મોદી મારા પ્રવાસનો બહિષ્કાર કરશે, મને ઠંડો આવકાર મળશે, મારી સામે ચારે બાજુથી દેખાવો થશે, વગેરે, વગેરે... પરંતુ જ્યારે હું અમદાવાદ ઍરપોર્ટ પહોંચ્યો ત્યારે મારા આશ્ચર્ય વચ્ચે માત્ર મુખ્યમંત્રી નરેન્દ્ર મોદી જ નહીં, પરંતુ તેમનું સમગ્ર મંત્રીમંડળ, મોટી સંખ્યામાં ધારાસભ્યો, સનદી અધિકારીઓ અને પ્રતિષ્ઠિત નાગરિકો મારા સ્વાગત માટે ઉપસ્થિત હતા. જ્યાં ખૂબ મોટા પ્રમાણમાં નુકસાન થયું હતું, એવા હુલ્લડગ્રસ્ત નવેક વિસ્તારો અને ત્રણ રાહત-છાવણીઓ – એમ કુલ ૧૨ ક્ષેત્રોની મેં મુલાકાત લીધી. મુખ્યમંત્રી નરેન્દ્ર મોદી, મારી મુલાકાત દરમ્યાન સતત મારી સાથે રહ્યા હતા. એક દૃષ્ટિએ આ બાબત મારા માટે ઉપયોગી સાબિત થઈ, કારણ કે, મોદીની હાજરી સતત મારી સાથે હોવાથી, મારી સમક્ષ કરાયેલી રજૂઆતો, ફરિયાદો અને અરજીઓના સંદર્ભે હું સ્થળ ઉપર જ તાકીદની કાર્યવાહી અંગે ત્વરિત સૂચનો કરી શકતો હતો.

રાહત-છાવણીઓની અને હુલ્લડગ્રસ્ત વિસ્તારોની મુલાકાત લીધા બાદ, અમે શાહીબાગ માર્ગ પર સ્થિત બી.એ.પી.એસ. સ્વામિનારાયણ મંદિર ખાતે પ્રમુખસ્વામીજીને મળવા પહોંચ્યા. અમે જેવા સભાગૃહમાં પ્રવેશ્યા કે સંતમંડળે શાંતિ, સંવાદિતા અને આનંદના મંત્ર એવા શાંતિપાઠનું ગાન શરૂ કર્યું. પ્રમુખ-સ્વામીજીએ હાર પહેરાવી અમારું ઉષ્માભર્યું સ્વાગત કર્યું. પ્રમુખસ્વામીજીએ કહ્યું : ''આજે આપ અહીં મંદિરે શ્રાવણના પવિત્ર માસમાં પધાર્યા તે અમારા

માટે ખૂબ આનંદની વાત છે.'' પ્રમુખસ્વામીજીએ એક મિત્ર તરીકે મારી સાથે વાત કરી. રાષ્ટ્રપતિપદના મારા નવા હોદ્દાનો કોઈ પણ ભાર પ્રમુખસ્વામીજીના ચહેરા પર દેખાતો નહોતો. જાણે એક વર્ષ અગાઉની અમારી દિલ્હીની મુલાકાત અમે અમદાવાદમાં આગળ વધારી રહ્યા હતા.

મેં પ્રમુખસ્વામીજીને કહ્યું કે ''સ્વામીજી ! આપને ગયા વર્ષે દિલ્હીમાં મળ્યો ત્યારથી જાણે મારું જીવન પરિવર્તિત થઈ ગયું છે. મારા જીવનમાં અનેક ઘટનાઓ ઘટી છે. એક વૈજ્ઞાનિક તરીકે મેં વિસ્તૃત પ્રવાસ ખેડ્યો છે, વિશેષરૂપે ગામડાંનો અને લગભગ ૧૦ લાખ યુવાનોને મળ્યો છું. હવે એક રાષ્ટ્રપતિ તરીકે સમાજના વિકાસ માટે શાંતિ લાવવા શું કરી શકાય, તે માટે આપની સાથે વિચારોના આદાન-પ્રદાન અને આપનું માર્ગદર્શન મેળવવા હું આજે અહીં ફરી વાર આવ્યો છું.''

પ્રમુખસ્વામીજીએ જણાવ્યું કે ''આપણો સમાજ આજે એક કપરા સમયમાંથી પસાર થઈ રહ્યો છે અને તમે કહ્યું છે તેમ શાંતિનું પ્રભુત્વ પ્રસરવું જોઈએ. અસંખ્ય લોકો – હિંદુ અને મુસલમાન – બંને ભોગ બન્યા છે. એમની પીડા જડમૂળમાંથી હટાવવા યોગ્ય પગલાં લેવાં જ પડશે. જીવન પવિત્ર છે. શાંતિ પવિત્ર છે. રાષ્ટ્રપતિજી અને મુખ્યમંત્રીજી આપને મારી વિનંતી છે કે શાંતિ અને વિચારોની એકતા સ્થાપવા કામ કરશો. ભગવાનને મારી હૃદયપૂર્વકની એક જ પ્રાર્થના છે કે ફરી ક્યારેય કોઈ પણ વ્યક્તિ, સમાજ, રાજ્ય કે રાષ્ટ્રના જીવનમાં આવા ક્રૂરતાભર્યા કમનસીબ દિવસો આવે નહીં.''

મેં પૂછ્યું : ''પ્રમુખસ્વામીજી ! વિચારોનું ઐક્ય આપણા દેશ માટે અત્યંત મહત્ત્વપૂર્ણ છે. આ ઐક્ય કઈ રીતે પ્રાપ્ત થઈ શકે ? દેશના વિકાસ માટે આવું ઐક્ય પાયાનું છે. સ્વામીજી ! આધ્યાત્મિક સંસ્થાઓનો લોકો પર ખૂબ ઊંડો પ્રભાવ હોય છે અને આ સંસ્થાઓ આ ઐક્ય લાવી શકે. મને એક વિચાર સ્ફૂર્યો કે ગુજરાતની આ પવિત્ર ધરતી પર શાંતિના મસીહા સમાન મહાત્મા ગાંધી જેવા મહાન નેતા થઈ ગયા, ભારતને સંગઠિત કરનાર સરદાર વલ્લભભાઈ પટેલ જેવા પનોતા પુત્ર પ્રાપ્ત થયા, જેમણે મહાન વૈજ્ઞાનિક અને પ્રૌદ્યોગિકી આવિષ્કારો કર્યા એવા વિક્રમ સારાભાઈ થયા અને જ્યાં બી.એ.પી.એસ. જેવી આધ્યાત્મિક સંસ્થાઓ સ્થપાઈ છે – તેવું આ ગુજરાત, પોતાના આ ઘા જાતે જ રૂઝવવા સમર્થ છે અને દેશભરમાં એકતા સ્થાપવા મદદરૂપ થઈ શકે છે.''

પ્રમુખસ્વામીજીએ સ્મિત સાથે મારા ખભા પર હાથ મૂક્યો. મેં તેમની આંખોમાં જોયું, તો તે સચ્ચાઈથી છલકાતી હતી. ''રાષ્ટ્રપતિજી ! તમે વિચારો છો તે કરતાં તમે વધુ ઊંચાઈએ છો. આપ આ ધરતી પર ઘણું મહત્ત્વનું કાર્ય કરવા માટે આવેલા એક ભગવાનમાં નિષ્ઠા ધરાવનાર આત્મા છો.'' મેં જ્યારે જવા માટે અનુમતિ માગી તો પ્રમુખસ્વામીજીએ આશીર્વાદ આપતાં કહ્યું કે ''કલામ ! ભગવાનની કૃપાદૃષ્ટિ સદાય તમારી ઉપર રહેશે. કચ્છના લોકોને પ્રેમ અને કરુણા આપજો. કેમ કે, તમારા હૃદયમાં સહાનુભૂતિ છે, માટે તમે મદદ કરવા છેક ગુજરાત આવ્યા... ભગવાન સ્વામિનારાયણના આશીર્વાદ આપના પર વરસો, આપનું સ્વાસ્થ્ય સારું રહે.''

ભુજ જતાં આખા રસ્તે પ્રમુખસ્વામીજીના શબ્દો મારા મનમાં પડઘાતા રહ્યા : 'કલામ ! તમે જે વિચારો છો એ તમે નથી, તમારો જન્મ શાંતિના પ્રચાર માટે થયો છે. ભગવાન તમારા ભૂતકાળ, વર્તમાન અને ભવિષ્યને જાણે છે. તેના દરેક કાર્ય પાછળ કોઈ કારણ હોય છે. ભયમુક્ત થઈને દેશનું નેતૃત્વ કરો. ટીકા, વિરોધ કે આક્રમકતાથી લગીરેય ડરશો નહીં. ખરાબમાંથી પણ કંઈક સારું જરૂર ઊપજે છે. તમારા પ્રત્યેક નિર્ણય અને તર્કના મૂળમાં ભગવાનને રાખજો. તમારી તમામ ઊર્જાનો સ્રોત ભગવાન છે. તમારાં કૌશલ્યો અને આવડતનો સ્રોત પણ ભગવાન જ છે. તમારી સિદ્ધિઓ પાછળનું કારણ પણ ભગવાન છે.'

રાષ્ટ્રપતિ બનતાં પૂર્વે, ભારત સરકારના મુખ્ય વૈજ્ઞાનિક સલાહકાર તરીકે એક વર્ષ અગાઉ ભૂકંપગ્રસ્ત ભુજના રાહતકાર્યમાં હું સક્રિય રીતે સંકળાયેલો હતો. બી.એ.પી.એસ. સંસ્થાના સ્વયંસેવકો મને સ્વામિનારાયણ નગર નામની એક રાહત-છાવણીની મુલાકાતે લઈ ગયા અને મને પુનઃવસવાટ પ્રક્રિયાની સમજૂતી આપી. બી.એ.પી.એસ. સંસ્થાના સ્વયંસેવકોએ ત્યાં પાણી, વીજળી, રાશન, આરોગ્ય-વ્યવસ્થા, શૌચાલયો, કૉમ્યુનિટી હૉલ અને તબીબી કેન્દ્રની સુવિધાઓ ઊભી કરી હતી. બી.એ.પી.એસ. સંસ્થાની તકનિકી આવડતથી હું પ્રભાવિત થયો હતો. તેમણે ૨૯૦ કુટુંબો માટે મોકળાશવાળા કામચલાઉ આવાસો તૈયાર કરી, એક સંપૂર્ણ પુનઃવિસ્થાપિત નગરની રચના કરી હતી. આ સ્વામિનારાયણ નગરમાં બનાવવામાં આવેલા ઓરડામાં હવાની અવરજવરની સિસ્ટમ વિશેષરૂપે નોંધપાત્ર હતી...

ત્યારે બપોરના ૨.૩૦ વાગ્યા હતા. બહારનું તાપમાન ૪૫ ડિગ્રી

સેલ્સિયસ હતું. સાધુ બ્રહ્મવિહારીદાસ મને એક પતરાના બનાવેલા મકાનમાં લઈ ગયા. બહાર તો બફાઈ જવાય એવી ગરમી હતી, પરંતુ અંદર મકાનમાં તાપમાન આરામદાયક હતું. ઉપરની છતને ત્રાંસી રાખી એક ઢાળ આપ્યો હતો, જેના કારણે મકાનના ઉપરના ભાગમાં એક ફૂટ જેટલી ખુલ્લી જગ્યા રહેતી હતી. છતની ગરમ હવા તે ખુલ્લી જગ્યામાંથી બહાર ફેંકાતી અને જમીન પરથી ઊઠતી ગરમ હવાને વિપરીત દિશાનો પવન (ક્રોસવિન્ડ) બહાર ખેંચી જતો. પરિણામે, મકાનની અંદરનું તાપમાન આરામદાયક રહેતું.

હું રાહત અને પુનઃવસવાટનું કાર્ય કરી રહેલા સંતો અને સ્વયંસેવકોના સમર્પિત સેવાભાવ અને દિવ્ય આભાથી પ્રભાવિત થયો. આ સંતોનું કામ, જાણે નિપુણતાના પુરાવા સમાન હતું અને આ સંતોનું જીવન જાણે શ્રીમદ્ ભગવદ્ગીતા કથિત *'યોગઃ કર્મસુ કૌશલમ્'* અર્થાત્ 'નિપુણતાથી કરેલું કાર્ય એ યોગ છે' – એ શ્લોકનું જીવંત નિદર્શન હતું.

ટેક્નોલોજી ઈન્ફર્મેશન ફૉર કાસ્ટિંગ ઍન્ડ અસૅસમેન્ટ કાઉન્સિલ (TIFAC) સંસ્થાએ શણ અને કાથીનાં પાટિયાંથી ૫૦૦ આવાસ બનાવ્યા, જેમાં ચોખાનાં ફોતરાંમાંથી બનાવેલાં પાટિયાંનો પણ ઉપયોગ કરાયો. સ્ટીલ ચેનલો અને ઍન્ગલનો આધાર લઈ વાંસની સાદડી જેવાં લાકડાનાં પાતળાં પડ લગાડવામાં આવ્યાં હતાં. ૧૦૦થી વધુ ફાઈબર-રિઈન્ફોર્સ્ડ પ્લાસ્ટિક (FRP) જેવાં પ્લાસ્ટિકનાં મૉડ્યુલર શૌચાલયો પણ બનાવાયાં. બાંધકામની રચનામાં કેટલાક મિશ્રિત પદાર્થોની બનાવટો ક્યારેક ધાતુના ઉપયોગ કરતાં વધુ મહત્ત્વપૂર્ણ અને લાભદાયક સાબિત થાય છે, તેનું આ ઉત્તમ ઉદાહરણ હતું. આવાસની રચના દ્વારા ફાઈબર અને રેઝિન જેવા પદાર્થોના વિવિધ સંયોજન અથવા મિશ્રણનું લચીલાપણું અને અસરકારકતા પુરવાર થયાં. જ્ઞાનનો જ્યારે સારા ઉદ્દેશ માટે ઉપયોગ થાય છે ત્યારે તેમાં દિવ્યતત્ત્વનો સંચાર થાય છે.

ભૂતકાળનો વિચાર કરું તો સમજાય છે કે પ્રમુખસ્વામીજી થકી હું મારી સાચી ઓળખ પામી શક્યો. હું હકીકતે કોણ છું ? શું હું આ છું, તે છું, જેનો એક નિશ્ચિત ભૂતકાળ છે, એક નિશ્ચિત દેહ અને વ્યક્તિત્વ, નિશ્ચિત ભૂમિકાઓ, કૌશલ્યો, મર્યાદાઓ, સપનાઓ, ભયસ્થાન અને માન્યતાઓ છે ? અન્ય લોકો કદાચ આ બધી રીતે મને વર્ણવે, પણ ખરેખર હું આ બધું નથી. હું હકીકતમાં કોણ છું ? તેનો જવાબ ઊંડાણપૂર્વકના પ્રશ્નાર્થ અને શોધથી તથા મારા પ્રત્યેના

મારા વિચારોથી પર હોય એવા કોઈ ગૂઢ અનુભવથી જ કળી શકાય. જ્યારે મન તદ્દન શાંત હોય અને મન મને જણાવતું ના હોય કે હું કોણ છું ? ત્યારે જ આ વાત પ્રગટ થઈ શકે. ખુદ પ્રત્યેનાં મારાં બધાં જ પૂર્વનિશ્ચિત અનુમાનો સ્થિર થઈ જાય. માત્ર હું કોણ છું ? એટલું જ બાકી રહે : સભાનતા, સજાગતા, સ્થિરતા, ઉપસ્થિતિ, શાંતિ, પ્રેમ અને દિવ્યતત્ત્વ. તમે એ છો જેનું કોઈ નામ નથી અને છતાં અનેક નામો અપાયાં છે.

3

શાંતિ વધે છે વહેંચવાથી

'સંવાદિતા હોય તો સામાન્ય વસ્તુ પણ ખીલી ઊઠે, અને ન હોય તો મહાન ચીજો પણ મુરઝાઈ જાય.'

– સાલસ્ટ

ઈ.સ. પૂર્વે પ્રથમ સદીના રોમન સૅનેટર

૨૪મી સપ્ટેમ્બર ૨૦૦૨, સાંજે ૪.૪૫ વાગ્યે ગાંધીનગરના અક્ષરધામ મંદિર પર ત્રાસવાદી હુમલો થયો હતો. બે શસ્ત્રધારી ત્રાસવાદીઓ સફેદ ગાડીમાં આવી, મંદિર ફરતી ફેન્સિંગ કૂદીને અક્ષરધામમાં ઘૂસ્યા અને અંધાધૂંધ ગોળીબાર શરૂ કર્યો. એક મહિલા અને મંદિરના એક સ્વયંસેવક તાત્કાલિક માર્યાં ગયાં. ત્યારબાદ મંદિરના મુખ્ય પ્રાંગણ તરફ વધતા આ ત્રાસવાદીઓએ હેન્ડ ગ્રેનેડ ફેંક્યા, હરિભક્તો પર ક્રૂરતાથી બેફામ ગોળીબાર કર્યો. ત્યાંથી તેઓ અક્ષરધામના પ્રદર્શન ખંડ-૧માં ઘૂસ્યા અને બીજા અનેક લોકોને મારી નાંખ્યા. ત્યારબાદ આ ત્રાસવાદીઓ ખંડની દીવાલો પર ચઢી છત પર ગોઠવાયા. જ્યારે પોલીસની ટુકડીઓ મંદિરના પરિસરમાં પહોંચી ત્યારે મુલાકાતીઓને પરિસરમાંથી બહાર કાઢવા જવાનોએ બહાદુરીપૂર્વક ત્રાસવાદીઓની ગોળીઓનો સામનો કર્યો હતો.

છેવટે, દિલ્હીથી નેશનલ સિક્યોરિટી ગાર્ડ(NSG)ના કમાન્ડોઝ રાત્રિના ૧૧.૩૦ વાગ્યે ત્રાસવાદીઓ સામેની આ લડાઈમાં પોલીસ સાથે જોડાયા. 'ઑપરેશન થંડરબોલ્ટ'ના નામે શરૂ થયેલી એ કામગીરી આખી રાત ચાલી અને

સવારે ૬.૪૫ના સુમારે બે ત્રાસવાદીઓ ઠાર મરાયા તે સાથે ખતમ થઈ. અક્ષરધામ પરના આ ત્રાસવાદી હુમલામાં ૩૧ નિર્દોષ દર્શનાર્થીઓ, હરિભક્તો, કમાન્ડોઝ અને એક સાધુ પણ જીવ ગુમાવી બેઠા હતા. ૨૩ પોલીસકર્મીઓ સહિત ૮૦થી વધુ લોકો ઘવાયા હતા. આ હુમલામાં ગંભીર રીતે ઘવાયેલા કમાન્ડો સુર્જનસિંહ ભંડારી બે વર્ષ સુધી કોમામાં રહ્યા બાદ શહીદ થયા.

અક્ષરધામ કત્લેઆમ વધુ એક એવી આંતરરાષ્ટ્રીય કરુણાન્તિકા હતી, એવી એક દુઃખદ ઘટના જેમાં નિષ્ઠુર ત્રાસવાદીઓએ હિંસા આચરીને નિર્દોષ પુરુષો, મહિલાઓ અને બાળકોને અકારણ હણ્યાં હતાં. ત્રાસવાદીઓનું આ હિંસક કૃત્ય વધુ ગંભીર એટલા માટે હતું કે શાંતિ, સંવાદિતા અને સહિષ્ણુતાની પ્રેરણા આપનારા સ્થળ એટલે કે અક્ષરધામ પર આ હુમલો કરાયો હતો. મેં પ્રમુખસ્વામીજીને ફોન કર્યો અને કહ્યું : 'પ્રમુખસ્વામીજી ! આપ એકલા નથી, સમગ્ર દેશ આપની સાથે છે. ભારતના રાષ્ટ્રપતિ તરીકે મેં આ હુમલાને કાયરતા-પૂર્ણ કૃત્ય ગણાવીને કહ્યું હતું કે આ હુમલો માત્ર નિર્દોષ લોકો પર નહીં, પરંતુ ભારતની બિનસાંપ્રદાયિક છબીને ખરડવાનો પ્રયાસ પણ છે.'

પ્રમુખસ્વામીજીએ કોઈ પણ પ્રકારના હેતુપૂર્વકનું દોષારોપણ કર્યા વિના ઉદારતા દાખવી. અક્ષરધામ એમનું અત્યંત અમૂલ્ય, ભવ્ય અને અદ્ભુત સર્જન હતું. તેમ છતાં, પ્રમુખસ્વામીજી સ્વસ્થ રહ્યા. તેમની સાધુતા હૃદયસ્પર્શી હતી. આ દાનવી કૃત્યમાં ભોગ બનેલા નિઃસહાય લોકો માટે પ્રમુખસ્વામીજીનું હૃદય ઘવાયું હતું. આ હુમલા પાછળનો બદઇરાદો કોમી રમખાણોને ભડકાવી સમાજને વિભાજિત કરવાનો હતો. અલબત્ત, સ્થિતપ્રજ્ઞ⁵ એવા પ્રમુખસ્વામીજીએ લોકો છંછેડાય અને કોમી રમખાણો ફાટી નીકળે એવી કોઈ પણ પ્રતિક્રિયા ન આપી. પરિણામે, ત્રાસવાદીઓના નાપાક ઇરાદા નાકામિયાબ નીવડ્યા. આવી શાંત પ્રતિક્રિયા બદલ પ્રમુખસ્વામીજીને તેમના લાખો હરિભક્તો જ નહીં, પરંતુ સમસ્ત સમાજ પણ અત્યંત આદરભાવે જુએ છે.

પ્રમુખસ્વામીજીએ ભોગ બનેલા કમનસીબ લોકો અને તેમના શોકગ્રસ્ત સંબંધીઓ માટે ઊંડા શોક અને સહાનુભૂતિની લાગણી વ્યક્ત કરી અને પ્રાર્થના કરી. ઘવાયેલા દર્શનાર્થી જલદી સાજા થાય તે માટે પણ તેમણે પ્રાર્થના કરી. બે ત્રાસવાદીઓ જે સ્થળે મૃત્યુ પામ્યા હતા, ત્યાં પણ તેમણે પવિત્ર જળ છાંટી પુષ્પો વેર્યાં. તેમની આંખોમાં લેશમાત્ર આક્રોશ નહોતો. તેઓ સ્વસ્થ હતા. ત્યાં

ઉપસ્થિત સેંકડો લોકો અને સાધુઓ પ્રમુખસ્વામીજીની અગાધ ક્ષમાશીલતા જોઈને અચંબિત હતા. તેમની લાગણીસભર પ્રાર્થના એ જ હતી કે ભવિષ્યમાં આતંકના આવા વિચારો કોઈના મનમાં જન્મે નહીં અને આવી કરુણ ઘટનાની વેદનાનો સમગ્ર વિશ્વમાં કોઈ દેશ કે સમુદાયના લોકોને સામનો ન કરવો પડે.

સ્વામીજીએ સૌ હરિભક્તોને સજા નહીં પણ પ્રાર્થના કરવા પ્રેર્યા. ૭ ઑક્ટોબર, ૨૦૦૨ના રોજ લોકો માટે અક્ષરધામ ફરી ખુલ્લું મુકાયું. પ્રમુખ-સ્વામીજી સાચા અર્થમાં સહનશીલતા, ધૈર્ય અને ક્ષમાશીલતાનું જીવંત સ્વરૂપ બની રહ્યા. હું માનું છું કે આ આધ્યાત્મિક સ્વસ્થતા અને સાધુતાને કારણે જ ગુજરાતમાં પુનઃ શાંતિ સ્થપાઈ, એટલું જ નહીં, પણ તેની સાથે રાજ્યમાં કોમી રમખાણોનું કાયમી ચક્ર પણ બંધ થયું. ત્યારબાદ હું નૅલ્સન મંડેલાને મળ્યો ત્યારે તેમનામાં મને ફરી એક વાર આ જ સહનશીલતા, ધૈર્ય અને ક્ષમાશીલતાની શક્તિનાં દર્શન થયાં.

આજે અક્ષરધામ મંદિર શાંતિ, પ્રેરણા અને સંવાદિતાના પ્રતીક તરીકે યથાવત્ છે. આપણે યાદ રાખવું જોઈએ કે મંદિર, મસ્જિદ અને દેવળ એ બધાં જ આપણા ઇતિહાસનો હિસ્સો છે. તેઓ સત્યનાં બહુમૂલ્ય સ્મારક છે. આવનારી પેઢી માટે આ મહામૂલો વારસો જાળવવો જરૂરી છે, કારણ કે તમે કોઈ પ્રાર્થના-સ્થળે જાઓ છો ત્યારે તમે માત્ર પોતાના માટે જ નહીં પણ તમારી આસપાસના સર્વેની શાંતિ અને સમૃદ્ધિ માટે પ્રાર્થના કરો છો. મંદિર, મસ્જિદ અને દેવળ એ માત્ર પ્રાર્થનાસ્થળો જ નહીં પણ શ્રદ્ધા અને વિશ્વાસનાં પ્રતીક છે. પરસ્પર વિશ્વાસ કેળવાશે તો જ શાંતિ સ્થપાશે અને દેશમાં વિકાસની પ્રક્રિયા આગળ વધશે. આપણે મન અને હૃદયની પવિત્રતાનું જતન કરીએ અને ક્યારેય શાંતિના સિદ્ધાંતનું મહત્ત્વ ન ભૂલીએ. દુનિયાના તમામ ધર્મોની પ્રાર્થનામાં અને ધાર્મિક સ્થળોમાં આ વિચાર એકસમાન સચવાયેલો જોવા મળે છે.

એક બાળક તરીકે મેં મારા પિતાને રામેશ્વરમ્ના સમુદાયમાં શાંતિ માટે મધ્યસ્થીની ભૂમિકા ભજવતા જોયા છે. ઝઘડતાં જૂથો – મિત્રો, ભાગીદારો, કુટુંબો, પાડોશીઓ – તેમની પાસે સુલેહ માટે આવતા. મારા કુરાનના શિક્ષકે મને શીખવ્યું હતું કે સુલેહ શબ્દનો મૂળ શબ્દ 'ઇસ્લાહ' છે, જે વિકાસ અને સુધાર પણ સૂચવે છે. આ શબ્દ સમાધાનના સંદર્ભે પ્રયોજાય છે. તેથી, સુલેહ કરાવનારા લોકો, સારા કામને પ્રોત્સાહન આપનાર અને અનિષ્ટને દૂર કરનારા

હોય છે. ઈસ્લામમાં સુલેહ અને સુલેહ કરાવવાને માનવવિકાસના ભાગરૂપે જ જોવામાં આવે છે. ઈસ્લામમાં સુલેહને અને સુલેહ કરાવવાને પ્રશંસનીય અને પુરસ્કારપાત્ર ઈશ્વરીય કાર્ય તરીકે જોવામાં આવે છે. સુલેહને એક એવા દિવ્ય ગુણનો દરજ્જો અપાયો છે જેને આચરણમાં મૂકવાથી મનુષ્યને સ્વર્ગ જેવા પરમ આનંદની અવસ્થા પ્રાપ્ત થાય છે.

પ્રમુખસ્વામીજીએ મારા આ બાળપણના શિક્ષણને યોગ્ય ઠેરવતાં કહ્યું કે બધા જીવો શાંતિ ચાહે છે. જંગલી પ્રાણી જેમ કે, વાઘ કે ગરુડ પણ પોતાનાં જૂથોમાં શાંતિ ઈચ્છે છે. તો આદમી અન્ય ચીજો પાછળ દોડે છે, જેમ કે, ધન, સ્વાસ્થ્ય, પ્રતિષ્ઠા, સત્તા; પણ તેની આ દોડ છેવટે તો શાંતિની ઝંખના માટે જ હોય છે. ચોર અને લૂંટારાની ટોળકી પણ અંદરોઅંદર તો શાંતિ જ ઈચ્છે છે. યુદ્ધખોર પણ પોતાના વિજય મારફત આખરે તો શાંતિની જ ખેવના કરે છે, પરંતુ શાંતિની સંપૂર્ણ સંતુષ્ટિ તો એકમાત્ર પરમેશ્વરના સાંનિધ્ય અને દિવ્ય તત્ત્વમાંથી મળી શકે છે.

આ વિશ્વમાં શાંતિ હંમેશાં આંશિક, ભંગુરી અને અસ્થાયી હોવા છતાં તેની પ્રાપ્તિ મહત્ત્વની છે, પણ શાંતિ પામવી કેવી રીતે? આંતરિક અને બાહ્ય શાંતિ વચ્ચે સુસંગતતા એ પ્રમુખસ્વામીજીની એક વિલક્ષણ આંતરસૂઝ છે. આંતરિક શાંતિ ત્યારે જ મળે જ્યારે આપણાં મન અને હૃદય – આપણા આદર્શો અને આપણી ઈચ્છાઓ વચ્ચે સંવાદિતા સ્થપાય; પરંતુ પાપ અને દુષ્કર્મો આ નિયત સંવાદિતાને વિકૃત કરી તેને નષ્ટ કરે છે. આવા સમયે, પાપોને ત્યજી દેવાની પ્રતિજ્ઞા લઈ, ગુરુચરણમાં સંપૂર્ણ શરણાગતિ સ્વીકારીને આંતરિક શાંતિ મેળવી શકાય છે, કારણ કે આપણી સમક્ષ ગુરુ સ્વરૂપે પરમેશ્વર પ્રગટ છે. ગુરુ જ આપણી શાંતિ છે. ભગવાન સ્વામિનારાયણની ગુરુપરંપરામાં બધા જ ગુણાતીત ગુરુજનો – ગુણાતીતાનંદ સ્વામી,[૬] ભગતજી મહારાજ,[૭] શાસ્ત્રીજી મહારાજ,[૮] યોગીજી મહારાજ[૯] અને પ્રમુખસ્વામીજી મહારાજ – મહાન શાંતિ-સ્થાપક, સમાધાનકર્તા અને સમાજસુધારક રહ્યા છે. આ બધા જ ગુરુજનોએ જીવંત ઉદાહરણ બની, લોકોના સંઘર્ષોમાં સમાધાન કરાવ્યાં, જેથી લોકો શાંત થાય અને અન્યો માટે પણ શાંતિ સ્થાપે.

શાંતિને કેવી રીતે ચાહવી, કેવી રીતે પામવી અને કેવી રીતે જાળવવી તેનું શ્રેષ્ઠ ઉદાહરણ પ્રમુખસ્વામીજીનું જીવન છે. પ્રમુખસ્વામીજી તેમની આ શાંતિમાં

શક્ય તેટલા વધુ લોકોને સહભાગી થવા આવકારે છે. જેટલા વધુ લોકોને શાંતિ મળે એટલા જ પ્રમાણમાં દુનિયામાં શાંતિ વધશે. કુટુંબમાં સભ્યો વધે તો ઘર નાનું લાગવા માંડે છે, પણ શાંતિનું ઘર વધુ લોકોના પ્રવેશથી વિસ્તરે છે. એક ઉદાર હૃદયથી વધુ મૂલ્યવાન મૂડી કાંઈપણ ન હોઈ શકે.

કુરાનમાં આદર્શ સમાજનો ઉલ્લેખ 'દર-અસ-સલામ' તરીકે થયો છે. તેનો શાબ્દિક અર્થ થાય 'શાંતિનું ઘર'. કુરાનમાં કહેવાયું છે : 'અને સર્વ-શક્તિમાન પરમેશ્વર સૌને 'શાંતિના ધામ'માં આમંત્રિત કરે છે અને જેનાથી તે પ્રસન્ન થાય છે તેને સાચા પથ પર દોરી જાય છે.' તમામ અક્ષરધામ સાચા અર્થમાં આવાં જ શાંતિનાં ધામ છે. ધરતી પર આવાં શાંતિનાં ધામની સ્થાપના રોજિંદા જીવનમાં દરેક સ્તરે થવી જોઈએ. પરિણામે, વ્યક્તિગત, સામાજિક, રાષ્ટ્રીય અને આંતરરાષ્ટ્રીય સ્તરે શાંતિનો વ્યાપ વધશે. આફ્રિકન-અમેરિકન નાગરિક અધિકાર ચળવળના નેતા માર્ટિન લ્યૂથર કિંગ જુનિયરે યોગ્ય જ કહ્યું છે : ''અંધકાર કદી અંધકારને દૂર ન કરી શકે, તે માત્ર પ્રકાશ જ કરી શકે. શમે ન વેરથી વેર, ઔષધ સૌ દુઃખનું માત્ર પ્રેમભાવ સનાતન.''

એક શાંતિચાહક અને સ્થાપક વ્યક્તિ તરીકે તમે, જે શાંતિની અવગણના કરીને ઝઘડો કરવા માંગે છે, તેને ફક્ત એટલું જ કહી શકો — 'તમારે જેટલું કહેવું હોય તે કહો, જેટલો દ્વેષ રાખવો હોય તેટલો રાખો, પરંતુ અંતે તો તમે મારા ભાઈ જ છો ને !' આ વાક્ય ખૂબ જ ભાવપૂર્વક પણ ઋજુતાથી કહેવું જોઈએ. આ વિધાનના ઉચ્ચારણમાં લેશમાત્ર પણ ક્રોધની છાંટ ન દેખાવી જોઈએ. વાસ્તવમાં, પ્રમુખસ્વામીજીએ અક્ષરધામમાં ત્રાસવાદી હુમલા પછી આ જ કાર્ય કર્યું હતું. સ્મરણ રહે કે અહંકારરૂપી વિષનું મારણ ધૈર્ય છે. ધીરજ વગર આનંદમય જીવન નષ્ટ થઈ શકે છે, કીમતી જીવન વેડફાઈ શકે છે અને પાછળથી પસ્તાવાનો વારો પણ આવી શકે છે.

પ્રમુખસ્વામીજીને મળ્યા બાદ, હું માનું છું કે એવો એક યુગ ચોક્કસ આવશે, જેમાં માનવજાતમાં ન્યાય, સુખ-સમૃદ્ધિ, તંદુરસ્તી, સુરક્ષા, શાંતિ, સહિષ્ણુતા અને ભાઈચારો પ્રવર્તશે. એવો સમય હશે જેમાં લોકો પ્રેમ, આત્મ-સમર્પણ, ધૈર્ય, કરુણા, દયા અને નિષ્ઠા અનુભવશે. આપણું ભૌતિક જગત કોઈ આધ્યાત્મિક રીતે જાગ્રત સત્પુરુષની[૧૦] જરૂરિયાતોને અનુકૂળ થવા સજ્જ છે. આપણા ભૌતિક જગતનાં બંધનો અને આવશ્યકતાઓ ખરેખર આપણી સાચી

સમસ્યા નથી, પરંતુ આપણામાં આધ્યાત્મિક જાગૃતિ અને જીવન પ્રત્યેનું શાણપણ ખૂટે છે. આ પ્રકારની સમસ્યાઓ, નાસ્તિક અભિગમો અને આંધળી માન્યતાઓને અક્ષરધામ જેવાં મંદિરો જીવનમૂલ્યો અને સદ્‌બુદ્ધિથી પરાસ્ત કરશે. યુદ્ધ, સંઘર્ષ, જાતિ-જ્ઞાતિવાદના વૈરભાવ, ક્રૂરતા અને અન્યાયમાંથી વિશ્વ ઊગરી જશે. સુવર્ણયુગ આપણી સામે જ છે, આપણી પાછળ નહીં. આ સુવર્ણ-યુગને આવકારવા બધા જ ધર્મોએ શાંતિને પ્રોત્સાહન આપવું પડશે. સાથોસાથ, અન્ય ધર્મો અને માન્યતાઓ ધરાવનાર પરત્વેનો અણગમો દૂર કરવો પડશે; સર્વધર્મ સમભાવની લાગણી ફેલાવવી પડશે.

૪

બાળકો સૌનું ભાવિ છે

ભાંગી પડેલા માનવીને પુનઃ બેઠો કરવા કરતાં બાળકોને મક્કમ બનાવવાનું સહેલું છે.

– ફ્રેડ્રિક ડગ્લસ

૧૯મી સદીના આફ્રિકી-અમેરિકી સમાજ સુધારક

૨૦૦૪માં પ્રમુખસ્વામીજીએ મને અક્ષરધામ ગાંધીનગર ખાતે આયોજિત 'સુવર્ણ બાળ મહોત્સવ'માં આમંત્રિત કર્યો હતો. આ ઉત્સવ બી.એ.પી.એસ. બાળમંડળના સંસ્થાપક યોગીજી મહારાજને સ્મરણાંજલિ રૂપે આયોજિત કરાયો હતો. ૮મી ફેબ્રુઆરી, ૨૦૦૪ના રોજ હું અક્ષરધામ પહોંચ્યો ત્યારે આકાશ કેસરી, લીલા અને સફેદ ફુગ્ગાથી આચ્છાદિત હતું અને બાળકોએ આનંદોલ્લાસના હર્ષનાદ કરી મને આવકાર્યો. બાળકોના મુખ પર આધ્યાત્મિક ઉમંગ હતો. ૨૦,૦૦૦ બાળકોએ 'ૐ દ્યૌઃ શાન્તિઃ' મંત્ર ગુંજવ્યો. આનંદથી ભાવવિભોર થઈ મેં પ્રમુખસ્વામીજીને કહ્યું કે ''આપ જાણો છો સ્વામીજી ! આપની સાથેની મારી દિલ્હીની મુલાકાત અદ્‌ભુત હતી. એ મુલાકાત દરમ્યાન આપે કહેલા શબ્દો હજી મારા મનમાં પડઘાય છે અને તેને કારણે હંમેશ હું મારામાં દિવ્ય તેજ અને દિવ્ય તરંગો અનુભવું છું. મને સતત એવો અનુભવ થાય છે કે આપ હંમેશાં મારી સાથે છો.'' આ ભવ્ય કાર્યક્રમમાં મારા હસ્તે આંતરરાષ્ટ્રીય સ્તરે નેતૃત્વમાં અલગ તરી આવેલા સફળ ઉદ્યોગ-સાહસિકો, સમાજસેવકો, પોલીસકર્મીઓ, પાઇલટ્સ,

સૈનિકો, ગાયકો, રમતવીરો અને વૈજ્ઞાનિકોનું સન્માન કરાયું હતું. આ તમામ સફળ પુરુષોની કારકિર્દીમાં એક બાબત સર્વસામાન્ય હતી અને તે એ કે તમામ બાળપણમાં બી.એ.પી.એસ. સંસ્થાની બાળપ્રવૃત્તિથી પ્રેરિત ને પ્રોત્સાહિત થયા હતા. બાળકોના માનસને પ્રજ્વલિત કરવાનું મારું સ્વપ્ન ત્યારે મને સાકાર થતું જણાયું. મારી આંખો ભીંજાઈ ગઈ, પરંતુ ત્યારબાદ જે ઘટના બની તેની મેં કલ્પના પણ નહોતી કરી.

કાર્યક્રમના સમાપન બાદ, મેં અસંખ્ય બાળકોની હાજરીમાં મંચ પર પ્રમુખસ્વામીજીનો આભાર માની રજા લીધી. સાધુ બ્રહ્મવિહારીદાસ મને દૂર પરિસરની બહાર ઊભેલા મારા ગાડીઓના કાફલા સુધી દોરી ગયા. ૨૦૦ મીટર જેટલું અંતર ચાલવાનું હતું. ગાડીમાં બેસતાં પહેલાં મેં અક્ષરધામની એક ઝલક જોવા પાછળ વળીને જોયું તો મારાથી સહેજ દૂર, પગે ચાલીને આવી રહેલા પ્રમુખસ્વામીજીને જોઈને હું આશ્ચર્યચકિત થઈ ગયો. પ્રમુખસ્વામીજી ચુપચાપ કોઈનું પણ ધ્યાન ન પડે તે રીતે મારી પાછળ ચાલી રહ્યા હતા. પ્રમુખ-સ્વામીજીની આ વિનમ્રતા મારા માટે સાનંદાશ્ચર્ય પમાડે તેવી હતી. મેં પ્રમુખ-સ્વામીજીને પૂછ્યું કે તમે આટલે દૂર મારી ગાડી સુધી કેમ આવ્યા? પ્રમુખ-સ્વામીજીએ કહ્યું કે તમે તો આટલે બધે દૂર છેક દિલ્હીથી મારે માટે આવ્યા!

હું એકાએક ભાવુક થઈ ગયો અને આંખો અશ્રુભીની થઈ. પાછા વળતાં મારા પ્રવાસમાં આ ક્ષણને હું વાગોળતો રહ્યો અને ત્યારબાદ જ્યારે જ્યારે બી.એ.પી.એસ. સંસ્થાના સાધુઓ મને મળવા રાષ્ટ્રપતિ ભવન આવતા ત્યારે ત્યારે હું તેઓને વળાવવા ભવનના મુખ્ય દ્વાર સુધી જતો.

દિલ્હી પરત આવી મેં મારા મિત્ર અરુણને બોલાવ્યો અને અમે બાળકોને ખીલવવાની પ્રમુખસ્વામીજીની ચીવટ અને જુસ્સાને ઝીલવા એક પુસ્તક *'યુ આર બૉર્ન ટુ બ્લોસમ'*[૧૧] લખવાનું નક્કી કર્યું. શિક્ષણ એ સતત ચાલતી પ્રક્રિયા છે અને પ્રમુખસ્વામીજી વિશ્વનું સૌથી મોટું મુક્ત વિશ્વવિદ્યાલય – બી.એ.પી.એસ. સંસ્થાના કુલાધિપતિ છે. જે કોઈ તેમની ઉપસ્થિતિમાં થોડીક ક્ષણો પણ વિતાવે તેને જરૂરથી ખ્યાલ આવશે કે દરેક વ્યક્તિ વિશિષ્ટ હોય છે. જરૂરી નથી કે બધા જ માનવી એકસમાન હોય, એકસમાન અનુભવે, એકસમાન વિચારે અને એક-સમાન બાબતોમાં આસ્થા રાખે. આપણી સૃષ્ટિ પણ જો અવિરતપણે વિસ્તરતી હોય તો તેનું મુખ્યબિંદુ પણ વૈવિધ્ય જ છે. બળજબરીથી લાદવામાં આવેલી

એકસૂત્રતા નહીં. 'હું જે વિચારું છું કે કરું છું તે યોગ્ય નથી' એવું કોઈ મને કહી શકે, તો હું ખુશીથી ખુદને બદલી નાખીશ; કારણ કે હું સત્યની શોધમાં છું અને સત્યની શોધમાં કોઈને કંઈ જ નુકસાન નથી. એવી વ્યક્તિ, જે સત્ય સાંભળ્યા બાદ પણ ખુદને છેતરીને, અજ્ઞાનતા સાથે આગળ વધ્યે રાખે છે અને પોતાને બદલતો નથી, તેને હંમેશાં નુકસાન થાય છે. જે પોતાની વિચારસરણી બદલી શકતા નથી, તેઓ જીવનમાં કંઈ જ બદલી શકતા નથી. આ સનાતન સત્યને બાળકોના ઉછેર દરમ્યાન ઘરના માહોલમાં અને શિક્ષણમાં વણી લેવું જોઈએ. જો એવું કરી શકીએ તો એ બાળકો મોટા થઈને આજીવન સત્યના આગ્રહી રહેશે.

જીવનનાં પ્રારંભિક વર્ષો ઘડતરનાં હોય છે અને તેથી જ તે વ્યક્તિના વિકાસ માટે અતિ મહત્ત્વપૂર્ણ હોય છે. એ સનાતન સત્ય છે કે આપણાં બાળકો જ આપણું ભાવિ છે. આ વિધાન એટલી બધી વાર ઉચ્ચારાયું છે કે તેનું સાચું મહત્ત્વ જ વીસરાઈ ગયું છે. વર્તમાન અને વહેતો સમય જ હકીકતે ભવિષ્ય બને છે. એટલે કે, આપણું વર્તમાન કાર્ય અને જે સમયગાળામાં આપણે કાર્ય કરીને, જે કંઈ સિદ્ધિ હાંસલ કરીએ છીએ, તેનો સરવાળો એટલે આપણું ભાવિ જગત. આ સમયગાળા દરમ્યાન જ આપણું સાંપ્રત જગત નાશ પામે છે, ફરી સર્જાય છે અને જે બાકી રહે તે છે સારું કે નરસું ભાવિ જગત. વર્તમાનને સુધારશો, બગાડશો, સર્જનાત્મક પ્રવૃત્તિ કરશો કે વિકૃતિ એ પ્રમાણે જ ભાવિ જગત ઘડાશે; સારું કે નરસું, વિકસિત કે વિકૃત. સમાજમાં ભાંગી પડેલા માણસોની સારવાર કરવા કરતાં, મજબૂત બાળકોનું ઘડતર સહેલું છે. ભવિષ્યનું સામ્રાજ્ય એ મનનું સામ્રાજ્ય છે. સ્વપ્ન જુઓ, સ્વપ્ન જુઓ, સ્વપ્ન જુઓ... સ્વપ્ન એ વિચારોને જન્મ આપે છે અને વિચારો કર્મને.

જ્યારે આપણે કહીએ કે આજનું જગત એ ભાવિ જગત બનશે, ત્યારે એનો મતલબ થાય છે કે આજના લોકોનું યોગદાન ભાવિ વિશ્વ, તેના પથ અને તેના ઢાંચાને આકાર આપી આવતીકાલનું સર્જન કરશે. આજના લોકો ભવિષ્યમાં રહે કે ન રહે, પરંતુ આજનાં બાળકો ત્યારે જરૂર હશે એવી આશા છે. એટલે સ્વાભાવિક છે કે આજનાં બાળકોનાં મનોવલણો, મૂલ્યો, વિચારો અને આદર્શોને કેળવીશું તો આવતીકાલે એક બહેતર અને સુવ્યવસ્થિત દુનિયાની અપેક્ષા રાખી શકીશું. આપણે આ ક્ષણે જે દુનિયાની આશા રાખીએ છીએ તેવા વિશ્વના સ્વપ્નને સાકાર કરી શકીશું.

ભાવિ વિશ્વનું આપણું આ સ્વપ્ન કદાચ, આપણા જીવનકાળમાં સાકાર ન પણ થાય, કારણ કે, પરિવર્તન લાંબો સમયગાળો માંગી લે છે. પરિવર્તન થશે જરૂર, પણ કયા પ્રકારનું પરિવર્તન આવશે તે આજે ઘડાઈ રહેલી પેઢી જ નક્કી કરશે. તેથી જ, જ્યારે આપણે કહીએ કે આજનાં બાળકો આપણું ભાવિ છે, ત્યારે અર્થ એ થાય છે કે આપણે બાળકોને સાચું વિચારવા, તેમનામાં તકેદારી-પૂર્વકની નિર્ણયશક્તિ કેળવવા અને તેમને નીડર થઈને પોતાના મત પર દૃઢ રહી શકે તેવી હિંમત કેળવવા, ખંતીલા પ્રયત્નો આદરવા જોઈએ. આઝાદી અને તેના અંત વચ્ચેનું અંતર માત્ર એક પેઢીથી વધુ નથી હોતું. આપણે બાળકોને આઝાદી વારસામાં નથી આપી શકતા, પરંતુ આઝાદી માટે લડત આપવી પડે, સાચવવી પડે અને અવિરતપણે તેનું રક્ષણ કરીને બાળકોને સોંપવી પડે. જેથી, આગળ જતાં આ બાળકો પણ ભાવિપેઢી માટે આઝાદીનું જતન કરતાં શીખે.

આપણી ભૂતકાળની પેઢીઓમાં બાળકોની અવગણના થઈ હતી, જેના કારણે આજે ભારત અનેક મુસીબતોથી ઘેરાયેલું છે. ભૂતકાળની પેઢીની અવગણનાની અસર આજની પેઢી પર વરતાઈ રહી છે. આપણા દેશમાં દીર્ઘ-દ્રષ્ટા લોકો બહુ ઓછા છે અને દીર્ઘદૃષ્ટિ તો તેથી પણ ઓછી. દીર્ઘદૃષ્ટિ વિના કોઈ પણ દેશનું ભાવિ ઉજ્જ્વળ હોઈ શકે નહીં. વિશ્વના બધા જ પ્રગતિશીલ દેશોની પ્રગતિનું એકમાત્ર કારણ એ છે કે તેમની પ્રગતિને દરેક પેઢીના દીર્ઘ-દ્રષ્ટાઓએ માર્ગદર્શન આપ્યું હતું અને યોગ્ય નિર્ણયો લીધા હતા. દેશની પ્રગતિ વિશે મનોમંથન અને નક્કર આયોજન થયું હતું. આ પ્રકારના ઉમદા આદર્શોની માવજત થાય તે સુનિશ્ચિત કરવા માટે પ્રમુખસ્વામીજી અથાગ પ્રયત્નો કરે છે. પ્રમુખસ્વામીજી કહે છે કે 'એક નાનું બાળક સમગ્ર માનવ ઇતિહાસ પલટી શકે.' આ ઉદાહરણ આપતાં તેમણે મને ભગવાન સ્વામિનારાયણની જીવનગાથા કહી.

૩ એપ્રિલ, ૧૭૮૧, રામનવમીના દિવસે અયોધ્યા પાસે છપૈયામાં હરિપ્રસાદ પાંડે(ધર્મદેવ) અને તેમનાં પત્ની પ્રેમવતી(ભક્તિમાતા)ના ઘરે એક બાળકનો જન્મ થયો. દંપતીએ બાળકનું નામ પાડ્યું : ઘનશ્યામ. ૧૦ વર્ષની વયે ઘનશ્યામે પવિત્ર હિંદુ શાસ્ત્રો શીખી લીધાં હતાં અને પોતાના પિતા સાથે, તે સમયના કાશી, આજના વારાણસીની યાત્રા કરી હતી. કાશીના રાજાએ સમગ્ર ભારતના બ્રાહ્મણોને ચંદ્રગ્રહણના અવસરે આમંત્રિત કરી પોતાના રાજમહેલનું આતિથ્ય આપ્યું હતું. ગંગાતટે ગોમઠ આશ્રમમાં ઘનશ્યામના પિતાને એક

આધ્યાત્મિક ચર્ચાની અધ્યક્ષતા કરવાનું આમંત્રણ મળ્યું હતું. દ્વૈત-અદ્વૈત તેમજ દર્શનશાસ્ત્રના અન્ય સિદ્ધાંતો દ્વારા ભગવાનની ઉપાસનાના વિવિધ અભિગમ પર આ ચર્ચા હતી.

ઘનશ્યામે પિતા પાસે કંઈક બોલવાની અનુમતિ માગી. અનુમતિ મળતાં ઘનશ્યામે ઉપસ્થિત સૌને પોતાનો દાર્શનિક સિદ્ધાંત સમજાવ્યો, જે આજે 'સ્વામિનારાયણ દર્શન' તરીકે ઓળખાય છે. દ્વૈત દર્શનમાં ભક્ત ભગવાનથી જુદો રહીને તેની ભક્તિ કરે છે; જ્યારે અદ્વૈતમાં, ભક્ત ભગવાન સાથે એકરૂપતા અનુભવે છે. ઈસ્લામમાં પણ પરમેશ્વર સાથે એકરૂપતાનો સિદ્ધાંત એક જાણીતી વિભાવના છે. 'સ્વામિનારાયણ દર્શન'માં ભગવાન સાથેની આ એકરૂપતાનું તાત્પર્ય છે કે ભગવાન ભક્તમાં વસે છે અને ભક્તનો ભગવાન સાથેનો સંબંધ સેવક અને સ્વામીનો હોય છે. ઘનશ્યામના જીવનમાં આ ક્ષણ નિર્ણાયક બની અને બહુ જ નાની વયે તેમની આધ્યાત્મિક સમજણ અને આશ્ચર્યચકિત કરે તેવી પરિપક્વતાનાં અદ્ભુત દર્શન થયાં. સભામાં સૌ આશ્ચર્યચકિત બન્યા અને ઘનશ્યામની સમજૂતીને સૌએ સ્વીકારી. ઘનશ્યામનાં માતા-પિતાને એથી અનેરો આનંદ થયો. જોકે, આ ઘટનાના થોડાક જ મહિનાઓ પછી તેમણે નશ્વર દેહનો ત્યાગ કર્યો.

૨૯ જૂન, ૧૭૯૨ની એક વરસાદી રાતે, ઘનશ્યામે ઉઘાડા પગે, માત્ર કૌપીન સાથે ગૃહત્યાગ કર્યો. તેમની પાસે માત્ર પલાશનો દંડ, સિદ્ધાંતનો ગુટકો અને પાણીનું એક તુંબડું હતું. ઘનશ્યામ હવે નીલકંઠવર્ણી તરીકે ઓળખાતા થયા. નીલકંઠવર્ણીનું જીવન ભિક્ષા અને વૃક્ષ પરથી પડેલાં ફળ-ફળાદિ પર જ ચાલતું. હિમાલયનાં શિખરોને પાર કરી નીલકંઠવર્ણીએ કેદારનાથ ને બદરીનાથ ધામનાં દર્શન કર્યાં. ભગવાન નર-નારાયણના પવિત્રધામ બદરીનાથમાં તેઓ ત્રણ મહિના રોકાયા. નીલકંઠવર્ણી ફેબ્રુઆરી, ૧૭૯૩માં હિમાલયમાં ઊંચે આવેલા માનસરોવર પહોંચ્યા અને ત્યાં પાંચ દિવસ ધ્યાન ધર્યું. બદરીનાથ પરત આવીને નીલકંઠવર્ણી યુવરાજ રણજિતસિંહને મળ્યા, જેઓ સમય જતાં પંજાબ અને કાશ્મીરના રાજા બન્યા. નીલકંઠવર્ણી ગંગાના મેદાની પ્રદેશમાં પાછા ફર્યા અને ફરી હિમાલય પાર કરી ઉત્તરમાં આજના નેપાળ તરફ ચાલી નીકળ્યા.

ઑક્ટોબર, ૧૭૯૪માં નેપાળનાં જંગલોમાં નીલકંઠવર્ણીની મુલાકાત ગોપાલ યોગી સાથે થઈ અને તેમની પાસે અષ્ટાંગ યોગ શીખવા એક વર્ષ રહ્યા.

ગોપાલ યોગીનું અવસાન થતાં નીલકંઠવર્ણી ત્યાંથી નીકળી પૂર્વ બંગાળ (આજનો બાંગ્લાદેશ) ફરીને આસામ પહોંચ્યા. ગુવાહાટીના કામાખ્યાદેવી મંદિરમાં નીલકંઠવર્ણીનો સામનો પિબેક નામના મેલીવિદ્યા જાણનાર તાંત્રિક સાથે થયો. પિબેકના આતંકથી નગરજનો ભયભીત હતા. નીલકંઠવર્ણીના ઉપદેશની આંગળી ઝાલી પિબેકે અધમ જીવનનો ત્યાગ કર્યો. ત્યાંથી નીલકંઠવર્ણી દક્ષિણ તરફ ચાલી નીકળ્યા અને ગંગાસાગર ખાતે તેમણે સુંદરવનમાં, કપિલ મુનિના આશ્રમમાં પડાવ કર્યો.

જગન્નાથપુરી(આજનું ઓડિશા)ના માર્ગે, ઓરિસ્સાના રાજારામ મુકુન્દ-દેવનો ભક્તિભાવ નીલકંઠવર્ણીએ સ્વીકાર્યો. ૨૬ જૂન, ૧૭૯૭ના દિવસે રાજાજીએ દર વર્ષે નીકળતી રથયાત્રામાં નીલકંઠવર્ણીને જગન્નાથજીના રથમાં બેસાડીને સન્માનિત કર્યા. પછી નીલકંઠવર્ણી, તેલંગ (આજનું તેલંગાણા) થઈ, વેંકટચલ (આજનું તિરુપતિ) થઈ, દક્ષિણમાં છેક રામેશ્વરમ્[૧૨] પહોંચ્યા. ભારતના દક્ષિણ છેડે કન્યાકુમારી પહોંચીને ઑક્ટોબર ૧૭૯૮ (નવરાત્રિ સમયે), નીલકંઠ-વર્ણીએ ફરી ઉત્તર તરફ પ્રયાણ કર્યું. નીલકંઠવર્ણીએ ખુલ્લા પગે ૭ વર્ષ, ૧ મહિનો અને ૧૧ દિવસ દરમ્યાન ભારતના ઉત્તરથી દક્ષિણ અને પૂર્વથી પશ્ચિમ – એમ ૮,૦૦૦ માઈલ(આશરે ૧૨,૮૦૦ કિલોમીટર)નો પ્રવાસ ખેડ્યો. છેવટે, આ પ્રવાસ જૂનાગઢ પાસે આવેલા લોજ ગામમાં રામાનંદ સ્વામીના[૧૩] આશ્રમમાં સમાપ્ત થયો.

નીલકંઠવર્ણી લોજ ગામમાં આવ્યા ત્યારે રામાનંદ સ્વામી કચ્છના પ્રવાસે હતા. નીલકંઠવર્ણી મુક્તાનંદ સ્વામીની[૧૪] નિશ્રામાં રામાનંદ સ્વામીના આશ્રમમાં રહ્યા. ત્યારબાદ રામાનંદ સ્વામીએ નીલકંઠવર્ણીને ૨૮ ઑક્ટોબર, ૧૮૦૦ના રોજ દીક્ષા આપી અને સહજાનંદ સ્વામી તરીકે તેમનું નામાભિધાન કર્યું. એક વર્ષ પછી ૧૬ નવેમ્બર, ૧૮૦૧માં તેમની સંપ્રદાયના વડા તરીકે નિમણૂક કરી. આ પ્રસંગે સહજાનંદ સ્વામીએ, રામાનંદ સ્વામી પાસે બે વિશિષ્ટ વરદાન માગ્યા :

> *જો મારા હરિભક્તને એક વીંછીના ડંખની વેદના સહન કરવાની આવે તો કોટિ કોટિ વીંછીના ડંખની પીડા મારા શરીરના એક એક રુંવાડાને થજો, પણ મારા હરિભક્તને કોઈ વેદના ન થાય. અને મારા હરિભક્તના ભાગ્યમાં ભિક્ષાપાત્ર લખ્યું હોય તો તે ભિક્ષાપાત્ર, મારા ભાગ્યમાં આવે, જેથી કોઈ પણ કારણસર મારો હરિભક્ત અન્ન અને*

વસ્ત્રથી વંચિત ન રહે. કૃપા કરી મને આ બે વરદાન આપો.

૩૧ ડિસેમ્બર, ૧૮૦૧ના દિવસે સહજાનંદ સ્વામીએ તેમના હરિભક્તોને 'સ્વામિનારાયણ' મંત્ર, જાપ માટે આપ્યો અને તે દિવસથી તેઓ ભગવાન સ્વામિનારાયણ કહેવાયા. સત્યની શોધમાં નીકળેલા દુનિયાભરના મુમુક્ષુઓ, ભગવાન સ્વામિનારાયણ તરફ દોરાયા અને તે પૈકીના અનેક મુમુક્ષુઓએ ભગવાન સ્વામિનારાયણ પાસે ત્યાગાશ્રમની દીક્ષા લીધી. ભગવાન સ્વામિનારાયણે આ સંતોને આસપાસના પ્રદેશમાં ફરીને લોકોના જીવનમાં પવિત્રતા અને આધ્યાત્મિકતાનો પ્રચાર-પ્રસાર કરવા આહ્વાન કર્યું. અનેક લોકોએ કુટેવો, વ્યસન, અનૈતિક વિચારસરણી-કરણી છોડી દીધાં અને સકારાત્મક જીવનશૈલી અપનાવી.

ભગવાન સ્વામિનારાયણે, કાલવાણીમાં, ૫૦૦ પરમહંસો(પ્રબુદ્ધ આધ્યાત્મિક સંતો)ને દીક્ષા આપી. તેમણે નિયમિત ઉપવાસ અને બ્રહ્મચર્ય જેવી સાધનાને પ્રોત્સાહન આપ્યું. તેમણે પરમહંસોને આ સદ્ગુણો કેળવી, સહનશીલતા અને પ્રેમના સિદ્ધાંતોને આચરણમાં મૂકવા પ્રેરિત કર્યા. પરમહંસોએ ભગવાન સ્વામિનારાયણના આ નિર્દેશને અનુસરવા આજીવન સમર્પણનું વચન આપ્યું.

૧લી જૂન, ૧૮૩૦ના દિવસે ગઢડામાં ૪૯ વર્ષની વયે ભગવાન સ્વામિનારાયણે નશ્વર દેહનો ત્યાગ કર્યો. ગુજરાતમાં ૨૮ વર્ષના ટૂંકા જીવન-કાળમાં એમણે અદ્વિતીય આધ્યાત્મિક ચેતના પ્રગટાવી અને પ્રસરાવી હતી. આ સંપ્રદાયનો મુખ્ય હેતુ સત્સંગીઓનાં જીવનનું આધ્યાત્મિક પરિવર્તન કરવાનો હતો. તેમના શિષ્યો, સમાજના તમામ પ્રકારના લોકો હતા; સામાન્ય ગૃહસ્થોથી લઈ ત્યાગી, ખેડૂતોથી માંડી વૈભવશાળી રાજાઓ, નિરક્ષરોથી લઈ પ્રબુદ્ધ અને સંતોથી લઈ લૂંટારાઓ – તેઓ સૌ સત્સંગી બન્યા હતા. આ સંપ્રદાયમાં જોડાવા માટે અને તેમની કૃપા મેળવવા માટે કોઈ પણ પ્રકારનો ભેદભાવ નહોતો. ભગવાન સ્વામિનારાયણ સૌ હરિભક્તોની વ્યક્તિગત સંભાળ લેતા, તેઓના આનંદ અને આધ્યાત્મિક પ્રગતિની કાળજી રાખતા અને આ રીતે સત્સંગીઓનાં જીવનમાં પરિવર્તન લાવતા હતા.

બાળયોગી નીલકંઠવર્ણીનું આ જીવનચરિત્ર આપણા વિશ્વનાં બાળકો માટે પોતાની પરિસ્થિતિઓને ઓળંગી આગળ વધવાની એક ઉત્તમ પ્રેરણાદાયી બોધકથા છે, જે કાળબાહ્ય છે.

કવિ ખલિલ જીબ્રાનની એક ઉમદા કવિતા છે :

તમારાં બાળકો તમારાં નથી,
તે તો છે પુત્રો અને પુત્રીઓ જીવનની જિજીવિષાનાં;
તે તમારા થકી આવ્યાં છે, તમારામાંથી નહીં,
અને તે તમારી સાથે છે, છતાં તમારાં નથી.

આ પરિપ્રેક્ષ્યમાં જોતાં, પ્રમુખસ્વામીજી બાળકોની કેળવણીમાં ઊંડો રસ શા માટે ધરાવે છે એ સમજવું સરળ છે. પ્રમુખસ્વામીજીએ વિદ્યામંદિરો સ્થાપ્યાં. બાળકોને સદ્‌ગુણસંપન્ન બનાવવાં અને તેમના ઘડતર માટે મૂલ્ય-આધારિત ગ્રામીણ, શહેરી અને આંતરરાષ્ટ્રીય શાળાઓ બનાવી છે. આ બાળકો ભાવિ વિશ્વની આગેવાની કરી તેના પથદર્શક બની શકે, તે માટે તેમને આવતીકાલના વિશ્વ માટે સજ્જ કરાય છે. આ બહુ મોટી જવાબદારી છે. પ્રમુખસ્વામીજીના પ્રયત્નોને કારણે આજે અનેક માતા-પિતાને સમજાયું છે કે બાળકોનો ઉછેર બુદ્ધિપૂર્વક અને પ્રેમપૂર્વક થવો જોઈએ.

'સુવર્ણ બાળ મહોત્સવ'માં ગિરધરનગર-શાહીબાગ હાઈસ્કૂલના ૯મા ધોરણના ૧૪ વર્ષના વિદ્યાર્થી કીર્તન પટેલે મને સવાલ કર્યો : 'રાષ્ટ્રપતિજી ! આપ પ્રથમ વાર પ્રમુખસ્વામીજીને મળ્યા ત્યારે આપના મનમાં પહેલો વિચાર શો આવ્યો ?' આ પ્રશ્નથી મને પ્રમુખસ્વામીજીની ઉપસ્થિતિમાં તેમના પ્રત્યે અનુભવાયેલી મારી સાચી લાગણી જણાવવાની તક મળી. જો આ સવાલ ન પુછાયો હોત તો હું મારી લાગણી અભિવ્યક્ત કરવાની હિંમત કદાચ કદી ન કરી શક્યો હોત.

મેં કીર્તનને જવાબ આપ્યો કે ''કીર્તન ! પ્રમુખસ્વામીજી માનવજાતના વિશાળ દ્વીપસમૂહને જોડતા મહાન સેતુ સમાન છે. માનવસમુદાયે પોતાની જાતને અનેક ટાપુઓમાં વિભાજિત કરી નાખી છે અને આ ટાપુઓ વિવિધ ધર્મો છે. આમાંનો દરેક ટાપુ, એક રળિયામણો વિસ્તાર છે; જે ફળ, ફૂલ, વનસ્પતિ અને રહીશોથી શોભે છે. બધા સુંદર તો છે, પણ એકબીજાથી અલગ છે. પ્રમુખસ્વામીજી આ છૂટા-છવાયા ટાપુઓને પ્રેમ અને કરુણાના સેતુથી જોડી રહ્યા છે. જ્યારે કોઈ પૂછે કે 'આધ્યાત્મિકતા અને સમાજસેવાનો સમન્વય કેવી રીતે કરી શકાય ?' ત્યારે પ્રમુખસ્વામીજી સામો સવાલ કરે છે કે આ બંનેને છુટ્ટા કઈ રીતે પાડી શકો ?''

પ્રમુખસ્વામીજીએ બી.એ.પી.એસ. સંસ્થાને વિશ્વ બંધુત્વનું સ્વરૂપ આપ્યું છે. વ્યવહારુ આધ્યાત્મિકતાના મજબૂત સ્તંભ પર સ્થાપિત એવી બી.એ.પી.એસ. સંસ્થા આજે વિશ્વનાં આધ્યાત્મિક, નૈતિક, સામાજિક પડકારો અને અન્ય સમસ્યાઓના નિવારણ માટે દૂર-દૂર સુધી કાર્યરત છે. પ્રમુખસ્વામીજીએ બી.એ.પી.એસ. સંસ્થાનાં સ્વરૂપ અને ઉદ્દેશની પવિત્રતાને કેન્દ્રમાં રાખીને આ સંસ્થાના પાયા મજબૂત બનાવ્યા છે.

પ્રમુખસ્વામીજીની આગેવાનીમાં બી.એ.પી.એસ. સંસ્થા વિશ્વનાં સમાજો, કુટુંબો અને વ્યક્તિઓની કાળજી રાખવા કટિબદ્ધ અને કાર્યશીલ છે. આ કાર્ય સામૂહિક પ્રેરણા અને વ્યક્તિગત કાળજી દ્વારા કરવામાં આવે છે. આ સત્કાર્યમાં નાત, જાત, રંગ કે દેશના ભેદભાવ વિના – સૌના વિકાસ માટેનાં વિશિષ્ટ આયોજનો કરાય છે. વિવિધ કેન્દ્રો દ્વારા વિશ્વમાં ફેલાયેલી આ સંસ્થા સમગ્ર માનવજાત માટે કાર્યરત છે અને સંયુક્ત રાષ્ટ્રસંઘ સાથે જોડાયેલી છે. આમ, પ્રમુખસ્વામીજીએ બહેતર અને સુખી વિશ્વની પ્રેરણા પર ધ્યાન કેન્દ્રિત કર્યું છે.

સ્વામિનારાયણ સંપ્રદાયના દેશ-વિદેશમાં રહેતા લાખો સમર્પિત હરિભક્તો તેમના દિવસની શરૂઆત મહદ્અંશે પૂજા અને ધ્યાનથી કરે છે. તેઓ ન્યાયી અને પ્રામાણિક જીવન જીવે છે અને રોજ નિયમિત રીતે બીજાની સેવા માટે સમય ફાળવે છે. તેઓ માંસ-મદિરાના સેવન, વ્યસન, વ્યભિચાર અને શારીરિક તથા માનસિક વિકૃતિઓના ત્યાગ માટે આજીવન પ્રતિજ્ઞાબદ્ધ છે. પ્રમુખસ્વામીજીએ વિદેશમાં વસતાં અનેક ભારતીય કુટુંબોનાં બાળકોમાં વિશુદ્ધ નૈતિકતા અને આધ્યાત્મિકતાનું સિંચન કરી, તેઓને એક ઉજ્જ્વળ ભાવિ આપ્યું છે. આ એક એવી મૂલ્ય-આધારિત શૈક્ષણિક ક્રાંતિ છે, જે આધુનિક માનવ ઇતિહાસમાં અદ્વિતીય છે. તેના લાભ આગામી ૧૦-૧૫ વર્ષમાં દેખાશે.

૫

આપણે કરી શકીશું એવો આત્મવિશ્વાસ

એક વિચાર અપનાવો. એ એક વિચારને જ તમારું જીવન
બનાવો. એના વિશે વિચારો, એનું સ્વપ્ન જુઓ, એ વિચારને
જીવો. એ વિચારથી મગજ, સ્નાયુ, નસો અને સમગ્ર શરીરના
દરેક ભાગને ભરી દો. બીજા તમામ વિચારો પડતા મૂકો. બસ,
સફળ થવાનો માર્ગ આ જ છે.

— સ્વામી વિવેકાનંદ

૬ નવેમ્બર, ૨૦૦૫ના દિવસે પ્રમુખસ્વામીજીએ દિલ્હીમાં અક્ષરધામમાં મૂર્તિ-પ્રતિષ્ઠા કરી. દુનિયાના સૌથી મોટા મંદિર અને ૭ આધુનિક અજાયબીઓમાંની એક, એવા અક્ષરધામનો વિશ્વભરમાં જયજયકાર થયો. મને અને વડાપ્રધાન શ્રી મનમોહન સિંઘ તથા વિપક્ષના નેતા શ્રી લાલકૃષ્ણ અડવાણીને મંદિરના ઉદ્ઘાટનમાં ઉપસ્થિત રહેવા આમંત્રણ મળ્યું. આ ભવ્ય મંદિર પરિસરમાં ૪૦,૦૦૦થી વધુ લોકો ઉપસ્થિત હતા. વિશ્વના અનેક દેશોમાં આ ઉજવણીનું જીવંત પ્રસારણ થયું. તેમાં પારંપરિક લોકાર્પણ વિધિની સાથે દેશભક્તિનાં ગીતો, લોકનૃત્યો જેવા સાંસ્કૃતિક કાર્યક્રમો અદ્ભુત રોશની સાથે યોજાયા હતા.

૧૯૬૮થી બી.એ.પી.એસ. સંસ્થાના તે સમયના આધ્યાત્મિક વડા યોગીજી મહારાજે યમુના નદીના તટે એક ભવ્ય મંદિર બાંધવાનું સ્વપ્ન સેવ્યું હતું. નવી દિલ્હીમાં તે સમયે વસતાં માત્ર બે-ત્રણ સત્સંગી કુટુંબોને તેમણે પોતાના આ

સ્વપ્નની વાત કરી હતી અને આયોજન શરૂ કરવાના પ્રયત્નોનો પ્રારંભ પણ થયો, પણ જમીન ઉપલબ્ધ ન હોવાથી ખાસ પ્રગતિ ન થઈ શકી. ૧૯૭૧માં યોગીજી મહારાજ અક્ષરનિવાસી થયા.

પ્રમુખસ્વામીજીએ પોતાના ગુરુ યોગીજી મહારાજનું આ સ્વપ્ન સાકાર કરવાનો દૃઢ સંકલ્પ કર્યો અને તે માટે સતત હરિભક્તોને પ્રેરિત કરતા રહ્યા. સરકારના અધિકારીઓને જમીન મેળવવા માટેની વિનંતી કરવામાં આવી. સરકારે ગાઝિયાબાદ, ગુડગાંવ, ફરીદાબાદ જેવાં અનેક સ્થળોનું સૂચન કર્યું, પણ પ્રમુખસ્વામીજી યમુનાતટે જ યોગીજી મહારાજની ઇચ્છા અનુસાર મંદિર બાંધવા અડગ રહ્યા.

દિલ્હી ડેવલપમૅન્ટ ઑથોરિટીએ એપ્રિલ ૨૦૦૦માં ૬૦ એકર અને ઉત્તરપ્રદેશ સરકારે બીજી ૩૦ એકર જમીન આ આયોજન માટે ફાળવી. મંદિર-નિર્માણ માટે જમીન મળ્યા પછી પ્રમુખસ્વામીજીએ ભૂમિપૂજન કર્યું. ૮મી નવેમ્બર, ૨૦૦૦ના રોજ મંદિર-નિર્માણનું કામ શરૂ થયું. પ્રમુખસ્વામીજીની પરિકલ્પના અનુસાર સોમપુરાઓ અને બી.એ.પી.એસ. સંસ્થાના સાધુઓએ તૈયાર કરેલી ડિઝાઇન પર ૭,૦૦૦થી વધુ કુશળ કારીગરો સાથે, વિશ્વભરમાંથી સેવા આપવા આવેલા બી.એ.પી.એસ. સંસ્થાના ૪,૦૦૦ સ્વયંસેવકોએ, માત્ર પાંચ વર્ષમાં બે દિવસ ઓછા, એટલા ટૂંકા ગાળામાં આ સુંદર, ભવ્ય મંદિર સાથે સંકુલનું કાર્ય પૂર્ણ કર્યું.

ભક્તિ-આંદોલનની પરંપરામાં, મોક્ષપ્રાપ્તિ અથવા અંતિમ મુક્તિ માટે થતી ભગવાનની ઉપાસનાનું એક આવશ્યક અંગ મંદિરોનું સર્જન છે. બી.એ.પી.એસ. સંસ્થાનાં મંદિરો, અક્ષર-પુરુષોત્તમની ઉપાસના માટે જરૂરી એવા ભક્તિમાર્ગને સરળ કરી આપે છે. અહીં હરિભક્તો અક્ષરબ્રહ્મની સંપૂર્ણ આધ્યાત્મિક સ્થિતિ પ્રાપ્ત કરવા માટે પ્રયત્ન કરે છે અને આદર્શ ભક્ત બને છે. આમ, તેઓ પરબ્રહ્મ પુરુષોત્તમ, સર્વોપરી ભગવાન સ્વામિનારાયણને ભજવાની યોગ્ય પદ્ધતિ કેળવે છે.

મેં અક્ષરધામ મંદિરના મારા ઉદ્‌ઘાટનવિધિના વક્તવ્યમાં કહ્યું કે ‘‘અક્ષરધામનું નિર્માણ ૨૧મી સદીના પ્રારંભકાળની ઘટના છે. તેમાં અગણિત હરિભક્તો અને સ્વયંસેવકોની નિષ્ઠા અને સમર્પણનો સમાવેશ છે. અક્ષરધામમાં આજે જે લોકાર્પણ થઈ રહ્યું છે, તે મને પ્રેરણા અને આત્મવિશ્વાસ આપે છે કે

આપણે જે ઇચ્છીએ તે કરી શકીએ છીએ. તમારા જેવા અસંખ્ય પ્રજ્વલિત માનસવાળા હરિભક્તો દ્વારા વર્ષ-૨૦૨૦ પહેલાં વિકસિત ભારતનું સ્વપ્ન સાકાર કરવું હવે ચોક્કસ શક્ય છે.''

ઉદ્‌ઘાટન પછી મેં પ્રમુખસ્વામીજીને પૂછ્યું : ''સ્વામીજી! જ્યારે હું અક્ષરધામ અને આપનું કાર્ય જોઉં છું ત્યારે મને આ મહાન આધ્યાત્મિક કેન્દ્રમાં હજારો ભક્તોની સંગઠનભાવના અને પરિશ્રમની પ્રતીતિ થાય છે. તમે આવા ઉત્સાહી અને આધ્યાત્મિક કાર્યકર્તાઓને કઈ રીતે આકર્ષિત કરો છો? હું તો આવા નિરાળા આધ્યાત્મિક નેતૃત્વનાં, અનેક સપનાં પર સપનાં જોઈ રહ્યો છું જેનાથી હેતુલક્ષી નેતૃત્વ મળે, જે ભારતના 'વિઝન-૨૦૨૦ સ્વપ્ન : રાષ્ટ્રીય અર્થતંત્ર વિકાસ મિશન' માટે અનિવાર્ય છે. પ્રમુખસ્વામીજી ! આપ સાચી આધ્યાત્મિકતાના મૂર્તસ્વરૂપ છો. આપનામાં દિવ્ય તત્ત્વ મૂર્તિમંત છે. આપનામાં એટલી બધી દિવ્યશક્તિ છે કે મને લાગે છે જાણે આ જગતમાં બધું જ શક્ય છે. મારે તમારી સાથે એક બહેતરીન ભારતનિર્માણ માટે કાર્ય કરવું છે.''

પ્રમુખસ્વામીજીએ કહ્યું : ''આપણે સાથે મળીને કામ કરવું જોઈએ. હું પ્રાર્થના કરીશ કે તમને પણ આ આધ્યાત્મિક ઊર્જા પ્રાપ્ત થાય અને વધતી રહે. તમારું જીવન પહેલેથી જ પવિત્ર રહ્યું છે. તમારા માધ્યમથી દિવ્યશક્તિ ભારત માટે કાર્ય કરી રહી છે.'' મેં મંદિર-પરિસરમાં તમિળ સંતકવિ તિરૂવલ્લુવરની પ્રતિમા મૂકવાનું પ્રમુખસ્વામીજીને સૂચન કર્યું અને ઉદ્‌ઘાટન પ્રસંગ માટે વિશેષરૂપે રચેલી મારી કવિતા *'ધ મધર એમ્બ્રેસિસ હર ચિલ્ડ્રન'* પ્રમુખસ્વામીજીને ભેટ ધરી.

મારા પૂર્વજોના ઘરથી મારો પ્રવાસ આરંભાયો;
પ્રેમાળ કુટુંબો.
અનેક ઘોડિયાં,
મારા દેશની સંસ્કૃતિ.
મારી માતાએ પ્રેમથી મારું જતન કર્યું,
મારા પિતાએ શક્તિરૂપે શિસ્ત આપ્યું,
મારે તો કાયમ ત્યાં જ રહેવું હતું,
પરંતુ માતા-પિતાએ આગળ વધવા ને સર્વશ્રેષ્ઠતા પામવા મને ધકેલ્યો.
અહીં મને મારી માતાના કોમળ પ્રેમની અનુભૂતિ થાય છે
અને મારા પિતાની શિસ્તની શક્તિનો પણ

ભારત બધું કરી શકે છે
સાંસ્કૃતિક ધામનું પરોઢ - અક્ષરધામ.

પ્રમુખસ્વામીજીએ કવિતા સાંભળી અને કરુણા નીતરતી પ્રેમાળ નજરે મને જોઈ રહ્યા. કવિતાનો અનુવાદ કરતાં કરતાં સાધુ બ્રહ્મવિહારીદાસે કહ્યું કે ''વિદેશમાં વસતા ભારતીયોમાં, ભારતીય સાંસ્કૃતિક મૂલ્યોની અને શાણપણના જતનની ઘણી જરૂરિયાત છે.'' બી.એ.પી.એસ., આ સામાજિક, સાંસ્કૃતિક અને આધ્યાત્મિક પોષણ પૂરું પાડે છે, એટલે જ બી.એ.પી.એસ.નો વિશ્વસ્તરીય વિકાસ પણ ખૂબ સ્વાભાવિક છે. ભારતીયોના વિદેશ વસવાટના પરિણામે આફ્રિકા, યુરોપ, નોર્થ અમેરિકા અને એશિયા પૅસિફિક દેશોમાં આ સંસ્થાનાં મંદિરોનું નિર્માણ થયું છે. આજે નોર્થ અમેરિકાનાં ૭૦ મંદિરો અને યુરોપનાં ૧૨ મંદિરો સહિત પાંચ ખંડમાં બી.એ.પી.એસ. સંસ્થાનાં ૧,૧૦૦ મંદિરો આવેલાં છે. આ સંસ્થાનું દરેક મંદિર માનવતાલક્ષી પ્રવૃત્તિઓનું કેન્દ્ર છે.

મને આગળ સમજાવાયું કે અક્ષરબ્રહ્મના અવતાર એવા ગુરુહરિની આધ્યાત્મિક આગેવાનીથી જ આ બધાં મંદિરો અને તેની પ્રવૃત્તિઓને ઊર્જા મળી શકે છે. અક્ષરબ્રહ્મનું દૈહિક સ્વરૂપ, ગુણાતીત ગુરુમાં પ્રગટ છે. આ પ્રગટ ગુરુના માધ્યમથી ભગવાન સ્વામિનારાયણ કાયમ માટે આ ધરતી પર પ્રગટ રહે છે તે સત્ય છે. ગુણાતીતાનંદ સ્વામીથી આ આધ્યાત્મિક ગુરુપરંપરા શરૂ થઈ અને ભગતજી મહારાજ, શાસ્ત્રીજી મહારાજ અને યોગીજી મહારાજના માધ્યમથી ચાલતી રહી. વિનમ્ર પ્રમુખસ્વામીજીએ ભલે મને કહ્યું ન હોય, છતાં હું પરોક્ષ રીતે, નિઃશંકપણે સમજી શક્યો કે હું અક્ષરબ્રહ્મના પ્રગટ સ્વરૂપ સામે બેઠો હતો. પ્રમુખસ્વામીજીમાં મને બે સદી કરતાં પણ પુરાણા આધ્યાત્મિક વારસાનો અને ભગવાન સ્વામિનારાયણની ઊર્જાનો પ્રત્યક્ષ અનુભવ થયો. સાચે જ એ મારા જીવનની ધન્ય ક્ષણ હતી. મારા માટે સૌથી મોટું જ્ઞાન તો એ હતું કે મને અક્ષરધામના સર્જનનું મહત્ત્વ સમજાયું. અધ્યાત્મ દ્વારા 'કરી શકીએ છીએ' તેવી ભાવનાનું પ્રત્યક્ષ નિદર્શન, ઊપસી રહેલા વૈશ્વિક ભારતીય સમુદાય માટે આ અત્યંત અનિવાર્ય છે.

તમામ મોટા ગજાનાં કાર્યોની જેમ, અક્ષરધામ યોજનાને પણ અનેક મુશ્કેલીઓ અને પડકારોનો સામનો કરવો પડ્યો હતો. પ્રમુખસ્વામીજીએ ૩૨ વર્ષ સુધી જમીન મેળવવા ધીરજપૂર્વક જહેમત કરી હતી. તજજ્ઞો અનુસાર જે

ભવ્ય સર્જનને બનતાં ૫૦ વર્ષ લાગે તે ભગીરથ કાર્યને માત્ર પાંચ વર્ષમાં સંપન્ન કરવા માટે, ૧૧,૦૦૦ કારીગરો અને સ્વયંસેવકોને સંગઠિત કરી, એક નવી જ ઊર્જાવાળી ટીમ ઊભી કરવાની શક્તિ પ્રમુખસ્વામીજીમાં હતી. ઉપરાંત, આયોજન, બાંધકામ, અમલીકરણ અને આર્થિક સંસાધનોના ભારે મુશ્કેલ પડકારો પણ સામે આવ્યા જ હશે, પણ આ તમામ પડકારો અને અનેક મર્યાદાઓને સર્જનાત્મક, સકારાત્મક અને શાંતિપૂર્વક રીતે ઓળંગીને ઉત્કૃષ્ટ અક્ષરધામ નિર્માણ-યોજના સફળ થઈ.

પ્રિય વાચકમિત્રો ! હું તમને પૂછવા માગું છું કે કાર્યમાં વિઘ્ન આવે તોપણ શું તમે ખંતથી ધ્યેયપ્રાપ્તિ માટે મચી પડો છો ? તમને પૂછવા માગું છું કે વિકટ પરિસ્થિતિનો સામનો કરતાં તમે કદી એવું વિચારો છો કે 'કઠિન પરિસ્થિતિમાં મજબૂત માણસો જ આગળ વધી શકે છે ?' 'મન હોય તો માળવે જવાય' એવું તમે માનો છો ? શું પડકારોને પહોંચી વળવા તમે સજ્જ છો ? શું પડકારોને ઝીલવાની સ્થિતિમાં તમે શ્રેષ્ઠ પરિણામ આપી શકો છો ? તમારા માર્ગમાં આવતા અવરોધોને હટાવવા, શું તમે પરિસ્થિતિને બરાબર સમજી, સામનો કરવા તૈયાર થાઓ છો ? શું તમે સંસાધનોનો આધાર લઈને સમસ્યાના અલગ અલગ ઉપાયો શોધો છો ? શું તમે તમારી જાતને કોઈ પણ સંજોગોમાં પોતાના મત પર અડગ રહી, વિચલિત ન થવાનું વલણ ધરાવતી વ્યક્તિ તરીકે વર્ણવી શકો છો ? શું તમે સફળતા ન મળે ત્યાં સુધી હાથ ધરેલા કાર્યને છોડતા નથી ? વિકટ પરિસ્થિતિનો સામનો કરતી વખતે તમારી વૃત્તિ સમસ્યા જોવાની છે કે ઉકેલ શોધવાની ? શું તમે પણ પ્રમુખસ્વામીજીની જેમ પ્રાર્થના કરો છો કે 'મને ભગવાન જ તાકાત બક્ષે છે અને ભગવાનની કૃપાથી જ હું બધું કરી શકું છું' ? લાંબા ગાળા સુધી સતત અવરોધો ઓળંગી, મુશ્કેલ સંજોગોનો સામનો કરીને સફળ થનારી મહાન વિભૂતિઓનાં જીવનવૃત્તાંતોનો તમે અભ્યાસ કરો છો ? જો અભ્યાસ ન કરતા હો તો જરૂર કરો, કારણ કે, આ વિભૂતિઓનું જીવન ખૂબ પ્રેરણાદાયી અને જ્ઞાનદાયી હોય છે.

મારા પુસ્તક *'ઇનડોમિટેબલ સ્પિરિટ'*માં[૧૫] મેં યુવાનોને આહ્‌વાન કર્યું છે કે 'તમારી સામે આવેલા કાર્ય પ્રત્યેની દૃઢ સમર્પિતતાથી જ સફળતા તમારી સુધી પહોંચે છે. શું તમે કોઈ સંશોધન, આવિષ્કાર, શોધ કે પછી અન્યાય સામે લડત કરીને રાષ્ટ્રના ઇતિહાસમાં એક પૃષ્ઠનું પ્રદાન કર્યું છે ? એ પૃષ્ઠ લખવા બદલ

દુનિયા તમને યાદ કરશે.' ૫૭મા પ્રજાસત્તાક દિવસની પૂર્વસંધ્યાએ રાષ્ટ્રપતિ તરીકે મેં રાષ્ટ્રને કરેલા સંબોધનમાંથી એક અવતરણ આ પુસ્તકમાં ટાંકતાં કહ્યું છે કે "સામાજિક કે રાજકીય – બધી જ વ્યવસ્થાનો આધાર લોકોની ભલમનસાઈ પર છે. કોઈપણ રાષ્ટ્ર તેની સંસદે પસાર કરેલા આ કે તે કાયદાઓને કારણે નહીં, પરંતુ તેના લોકોની મહાનતા અને ભલમનસાઈને લીધે મહાન કે સારું બને છે." ૧૯૧૦ પહેલાં કોઈ ભારતીય વિજ્ઞાનીઓ વિશ્વપ્રસિદ્ધ ન હતા, પણ પ્રથમ વિશ્વયુદ્ધ પછી, ખાસ કરીને ૧૯૨૦ અને ૧૯૨૫ની વચ્ચે – રાષ્ટ્રવાદના જુસ્સાથી પ્રેરાઈને – જગદીશચંદ્ર બોઝ, સી.વી. રામન, મેઘનાથ સહા અને શ્રીનિવાસ રામાનુજન વિજ્ઞાન-જગતના ઝળહળતા તારલા બનીને ઊભરી આવ્યા. આ યુવાનોના જીવનનો ઉદ્દેશ સ્પષ્ટ હતો કે અમે પણ સિદ્ધિ મેળવી શકીએ છીએ. આ યુવાનોએ પશ્ચિમમાં જઈને સિદ્ધિ દ્વારા પોતાના ખમીરને સાબિત કરી બતાવ્યું, કારણ કે તેમના મનમાં સ્વ-અભિવ્યક્તિની જરૂરિયાત અને ખુદને સાબિત કરી દેખાડવાની પ્રબળ ઇચ્છા જાગ્રત હતી.

મારા પુસ્તક *'ઇનડોમિટેબલ સ્પિરિટ'*નું સમાપન મેં નોબલ-પુરસ્કૃત સર સી.વી. રામને ૧૯૬૯માં યુવાન સ્નાતકોના સમૂહને કરેલા સંબોધન સાથે કર્યું : "હું કોઈ પણ જાતના વિરોધભાસના ભય વિના દાવો કરી શકું છું કે ભારતીય માનસની ગુણવત્તા કોઈ પણ ટ્યુટોનિક, નોર્ડિક કે એન્ગ્લોસેક્શન માનસની ગુણવત્તાની સમકક્ષ છે. બસ, કદાચ આપણામાં સાહસ અને પ્રેરણા ખૂટે છે. આ બંને બાબતો વ્યક્તિને ધારે ત્યાં પહોંચાડી શકે. લાગે છે કે આપણે જ એક લઘુતાગ્રંથિ ઊભી કરી છે."

ભારતે ૨૦૨૦ સુધીમાં વિકસિત રાષ્ટ્ર બનવાનું સ્વપ્ન સેવ્યું છે. આ સ્વપ્ન તો જ સાકાર થાય કે જો આપણે એક દશક સુધી દેશનો કુલ ઘરેલું ઉત્પાદન (GDP) ૧૦ ટકાથી વધુ ટકાવી રાખીએ, એ સાથે ગરીબીરેખા નીચે જીવતી ૨૨ ટકા વસ્તીનું ઉત્થાન પણ કરીએ. તદુપરાંત, શિક્ષણ, આરોગ્ય રોજગાર, આંતર-માળખાકીય સુવિધાઓ અને સુરક્ષાની દૃષ્ટિએ પણ લોકોની જીવનશૈલી ગુણવત્તાસભર બનાવીએ. સાથોસાથ આ સ્વપ્નને સાકાર કરવા ટેક્નોલોજીની ભૂમિકા પણ ખૂબ મહત્ત્વની છે.

વિશ્વના દેશોમાં ભારત આજે એક અનોખા સ્થાને છે. બધા વિકસિત દેશોની નજર આજે ભારત પર મંડાઈ છે, કેમ કે, ભારત યુવાન, બુદ્ધિશાળી

માનસનું સંસાધન પૂરું પાડતો શ્રેષ્ઠ સ્રોત છે. સાંસ્કૃતિક યુગમાં ભારતનો ઐતિહાસિક દરજ્જો મોખરાનો હતો. જ્યારે સમાજ પોતાનું ધ્યાન કૃષિથી જ્ઞાન તરફ કેન્દ્રિત કરશે ત્યારે ભારતને એ મોખરાનો દરજ્જો પુનઃ પ્રાપ્ત થશે. આપણા સૌ માટે જ્ઞાન ખૂબ લાભદાયક છે : ભારત પાસે જ્ઞાનના આધારે આર્થિક મહાસત્તા બનવાની અને વિકસિત રાષ્ટ્રનો દરજ્જો મેળવવાની અજોડ તક છે. ભારતના ૫૪ કરોડ સશક્ત યુવાનોના ખભે દેશનું ભાવિ ઘડવાની ખૂબ મોટી જવાબદારી છે. યુવાનોની સુષુપ્ત શક્તિઓને જાગ્રત કરવા વિચારપૂર્વકનાં પગલાં ભરવાં જરૂરી છે. જીવનમાં સફળતા પામવા અને પોતાની સુષુપ્ત શક્તિઓને સાકાર કરવા માટેનાં આવશ્યક ત્રણ પગલાંનું જીવંત, ઝળહળતું ઉદાહરણ પ્રમુખસ્વામીજીનું જીવન છે. આ પગલાં છે : ૧. ઊંચું લક્ષ્ય રાખો, ૨. જ્ઞાનપ્રાપ્તિ કરો અને ૩. સખત મહેનત કરો તથા સમસ્યાઓને પહોંચી વળવા ખંતીલા બનો.

ઘણી બધી બાબતોમાં પ્રમખુસ્વામીજીની મહાનતાનું અનુકરણ કરવું એ કલ્પના બહારની વાત જણાઈ આવે, પરંતુ વિકસિત રાષ્ટ્રનો દરજ્જો મેળવવાની પ્રગતિ સાધવા પ્રમુખસ્વામીજીએ ચરિતાર્થ કરેલા સેવા અને સમર્પણ જેવા સદ્ગુણો અનિવાર્ય છે. રામાનંદ સ્વામીએ ભગવાન સ્વામિનારાયણને આપેલાં બે વરદાન આજે પ્રમુખસ્વામીજીના માધ્યમથી પરિપૂર્ણ થતાં જણાય છે. એક કે, તેઓના હરિભક્તને જો એક વીંછીના ડંખની વેદના સહન કરવાની આવે તો કોટિ કોટિ વીંછીના ડંખની પીડા તેમના શરીરના એક એક રુંવાડાને થજો પણ હરિભક્તને લેશમાત્ર વેદના ન થાય. બીજું કે, હરિભક્તના ભાગ્યમાં જો ભિક્ષાપાત્ર લખ્યું હોય તો તે ભિક્ષાપાત્ર તેમના ભાગ્યમાં લખાય, જેથી કોઈ પણ કારણે હરિભક્ત અન્ન-વસ્ત્રોથી વંચિત ન રહે.

પ્રમુખસ્વામીજીના જીવનમાંથી વિપરીત પરિસ્થિતિમાં પણ ખંતથી કાર્યરત રહેવાના ગુણનો પુરાવો મળે છે. એમના સાચા હરિભક્તો સામે જ્યારે વિપરીત પરિસ્થિતિ ઊભી થાય છે ત્યારે તેમના મોંમાંથી આ શબ્દો સંભળાય છે કે 'કઠિન પરિસ્થિતિમાં મજબૂત માણસો જ આગળ વધી શકે' અને 'મન હોય તો માળવે જવાય.' તેઓ પડકારોને પહોંચી વળવા હંમેશા તૈયાર હોય છે, એટલે જ તેઓ શ્રેષ્ઠ કાર્ય કરી શકે છે. ઉપલબ્ધ સંસાધનોનો મહત્તમ ઉપયોગ કરી, પરિસ્થિતિ પ્રમાણે અનુકૂળ થઈ, તેઓ તેમના રસ્તાના અવરોધોને પહોંચી વળવાના ઉપાયો

શોધી લે છે. સફળતા ન મળે ત્યાં સુધી તે કાર્યને છોડતા નથી. 'પ્રમુખસ્વામીજી મને જે બળ પૂરું પાડે છે તેના દ્વારા હું બધું જ કરી શકું છું' એવો વિશ્વાસ દૃઢ બને છે. અલબત્ત, પ્રમુખસ્વામીજી તો આવા સન્માનને પણ સ્વીકારતા નથી. તેઓ માત્ર એટલું જ કહે છે : 'ભગવાન હોય ત્યાં બધું જ શક્ય છે.'

મને હાલના સંજોગોમાં બી.એ.પી.એસ. જેવી સાલસ અને વિકાસશીલ સંસ્થાઓ વધુ ને વધુ સ્થપાય તેની જરૂરિયાત જણાઈ રહી છે. આવી સંસ્થાઓના માધ્યમથી આપણે ધરતીના દૂર દૂરના પ્રદેશોમાં રહેતા લોકોની અલગ અલગ જરૂરિયાતોને સમજી શકીશું. સમગ્ર વિશ્વમાં પ્રામાણિકતા, નિષ્ઠા અને માનવતાના સિદ્ધાંતો પર રચાયેલી અને નિઃસ્વાર્થભાવે સંચાલિત બિનસરકારી સંસ્થાઓ (NGOs) આજના સમયની તાતી જરૂરિયાત છે. પ્રમુખસ્વામીજી સાચા અર્થમાં એક જાદુગર છે, જેઓ સામાન્ય લોકોને ઉમદા લોકોમાં પરિવર્તિત કરે છે એટલું જ નહીં, પણ આવા ઉમદા લોકોને મહાન સંસ્થાઓમાં પરિવર્તિત કરે છે.

૬

સ્વનું નિયમન : ધર્મનો સાચો માર્ગ

'સમજુ માણસ પોતાની જાતને નિયમનમાં રાખે છે. અણસમજુ માણસ પોતાના બદલે બીજાને નિયમનમાં રાખવા મથે છે.'

– **પ્રમુખસ્વામીજી**

વર્ષ ૨૦૦૬માં ભારતના રાજકારણમાં 'ઑફિસ ઑફ પ્રૉફિટ'નો મુદ્દો રાજકીય વિવાદના કેન્દ્રસ્થાને રહ્યો હતો. 'ઑફિસ ઑફ પ્રૉફિટ'નો સામાન્ય અર્થ એ થાય છે સંસદસભ્યો કે ધારાસભ્યો વગેરે ચૂંટાયેલા પ્રતિનિધિઓની નિમણૂક કોઈ સરકારી બૉર્ડ કે કૉર્પોરેશનમાં ડિરેક્ટર કે ચૅરમૅનપદે કરવામાં આવે અને આ નિમણૂકને કારણે એ લોકપ્રતિનિધિને હોદ્દાની રૂએ આર્થિક લાભ, નાણાકીય વળતર કે અન્ય ફાયદા મળતા હોય. આ લાભ કેટલો છે, એ મહત્ત્વનું નથી. પરંતુ ભારતીય બંધારણની કલમ ૧૦૨(૧)(એ) અનુસાર, કેન્દ્ર કે રાજ્ય સરકારના કોઈપણ બૉર્ડ કે નિગમમાં ધારાસભ્ય કે સંસદસભ્ય ડિરેક્ટર કે ચૅરમૅન જેવા પદ પર નિયુક્ત થાય તો 'ઑફિસ ઑફ પ્રૉફિટ'ના ભંગ બદલ તેની બરતરફી થઈ શકે કે ગેરલાયક પાત્ર ઠરે. અલબત્ત, સંસદે અગાઉ બંધારણની આ કલમમાંથી મંત્રીઓ, વિપક્ષી નેતા જેવા કેટલાક હોદ્દાઓને અપવાદ તરીકે બાકાત રાખેલા હતા.

ઉત્તરપ્રદેશ ફિલ્મ ડેવલપમૅન્ટ કૉર્પોરેશનનું અધ્યક્ષપદ ધરાવવા બદલ જ્યારે શ્રીમતી જયા બચ્ચનને રાજ્યસભાના સંસદસભ્ય તરીકે ગેરલાયક ઠેરવાયાં

ત્યારે વિવાદનો મધપૂડો છંછેડાયો હતો. મામલો છેક સુપ્રીમ કોર્ટ સુધી પહોંચ્યો અને અદાલતે જયા બચ્ચનને ગેરલાયક ગણવા અંગેના આદેશને પડકારતી તેમની અરજીને નામંજૂર કરી. સુપ્રીમ કોર્ટે નોંધ્યું કે વ્યક્તિને ઑફિસમાંથી ખરેખર કોઈ વળતર અથવા આર્થિક લાભ મળ્યો છે કે નહીં તે અગત્યનું નથી, પણ જે તે કલમ હેઠળ, વ્યક્તિ આ હોદ્દો ધરાવતી હતી એ બાબત જ તેમને સંસદસભ્ય તરીકે ગેરલાયક ઠરાવવા માટે પર્યાપ્ત હતી. સરકારો — ખાસ કરીને મોરચા સરકારો — ધારાસભ્યોને અને સંસદસભ્યોને પોતાના પક્ષમાં જાળવી રાખવા માટે આ પ્રકારના શક્ય તમામ પ્રયાસો કરતી હતી. ધારાસભ્યો અને સંસદસભ્યોના સંભવિત વિરોધને ખાળવા તેમને બૉર્ડ અને નિગમમાં મલાઈદાર હોદ્દા આપવાનો શિરસ્તો જાણે કે પ્રણાલી બની ગઈ હતી. આ રીતે રાજકીય પક્ષો સંભવિત અસંતુષ્ટોને સાચવી લેતા.

વિપક્ષોએ જયા બચ્ચનના આ ચુકાદાને પગલે, પોતાના સંસદસભ્યો અને ધારાસભ્યોના પગ તળે રેલો ન આવે અને તેઓ ગેરલાયક ન ઠરે તે માટે આ ચુકાદામાંથી છટકવા, ચતુરાઈપૂર્વક તે સમયના સત્તાપક્ષ કૉંગ્રેસનાં અધ્યક્ષા શ્રીમતી સોનિયા ગાંધી સામે આ ચુકાદાનો ઉપયોગ કર્યો, કારણ કે સોનિયાજી રાષ્ટ્રીય સલાહકાર સમિતિનાં અધ્યક્ષા હતાં, જે 'ઑફિસ ઑફ પ્રૉફિટ' હતી. ૨૩મી માર્ચ, ૨૦૦૬ના રોજ શ્રીમતી સોનિયા ગાંધીએ લોકસભા સાંસદ અને રાષ્ટ્રીય સલાહકાર સમિતિનાં અધ્યક્ષપદેથી — એમ બંને હોદ્દા પરથી રાજીનામું આપ્યું.

જો સુપ્રીમ કોર્ટના આ ચુકાદાનો અમલ થાય તો સંસદમાંથી વિવિધ પક્ષોના ૪૩ સાંસદો અને રાજ્યોની વિધાનસભાઓમાંથી ૨૦૦ ધારાસભ્યો આ જ કાયદા હેઠળ ગેરલાયક ઠરે તેમ હતા. આ પરિસ્થિતિમાંથી બચવા વિવિધ પક્ષો વચ્ચે એવી સહમતી સધાઈ કે સાંસદો અને ધારાસભ્યોની બરતરફીને બચાવવા બંધારણમાં ફેરફાર કરવો. પરિણામે, ૧૭મી મે, ૨૦૦૬ના રોજ સંસદમાં રાષ્ટ્રીય સલાહકાર સમિતિના હોદ્દા સહિત ૫૬ હોદ્દાને 'ઑફિસ ઑફ પ્રૉફિટ' ન ગણવા અને સંસદસભ્યોને ગેરલાયક ન ઠરાવવા એક ખરડો પસાર કરાયો. રાજ્યસભામાં બહુમતીથી આ વિધેયક પસાર થયું.

જ્યારે 'ઑફિસ ઑફ પ્રૉફિટ' તરીકે પ્રચલિત થયેલું બંધારણીય સુધારા વિધેયક-૨૦૦૬, પાર્લામેન્ટ (ગેરલાયક ઠેરવતા અટકાવવાનું), મારી પાસે મંજૂરી

માટે આવ્યું ત્યારે મને લાગ્યું કે આ ખરડામાં મનસ્વીપણે છૂટછાટ આપવામાં આવી હતી. 'ઑફિસ ઑફ પ્રૉફિટ'ની વિભાવના બંધારણના ઘડવૈયાઓ દ્વારા તૈયાર કરવામાં આવી હતી. બંધારણના ઘડવૈયાઓ માનતા હતા કે સંસદે વહીવટીતંત્ર સમક્ષ વિરોધ નોંધાવવો જ જોઈએ, પરંતુ મંત્રીઓ અને સંસદના કેટલાક સભ્યો પોતાના સંસદકાળ દરમ્યાન વહીવટી પદ ધરાવતા હોવાના કારણે, આ પદ પૈકી કેટલાંક પદ અને અધિકારોને કાળજીપૂર્વકની વિશેષ છૂટછાટ આપવાનો માર્ગ શોધાયો હતો. આ સુધારા ખરડામાં આ પ્રકારની ચાળીસ કરતાં વધુ છૂટછાટ આપવામાં આવી હતી. મોટા ભાગના નિષ્ણાતોએ મને સલાહ આપી કે ખરડાને જે રીતે ડ્રાફ્ટ કરવામાં આવ્યો હતો, તેમાં બંધારણના ઘડવૈયાઓ દ્વારા કાળજીપૂર્વકની વિશેષ છૂટછાટ આપવાની મુખ્ય પરિકલ્પના પાછળનો સિદ્ધાંત ખતમ થઈ જતો હતો. મારું માનવું હતું કે ખરડામાં આપવામાં આવેલી છૂટછાટોમાં બંધારણનો મૂળ હેતુ જળવાવો જ જોઈએ. કેટલાક ચોક્કસ રાજકારણીઓનું સંસદસભ્ય પદ કે ધારાસભ્ય પદ ગુમાવવાનું જોખમ ઊભું થતું હોય તો તેઓને બચાવવા માટે દેશના બંધારણમાં ફેરફાર શા માટે કરવો જોઈએ ?

દરેક લાયકાતને – આ કિસ્સામાં ગેરલાયકાતને – દૂર કરવા પાછળનો મુખ્ય ઉદ્દેશ જાણે સત્તાને ટકાવવા માટેનો હતો. મારો અભિપ્રાય સ્પષ્ટ હતો કે આ કાયદો લોકપ્રતિનિધિના સભ્યપદની શુદ્ધતા અને સ્વતંત્રતા પર એક રીતની તરાપ હતી અને આ ખરડો પસાર કરાવનારા રાજકીય પક્ષોનું એકમાત્ર ધ્યેય – આ લોકપ્રતિનિધિઓને ગેરલાયક ઠરવામાંથી અભયદાન આપવાનું હતું, જેથી તેઓ મલાઈદાર હોદ્દાનો લાભ મેળવતા રહે. લગભગ તમામ રાજકીય પક્ષો થોડાઘણા અંશે કૉંગ્રેસ અને સમાજવાદી પક્ષ જેવી જ મનોસ્થિતિમાં હતા. આ કારણે, તેમના વર્તમાન અને ભાવિ રાજકીય લાભોના રક્ષણ માટે આ મુદ્દે તમામ રાજકીય પક્ષો વચ્ચે ક્યારેય જોવા ન મળી હોય તેવી એકતા અને સહમતી જળવાય એ બાબત સ્વાભાવિક જણાતી હતી. મને લાગતું હતું કે જે જે રાજકીય પક્ષોએ શ્રીમતી જયા બચ્ચન અને શ્રીમતી સોનિયા ગાંધી પર આક્ષેપો કર્યા હતા, તેમને આ બંધારણીય આદર્શને નબળો પાડવા, સમજૂતી કરવાનો કોઈ જ નૈતિક અધિકાર નહોતો.

મારી પાસે ત્રણ વિકલ્પ હતા : ખરડા પર સહી કરવી, સહી કરવાનો ઈનકાર કરવો, અથવા મારા અધિકારનો ઉપયોગ કરી લોકસભાને ખરડામાં

ફેરફાર કરવા માટેની પુનઃવિચારણાની વિનંતી સાથે ખરડો પાછો મોકલવો. મારી પાસે 'મંત્રીઓની કાઉન્સિલ અથવા વડાપ્રધાનની સલાહ હેઠળ' કામ કરવા સિવાય બહુ ઓછા વિકલ્પો હતા, પણ કલમ ૧૧૧ હેઠળ, ભારતના રાષ્ટ્રપતિએ 'સલાહ હેઠળ કામ કરવાની' જરૂર નથી હોતી અને તે સ્વતંત્ર નિર્ણય લઈ શકે છે. મેં ત્રીજો વિકલ્પ પસંદ કર્યો. મેં લોકસભાને ખરડા પર ફેરવિચારણા કરવા તથા સૂચિત સુધારા પાછલી અસરથી લાગુ કરવાની ખરડાની જોગવાઈઓની યોગ્યતા અને કાયદેસરપણા અંગે તપાસ કરવા કહ્યું. મારા મતે, ખરડામાં લાયકાતમાં છૂટછાટ અંગે ન્યાયપૂર્ણ અને વાજબી ફેરફાર કરવા પર ધ્યાન કેન્દ્રિત કરવું જોઈતું હતું, જેને તમામ રાજ્યો અને કેન્દ્રશાસિત પ્રદેશોમાં લાગુ પાડી શકાય.

મને ખરેખર આશ્ચર્ય થયું કે યુનાઇટેડ પ્રોગ્રેસિવ અલાયન્સ(UPA) સરકારે કોઈ પણ ફેરફાર કર્યા વિના મને વિધેયક પાછું મોકલ્યું. તેઓના વધુ શાણપણ-ભર્યા નિર્ણયની આશાએ મેં સત્તર દિવસ સુધી રાહ જોઈ, પણ આગામી વર્ષે મારો કાર્યકાળ પૂરો થાય ત્યાં સુધી હું વિધેયક રોકી રાખીશ અથવા તો વિરોધ-પક્ષ એટલે કે નેશનલ ડૅમોક્રેટિક અલાયન્સ(NDA)ની માગ મુજબ કાયદાકીય અભિપ્રાય લઈશ, એવી અટકળો વચ્ચે, આખરે સરકાર દ્વારા બંધારણની કલમ ૧૦૨માં ઉલ્લેખ મુજબ, 'ઑફિસ ઑફ પ્રૉફિટ'ની વ્યાખ્યામાં શું સમાવેશ થઈ શકે, તે નક્કી કરવા માટે જોઇન્ટ પાર્લામેન્ટરી કમિટી(સંયુક્ત સંસદીય સમિતિ)ની રચના થયા પછી, મેં ખરડા પર સહી કરી. એ ૧૮ ઑગસ્ટ ૨૦૦૬નો દિવસ હતો.

આ સમય દરમ્યાન, હું ખૂબ જ નૈતિક દ્વિધામાં હતો: મારે ખરડા પર સહી કરવી જોઈએ કે રાજીનામું આપી દેવું જોઈએ? મને આધ્યાત્મિક માર્ગદર્શનની જરૂર હતી : ખરડામાં ખામી છે એવી મને ખાતરી હોવા છતાં, તેના પર સહી કરીને કાયદો બનવા દેવો જોઈએ કે કેમ? તે બાબતે માર્ગદર્શન જોઈતું હતું. ૧ સપ્ટેમ્બર, ૨૦૦૬ના રોજ પ્રમુખસ્વામીજી દિલ્હી પધાર્યા. ૧૧ સપ્ટેમ્બરના રોજ હું એમનાં દર્શન માટે અક્ષરધામ ગયો. હું મારી મૂંઝવણ વિશે પ્રમુખસ્વામીજી સાથે વાત કરવાનો વિચાર કરતો હતો, પણ હું વિષય રજૂ કરું એ પહેલાં તો પ્રમુખસ્વામીજીની ઉપસ્થિતિમાં મને મારા તમામ પ્રશ્નોના જવાબ મળી ગયા.

પ્રમુખસ્વામીજી સાથે અક્ષરધામ મંદિરના પરિસરમાં ચાલતાં ચાલતાં મેં એ સુંદર ગજેન્દ્ર પીઠિકા જોઈ, જેમાં પાંચ અંધ માણસો હાથીના આકારનું વર્ણન કરવાની કોશિશ કરે છે. આ અંધ માણસોમાંથી કોઈ પણ હાથીના આકારનું સાચું વર્ણન કરી શક્યા નહીં. સૌનું વર્ણન અને વ્યાખ્યા આંશિક અને અપૂર્ણ હતી. આ બોધકથા સમજાવે છે કે માણસનો વ્યક્તિગત અનુભવ સાચો હોઈ શકે, પણ આવો અનુભવ સ્વાભાવિકપણે જ મર્યાદિત હોય છે, કારણ કે તે અન્ય સત્યો અથવા સંપૂર્ણ સત્યનું મૂલ્યાંકન કરવામાં વ્યક્તિ ક્યારેક નિષ્ફળ - અસમર્થ રહે છે. સત્યની અભિવ્યક્તિમાં ઘણી વખત સાપેક્ષતા, મતભેદ અને મર્યાદાઓ હોઈ શકે, એ અંગે આ પ્રકારની બોધકથાઓ ઊંડી સમજ પૂરી પાડે છે. એ જ રીતે, નિષ્ણાતોના અભિપ્રાયો પણ અલગ અલગ પરિપ્રેક્ષ્યને કારણે જુદા હોય છે. ખરડા પર હસ્તાક્ષર કરવા કે નહીં? તે અંગેની મારી અંગત મૂંઝવણમાં, નિષ્ણાતોના અભિપ્રાયોના પ્રવાહથી હું વધુ મૂંઝાઈ ગયો હતો – સૌના અભિપ્રાયોની પાછળનો હેતુ સારો જ હતો, છતાં પણ તે અર્ધસત્યો હતાં. તેથી જ બંધારણનું પાલન કરવાનો અને સંસદની સર્વોપરિતા સમક્ષ શિશ ઝુકાવવાનો મારો નિર્ણય સાચો હતો.

મારા મનની બધી મૂંઝવણો દૂર થઈ, મેં રાહત અનુભવી અને પ્રમુખ-સ્વામીજીનો આભાર આ વૈદિક ઉચ્ચારણ કરી માન્યો : ''*પશ્યેમ શરદઃ શતમ્, જીવેમ શરદઃ શતમ્*'', જેનો અર્થ થાય છે : ''આપણે સૌ સો વર્ષ સુધી જોઈએ, સો વર્ષ સુધી જીવીએ.'' સ્વામીજીએ સ્મિત સાથે કહ્યું : ''રાષ્ટ્રપતિજી ! મારી સાથે તમારે પણ સો વર્ષ જીવવું પડશે.'' ત્યારબાદ તેમણે કહ્યું: ''શ્રીમદ્ ભગવદ્-ગીતામાં આ આધ્યાત્મિક સત્યનો ઉલ્લેખ થયો છે – '*ન જાયતે મ્રિયતે વા કદાચિન્...* – આત્મા અમર છે; તે ક્યારેય જન્મ લેતો નથી અને મૃત્યુ પણ પામતો નથી.'' તેમણે પ્રસન્નતાપૂર્વક મારા સ્નેહનો સ્વીકાર કર્યો, મારા પ્રત્યે પ્રેમની લાગણી વ્યક્ત કરી અને છતાં તેઓ સો વર્ષ જીવે તેવી મારી ઇચ્છાનો અસ્વીકાર કર્યો.

પ્રમુખસ્વામીજી જટિલ સત્યોને રજૂ કરવા માટે સાદી ભાષા અને દૃષ્ટાંતોનો ઉપયોગ કરે છે. મેં તેમને પૂછ્યું : ''કોઈ વ્યક્તિ ઈશ્વરીય ચેતના સાથે વધુ સારી રીતે કેવી રીતે જોડાઈ શકે?'' પ્રમુખસ્વામીજીએ મને કહ્યું : ''તમે રૉકેટ વિજ્ઞાની છો. તમારાથી વધુ સારી રીતે કોણ સમજી શકે કે જ્યાં સુધી

ગુરુત્વાકર્ષણ બળ હોય ત્યાં સુધી આપણે જે કંઈ પણ ફેંકીએ તે હંમેશાં નીચે આવવાનું છે. પણ એક વાર રૉકેટ પૃથ્વીના ગુરુત્વાકર્ષણ બળની બહાર નીકળી જાય પછી એ પાછું નીચે પડશે નહીં અને અવકાશમાં તર્યા કરશે. એ જ રીતે, જ્યાં સુધી આપણે આ શારીરિક સુખાકારી, મનની ઇચ્છાઓ અને ભૌતિક વિશ્વ સાથે જોડાયેલા અને આકર્ષાયેલા રહીશું ત્યાં સુધી આપણે જન્મ-મૃત્યુના ચક્રમાં ફરતાં રહીશું, તેમાંથી છટકી નહીં શકાય; પણ જેમ જેમ તમારી સાંસારિક ઇચ્છાઓ ઓછી થતી જશે, તેમ તમે દુન્યવી આકર્ષણોથી બહાર, પેલે પાર નીકળી જશો અને અંતે, ભગવાન સાથે તાદાત્મ્ય સાધી શકશો.''

મારા જીવનની શરૂઆતમાં જ હું મારા પિતા પાસેથી સાદા જીવનના સદ્‌ગુણો શીખ્યો હતો. પછીથી મને સમજાયું કે સાદું જીવન એ સ્વતંત્રતા, ખુદને જાણવાની અને આત્મજ્ઞાનની ગુરુચાવી છે. હું સાદું જીવન જીવતા લોકોમાંથી પ્રેરણા મેળવી, મારી ખુદની સાદગી અને ઓછી જરૂરિયાતોવાળું જીવનસ્તર ટકાવી રાખવાના પ્રયત્નો આજીવન કરતો રહ્યો છું. મારા પુસ્તક *'ગાઈડિંગ સોલ્સ*(પથદર્શક વિભૂતિઓ)'માં મેં હઝરત ખલીફા ઉમરની વાત કરી છે. આ અત્યંત શક્તિશાળી અને અકલ્પનીય સંપત્તિ ધરાવતા મહાપુરુષ દરવાજા વિનાની માટીની ઝૂંપડીમાં રહેતા અને રોજ સાંજે શેરીઓમાં ચાલતાં જ નગર-ચર્યા માટે નીકળતા. એ સ્વયં માત્ર જવની રોટી કે ખજૂરના ખોરાક અને પાણી પર ગુજારો કરતા, અને બાર જગ્યાએથી ફાટેલો કે ઘસાયેલો, ચીંથરેહાલ, ખૂલતો લાંબો ઝભ્ભો પહેરતા અને ઉપદેશ આપતા. સ્વયંશિસ્ત એ જ ધર્મનો સાચો માર્ગ છે; જીવન જીવવાનો સાચો અને જવાબદારીવાળો માર્ગ. પ્રમુખ-સ્વામીજીની સ્વયંશિસ્ત એટલી સંપૂર્ણ છે કે જાણ્યે-અજાણ્યે તે તેમની પ્રકૃતિ બની ગઈ છે.

સાદગી એ જાણે પ્રમુખસ્વામીજીનો મૂળમંત્ર છે, એવું મને દેખાય છે; સાથોસાથ હિંમત, સહિષ્ણુતા, પ્રામાણિકતા અને ધીરજ જેવા સદ્‌ગુણોનો સમન્વય પણ દેખાય છે. લોકો કદાચ યુવાનીમાં સાદગી પર વધુ ધ્યાન આપતા નથી. હજારો વેપારીઓ 'રૂપિયા ખર્ચીને ભૌતિક વસ્તુઓ વસાવવાથી ખુશીઓ મેળવી શકાય છે' – એમ કહીને યુવાનોને ગેરમાર્ગે દોરે છે, હું જ્યારે હજારો યુવાન સ્વયંસેવકોને અક્ષરધામ ખાતે સેવામાં જોડાયેલા જોઉં છું ત્યારે મને સમજાય છે કે અક્ષરધામ એ આજના યુવાનો માટે અતુલ્ય ભેટ છે, જે તેમને ગ્રાહકવાદ,

ભૌતિકવાદ અને પલાયનવાદને બદલે વૈકલ્પિક જીવનશૈલી પૂરી પાડે છે.

મારા મન પર બોજારૂપ બનેલા મુદ્દા વિશે સ્વામીજી સાથે વાતચીત કરીને સ્પષ્ટતા મેળવ્યા બાદ દિલ્હીના અક્ષરધામ મંદિરની બહાર નીકળતી વખતે તમિળ સંતકવિ તિરૂવલ્લુવરની પ્રતિમા જોઈને મને અત્યંત ખુશી થઈ. આધ્યાત્મિક જ્ઞાન અને સાહિત્યિક કૌશલ્યના મહાન સ્વામી અને પોતાની રચનાઓને કારણે સદાય પ્રસ્તુત ગણાતા તિરૂવલ્લુવરની પ્રતિમાને, અક્ષરધામ ઉદ્‌ઘાટનના દિવસે પ્રમુખસ્વામીજીને જણાવેલી મારી ઇચ્છા મુજબ, મુખ્ય મંદિરની બહારની કોતરણીયુક્ત દીવાલ પર મંડોવરમાં સ્થાપવામાં આવી હતી. તે દિવસે મને, પ્રમુખસ્વામીજી નાની નાની બાબતોનું કેવું ધ્યાન રાખે છે તે સમજાયું. પ્રમુખસ્વામીજી મહાન સ્વપ્નદ્રષ્ટા છે, પણ નાનામાં નાની બાબતને પણ ભૂલતા નથી. પ્રમુખસ્વામીજી પોતાનું વચન પાળે છે; ફક્ત મારા માટે જ નહીં, સૌના માટે. પ્રમુખસ્વામીજી દરેકની જરૂરિયાતો પૂરી કરી અને પોતાને કરવામાં આવેલી દરેક વિનંતીને માન્ય રાખી, પોતાની આસપાસ રહેલી નાની નાની બાબતો વિશે કઈ રીતે સભાન રહી શકે છે? આવું તેઓ કરી શકે છે, કારણ, તેઓ ભગવાનમાં એટલા તો લીન છે અને ભગવાનને સંપૂર્ણપણે સમર્પિત છે. મને તિરૂવલ્લુવરની એક કુરળ (ટૂંકી તમિળ કવિતા) યાદ આવે છે, જે પ્રમુખ-સ્વામીજીની મહાનતાને વ્યક્ત કરવા માટે બિલકુલ યોગ્ય છે.

கோளில் பொறியிற் குணமிலவே எண்குணத்தான்
தாளை வணங்காத் தலை

જે શીશ આઠ સદ્‌ગુણોના સ્વામી સમક્ષ પ્રાર્થનામાં નમતું નથી,
એ નિષ્ક્રિય ઇન્દ્રિયો ધરાવતા શરીર સમાન છે (કુરળ-૯)

પ્રમુખસ્વામીજીનું શીશ સદૈવ ભગવાનનાં ચરણોમાં હોવાને કારણે, હું તેમને તમામ આઠ સદ્‌ગુણોના સંપૂર્ણ મૂર્ત સ્વરૂપ માનું છું. આ આઠ સદ્‌ગુણો છે : વિશ્વાસ, નૈતિક ઉત્કૃષ્ટતા, જ્ઞાન, આત્મસંયમ, ખંતપૂર્વક કાર્યરત રહેવું, દિવ્ય ભાવ, સદ્‌ભાવ અને પ્રેમ.

૭

પરમેશ્વરના શ્રેષ્ઠ સર્જનથી ઓછું જીવનમાં કાંઈ જ ન ખપે

'ભૌતિક સુખ નહીં, પવિત્રતા માનવીનું અંતિમ લક્ષ્ય છે.'

– **ઓસવાલ્ડ ચેમ્બર્સ**

વીસમી સદીના આરંભના સ્કૉટિશ બેપ્ટિસ્ટ

૧૧મી ફેબ્રુઆરી, ૨૦૦૭. હું રોજની જેમ સવારે ચાલવા નીકળ્યો હતો. આગલી સુંદર સાંજે જ મેં ૯૩ વર્ષીય પ્રતિષ્ઠિત લેખક શ્રી ખુશવંતસિંઘની મુલાકાત લીધી હતી. 'ખુશવંતસિંઘ બીમાર છે' તેવા સમાચાર મળતાંની સાથે જ હું તેમના ઘેર ગયો હતો. ખુશવંતસિંઘે મને પૂછ્યું કે ''તમે તો દેશના વડા છો, તમારે એક લેખક પાછળ શા માટે સમય વેડફવો જોઈએ ?'' મેં તેમણે લખેલા જ્ઞાનસભર પુસ્તક *'હિસ્ટ્રી ઑફ શીખ્સ'*(શીખ લોકોનો ઈતિહાસ)ના બંને ભાગ વાંચ્યા છે, એમ કહ્યું, ત્યારે ખુશવંતસિંઘને આનંદ સાથે આશ્ચર્ય થયું. તેમણે કહ્યું : ''રાષ્ટ્રપતિ સાહેબ ! મને તમારું પુસ્તક – *'ઈગ્નાઈટેડ માઈન્ડ્સ'* સમીક્ષા કરવા માટે આપવામાં આવ્યું ત્યારે મને હતું કે હું એક એક શબ્દની બરાબર સમીક્ષા કરી છોતરાં કાઢી નાંખીશ. એ કળામાં હું પારંગત છું. પણ મેં જ્યારે *'ઈગ્નાઈટેડ માઈન્ડ્સ'* વાંચ્યું ત્યારે મારા વિચારો બિલકુલ બદલાઈ ગયા. મને તમારામાં એક ખૂબ સારા લેખક દેખાયા. તમે એ પુસ્તકમાં વ્યાવહારિક વાતો કરી હતી,

જે આજકાલ કોઈ કરતું નથી.''

એક વિદ્વાન પત્રકારના સાચા દિલથી કરાયેલાં વખાણ મને સ્પર્શી ગયાં. હું વિચારતો હતો કે ખુશવંતસિંઘ સ્વસ્થ થઈ જાય તો સારું, જેથી ભવિષ્યમાં તેઓ મારી સાથે રાષ્ટ્રપતિ ભવનના સુંદર મુગલ ગાર્ડનમાં લટાર મારી શકે અને રાષ્ટ્રપતિ ભવનમાં કાયમી રહેતાં હરણાં અને મોરની સાથે મુલાકાત કરી શકે. એ પ્રાણીઓનું રાષ્ટ્રપતિઓના જેવું નહીં કે આવે, રહે અને પાંચ વર્ષની અવધિ પૂરી થાય એટલે છોડીને જતાં રહે. થોડા મહિનાઓમાં મારી અવધિ પણ પૂરી થવાની હતી, એટલે મને વિચાર આવ્યો કે જે લોકોએ મારા વિચારોનું ઘડતર કર્યું છે, પણ મારી સાથે સમય વિતાવી શક્યા નથી, એવા સારા લોકોને રાષ્ટ્રપતિ ભવન આવવાનું આમંત્રણ આપવામાં હવે વધુ વિલંબ ન થવો જોઈએ.

હું જ્યારે બગીચામાં ટહેલતો હતો ત્યારે ઓચિંતો જ એક મોર મારી સામે આવ્યો અને તેનાં સુંદર પીંછાં ફેલાવીને કળા કરવા લાગ્યો. તરત મને વિચાર આવ્યો કે પ્રમુખસ્વામીજીને સહેજ પણ વિલંબ વિના રાષ્ટ્રપતિ ભવનની મુલાકાત લેવા બોલાવવા જોઈએ. મારે પ્રમુખસ્વામીજીને, તેમના ૭૦૦ સંતોની સાથે રાષ્ટ્રપતિ ભવનમાં આવવાનું આમંત્રણ આપવું હતું. મારી ઇચ્છા હતી કે તેઓ અહીં બેસે, વાતો કરે, ચાલે, ધ્યાન કરે; જેથી રાષ્ટ્રપતિ જ્યાં રહે છે એ સ્થળે પ્રમુખસ્વામીજીના સદાચારની સુવાસ ફેલાય. પરંતુ તેઓ આવશે કે નહીં આવે? જો તેઓ ઇનકાર કરે તોપણ, મારે તેમને આમંત્રણ તો આપવું જ જોઈએ. પ્રમુખસ્વામીજી તમામ પ્રકારના પ્રોટોકોલથી પર છે.

થોડા કલાકો બાદ મેં મારી ઑફિસને પ્રમુખસ્વામીજી સાથે વાત કરાવવા કહ્યું. મને જણાવવામાં આવ્યું કે તેઓ મુંબઈમાં છે અને તેમની તબિયત સારી નથી. મેં સંદેશ મોકલ્યો કે મારે પ્રમુખસ્વામીજીની સાથે વાત કરવી છે. આશરે એકાદ કલાક બાદ હું તેમની સાથે વાત કરી શક્યો. પ્રમુખસ્વામીજીનો અવાજ સાંભળીને મને રાહત થઈ. મેં તેમને તેમની તબિયત અંગે પૂછ્યું, તો સ્વામીજી કહે : ''તમારો અવાજ સાંભળ્યા પછી હવે હું સ્વસ્થ અને ખુશ છું. ભગવાન પણ ખુશ છે.''

મેં તેમને કહ્યું : ''પ્રમુખસ્વામીજી ! તમે જાણો છો હું શા માટે તમને રોજ યાદ કરું છું? કારણ કે એક પણ દિવસ એવો નથી જતો જ્યારે મને મળવા આવનાર વ્યક્તિએ અક્ષરધામનાં વખાણ ના કર્યાં હોય. તમે આપણા સાંસ્કૃતિક

વારસાને પુનઃજીવિત કર્યો છે. આ કોઈ કરી શક્યું નથી. રોજ અસંખ્ય દેશ-વાસીઓ અક્ષરધામની મુલાકાત લે છે. એ બધા ભારતીય હોવાનું ગૌરવ લે છે અને તેમને વધુ સારા માનવી બનવાની પ્રેરણા મળે છે. વિદેશથી આવતા લોકો પણ અક્ષરધામની ભવ્યતા જોઈને પ્રભાવિત થાય છે. માત્ર હું જ નહીં, સમગ્ર દેશના ઘણા લોકો આપના સારા સ્વાસ્થ્ય માટે પ્રાર્થના કરે છે.'' પ્રમુખસ્વામીજીએ મારી લાગણીસભર વાત સાંભળી અને પછી ધીમા અવાજે કહ્યું : ''બધું જ ભગવાનની ઇચ્છા મુજબ થાય છે.'' તેઓ સ્વસ્થ થયા બાદ મેં તેમને રાષ્ટ્રપતિ ભવનમાં પધારવા પ્રેમપૂર્વક આમંત્રણ આપ્યું. પ્રમુખસ્વામીજીએ જે જવાબ આપ્યો એ કાળબાહ્ય હતો. તેમણે કહ્યું : ''તમે મને જ્યારે પણ યાદ કરો ત્યારે હું તમારી સાથે રાષ્ટ્રપતિ ભવનમાં જ હોઉં છું.''

એપ્રિલ ૨૦૦૭માં, યુરોપિયન યુનિયનની સુવર્ણ જયંતીના અવસરે મારે યુરોપિયન સંસદમાં સંબોધન કરવાનું હતું. આ આમંત્રણ મળવું એ જ એક મોટું સન્માન હતું. હું પ્રમુખસ્વામીજીનો સંદેશ આપવા માગતો હતો. મને રંજ એ વાતનો હતો કે હું તેમને રૂબરૂ મળીને એમની સલાહનો લાભ નહીં લઈ શકું. જોકે પછી મને સમજાયું કે અમારી વચ્ચે દિવ્ય જોડાણ છે અને અમે એકબીજાની સામે બેસીને સંવાદ કરીએ તે એટલું અગત્યનું નથી. એમના વિશે વિચાર કરવો એ જ એમના સાંનિધ્યમાં રહેવા સમાન છે.

પ્રમુખસ્વામીજીનો પ્રેરક સંદેશ શો છે ? તેઓ સ્વામિનારાયણ સંપ્રદાયના વિદ્યમાન વડા છે. આ ભક્તિ-સંપ્રદાય ધર્મના નિયમોના શિસ્તપૂર્વક પાલન દ્વારા પરમેશ્વરની ભક્તિ કરવાનું અનુમોદન કરે છે. તેમના મતે પરમેશ્વર સર્વોપરી છે, દિવ્ય સ્વરૂપે છે, સર્વકર્તા અને સર્વવ્યાપક છે. પ્રમુખસ્વામીજી કહે છે કે ઈમાનદારી, યોગ્ય જ્ઞાન, અનાસક્તિ અને પરમેશ્વર પ્રત્યેનો ભક્તિભાવ એ પરમેશ્વરની ઇચ્છાને અને તેના આયોજનને અનુરૂપ થવાનો માર્ગ છે. આ અનુરૂપતા ભક્તને આંતરિક શાંતિ, સંવાદિતા અને સુખ આપે છે. જો આ અનુરૂપતા ન સધાય તો દુઃખ, તણાવ અને પીડા સહન કરવાં પડે. હું આ સંદેશ દુનિયાના અગ્રણી નેતાઓ અને દિગ્ગજ રાજકારણીઓ સુધી કઈ રીતે પહોંચાડીશ ? શું હું આ વિચારોને વ્યક્ત કરી શકીશ ? શું એ લોકો મને સાંભળશે ?

૨૫ એપ્રિલ, ૨૦૦૭ના દિવસે મેં યુરોપિયન સંસદને સંબોધન કર્યું અને નૈતિક મૂલ્યો ધરાવતા નાગરિકોનું સર્જન થઈ શકે તે માટે પ્રબુદ્ધ સમાજની

રચના કરવા આહ્વાન કર્યું. આ નાગરિકો જ વિશ્વને સમૃદ્ધિ અને શાંતિ તરફ દોરી જઈ શકે. વિશ્વભરના દેશો જ્યારે એક સંગઠિત સમાજના નિર્માણમાં જોડાય ત્યારે આ વિકાસ સમાજના દરેક વર્ગને આવરી લે તેની ખાતરી કરવી જોઈએ. સમગ્ર વિશ્વમાં ગરીબી, નિરક્ષરતા, બેરોજગારી અને અભાવ કે અછત જેવાં પરિબળો, ક્રોધ અને હિંસાની આગ ભડકાવી રહ્યાં છે. આ પરિબળો સાચી કે કાલ્પનિક ઐતિહાસિક દુશ્મનાવટો, અત્યાચાર, અન્યાય, અસમાનતા કે વંશ-વિગ્રહ જેવી બાબતો સાથે જોડાઈ જાય છે અને ધાર્મિક કટ્ટરવાદથી વિશ્વમાં ઉગ્રવાદ ફેલાય છે.

મેં ભાષણમાં કહ્યું : ''ભારત અને યુરોપિયન યુનિયન સમાજના ગેરમાર્ગે દોરવાયેલા કેટલાક વર્ગોનાં ઘૃણાસ્પદ કૃત્યોનાં સાક્ષી બન્યાં છે અને બની રહ્યાં છે. આપણે કાયમી શાંતિ સ્થાપવા માટે આવી અસાધારણ ઘટનાઓનાં મૂળ કારણોને ઉકેલવા માટેના સ્થાયી ઉપાયો પર વિચાર કરવો પડશે.'' એક પ્રામાણિક અને મૂલ્ય-આધારિત શિક્ષણના વિકાસ પર ભાર મૂકીને મેં પ્રમુખસ્વામીજી જેવી મહાન વિભૂતિ કઈ રીતે ધર્મને આધ્યાત્મિક બળમાં બદલી રહ્યા છે તે અંગેના તેમના વિચારો પણ રજૂ કર્યા. તેમણે વિશ્વાસ વ્યક્ત કરેલો કે આધ્યાત્મિકતાના સેતુ વડે વિવિધ ધર્મોને એકબીજા સાથે જોડી શકાય. ''આ આધ્યાત્મિક ઘટકોની સમજણ વડે મનુષ્ય ભૌતિક જીવન જીવવાની સાથે, સારા માનવજીવન અને સમાજકલ્યાણને પ્રોત્સાહન આપવા માટેનાં મૂલ્યો પણ જીવનમાં ઉતારે છે.'' જ્યારે હું આ બોલ્યો ત્યારે મને લાગ્યું કે જાણે મારા માધ્યમથી પ્રમુખસ્વામીજી બોલી રહ્યા છે. આખી સંસદે તાળીઓના ગડગડાટ સાથે મને સ્ટેન્ડિંગ ઓવેશન આપ્યું અને યુરોપિયન સંસદના પ્રમુખે કહ્યું : ''તેમણે ક્યારેય આવું ભાષણ સાંભળ્યું નહોતું. આ તો ભગવાન પ્રેરિત ભાષણ હતું !''

અગાઉ, ૨૯ ઑગસ્ટ, ૨૦૦૦ના રોજ, દુનિયાભરના આશરે ૨,૦૦૦ જેટલા ધર્મગુરુઓની સામે સંયુક્ત રાષ્ટ્ર સંઘની 'મિલેનિયમ વર્લ્ડ પીસ સમિટ'ના ઉદ્ઘાટન-પ્રવચનમાં પ્રમુખસ્વામીજીએ ધાર્મિક એકતા અને આધ્યાત્મિક શુદ્ધતા પર ખાસ ભાર મૂક્યો હતો. તેમના શબ્દો આજે પણ મારા કાનમાં પડઘાય છે : ''ઇતિહાસની આ ક્ષણે, આપણે ધર્મગુરુઓ તરીકે વિશ્વમાં માત્ર એક જ ધર્મનું નહીં, પરંતુ એક એવા વિશ્વનું સ્વપ્ન સેવવું જોઈએ, જ્યાં તમામ ધર્મો એકમત – સંગઠિત હોય. વિવિધતામાં એકતા એ જીવનનો પાઠ છે. સાથે મળીને સમૃદ્ધ

થવું એ શાંતિનું રહસ્ય છે... ચાલો, આપણે સૌ આ વારસાને વહેંચીને માનવ-જાતના ઉત્થાન માટે મૂલ્યોના એક સહિયારા મંચનું નિર્માણ કરીએ... ચાલો, આપણે અનુયાયીઓને શીખવીએ કે ધર્મનો વિકાસ સંખ્યાબળથી નહીં, પણ અધ્યાત્મની ગુણવત્તાથી થાય છે. વ્યાપ કરતાં ઊંડાણ મહત્ત્વનું છે... એટલે જ આપણે આપણા અનુયાયીઓને ધાર્મિક કટ્ટરતાથી દૂર વિશ્વાસપૂર્ણ પવિત્ર જીવન જીવવા તરફ દોરવા પર ધ્યાન આપવું જોઈએ... આપણે ખુદને અને અનુયાયીઓને અન્ય ધર્મો પ્રત્યે સહિષ્ણુ બનવાનું અને તેનું સન્માન કરવાનું પણ શીખવવું જોઈશે. તેમને માત્ર અસ્તિત્વ જ નહીં, પણ સહઅસ્તિત્વ રાખતાં પણ શીખવીએ. બીજા લોકો સાથે માત્ર ઔપચારિકતાનો ભાવ નહીં, પણ તેમને મદદરૂપ થવાની ભાવના પણ કેળવવી જોઈએ. આપણી પ્રગતિ બીજાના ભોગે ન જ થવી જોઈએ અને અન્યોના ભલા માટે આપણે ખુદનો થોડો ભોગ પણ આપવો જોઈએ.'' પ્રમુખસ્વામીજીનું પ્રવચન આધ્યાત્મિક એકતાના શિલાલેખ સમાન હતું.

૨૫મી જુલાઈ, ૨૦૦૭ના રોજ મારી રાષ્ટ્રપતિ તરીકેની અવધિ પૂરી થઈ. સંસદમાં વિદાય-સંબોધન કરતી વખતે મેં વર્ષ-૨૦૨૦ સુધીમાં ભારત વિશેના સ્વપ્નની સ્પષ્ટ પરિકલ્પના રજૂ કરી હતી. ભારત એક એવો દેશ બનશે — જેમાં ગ્રામ્ય અને શહેરી ભારતને માત્ર એક પાતળી ભેદરેખા વિભાજિત કરશે; જ્યાં સૌને સમાનપણે ઊર્જા અને સ્વચ્છ પાણી પૂરતા પ્રમાણમાં મળી રહે; જ્યાં ખેતી, ઉદ્યોગ અને સેવાક્ષેત્રો એકમેકના સુમેળથી આયોજનબદ્ધ રીતે કામ કરતાં હોય; જ્યાં સામાજિક કે આર્થિક ભેદભાવને કારણે કોઈ પણ લાયક વ્યક્તિ મૂલ્ય-આધારિત શિક્ષણથી વંચિત ન રહે; જે વિદ્વાનો, વિજ્ઞાનીઓ અને રોકાણકારો માટે શ્રેષ્ઠ સ્થળ બને; જ્યાં તમામને સ્વાસ્થ્યની શ્રેષ્ઠ સેવાઓ મળે; જ્યાં સરકારી કામકાજ સંવેદનશીલ, પારદર્શક અને ભ્રષ્ટાચારમુક્ત હોય; જ્યાંથી ગરીબી સંપૂર્ણ રીતે નાબૂદ થઈ હોય, નિરક્ષરતા નિર્મૂળ થઈ હોય અને મહિલાઓ-બાળકો સામે અત્યાચાર ન થતા હોય; જ્યાં સમાજની કોઈ પણ વ્યક્તિને વંચિત હોવાનો અનુભવ ન થાય; ટૂંકમાં, એ સમાજ સમૃદ્ધ, સ્વસ્થ, સુરક્ષિત, આતંકવાદ વિનાનો શાંત, સુખી અને દીર્ઘકાલીન સર્વગ્રાહી સમાજ હોય; જે વિકાસના પથ પર આગળ વધતો રહે. આ બધાથી પણ વિશેષ, ભારત દેશ રહેવા માટેનું શ્રેષ્ઠ સ્થાન હોય, અને સંસદ, વિધાનસભાઓ અને અન્ય સંસ્થાઓ પોતાના સર્જનાત્મક અને

અસરકારક નેતૃત્વ અંગે ગૌરવ લે.

મારી અવધિ પતે એ પહેલાં મને એ જ પદે ફરીથી નિયુક્ત કરવા અંગે રાજકીય વર્તુળોમાં ચર્ચા ચાલી હોવાનું સાંભળવા મળ્યું. એવા પણ અભિપ્રાય આવ્યા કે મારે રાષ્ટ્રપતિ તરીકે બીજી અવધિ માટે પ્રયાસ કરવો જોઈએ. ભારતના પ્રથમ રાષ્ટ્રપતિ ડૉ. રાજેન્દ્રપ્રસાદ ભારતના એકમાત્ર રાષ્ટ્રપતિ હતા જેમણે બે અવધિ માટે કાર્યભાર સંભાળ્યો હતો; હકીકતમાં તો તેમણે બેથી પણ વધુ અવધિ એટલે કે બાર વર્ષ માટે સેવા આપી હતી. તેઓ ૩૦મી જાન્યુઆરી, ૧૯૫૦થી ૧૩મી મે, ૧૯૬૨ સુધી રાષ્ટ્રપતિપદે હતા. રાષ્ટ્રપતિની ભૂમિકા બંધારણીય રાજાશાહીની જેમ બિનરાજકીય હોવા છતાં રાજકીય માળખાનો હિસ્સો હોય છે. આમ, રાષ્ટ્રપતિની ચૂંટણી અને ફેર-ચૂંટણી એ રાજકીય નિર્ણયો હોય છે. ત્યારે મેં પ્રમુખસ્વામીજીને ફોન કર્યો. એ વખતે તેઓ અમેરિકામાં હતા. પ્રમુખસ્વામીજીએ કહ્યું કે ''કલામસાહેબ ! ફેર-ચૂંટણીમાં ઊભા રહેશો નહીં. છોડી દો ! જાઓ અને લોકોની સેવા કરો. નિઃસ્વાર્થ સેવા કરીને વ્યક્તિ સર્વોચ્ચ હોદ્દાથી પણ ચડિયાતો બને છે.''

૨૫મી જુલાઈ, ૨૦૦૭ના રોજ, પાંચ વર્ષ પહેલાં હું જે બે જૂની સૂટકેસ સાથે રાષ્ટ્રપતિ ભવનમાં પ્રવેશ્યો હતો તેની સાથે જ બહાર નીકળતી વખતે, મને એક સાધુની જેમ મુક્તિનો અનુભવ થયો. મને હંમેશાં સાધુના વિચરણ (આધ્યાત્મિક પ્રવાસ) પ્રત્યે માન હતું. હવે, રાજ્યના પ્રોટોકોલ અને સુરક્ષાનાં બંધનોમાંથી મુક્ત થયા પછી, મને પ્રવાસ કરતાં રોકી શકે તેવું કંઈ જ નહોતું; મને જ્યાં જવાની ઇચ્છા થાય ત્યાં હું જઈ શકતો હતો. ૩૦મી જૂન, ૨૦૦૧ની રાત્રે પ્રમુખસ્વામીજીની હાજરીમાં યુવાનોના માનસ પ્રજ્વલિત કરવાના મારા સંકલ્પનો મેં પુનઃ આરંભ કર્યો. મેં રાષ્ટ્રપતિ તરીકે ભારતનું પ્રતિનિધિત્વ કર્યું; હવે હું ભારતના એક પ્રતિષ્ઠિત વરિષ્ઠ નાગરિક તરીકે માર્ગદર્શન આપીશ. મને મળતાં અસંખ્ય આમંત્રણો અને ઇ-મેઇલ્સ જોઈને આશ્ચર્ય થતું. કામકાજ માટે દિલ્હી આવેલા હજારો લોકો માટે નવી દિલ્હી ખાતેનું મારું ઘર જાણે એક તીર્થસ્થાન બની ગયું. 'એકમાત્ર પરમેશ્વર સિવાય બીજું કંઈ જ નહીં, બધું કરનાર એ જ છે અને તેમની મરજી મુજબ કાર્ય કરવું' – એ જ મારો નિત્યક્રમ બન્યો.

૧૫મી ઑક્ટોબર, ૨૦૦૮ના રોજ, મેં જીવનનાં ૭૭ વર્ષ પૂર્ણ કર્યાં. મને મારો જન્મ-દિવસ ઊજવવાની આદત નથી. દર વર્ષે હું આ દિવસને પણ

રોજિંદા દિવસની જેમ જ જીવું છું અને શક્ય હોય તો એકાંતમાં વિતાવું છું. સાંજ પડતાં મને પ્રમુખસ્વામીજી સાથે વાત કરવાની તીવ્ર ઇચ્છા થઈ. એ સમયે પ્રમુખસ્વામીજી ગોંડલમાં હતા. મેં સાધુ બ્રહ્મવિહારીદાસને ફોન કરીને કહ્યું : ''પ્રમુખસ્વામીજીને કહેજો કે હવે હું એક સાધુની જેમ એક સ્થળેથી બીજા સ્થળે પ્રવાસ કરું છું.'' પ્રમુખસ્વામીજીએ કહ્યું : ''૨૦૦૧માં હું જ્યારે તમને મળ્યો ત્યારે મેં તમને નહોતું કહ્યું કે તમે ઋષિ છો ? પ્રાચીન ઋષિઓ પણ લાંબા વાળ રાખતા, તેઓ મહાન વિજ્ઞાનીઓ પણ હતા, એમણે પણ લગ્ન નહોતાં કર્યાં ને મહાન મૂલ્યો સાથે કામ કર્યું હતું. તમે સાદું જીવન અને ઉચ્ચ વિચારોનું ઝળહળતું ઉદાહરણ છો.''

તેમની લાક્ષણિક શૈલીમાં, પ્રમુખસ્વામીજીએ મને નિ:શબ્દ કરી દીધો, પણ હું એમ સહેલાઈથી છોડી દેવાના મૂડમાં નહોતો. મેં પૂછ્યું : ''પ્રમુખસ્વામીજી ! મને પ્રમાણપત્ર આપશો કે હું એક સાધુ છું ?'' સ્વામીજીએ કહ્યું : ''હા, તમે એક સાધુ છો.'' મેં ખુશ થઈને કહ્યું : ''પ્રમુખસ્વામીજી પાસેથી મળેલું પ્રમાણપત્ર તો દિવ્ય પ્રમાણપત્ર છે.''

અમારું જોડાણ વધુ ગાઢ બની રહ્યું હતું. પ્રમુખસ્વામીજીની ગેરહાજરીમાં પણ હું તેમની હાજરી અનુભવતો. આજના સમયમાં જ્યારે લોકોમાં પરિવર્તન લાવવાની – લોકોના વર્તનને પ્રભાવિત કરવાની, કંઈક નવું કરતા રહેવાની, નવું વિચારતા કરવાની – અનેક પદ્ધતિઓ અને પ્રયુક્તિઓ શોધાઈ છે, ત્યારે મને હંમેશ પ્રમુખસ્વામીજી સાથે રહેવાની આ અનોખી ભેટ પ્રાપ્ત થઈ.

૮

માત્ર પરિવર્તન જ શાશ્વત, કાયમી અને અમર છે

'દુનિયામાં તમે જે પરિવર્તન ઈચ્છો છો, તે પરિવર્તન ખુદ તમારે બનવું પડશે.'

– મહાત્મા ગાંધી

પ્રમુખસ્વામીજી એક દિવ્ય ઉદ્દેશથી વિચરણ કરે છે. તેમણે ૧૭,૦૦૦થી વધુ ગામડાંની મુલાકાત લઈને ૨,૫૦,૦૦૦ જેટલાં ઘરોને પાવન કર્યાં છે. તેમણે ભવ્ય અક્ષરધામોના નિર્માણનું ખરું નેતૃત્વ કર્યું છે, છતાં કદી એક જ સ્થાન પર કાયમી રીતે વસ્યા નથી. તેમના જીવન દરમ્યાન તેઓ ભારત અને વિશ્વભરમાં એક સ્થળથી બીજા સ્થળે વિચરણ કરતા રહ્યા છે. પ્રમુખસ્વામીજી તેમના હરિભક્તોનાં ઘરમાં અને ઝૂંપડીઓમાં પણ રહ્યા છે. તેઓ સામાન્ય લોકો અને વગદાર નેતાઓ એમ બંનેને સમાન ભાવે મળ્યા છે. હું પણ ખૂબ પ્રવાસ કરું છું, પણ મારા કરતાં દસ વર્ષ મોટા પ્રમુખસ્વામીજીનું શરીર સતત પ્રવાસના થાકને સહન કરી શકે કે કેમ તે અંગે ચિંતા હોવા છતાં હું જાણું છું કે તેમને એક જ સ્થાને રોકી શકાતા નથી. સ્વામીજીની પાસે અલૌકિક ઊર્જાનું બળ છે અને હવે તેમનું જીવન કોઈ પણ માનવીય સમયપત્રક કે દરમ્યાનગીરીથી પર છે.

૧૮મી જુલાઈ, ૨૦૧૦ના રોજ દિલ્હી અક્ષરધામ ખાતે હું પ્રમુખસ્વામીજીને

મળ્યો અને તેના અઠવાડિયા પછી ૨૩મી જુલાઈ, ૨૦૧૦ના દિવસે મેં ગાંધીનગરમાં અક્ષરધામની મુલાકાત લીધી હતી. ત્યાં મેં મંત્રમુગ્ધ કરી દે તેવો 'સત્-ચિત્-આનંદ' નામનો વૉટર-શૉ જોયો. આ શૉ નચિકેતાની વાર્તા દ્વારા ભારતના આંતરિક તેજના પ્રાચીન રહસ્યની વાત કરે છે. આ વાર્તા કઠોપનિષદની છે. નચિકેતાએ યમરાજને મૃત્યુ પછીનાં રહસ્યો જણાવવા કહ્યું. યમરાજે આ પ્રશ્નનો જવાબ આપવામાં આનાકાની કરી; તેમણે કહ્યું કે, આ વાત તો દેવો માટે પણ રહસ્ય છે. તેમણે નચિકેતાને બીજું કોઈ વરદાન માગવા કહ્યું અને ઘણાં ભૌતિક પ્રલોભનો પણ આપ્યાં, પણ અડગ રહીને નચિકેતાએ કહ્યું કે ભૌતિક પ્રલોભનો તો ક્ષણિક છે. યમરાજ નચિકેતાથી પ્રસન્ન થયા અને મૃત્યુ પછી પણ અસ્તિત્વમાં રહેતા આત્માના ખરા સ્વરૂપનું વિસ્તારપૂર્વક વર્ણન કર્યું. આ જ્ઞાનની ચાવી એ છે કે આત્મામાં પરમાત્માનો વાસ છે, જે સર્વશક્તિમાન, સર્જનહાર અને આ બ્રહ્માંડનું સૌથી મહત્ત્વપૂર્ણ ચાલકબળ છે.

સત્-ચિત્-આનંદ વૉટર-શૉનાં ઘણાં ટૅક્નોલૉજિકલ પાસાં તેને સમગ્ર દેશમાં અનોખો વૉટર-શૉ બનાવે છે. આ વૉટર-શૉમાં ૧૩૦ ફૂટ પહોળો અને ૭૦ ફૂટ ઊંચો વૉટરસ્ક્રીન, આશરે ૪,૦૦૦ નોઝલ્સ, ૨,૦૦૦ લાઇટ્સ, ૧૦૦થી વધુ પંપ, એક ૧૬૦ ફૂટ લાંબો 'આગનો દરિયો' (પાણી પર ફેલાતી આગ), અગનગોળા અને ત્રણ શક્તિશાળી લેઝર છે. વૉટર-શૉમાં ૭.૧ સરાઉન્ડ સાઉન્ડ સિસ્ટમ, સૌને પ્રભાવિત કરતું સંગીત રેલાવે છે. આ બધાંનું નિયંત્રણ અતિશય ચોકસાઈપૂર્વક થાય છે. દરેક ઈફેક્ટને બનાવવામાં સૂક્ષ્મ-ક્ષણનો સમન્વય સાધવો પડે છે. મને કહેવામાં આવ્યું કે આ વૉટર-શૉ ઈવ પીપાની આગેવાની હેઠળ ચાલતી વિશ્વવિખ્યાત ફ્રેન્ચ ક્રિયેટીવ એજન્સી, ઈસીએ૨(ECA2)એ કર્યો છે. સત્-ચિત્-આનંદ વૉટર-શૉ એક અજાયબી છે. આ શૉની પાછળ બી.એ.પી.એસ. સંસ્થાના ૪૦૦ જેટલા પ્રૉફેશનલ સ્વયંસેવકોનું કૌશલ્ય, સમય, મહેનત અને નાણાંનું યોગદાન રહેલું છે.

પ્રમુખસ્વામીજી ત્યારે દિલ્હીમાં હતા એટલે મેં વૉટર-શૉ જોયા પછી તેમની સાથે ટેલિફોન પર વાત કરી. મેં કહ્યું : ''આ વૉટર-શૉને કારણે ભારતમાં હજારો નચિકેતા ઘડાશે. મને આ શો જોતી વખતે એક પુસ્તક લખવાનો વિચાર આવ્યો.'' પ્રમુખસ્વામીજીએ કહ્યું : ''અમારું અહોભાગ્ય કે તમે અમારું આમંત્રણ સ્વીકાર્યું. હું એ પુસ્તક માટે, આપના સ્વાસ્થ્ય માટે અને તમે ભારતની સેવા કરી

શકો તે માટે પ્રાર્થના કરીશ.'' એ દિવસે જ આ પુસ્તકનું વિચારબીજ મારા આત્મામાં વવાયું. અલબત્ત, આ વિચારને ફળીભૂત કરતાં મને પાંચ વર્ષ લાગ્યાં.

જ્યારે પણ મને પ્રમુખસ્વામીજીના કથળતા સ્વાસ્થ્ય અંગે સાંભળવા મળતું, ત્યારે ત્યારે હું તેમની સાથે ફોન પર વાત કરતો. દર વખતે પ્રમુખસ્વામીજી મારી ચિંતા દૂર કરતા, એટલું જ નહીં, મારા સ્વાસ્થ્ય અને સુખ માટે આશીર્વાદ આપતા. સમય જતાં પ્રમુખસ્વામીજીનું સ્વાસ્થ્ય વધુ કથળ્યું અને તેમણે સારંગપુરને પોતાના આ જીવનનું અંતિમ નિવાસ-સ્થાન બનાવવાનું નક્કી કર્યું. ત્યાં સેવાભાવી સાધુઓએ પ્રમુખસ્વામીજીની સારસંભાળ માટે અત્યાધુનિક તબીબી સગવડોની વ્યવસ્થા ઊભી કરી છે. પ્રમુખસ્વામીજીના મહાન વ્યક્તિત્વની એક ઝલક મેળવવા હજારો ભક્તો સારંગપુરની મુલાકાતે ઊમટે છે.

૧૧મી માર્ચ, ૨૦૧૪ના દિવસે હું મારા મિત્ર અરુણ સાથે પ્રમુખ-સ્વામીજીનાં દર્શન માટે સારંગપુરની મુલાકાતે ગયો. વાય.એસ. રાજન અગાઉથી જ ત્યાં હાજર હતા. પ્રમુખસ્વામીજી ડૉક્ટરોની દેખરેખ હેઠળ હતા અને ખોરાક નહોતા લેતા; બસ, થોડા પ્રવાહીથી જીવન ટકાવી રહ્યા હતા. છતાં તેઓ પ્રફુલ્લિત અને ખુશ દેખાયા. પ્રમુખસ્વામીજીના ચહેરા પર શાંતિ અને તેજ ફેલાઈ રહ્યાં હતાં. મને તેમના ચહેરા પર પીડાની એકે રેખા કે ફરિયાદનો ભાવ ન દેખાયો. પ્રમુખસ્વામીજી બોલ્યા નહીં, પણ આશરે દસેક મિનિટ સુધી મારો હાથ પકડી રાખ્યો. પ્રમુખસ્વામીજીએ અમને ત્રણેયને એક-એક જપમાળા આપી અને ત્યાં હાજર તમામ સંતોના રાજીપા માટે સ્મિત રેલાવ્યું. પછી મેં ત્યાં ૨,૦૦૦ જેટલા સંતો, હરિભક્તો અને વિદ્યામંદિરના વિદ્યાર્થીઓને સંબોધ્યા.

નવેમ્બર, ૨૦૦૫માં મેં અક્ષરધામ સાંસ્કૃતિક પરિસરની મુલાકાત લીધી હતી તે પ્રસંગ મને ત્યારે યાદ આવી ગયો. એ દિવસે મેં પ્રમુખસ્વામીજીને પ્રશ્ન કર્યો હતો કે તમે અધ્યાત્મ અને સમાજસેવાને કઈ રીતે સાંકળી શકો છો? પ્રમુખસ્વામીજીનો જવાબ હતો કે બન્નેને એકમેકથી અલગ કરી જ ન શકાય. સમાજની હૃદયપૂર્વક સેવા કરવાની ઇચ્છા ધરાવતા લોકો આધ્યાત્મિક રીતે શુદ્ધ હોવા જોઈએ. આધ્યાત્મિક રીતે શુદ્ધ હોય એ લોકોએ જ સમાજની સાચી સેવા કરવી જોઈએ. પછી મેં આ સભામાં પચાસ વર્ષ પહેલાંની એક ઘટનાની વાત કરી અને તેના દ્વારા કઈ રીતે એક મહાન સર્જન થયેલું તે વિશે કહ્યું.

૧૯૬૨ની સાલમાં વિક્રમ સારાભાઈ અંતરિક્ષ સંશોધન સંસ્થાન સ્થાપવા

વિષુવવૃત્ત નજીક કોઈ ક્ષેત્રમાં જગ્યા શોધી રહ્યા હતા. તેઓ અનેક સ્થળોની મુલાકાત લઈ ચૂક્યા હતા, જેમાંથી તેમને કેરળનું થુંબા સ્થળ યોગ્ય લાગ્યું હતું. એ સ્થળ વિષુવવૃત્તીય ઈલેક્ટ્રોજેટ (EEJ) એટલે કે પૃથ્વીના અયનમંડળના વિષુવવૃત્ત પાસેના પ્રદેશમાં દિવસના સમયમાં પૂર્વ તરફ વહેતા વાયુપ્રવાહની એક સાંકડી પટ્ટી પરનું સૌથી નજીકનું સ્થળ છે. આ જગ્યા ઉપરના વાતાવરણમાં આવેલા અયનમંડળ અંગેનું સંશોધન કરવામાં મદદરૂપ થઈ શકે. જોકે, આ પલ્લીથુરા વિસ્તારમાં અનેક ગામડાંમાં માછીમારોના હજારો સમુદાયો રહેતા હતા. ઉપરાંત, ત્યાં પ્રાચીન સેંટ મેરી મેગ્ડેલીન ચર્ચ અને તેના પાદરીનું ઘર પણ આવેલાં હતાં.

આ સ્થળને વૈજ્ઞાનિક હેતુ માટે ખાલી કરાવવા એક પણ રાજકીય આગેવાન કે અધિકારી તૈયાર થાય તેમ નહોતા. અડગ મનોબળ ધરાવતા વિક્રમ સારાભાઈએ તિરુવનંથપુરમ્‌ના પાદરીને પોતાની યોજના અંગે વાત કરવાનું નક્કી કર્યું. એ સમયે ત્યાં પાદરી તરીકે રૅવરન્ડ ફાધર પીટર બર્નાર્ડ પરેરા હતા. વિક્રમ સારાભાઈ એક શનિવારે તેમના ઘરે ગયા. પાદરીએ ધીરજપૂર્વક તેમની વાત સાંભળી અને રવિવાર સવારની પ્રાર્થનાસભામાં આવવા આમંત્રણ આપ્યું.

પ્રાર્થનાસભામાં હાજર લોકોને પાદરીએ કહ્યું : ‘‘મારાં સંતાનો ! આજે મારી સાથે એક પ્રતિષ્ઠિત વિજ્ઞાની ઉપસ્થિત છે. તેઓ અંતરિક્ષ વિજ્ઞાન સંશોધન માટે આપણું ચર્ચ, જ્યાં મારું ઘર છે – એ જગ્યા માગવા આવ્યા છે. વહાલાં બાળકો! વિજ્ઞાન માનવજીવનને સમૃદ્ધ બનાવતા સત્યની શોધ કરે છે. આધ્યાત્મિકતા, માનવજીવનને સમૃદ્ધિ બક્ષે તેવું ધર્મનું ઉચ્ચ સ્વરૂપ છે. મારા જેવા અધ્યાત્મના ઉપદેશકો માનવીના મનમાં શાંતિની સ્થાપના માટે પરમેશ્વરની સહાય માગે છે. ટૂંકમાં, હું અને વિક્રમ જે કરી રહ્યા છીએ એ સરખું જ છે – વિજ્ઞાન અને અધ્યાત્મ – બંને માનવીનાં મન અને શરીરની સમૃદ્ધિ માટે પરમેશ્વર પાસે આશીર્વાદ માગે છે. આપણાં રહેઠાણો અને ચર્ચનું ફેરનિર્માણ કરીને આપણને આપવામાં આવશે. શું આપણે તેમને આ વૈજ્ઞાનિક મિશન માટે પરમેશ્વરનું, મારું અને તમારાં બધાનાં ઘર આપી શકીએ ?’’ ચર્ચમાં સન્નાટો ફેલાઈ ગયો અને પછી ત્યાં એકત્રિત લોકો એકસાથે તેમના અંતરના ઊંડાણથી સંમતિમાં ‘આમીન’ બોલ્યા. આખા ચર્ચમાં આ શબ્દનો પડઘો ઝિલાયો.

તિરુવનંથપુરમ્‌ના આ પાદરીએ દેશના વૈજ્ઞાનિક સંકલ્પને સ્વીકારીને

ઇન્ડિયન સ્પેસ રિસર્ચ ઓર્ગેનાઇઝેશન(ISRO)ની સ્થાપના માટે પોતાનું ચર્ચ આપવાનો ઉદાર નિર્ણય લીધો. મેં ચર્ચની ઇમારતમાં બનેલી લૅબોરેટરીમાં કામ કર્યું, એ અમારું ડિઝાઇન સેન્ટર હતું. ત્યાં અમે રૉકેટનાં છૂટાં છૂટાં યંત્રો જોડવાની શરૂઆત કરી અને એફઆરપી(FRP) ઉત્પાદનો માટે ફિલામન્ટ વાઇન્ડિંગ મશીન ડિઝાઇન કર્યું. ત્યારપછી થુંબા ઇક્વેટોરિયલ રૉકેટ લોન્ચિંગ સ્ટેશન(TERLS)ની આગેવાની હેઠળ દેશભરમાં વિક્રમ સારાભાઈ સ્પેસ સેન્ટર (VSSC) અને અનેક સ્પેસ સેન્ટર્સની સ્થાપના થઈ.

જ્યારે પણ એ પ્રસંગ હું યાદ કરું છું, તેના વિશે વિચારું છું, ત્યારે મને સમજાય છે કે એક પ્રબુદ્ધ, આધ્યાત્મિક અને વૈજ્ઞાનિક અભિગમવાળી વ્યક્તિ જો જીવનમાં કોઈ એક ધ્યેયને આત્મસાત્ કરવાનું મિશન હાથ ધરે તો સાચા અર્થમાં માનવજાતને દિવ્યતા આપી શકે. TERLS અને પછી VSSCની સ્થાપનાથી દેશને વિશાળ કદની વિશ્વકક્ષાની રૉકેટ સિસ્ટમ્સ ડિઝાઇન કરવાની, વિકસાવવાની અને તેનું સર્જન કરવાની ક્ષમતા મળી. એ પછી ભારતે ભૂ-સમકાલિક (geo-synchronous), સૌર-સમકાલિક (sun-synchronous) અને હવામાન વિજ્ઞાન માટે સ્પેસક્રાફ્ટ, સંદેશાવ્યવહાર માટેના ઉપગ્રહો અને રિમોટ સેન્સિંગ સેટેલાઇટની ટેક્નોલોજીનો વિકાસ કર્યો. આ સંશોધનોને કારણે સંદેશાવ્યવહાર ઝડપી બન્યો, હવામાનની આગાહી સચોટ બની અને દેશ માટે પાણીના સ્રોતો શોધવાની ક્ષમતાનો વિકાસ થયો. આજે, વિક્રમ સારાભાઈ અને આદરણીય ફાધર પીટર બર્નાર્ડ પરેરા આપણી વચ્ચે નથી, પણ તેમની માણસાઈ અને વિચારોની શુદ્ધતાના પુરાવા આપણા સૌની સામે છે અને પેઢીઓ સુધી યથાવત્ રહેશે.

અહીં, હું 'સત્સંગ'[૧૬] પુસ્તકમાંથી એક ફકરો ટાંકવા માગું છું: ''ખુદનું સર્વસ્વ ન્યોચ્છાવર કરી દેનારી વ્યક્તિ પાસે બાકી શું બચે? શૂન્ય! પણ આ જ શૂન્ય ખરા અર્થમાં સર્વસ્વ છે. તે ભલાઈ, પવિત્રતા અને નમ્રતાનો મહાસાગર છે, લાખો લોકોને પ્રેરણા આપી શકે તેવો અધ્યાત્મનો અર્ક છે.'' પ્રમુખસ્વામીજી હવે માણસાઈના સૌથી ઊંચા શિખરે બિરાજમાન છે, તેમને કોઈ પદ, પ્રતિષ્ઠા અને પૂજ્યભાવની જરૂર નથી. પ્રમુખસ્વામીજી પવિત્ર આત્મા બની ચૂક્યા છે. તેઓ સ્થિતપ્રજ્ઞ અને જાગ્રત અવસ્થામાં જીવે છે; સ્થૂળ કર્મો અને શબ્દોની તેમને જરૂર નથી. છતાં જે કંઈ ઘટી રહ્યું છે, સર્જાઈ રહ્યું છે, જે કંઈ વ્યવસ્થાપન થઈ રહ્યું છે, તે તેમની નજર અને માર્ગદર્શન હેઠળ થઈ રહ્યું છે. તેમનું જીવન

નિઃસ્વાર્થ સેવા અને શ્રેષ્ઠ સર્જનનું ઉદાહરણ છે. તેમની હાજરીને લીધે હું મારા અસ્તિત્વના સાચા અર્થ અંગે સભાન બન્યો છું.

જીવનના સંજોગો ગમે તેટલા વિપરીત હોય, પ્રમુખસ્વામીજીની જેમ વ્યક્તિગત રીતે ઉત્સાહથી તેનો પ્રતિકાર કરો. બીજા જેવા બનવાના પ્રયાસોમાં સમય ના વેડફો. આપણે બીજાના અનુભવો જીવવા નથી આવ્યા. આપણે પરમેશ્વરની ઇચ્છા મુજબ, આ સૃષ્ટિમાં આપણા ખુદના અનેકવિધ અનુભવો મેળવવા આવ્યા છીએ. એટલે ભૂતકાળ, શું થયું કે શું ના થયું?નું વળગણ ના રાખો. એ બધું અનુભવ-આધારિત શિક્ષણ જ હતું. વીતેલી કાલને આધારે તમારી આજને મૂલવશો નહીં. રોજ નવો વર્ગ ભરાય છે, નવો પાઠ — નવો અનુભવ થાય છે. આપણી આજને શ્રેષ્ઠ રીતે જીવીએ; આપણી આજને મન ભરીને જીવીએ! દરેક ક્ષણ અને તે પછીની ક્ષણ, પ્રત્યેક ડગલું માત્ર એક ડગલું જ છે — અને આ યાત્રા શાશ્વત છે.

હું એ નથી જાણતો કે પ્રમુખસ્વામીજીને હું ફરી ક્યારે મળીશ. જોકે, એમના શબ્દો મારી સ્મૃતિમાં સંગ્રહાઈ ગયા છે. અમારી વચ્ચે દિવ્ય સંબંધ સ્થપાઈ ગયો છે, જે શાશ્વત છે. મારા પર થયેલી પ્રમુખસ્વામીજીની અસરનો સાર હું કઈ રીતે સમજાવું? એમણે મારું સંપૂર્ણ પરિવર્તન કર્યું છે. તેઓ મારા આધ્યાત્મિક આરોહણની પરાકાષ્ઠા છે, જે આરોહણનો પ્રારંભ મારા પિતાએ કરાવ્યો, ડૉ. બ્રહ્મપ્રકાશ તથા પ્રૉફેસર સતીશ ધવને જેનું પોષણ આપ્યું; અને આખરે હવે, પ્રમુખસ્વામીજીએ મને પરમેશ્વરની લગોલગ એવી ભ્રમણકક્ષામાં મૂક્યો છે કે મારે હવે કશું જ કરવાનું રહેતું નથી, કારણ કે હું અનંતતાના મારા અંતિમ મુકામે પહોંચી ચૂક્યો છું.

પુસ્તકના બીજા ભાગમાં હું બી.એ.પી.એસ.નાં વિવિધ કાર્યોની વાત માંડીશ. આ સંસ્થાના મહાઅભિયાન પાછળનો તર્ક સમજાવવાનો અને તેના પર પ્રકાશ પાડવાનો પ્રયાસ કરીશ. સ્વામિનારાયણ સંપ્રદાય એ વૈષ્ણવ સંપ્રદાયનું જ રૂપ છે. હિંદુ ધર્મનો આ આધુનિક સંપ્રદાય છે. આ સંગઠનના કેન્દ્રસ્થાને ભગવાન સ્વામિનારાયણ (૧૭૮૧-૧૮૩૦) છે. શાસ્ત્રીજી મહારાજે ૫ જૂન, ૧૯૦૭ના દિવસે બી.એ.પી.એસ. સંસ્થાની વિધિવત્ સ્થાપના કરી હતી. ભગવાન સ્વામિનારાયણે વચન આપ્યું હતું કે તેઓ અક્ષર સ્વરૂપે હંમેશાં પ્રગટ રહેશે. અને સ્વામિનારાયણ સંપ્રદાયના સંસ્થાપકે આ જ વચનને કેન્દ્રમાં રાખીને

બી.એ.પી.એસ. સંસ્થાની સ્થાપના કરી હતી. આ 'અક્ષર'ની વિભાવના તેમના પરમ ભક્ત અને શિષ્ય ગુણાતીતાનંદ સ્વામીને સંબોધાયેલી છે અને એ જ ભગવાનના નિવાસસ્થાનનું નામ પણ છે.

ગુણાતીતાનંદ સ્વામી (૧૭૮૪-૧૮૬૭) ભગવાન સ્વામિનારાયણના સૌ પ્રથમ આધ્યાત્મિક અનુગામી બન્યા એ સર્વસ્વીકૃત બાબત છે. તેમના પછી ભગતજી મહારાજ (૧૮૨૯-૧૮૯૭), શાસ્ત્રીજી મહારાજ (૧૮૬૫-૧૯૫૧) અને ત્યારબાદ યોગીજી મહારાજે (૧૮૯૨-૧૯૭૧) આ સ્થાન સંભાળ્યું. આજે પ્રમુખસ્વામી મહારાજ બી.એ.પી.એસ.ના ગુરુ અને આધ્યાત્મિક આગેવાન છે. હરિભક્તો માને છે કે પ્રમુખસ્વામીજી અક્ષરસ્વરૂપ છે અને તેઓ ભગવાન સ્વામિનારાયણ સાથે સતત સંપર્કમાં હોય છે. પ્રમુખસ્વામીજીની આગેવાની હેઠળ બી.એ.પી.એસ. સંસ્થા ખૂબ જ ઝડપથી વૈશ્વિક હિંદુ સંગઠન રૂપે વિસ્તરી છે. આંકડાકીય માપદંડો મુજબ જોઈએ તો દુનિયાભરમાં આ સંસ્થાનો નોંધપાત્ર વ્યાપ થયો છે. અત્યારે બી.એ.પી.એસ.ના દસ લાખથી વધુ હરિભક્તો, ૯૫૦ કરતાં વધુ સંતો, ૧,૧૦૦ મંદિરો, દુનિયાના અલગ અલગ ખંડોમાં ૩,૯૦૦ કેન્દ્રો, ૧૭,૦૦૦ સાપ્તાહિક સભાઓ અને મંડળો છે. તેમના કાર્યક્ષેત્રમાં વિવિધ માનવતાલક્ષી અને દાનપુણ્યની પ્રવૃત્તિઓનો સમાવેશ થાય છે. બી.એ.પી.એસ. સંસ્થા સત્કાર્યોનો એક અદ્‌ભુત સંગમ છે.

ભાગ : ૨

વ્યવહારમાં અધ્યાત્મ

'માનવ સેવાથી મોટો કોઈ ધર્મ નથી.
સૌનાં હિત માટે કરેલું કાર્ય એ જ સૌથી મોટો ધર્મ છે.'

– **વૂડ્રો વિલ્સન**
અમેરિકાના ૨૮મા રાષ્ટ્રપ્રમુખ

૯

અગોચરનું દ્વાર

'જે કાંઈ દેખાય છે એ અગોચરની ઝલક છે.'

– એનેક્ઝાગોરસ

સૉક્રેટિસ પૂર્વેના ગ્રીક દાર્શનિક

મારો જન્મ રામેશ્વરમ્‌માં મસ્જિદ ગલી(મોસ્ક સ્ટ્રીટ)માં ભવ્ય મંદિરની નજીક થયો હતો. સંસ્કૃતમાં રામેશ્વર એટલે 'રામના ભગવાન'; જે રામનાથસ્વામી મંદિરમાં બિરાજેલા ભગવાન શિવ માટે વપરાતું વિશેષણ છે. રામેશ્વરમ્ ટાપુથી ૨૨ કિમી પહેલાં સેતુ કરાઈ નામે સ્થળ આવેલું છે, જ્યાંથી ભગવાન રામે પથ્થરનો તરતો સેતુ – એડમ્સ બ્રિજ – બાંધ્યો હોવાનું મનાય છે. આ સેતુ રામેશ્વરમ્‌માં ધનુષકોડીથી શ્રીલંકામાં તલાઈમન્નાર સુધી ફેલાયેલો છે. હજારો-લાખો યાત્રાળુ રામેશ્વરમ્ આવે છે. સમગ્ર ટાપુનું અર્થતંત્ર યાત્રાળુઓને ભોજન, ખાણીપીણીની વસ્તુઓ, પરિવહન, બંદરસેવાઓ, હોડીઓ અને છીપલાંમાંથી બનેલી વસ્તુઓના વેચાણ પર નિર્ભર છે.

મંદિરના મુખ્ય પૂજારી પાક્ષી લક્ષ્મણ શાસ્ત્રીગલ મારા પિતાના પરમ મિત્ર હતા. તેમને બંનેને રોજ સાથે બેસીને લાંબા સમય સુધી વાતો કરતા જોયાનાં અનેક સંસ્મરણો મારી સ્મૃતિમાં આજે પણ રમે છે. એ જમાનામાં ઘરની બહાર નીકળતી વખતે માથું ઢાંકવાનો રિવાજ હતો, એટલે મારા પિતા પોતાની ટોપી પહેરતા અને શાસ્ત્રીજી પાઘડી બાંધતા. નાનપણમાં બાળક તરીકે મને કુતૂહલ

થતું કે સૌથી પહેલું મંદિર ક્યાં અને કેવી રીતે બંધાયું હશે? ચારે બાજુ દરિયાથી ઘેરાયેલા આ ટાપુ પર આટલી મોટી પથ્થરની ઈમારત કોણે બાંધી હશે? શું ભગવાન રામ ખરેખર અહીં આવ્યા હશે? શું હનુમાનજીએ ખરેખર પથ્થરનો ઉપયોગ કરીને તરતો પુલ બાંધ્યો હશે? મંદિરમાં પથ્થરો પર કોતરેલી મૂર્તિઓ અદ્‌ભુત હતી. મસ્જિદોમાં કેમ કોઈ તસવીરો નહોતી?

પાછળથી, મને મારા શિક્ષક શિવા સુબ્રમણ્યન ઐયર પાસેથી જાણવા મળ્યું કે ઈસુ પૂર્વે ૫૦૦ વર્ષ પહેલાં સમાપ્ત થયેલા વૈદિકયુગ દરમ્યાન મંદિરોનું અસ્તિત્વ નહોતું. વૈદિક મંત્રોમાં ભગવાનનાં જે વિવિધ સ્વરૂપનો ઉલ્લેખ છે તેનાં ચિત્રો બનાવવાની પ્રથા વૈદિકયુગના અંત સમયે પ્રચલિત બની હશે. મારા શિક્ષકે મને કહેલું કે સામાન્યપણે એવું સ્વીકારવામાં આવ્યું હતું કે ભક્તિ કરતા સંપ્રદાયોના પ્રભાવને કારણે સમય જતાં વૈદિકયુગની યજ્ઞશાળાનું પૌરાણિકયુગ દરમ્યાન મંદિરોમાં રૂપાંતર થયું. આરંભમાં મંદિરો કાષ્ઠ અને માટી જેવી – ટકે નહીં એવી – સામગ્રીમાંથી બનાવવામાં આવ્યાં હતાં. ગુફામંદિરો – પથ્થરમાંથી કોતરીને બનાવેલાં કે પથ્થરોથી બનાવેલાં મંદિરો – તે પછી અસ્તિત્વમાં આવ્યાં. સ્થાપત્ય અને શિલ્પકળાથી અલંકૃત રામેશ્વરમ્‌માં આવેલાં શિવમંદિરો જેવાં, ભારે પથ્થરોનાં બાંધકામવાળાં મંદિરો ત્યાર પછીના સમયકાળનાં છે.

રામનાથસ્વામી મંદિરનું નિર્માણ સત્તરમી સદીમાં થયું હતું. ટાપુની પૂર્વ બાજુએ સમુદ્રની નજીક આવેલું આ મંદિર ગ્રેનાઈટના ૧,૨૦૦ મહાકાય સ્તંભ માટે પ્રસિદ્ધ છે. ૫૪ મીટર ઊંચો ગોપુરમ્ (પ્રવેશદ્વાર), ૧,૨૨૦ મીટરની ભવ્ય પરસાળ અને ભભકાદાર રીતે કોતરેલા તમામ સ્તંભ મંદિરની સજાવટ અને પ્રતિષ્ઠામાં અભિવૃદ્ધિ કરે છે. મંદિરના બાવીસ કૂવામાંના દરેકના પાણીનો સ્વાદ અલગ અલગ છે, જે ખરેખર અચંબો પમાડે તેવી બાબત છે.

આ દેશની વિશાળતાને ધ્યાનમાં લેતાં મંદિરોનું નિર્માણ વત્તા-ઓછા અંશે એક જ પ્રચલિત રચના મુજબ થાય છે, જે નોંધપાત્ર બાબત છે, પણ મૂળભૂત રચના સમાન હોવા છતાં વિવિધતા જોવા મળે છે, જેના કારણે સમય જતાં મંદિર સ્થાપત્યમાં વિવિધ શૈલીનું આગમન થયું. વિસ્તારપૂર્વક કહું તો તે ઉત્તર અને દક્ષિણ શૈલીમાં વર્ગીકૃત કરી શકાય. વક્રાકાર શિખરો ઉત્તરની શૈલી દર્શાવે છે. દક્ષિણ શૈલીમાં શિખરો ટૂંકા થતાં પિરામિડ આકારના જોઈ શકાય છે.

હું ૨૦૦૧માં પ્રમુખસ્વામીજીને મળ્યો ત્યારે તેમણે નવી દિલ્હીમાં નિર્માણ

પામનારા અક્ષરધામ મંદિર અને પરિસરનાં નકશા બતાવ્યાં હતાં. પ્રમુખ-સ્વામીજીએ સમજાવ્યું હતું કે ‘‘અક્ષરધામ ભગવાન સ્વામિનારાયણનું દિવ્ય નિવાસસ્થાન છે, જે સનાતન શાંતિ અને જ્ઞાનોદયનું અવિનાશી મુકામ છે.’’ મંદિરની દરેક બાબત, પ્રદર્શન અને વાતાવરણનાં આયોજનો મારી સમક્ષ રજૂ કરવામાં આવ્યાં હતાં. ઝીણવટભર્યાં આયોજન અને રચનામાં સમાયેલા સંદેશાઓ વિશે જાણીને હું પ્રભાવિત થયો હતો. મેં પૂછ્યું : ‘‘અક્ષરધામમાં આવતા દરેક મુલાકાતીએ પોતાની સાથે શો સંદેશ લઈ જવો જોઈએ?’’ સંતોએ મને નમ્રતાપૂર્વક પ્રતિપ્રશ્ન કર્યો કે તમારા મતે એ એકમાત્ર આવશ્યક સંદેશ કયો હોવો જોઈએ? મેં મલકાઈને જવાબ આપ્યો : ‘‘દરેક ભારતીયને પોતે ભારતીય હોવાના ગૌરવનો અનુભવ થવો જોઈએ.’’

થોડાં વર્ષ બાદ નકશાએ વાસ્તવિક રૂપ લીધું એ સાથે જ અક્ષરધામે તમામ યાત્રિકોના ગૌરવ અને ઉદ્દેશમાં ખરા અર્થમાં ઉમેરો કર્યો. આ ઘટના તમામ ભારતીયોને ગૌરવાન્વિત કરી શકે તેવી છે. સંતોએ સમજાવ્યું કે મંદિરના ગુલાબી પથ્થરો ભક્તિ, ભગવાન પ્રત્યેના સમર્પણભાવનું નિરૂપણ કરે છે. સફેદ આરસ પવિત્રતા અને શાંતિનું પ્રતીક છે. મંદિરનું અપ્રતિમ સ્થાપત્ય યોગ્ય રીતે સંશોધિત, અત્યંત પ્રમાણિત અને પ્રાચીન વારસાને વફાદાર હોવા ઉપરાંત, પ્રાચીન શૈલી અને ભાત, આકૃતિઓ અને નકશીકામ, સ્તંભો અને પ્રવેશદ્વારો તેમજ અતુલ્ય મોભ અને ઘુમ્મટોથી ભરપૂર છે. કુશળ પ્રતિભા ધરાવતા ૭,૦૦૦ કારીગરો અને બી.એ.પી.એસ. સંસ્થાના ૪,૦૦૦ સમર્પિત સ્વયંસેવકોની મદદથી હાથ વડે કોતરીને આ સ્થાપત્ય સર્જવામાં આવ્યું છે. વાસ્તવમાં, અક્ષરધામનું નિર્માણ એટલે કળાનું પુનર્જીવન અને માનવશક્તિ તથા પ્રતિભાનો અનોખો સંગમ છે.

પ્રમુખસ્વામીજીને મેં પૂછ્યું : ‘‘મંદિરો શા માટે બનાવવામાં આવે છે? તેની પાછળનો હેતુ શો છે?’’ પ્રમુખસ્વામીજીએ સમજાવ્યું : ‘‘મંદિર એ અગોચરનું મૂર્ત સ્વરૂપ છે.’’ તેમનો ઉત્તર ટૂંકો પણ અગાધ હતો. મને સમજાયુ કે માનવી સ્વભાવગત રીતે એવું જ માનીને ચાલે છે કે તેના અનુભવમાં પોતે જે કંઈ જુએ છે અથવા જે સ્થિતિમાં પોતે સામેલ થાય છે એ જ માત્ર સાચું છે. મોટા ભાગના લોકો તેમના સમગ્ર જીવનકાળ દરમ્યાન પોતાની પાંચ ઈન્દ્રિયો સાથે જ સંકળાયેલા હોય છે અને તેમના માટે એ જ એકમાત્ર સત્ય હોય છે –

બીજું કંઈ જ નહીં. ઇન્દ્રિયોનો અનુભવ માત્ર ભૌતિક બાબતો સાથે જોડાયેલો છે. આપણી સમજણ ઇન્દ્રિયો સુધી જ મર્યાદિત હોવાને કારણે, આપણે જીવનરૂપે જે કંઈ પણ જાણીએ છીએ એ બધું જ ભૌતિક છે : આપણાં શરીર, આપણાં મન, આપણી લાગણીઓ અને આપણી જીવનઊર્જા બધું જ ભૌતિક છે. જ્યારે આપણે ઉપર નજર કરીએ ત્યારે ઉપર વિશાળ ખાલીપો જ લાગે છે, પરંતુ ત્યાં પણ આપણે માત્ર ભૌતિકને જ ઓળખીએ છીએ. આપણે રાત્રે તારાઓ અને ચંદ્ર જોઈએ છીએ અને દિવસે સૂર્ય જોઈએ છીએ, જે બધી જ ભૌતિક વસ્તુઓ છે.

એટલા માટે જ મંદિર કે મસ્જિદ કે પૂજાનું કોઈ પણ સ્થળ આપણને ભૌતિક બાબતોથી પર રહેલી ચીજો સાથે જોડતો સેતુ છે. સાધુ બ્રહ્મવિહારીદાસે સમજાવ્યું : ''ખરાં આધ્યાત્મિક સ્થળો આપણને માનવીના આ જગતથી પર, ભગવાન સાથે જોડાણ કરવામાં અને પરમજ્ઞાન પ્રાપ્ત કરવામાં મદદ કરે છે. ઉપરાંત, નિયમિત અને ખરા દિલથી કરવામાં આવતી પ્રાર્થના મનને ઉન્નત કરવામાં અને દિવ્યતાનો અનુભવ કરવામાં મદદ કરે છે.'' બીજા એક અવસરે, સાધુ ઈશ્વરચરણદાસે મને સમજાવ્યું : ''આત્મા એ જ આપણું ખરું સ્વરૂપ છે. અક્ષર આપણા આત્માથી ઊંચા સ્તરે છે. એ આપણા અસ્તિત્વનો દિવ્ય અર્ક છે; આપણામાંના દરેકમાં રહેલા તેજ અને જીવનનો સ્રોત છે. જ્યારે આપણે આપણી જાતને અક્ષર સાથે સાંકળીએ છીએ ત્યારે આપણે પ્રત્યક્ષરૂપે સર્વોપરી દિવ્ય તત્ત્વ - પુરુષોત્તમને અનુભવી શકીએ છીએ.''

મને સમજાયું કે જેમ જેમ આપણે આપણા દિવ્ય પરમાત્મા સાથે સંવાદ કરીએ છીએ, તેમ તેમ આપણે તેમનું માર્ગદર્શન મેળવી શકીએ છીએ, શાંતિ, સંવાદિતા અને તેજ પ્રાપ્ત કરી શકીએ છીએ. આપણે ખલેલ પહોંચાડતા ભૌતિક વિશ્વથી સહેલાઈથી દૂર જઈ શકીએ છીએ અને પોતાને તેજ, પ્રેમ અને પરમેશ્વરની દિવ્ય ઊર્જામાં સ્થાપિત કરી શકીએ છીએ. દિવ્ય સ્વરૂપ સાથેના જોડાણ દ્વારા આપણી શક્યતાઓના વિશ્વમાં કાર્યરત રહીને આપણા ઉચ્ચતમ પથને પ્રગટાવી શકીએ છીએ. એ દિવ્ય સ્વરૂપ આપણને નિમ્ન ઊર્જા અને નીચા પથ પર જકડી રાખતી ભ્રમણાઓ, ઇચ્છાઓ અને બંધનોને આપણી સમક્ષ ઉજાગર કરે છે. આપણે અવરોધક, પ્રતિકૂળ અને પ્રતિરોધક ઊર્જા અને સ્વરૂપોને ઓળખવાની વધુ સારી આવડત પ્રાપ્ત કરીએ છીએ. દિવ્ય તત્ત્વો સાથેનું આ જોડાણ આ મર્યાદાઓને છતી કરશે એટલું જ નહીં, તે ખરા અર્થમાં શક્તિ,

શાણપણ અને આ ઊર્જાને વ્યક્ત કરવા આપણને સમર્થ કરશે.

તમારું દિવ્ય સ્વરૂપ સદાય તમારા સુધી પહોંચવા માટે, તમારા જીવનમાં ઉચ્ચ સ્વરૂપો, વિચારો, અભિવ્યક્તિઓ, પરિસ્થિતિઓ મોકલવા માટે તમને શક્તિ, તેજ, પ્રેમ અને સમજણ આપવાનો પ્રયત્ન કરે છે. તમારું દિવ્ય સ્વરૂપ બુદ્ધિમાન છે; તે બધું જ જાણે છે અને સદાય તમને જીવવા માટેનો સરળ, સારો અને વધુ આનંદિત માર્ગ બતાવે છે. તમારું દિવ્ય સ્વરૂપ તમારા વ્યક્તિત્વ અને વિચારની મર્યાદાઓને ઓળંગીને તમને જીવન જીવવાના અને અનુભવવાનાં નવાં દ્વાર ખોલી આપે છે. જ્યાં ઉત્કટ પ્રાર્થના વડે પહોંચી શકાય છે. દિવ્ય તત્ત્વ સાથે જોડાવાથી એક પ્રકારના દિવ્ય પ્રવાહની ગતિનો, તેની સાથે વહેવાનો અને ભમ્મરિયા માર્ગે પણ ઉચ્ચ કક્ષા પામવાનો અહેસાસ થાય છે.

આપણે એક વિદ્વાનના વૈજ્ઞાનિક જ્ઞાન અને વ્યક્તિત્વનું આકલન કરવાનું વિચારીએ છીએ ત્યારે આપણે તેમના કાર્યને તપાસીએ છીએ અને તેમની ઝીણવટભરી તપાસ કરીએ છીએ. એવી જ રીતે, એક કલાકારની પ્રતિભા અને ક્ષમતાને ઓળખવા માટે આપણે તેનાં સર્જનોનો અભ્યાસ કરીએ છીએ. એ જ રીતે ગુણવત્તા અને નિયમિતતાથી આગળ સર્જનહારના શુદ્ધ સ્વરૂપની લાક્ષણિકતાઓને આપણે સૂક્ષ્મતા અને ચોક્કસાઈથી પામી શકીએ છીએ, જે સર્વત્ર ફેલાયેલી છે. આમ, જાણવા અને જોવાની આપણી ક્ષમતાઓની મર્યાદાઓમાં રહીને આપણે ઈશ્વરીય જ્ઞાન, શાણપણ, જીવન અને શક્તિ વિશે પરિચિત થઈ શકીએ.

જો પરમેશ્વરને લગતા સંપૂર્ણ અને સર્વગ્રાહી જ્ઞાનનો પ્રશ્ન હોત, તો આપણે ચોક્કસપણે સ્વીકારવું જ પડે કે માનવીનું જ્ઞાન ત્યાં સુધી પહોંચી ન શકે. પરમેશ્વરની લાક્ષણિકતાઓને ચોક્કસ મર્યાદાઓમાં સીમિત કરી શકાય નહીં. આમ, તેમના માટે આપણે જે કંઈ પણ તુલના કે ઉપમા આપીએ એ ખોટી પડવાની પૂરી સંભાવના હોય છે. વિજ્ઞાન જે કંઈ અવલોકન કરે છે અને નૈસર્ગિક વાતાવરણમાં વિચારાયું છે, એ સઘળું પરમેશ્વરનું સર્જન છે, જે તેની ઈચ્છા અને આજ્ઞા અનુસાર સર્જાયું છે. પરમેશ્વરનો આ અંશ પ્રકૃતિનો હિસ્સો નથી અને સર્જિત વસ્તુઓના વર્ગમાં પણ તેનો સમાવેશ થતો નથી. આથી, માનવી, તુલના અને સામ્યતા દ્વારા ખરેખર પરમેશ્વરના અંશને પામી શકે નહીં. સતત પ્રાર્થના દ્વારા ભક્તો માત્ર માર્ગદર્શન પ્રાપ્ત કરી શકે.

આપણે પ્રાર્થના માટે અથવા કોઈ મનોકામનાની પૂર્તિ માટે મંદિર, મસ્જિદ કે દેવળમાં પ્રવેશીએ છીએ ત્યારે સમજાય છે કે જીવનના દરેક તબક્કે આપણી ચેતના, જ્ઞાન અને સંવાદિતા સહિત બધા જ ગુણો વારસારૂપે આપણી અંદર સર્જનહારની ઈચ્છાથી પડેલા જ છે. વળી, સર્જનનાં અન્ય તમામ તત્ત્વો સહિત આ બધા ગુણોનો હેતુ, દિશા અને ઉદ્દેશ્ય એ પણ પૂર્વનિર્ધારિત હોય છે. જે આપણને એવા નિષ્કર્ષ તરફ લઈ જાય છે કે સર્જનહારમાં જે ગુણો રહેલા છે તે બધા તેમનાં સર્જનમાં પ્રતિબિંબિત થાય છે.

આપણે સર્જનહારના સર્જન દ્વારા તેના ગુણોની આછી-પાતળી સમજણ મેળવી શકીએ છીએ, પરંતુ જે પરમેશ્વરને જાણી શકે છે અને તેના અસ્તિત્વને સ્પર્શી શકે છે તે વિચારની અતુલ્ય શક્તિ છે. આ વિચાર એ એક એવું ક્ષણિક તેજ છે જે પરમેશ્વરમાંથી નીકળી આપણને સ્પર્શે છે, જ્ઞાન પ્રાપ્ત કરવાની અને સત્ય પામવાની આપણને એક ક્ષમતા આપે છે. આ ભેટમાંથી પરમેશ્વર વિશેનું જ્ઞાન પ્રગટ થાય છે. પવિત્ર કુરાનમાં આ વિશે બહુ સુંદર કહેવાયું છે (સુરાહ અલ બકરાહ; આયાત ૧૬૩-૬૪)

وَإِلَٰهُكُمْ إِلَٰهٌ وَاحِدٌ لَّا إِلَٰهَ إِلَّا هُوَ الرَّحْمَٰنُ الرَّحِيمُ
إِنَّ فِي خَلْقِ السَّمَاوَاتِ وَالْأَرْضِ وَاخْتِلَافِ اللَّيْلِ وَالنَّهَارِ
وَالْفُلْكِ الَّتِي تَجْرِي فِي الْبَحْرِ بِمَا يَنفَعُ النَّاسَ وَمَا أَنزَلَ اللَّهُ
مِنَ السَّمَاءِ مِن مَّاءٍ فَأَحْيَا بِهِ الْأَرْضَ بَعْدَ مَوْتِهَا وَبَثَّ فِيهَا
مِن كُلِّ دَابَّةٍ وَتَصْرِيفِ الرِّيَاحِ وَالسَّحَابِ الْمُسَخَّرِ
بَيْنَ السَّمَاءِ وَالْأَرْضِ لَآيَاتٍ لِّقَوْمٍ يَعْقِلُونَ

તમારો ઈશ્વર એ એકમાત્ર ઈશ્વર છે. તે સિવાય અન્ય કોઈ ઈશ્વર નથી, દયાળુ અને કૃપાળુ, સ્વર્ગ અને પૃથ્વીના સર્જનમાં, રાત્રિ અને દિવસના ચક્રમાં, માણસના લાભ માટે દરિયામાં વિહરતાં જહાજોમાં, પૃથ્વીના નાશ પછી તેના નવસર્જન માટે સ્વર્ગમાંથી મોકલવામાં આવતા વરસાદમાં, સમગ્ર જગતમાં પથરાયેલાં અલગ અલગ પ્રજાતિનાં પ્રાણીઓમાં, હવાની અવરજવરમાં, ઈશ્વરના હુકમને આધીન સ્વર્ગ અને પૃથ્વી વચ્ચે વાદળોમાં, આ બધામાં મનુષ્યો, કે જે બુદ્ધિનો પ્રયોગ કરે છે, તેને માટે સંકેતો છે.

ઉપાસનાનાં સ્થાનો મનુષ્યની પરમેશ્વર અને તેના સર્જનની બૌદ્ધિક વિભાવનાનાં મૂર્ત સ્વરૂપો છે. જેમ સર્જનહારના સદ્ગુણો આ સૃષ્ટિમાં શાશ્વત છે, તેમ ઉપાસનાનાં સ્થળોનું સર્જન કરનારાઓના ગુણધર્મો પણ આ સૃષ્ટિમાં શાશ્વત છે. અક્ષરધામ મંદિરના અભૂતપૂર્વ સર્જનમાં હું માનવીની બૌદ્ધિક ક્ષમતા, સંગઠનાત્મક કુશળતા, સર્જનાત્મકતા અને ભગવાનની કૃપાદૃષ્ટિ જોઈ શકું છું. ઉપાસનાનું સ્થાન પણ અગોચરનું પ્રવેશદ્વાર છે.

અક્ષરધામ એ કદાચ પૃથ્વી પર આપણા પ્રાચીન વારસાનું અને ભગવાનનું સૌથી શ્રેષ્ઠ અને અતિભવ્ય પ્રવેશદ્વાર છે. અક્ષરધામનું સુંદર સ્થાપત્ય – એ વાસ્તવમાં પ્રમુખસ્વામીજી મહારાજની દેખરેખ હેઠળ બી.એ.પી.એસ. સંસ્થા દ્વારા કરવામાં આવેલા સ્થાપત્યનું એવું ભવ્ય સ્વરૂપ છે – જે હજાર વર્ષ પૂર્વેનાં મંદિરોની યાદ અપાવે છે. બી.એ.પી.એસ.નાં આરંભનાં એંશી વર્ષ દરમ્યાન તેનાં મંદિરો સાધારણ બાંધકામ ધરાવતાં હતાં; જોકે, દિલ્હીનું અક્ષરધામ મંદિર દેલવાડા, મોઢેરા અને કિરાડુ ખાતેના દસમીથી બારમી સદીમાં પશ્ચિમ ભારતનાં મરુ-ગુર્જર મંદિરોની વૈવિધ્યપૂર્ણ નકશીકામ ધરાવતી કોતરણીની છાંટ ધરાવે છે. આ મધ્યકાલીન મંદિરોની જેમ જ તે પણ લોહ કે સ્ટીલના ઉપયોગ વિના પથ્થરોનું બનેલું છે. પ્રમુખસ્વામીજીએ જે નિર્માણ કર્યું છે એ ભારતીય સંસ્કૃતિના લાંબા ઈતિહાસકાળ દરમ્યાન ઘણા ઓછા રાજાઓ કરી શક્યા હતા.

મેં જ્યારે પ્રમુખસ્વામીજીને જણાવ્યું કે તેમણે ખરેખર શ્રેષ્ઠ સ્થાને અક્ષરધામનું નિર્માણ કર્યું છે, ત્યારે તેમણે કહ્યું : ''શ્રેષ્ઠતાને પૂર્ણતા ગણશો નહીં. માણસ શ્રેષ્ઠતા સુધી પહોંચી શકે પણ પૂર્ણતા એ તો ભગવાનનું કાર્ય છે.'' એમની ઉપસ્થિતિમાં મને માણસમાં પોષાતા દિવ્ય બળનો અનુભવ થયો.

૧૦

ઉજાસના યોદ્ધાઓ

‘ઘોર અંધકારમાં પણ ઉજાસ જોઈ શકે એનું નામ આશા.’

– આર્કબિશપ ડેસમંડ ટુટુ

દક્ષિણ આફ્રિકાના રંગભેદ વિરોધી માનવ અધિકારના ચળવળકાર

૧૮ સપ્ટેમ્બર, ૨૦૦૪માં, રાષ્ટ્રપતિ તરીકે દક્ષિણ આફ્રિકાની મુલાકાત દરમ્યાન મેં ડર્બન પોર્ટના પૂર્વીય કાંઠે ૭૦ કિમી દૂર અંતરિયાળ વિસ્તારમાં આવેલા પીટરમેરિત્ઝબર્ગની મુલાકાત લીધી હતી. તેના રેલવે સ્ટેશન પર ૭મી જૂન ૧૮૯૩ના રોજ મહાત્મા ગાંધીને જોહાનિસબર્ગ જતી વખતે તેમની પાસે ફર્સ્ટ ક્લાસની ટિકિટ હોવા છતાં, માત્ર ગોરાઓ માટેના ફર્સ્ટ ક્લાસના ડબ્બામાંથી અડધી રાત્રે બહાર ફેંકી દેવાયા હતા. તે રાત્રે માનવ ઇતિહાસમાં ગાંધીના સ્વરૂપમાં એક વૈશ્વિક નેતાનો જન્મ થયો હતો. આ ઘટનાને પરિણામે એક રાજકીય આંદોલનનો ઉદય થયો, જેણે ભારતને આઝાદીના દ્વારે લઈ જવામાં મહત્ત્વનો ભાગ ભજવ્યો.

દક્ષિણ આફ્રિકામાં ભારતીયોએ પહેલી વાર પગ મૂક્યો ત્યારે તેઓ ‘ગીરમીટિયા’ *(બોન્ડેડ લૅબર)* તરીકે આવ્યા હતા.[૧૭] નવી ભૂમિ પર સ્થાયી થવા અને ગુજરાન ચલાવવા માટે તેમને ભારે સંઘર્ષ કરવો પડ્યો હતો; તેમને ગુલામીના કરારની અત્યંત આકરી શરતોનું પાલન કરવું પડ્યું હતું. ગોરા વસાહતીઓના રંગભેદનો ડગલે ને પગલે તેઓ ભોગ બનતા હતા. ગોરાઓ

તેમને માત્ર 'વેઠિયા' ગણતા હતા. ભારતમાંથી તેમને દક્ષિણ આફ્રિકા લાવવાનો એકમાત્ર ઉદ્દેશ સ્થાનિક વેપારીઓને મજૂરો પૂરા પાડવાનો હતો. આ ગીર-મીટિયાઓ સાથે પરગ્રહવાસીઓ જેવું વર્તન કરવામાં આવતું હતું. જવલ્લે જ તેઓને મનુષ્ય ગણવામાં આવતા. તેમને નિશ્ચિત સમય માટે નિશ્ચિત કાર્ય કરાવીને ભારત પાછા મોકલવામાં આવતા હતા. કરાર થયો હોય તે પ્રમાણેનાં પાંચ કે દસ વર્ષ માટે તેમને અત્યંત કઠિન પરિસ્થિતિઓનો સામનો કરવો પડતો. કામમાં થોડી પણ ભૂલ થાય તો તેમને કોરડા ફટકારાતા, અમાનવીય સ્થિતિમાં રખાતા. પરિવારના સભ્યોથી તેમને અલગ રહેવું પડતું અને અઠવાડિયાના સાત દિવસ માટે રોજ નવથી દસ કલાક કામ કરવું પડતું હતું. તેમાંથી કેટલાકે પોતાના મૂળ વતન પરત ફરવાનું પસંદ કર્યું, પણ મોટા ભાગના ત્યાં જ વસ્યા અને બાગાયત અને ફળ તથા શાકભાજીના વેચાણમાંથી જીવનનિર્વાહ શરૂ કર્યો. સમય જતાં તેઓ અન્ય વ્યવસાયો સાથે જોડાયા.

૧૮૬૩માં, મૂળ કાઠિયાવાડના પોરબંદરનો અબુ બકર ઝવેરી નામનો યુવાન મોરેશિયસ થઈને નાતાલ આવ્યો. અથાગ પરિશ્રમ અને પોતાની વ્યાપારી કુનેહને પરિણામે તે સમૃદ્ધ થયો અને તેના વેપારનો વિસ્તાર થયો. તે થોડા સમયમાં ડર્બનની ખાડીમાં સેલિસબરી ટાપુ પર ભારતીયો દ્વારા તૈયાર કરવામાં આવતી સૂકવેલી માછલીઓને પોતાનાં જ વહાણોના કાફલા મારફતે ભારતમાં નિકાસ કરવા લાગ્યો. આને પરિણામે, ભારતમાંથી વિદેશમાં જવાનો નવો પ્રવાહ શરૂ થયો અને ૧૮૬૯માં કહેવાતા 'પ્રવાસી' ભારતીયોનું આગમન થયું – જેઓ પોતાના ખર્ચે નાતાલ તરફ આગળ વધ્યા. આ લોકો મોટા ભાગે ભારતના પશ્ચિમ ભાગમાંથી આવ્યા હતા – ખાસ કરીને મુંબઈમાંથી; તેઓ મુખ્યત્વે ગુજરાતી વેપારીઓ હતા જેમણે નાતાલમાં પહેલેથી વસતા ભારતીયોની ભાષાઓ અને રિવાજો સાથે સમન્વય સાધી પોતાની સમૃદ્ધ સંસ્કૃતિમાં ઉમેરો કર્યો.

આ નવા આગંતુકો થોડા જ સમયમાં આખા દેશમાં ફેલાઈ ગયા અને ઝુલુલેન્ડના દૂરના વિસ્તારોમાં ટ્રેડિંગ સ્ટોર્સ સ્થાપ્યા અને ટ્રાન્સવાલ કે ઝ્યૂઇડ આફ્રિકાન્શે રિપબ્લિક (ZAR) સુધી ફેલાઈ ગયા. સોનાની ખાણના ઉદ્યોગનું વિસ્તરણ થવાને કારણે અને દેશમાં મોટા પ્રમાણમાં નાણાંનું આગમન થવાને કારણે અહીં તેઓ પણ સમૃદ્ધ થયા.

આ વસાહતીઓ મુખ્યત્વે યુવાનો હતા, જેઓ એકલા જ આવ્યા હતા. જેમ

જેમ તેઓ સ્થાયી થવા લાગ્યા અને તેમના ધંધા સમૃદ્ધ થવા લાગ્યા, તેમ તેમ તેમણે દુકાનની ઉપર અથવા દુકાનોની પાછળ ઘર બાંધવાની શરૂઆત કરી. જ્યારે તે રહેવા માટે તૈયાર થાય ત્યારે તે પોતાના પરિવારજનોને લાવવા માટે ભારત પરત ફરતા. સાનુકૂળ આર્થિક અને રાજકીય સંજોગોને કારણે પૂર્વ આફ્રિકામાં સર્જાયેલી વ્યાપારી તકોએ વધુ ને વધુ ભારતીય વેપારીઓને આકર્ષ્યા. તેમાંના ઘણા ગુજરાતમાં વારંવાર ફાટી નીકળતા રોગચાળા, દુકાળ અને અછતને પરિણામે સર્જાતી આર્થિક મંદીને કારણે સ્થળાંતર કરવા માટે મજબૂર થયા. પૂર્વ આફ્રિકામાં વસતા ગુજરાતી વેપારીઓ અને અન્ય ભારતીય વસાહતીઓ થોડા સમય બાદ પોતાની પત્નીઓ અને પરિવારજનો તેમજ દૂરના સંબંધીઓ સહિત ઘણાને સાથે લઈ આવ્યા.

૧૮૮૫ સુધીમાં દક્ષિણ આફ્રિકામાં વધતી જતી ભારતીયોની સંખ્યાથી ZARની વોકસ્ત્રાદ(ધારાસભા)ના સભ્યો ચિંતામાં મુકાયા. ગોરાઓના આ ડરના પરિણામે તે વર્ષનો અધિનિયમ નં.૩ પસાર કરવામાં આવ્યો, જે અંતર્ગત ત્યાં 'કૂલી, આરબો અને અન્ય એશિયનો'ના જમીન ખરીદવાના અધિકારો છીનવી લેવામાં આવ્યા. આ અધિનિયમ હેઠળ સરકાર પાસે તેમને 'સ્વચ્છતાના હેતુસર' ચોક્કસ વિસ્તારો સુધી પ્રતિબંધિત કરવાનો અધિકાર પણ હતો.

દક્ષિણ આફ્રિકામાં આગમનના એક વર્ષ બાદ ૨૩ વર્ષીય વકીલ મોહનદાસ કરમચંદ ગાંધીએ પોતાને ભારતીય સમાજની સેવામાં સમર્પિત કરવાનો નિર્ણય કયો. ભારતીય સમાજ તે સમયે ગોરા શાસકો દ્વારા થતા રંગભેદ અને સતત અપમાનોને કારણે દુઃખી હતો. ૧૮૯૪માં નાતાલ ઈન્ડિયન કૉંગ્રેસ અને ૧૯૦૩માં ટ્રાન્સવાલ બ્રિટિશ ઈન્ડિયન ઍસોસિયેશનની સ્થાપનામાં પણ તેમણે મુખ્ય ભૂમિકા ભજવી હતી. એક દાયકા કરતાં વધુ સમય સુધી અરજીઓ અને આવેદનપત્રો તૈયાર કરતા રહ્યા, પોતાની સમસ્યાઓ શાસકો સમક્ષ રજૂ કરતા રહ્યા, પ્રેસને પત્રો લખ્યા અને દક્ષિણ આફ્રિકામાં વસતા ભારતીયો માટે દક્ષિણ આફ્રિકાની સાથે સાથે ભારત અને બ્રિટનમાં પણ પ્રજાકીય સમજણ અને મદદ મેળવવાનો પ્રયત્ન કર્યો. વકીલાતનો તેમનો વ્યવસાય પણ મહદ્ અંશે આ ઉદ્દેશને સમર્પિત હતો.

એ સમયે, ગાંધીજીને બ્રિટિશ ન્યાયવ્યવસ્થા અને બ્રિટનના સામ્રાજ્યના સિદ્ધાંતોમાં વિશ્વાસ હતો. પણ ૧૯૦૬ સુધીમાં એ સ્પષ્ટ થઈ ગયું કે અરજીઓ

અને આવેદનપત્રો અસરકારક નીવડતાં નહોતાં અને સરકારી અધિકારીઓ દ્વારા આપવામાં આવેલાં વચનો પાળવામાં આવતાં નહોતાં. ૧૯૦૬માં ભારતીયોના અપમાનની પરાકાષ્ઠા તો ત્યારે આવી જ્યારે ટ્રાન્સવાલ એશિયાટિક વટહુકમ જારી કરવામાં આવ્યો જેના હેઠળ તમામ ભારતીયો માટે નોંધણી કરાવીને તેનો પુરાવો પાસે રાખવાનું ફરજિયાત બનાવવામાં આવ્યું. ગાંધીજીએ આ અન્યાયી અને નુકસાનકારક કાયદાને શરણે નહીં થવાનું નક્કી કર્યું. ૩૧ જુલાઈ, ૧૯૦૬ના રોજ ત્યાં રહેતા ભારતીય સમુદાયે વિશાળ સભામાં આ કાયદાનો વિરોધ કરવાની પ્રતિજ્ઞા લીધી. આ સાચા સંગ્રામ માટે હિંદુ, મુસ્લિમ, પારસી તથા ખ્રિસ્તી સહિત તમામ ધર્મના લોકો તેમજ વેપારીઓ, ફેરિયા, વ્યાવસાયિકો, કારીગરો અને કરાર હેઠળના મજૂરો સહિત તમામ પ્રકારનું કામ કરતા લોકો – સૌ સંગઠિત થયા.

ગાંધીજી અને તેમના સાથીઓને લાંબા સમય માટે કેદ કરી લેવામાં આવ્યા. હડતાળ કરનારાઓનું નેતૃત્વ કરનાર કોઈ રહ્યું નહીં. સેના, પોલીસ, માલિકો કામદારોને અને તેમની હડતાળને બળજબરીપૂર્વક દબાવી દેવા માટેના પ્રયત્નોમાં અત્યંત ક્રૂર હતા. ખાણનાં મેદાનોને જેલમાં પરિવર્તિત કરીને ખાણમાં કામ કરતા હડતાળિયા મજૂરોને તેમાં કેદ કરવામાં આવ્યા અને તેમના પર ક્રૂર અત્યાચારો કરવામાં આવ્યા. શેરડીનાં ખેતરોમાં કરાર હેઠળ કામ કરતા મજૂરોને મારવામાં આવ્યા અને તેમના પર ગોળીઓ ચલાવવામાં આવી. કેટલાક કારીગરો માર્યા ગયા પણ હડતાળ કરનારા લોકો અડગ અને શિસ્તબદ્ધ રહ્યા. એટલી જ મહત્ત્વની બાબત તો એ છે કે તેઓ અહિંસાના માર્ગ પરથી ફંટાયા પણ નહીં. આફ્રિકન નેશનલ કૉંગ્રેસના પ્રથમ જનરલ પ્રમુખ જોન ડ્યુબે ફિનિક્સ ખાતેથી નહીં ખસનાર ૫૦૦ હડતાળિયા કર્મીઓની સાથે બનેલી ઘટનાના સાક્ષી તરીકે હૃદયસ્પર્શી વર્ણન કર્યું. ચાબુક મારવા, દંડા અને રાઈફલના બટ વડે ફટકારવા, તેઓ વચ્ચે બેફામ ગાંડાતૂર ઘોડા દોડાવવા, તેમના નેતા પર અત્યાચાર કરી તેમની હત્યા કરાવી છતાં ૫૦૦ હડતાળિયા અડગ રહ્યા. ૨૦ એપ્રિલ, ૧૯૨૧ના રોજ, 'યંગ ઈન્ડિયા'માં ગાંધીજીએ પાછળથી તેનો ઉલ્લેખ કરતાં કહ્યું હતું : "આખો સમુદાય એક વિશાળ મોજાની જેમ ઊછળ્યો. કોઈ પણ પ્રકારના આયોજન, પ્રચાર-પ્રસાર વિના લગભગ ૪૦,૦૦૦ લોકોએ ધરપકડ વહોરી. લગભગ ૧૦,૦૦૦ લોકોને કેદ કરવામાં આવ્યા. કઠોર શિસ્તના પાલન સાથે

ભોગવેલી પીડા[૧૮] એક અહિંસક ક્રાંતિમાં પરિણમી.''

જુલાઈ ૧૯૧૪માં ભારત જતાં પહેલાં ગાંધીજી ઇંગ્લૅન્ડ ગયા. મોહનદાસ ગાંધીએ દક્ષિણ આફ્રિકામાં વિતાવેલાં એકવીસ વર્ષ તેમનામાં પરિવર્તન લાવવા અને જીવનની ફિલસૂફી પ્રત્યે એમનો દૃષ્ટિકોણ ઘડવામાં મહત્ત્વપૂર્ણ રહ્યાં. જ્યારે હું નેલ્સન મંડેલાને મળ્યો ત્યારે તેમણે મને કહ્યું હતું : ''શ્રીમાન રાષ્ટ્રપતિ ! તમે અમને એક વકીલ તરીકે મોહનદાસ કરમચંદ ગાંધી આપ્યા હતા અને અમે તમને મહાત્મા ગાંધી પાછા આપ્યા.''

અલબત્ત, એવા પણ ઘણા હતા જે પરત ફર્યા નહીં. તેમણે આફ્રિકન દેશોને જ પોતાનું ઘર બનાવ્યું. સમય જતાં જ્યારે આ દેશો તેમના વિદેશી શાસકોથી આઝાદ થયા ત્યારે નવી સરકાર અને ત્યાંના મૂળ નિવાસીઓ પણ આ ભારતીયો પ્રત્યે વેરભાવ રાખતા થયા. મને નવા આફ્રિકન રાષ્ટ્રમાં એક કેન્યન ભારતીય દ્વારા લખેલી કવિતા યાદ આવે છે, જે આઝાદી બાદના નાગરિકત્વના મુદ્દે ત્રણેય પૂર્વ આફ્રિકી દેશોમાં ભભૂકેલા જાતિવાદી વિવાદના તનાવને સરસ રીતે ઝીલે છે :

ભૂતકાળ ઊકળી ચૂક્યો છે...
અને અમે, એ વરાળ છીએ જેણે ઊડી જવું જોઈએ.[૧૯]

અલબત્ત, કરાર હેઠળના મજૂરો અને મુક્ત વસાહતીઓ બંનેને રાજ્યનાં બંધનોમાંથી મુક્ત કરીને તેમનું આત્મગૌરવ પુનઃસ્થાપિત કરવામાં ગાંધીજીના અસરકારક પ્રયત્નોની આવનારી પેઢીઓ પર દૂરોગામી અસરો પડવાની હતી. દક્ષિણ આફ્રિકામાં ગાંધીજીની વિવિધ ચળવળ દ્વારા પ્રસ્થાપિત થયેલી ભારતીયોની ઓળખ અને ગૌરવ ત્યારબાદ આફ્રિકન ખંડના અન્ય દેશોમાં બી.એ.પી.એસ.નાં મિશનોમાં જોવા મળ્યાં. બ્રિટિશરના સંસ્થાનવાદ દરમ્યાન આવતી આફતો સામે આફ્રિકન ભારતીયોને ટકાવી રાખવામાં ગાંધીજી અને બી.એ.પી.એસ. સંસ્થાનાં મિશનોનું યોગદાન મહત્ત્વનું હતું.

બી.એ.પી.એસ. સંસ્થાના કાર્યની જેમ જ મહાત્માનું કાર્ય પણ પરમેશ્વર પ્રેરિત હતું. ગાંધીજી સતત અંતરાત્માના અવાજ વિશે વાત કરતા અને જ્યારે અકળાયેલા રાજકારણીઓ તેમના ઓચિંતાના નિર્ણયો અંગે પ્રશ્નો ઉઠાવતા ત્યારે તે અંતરાત્માના અવાજનો ઉલ્લેખ પણ કરતા.

ગાંધીજી પરમેશ્વર વિશે કહે છે :

તેમના માટે તે પરમેશ્વર અંગત છે, જેઓ તેની અંગત ઉપસ્થિતિ ઇચ્છે છે. જે તેનો સ્પર્શ ઇચ્છે છે તેમના માટે તે મૂર્ત સ્વરૂપ છે. તે સૌથી શુદ્ધ અંશ છે. એ તેમના માટે જ છે જેમને તેના પર વિશ્વાસ છે. એ આપણામાં છે અને છતાં આપણાથી ઊંચે અને પર છે... આપણી જાતને ઇન્દ્રિયોમાંથી પાછા ખેંચીશું તો આપણે તેને અનુભવી શકીશું.[૨૦]

મારું માનવું છે કે માણસનો અંતરાત્મા એ જ ઝડપથી વિકસે છે જેટલી ઝડપથી તેનો પરમેશ્વર સાથેનો સંબંધ વિકસે છે. અને જેમ જેમ એ બંનેનો વિકાસ થાય છે, અંતરાત્મા – કે જે આપણા સૌમાં છે – તે વધુ સશક્ત બને છે અને આપણાં કાર્યોના આયોજનમાં વિશ્વાસપાત્ર માર્ગદર્શક બને છે.

ગાંધીજીએ પોતાનો દેશ છોડી પરદેશમાં વસેલા ભારતીયોને મૂક સ્વીકૃતિની અવસ્થામાંથી બહાર કાઢી પરિવર્તન લાવવા માટે સજાગ કર્યા. હરમનભાઈ પટેલ આ પરિવર્તનનું ઉદાહરણ હતા. તેમના પિતાજી ૧૮૯૬ અને ૧૯૦૧ વચ્ચે યુગાન્ડા રેલવેના નિર્માણ બાદ પૂર્વ આફ્રિકા આવ્યા હતા. રેલવેનું કાર્ય ૧૮૯૮માં મોમ્બાસાથી શરૂ થયું હતું. સ્થાનિક લોકોએ કદાચ તેમના અગાઉના વિદેશી શાસકો, પોર્ટુગીઝ સાથેના કડવા અનુભવોને કારણે અંગ્રેજો માટે કામ કરવાની ના પાડી દીધી. પોતાનાં ખેતરો અને પશુધનને કારણે તેઓ સ્વનિર્ભર અને સ્વતંત્ર હતા. અંતરિયાળ કામ્બા, કિકુયુ અને મસાઈ પ્રજાતિઓ આર્થિક ઉપાર્જન અર્થે કામ કરવા અંગે શંકા સેવતી હતી. આ વિકટ પરિસ્થિતિમાંથી બહાર નીકળવા માટે એ વિસ્તાર પર ટૂંકા ગાળા માટે શાસન કરનારી બ્રિટિશ ઈસ્ટ આફ્રિકા કંપનીએ લગભગ ૩૦,૦૦૦ ભારતીય મજૂરોને કરાર હેઠળ કામે રોક્યા. ગુજરાતની જીવણજી એન્ડ કંપની લિમિટેડે તાલીમબદ્ધ અને તાલીમ વિનાના શ્રમિકો પૂરા પાડ્યા.

એક વખત રેલવેનું કામ પૂર્ણ થયા બાદ કરાર હેઠળ આવેલા ઘણા મજૂરોએ પોતાના પરિવારજનોને ભારતથી લાવીને તે સમયના ઈસ્ટ આફ્રિકા પ્રોટેક્ટોરેટ તરીકે ઓળખાતા રાજ્યમાં સ્થાયી થવાનું પસંદ કર્યું. આરંભિક એશિયન વસાહતીઓ, જેમાંના મોટા ભાગના ગુજરાતીઓ હતા તેમણે, નવા બ્રિટિશ પ્રાંતમાં મળેલી તકોને તરત ઝડપી લીધી. મોટા ભાગના લોકો નવા નગર નૈરોબીમાં સ્થાયી થયા, જે ૧૯૦૫થી બ્રિટિશ-પ્રોટેક્ટોરેટ રાજ્યની રાજધાની હતી. તે સમયે ઝડપથી ગોરાઓના શહેર તરીકે વિકસી રહેલા નૈરોબીમાં અશ્વેત

આફ્રિકન નાગરિકોની સરખામણીમાં એશિયન લોકોને કાયદેસર વસવાટની મંજૂરી મળી જતી.

પૂર્વ આફ્રિકાની થોડા અંશે અનિશ્ચિત સામાજિક અને આર્થિક પરિસ્થિતિને કારણે આફ્રિકા પાછા જતા પુરુષોની સાથે સ્ત્રીઓ ભાગ્યે જ જોડાતી. તેને બદલે, તે તેમના ગામડામાં જ રહેતી, વડીલોનું ધ્યાન રાખતી અને બાળકો ઉછેરતી. તેમના પતિ દર વર્ષે અમુક વખત ભારતની મુલાકાતે આવતા, તેમના પરિવારની મુલાકાત લેતા, સમાજની સાથે મોટા પાયે વેપારી સંબંધો સ્થાપિત કરતા. હકીકતમાં, આફ્રિકામાં ગુજરાતી સ્થળાંતરના પ્રથમ તબક્કામાં ગુજરાતીઓનું સૌથી મોટું વ્યાવસાયિક ભાગીદાર ભારત જ હતું, જેમાં અરબ સાગર મારફતે લાખો પાઉન્ડના માલસામાનની હેરફેર થતી.

આથી, શરૂઆતમાં આવેલા વસાહતીઓના સામાજિક અને વ્યાવસાયિક સંબંધો મહદ્ અંશે કૌટુંબિક અને આંતરરાષ્ટ્રીય હતા. વિશ્વાસ અને પ્રતિષ્ઠાને પરિણામે આ સંબંધોનું સર્જન થયું અને આ વધુ સરળ બન્યું, કારણ કે પરિવારના તમામ પુરુષો આફ્રિકા નહોતા જતા. જે લોકો પોતાના વારસાગત વેપારને સાચવવા માટે દેશમાં રહેતા તે પોતાના દૂરના સંબંધીઓ સાથે સંબંધ પણ જાળવી રાખતા અને સ્થાવર મિલકતના સ્વરૂપે જામીનગીરી અને સુરક્ષિત નાણાકીય સહાય પણ પૂરી પાડતા. વિદેશમાં વસી ગયેલા આ લોકો કોઈ લગ્નપ્રસંગે અથવા પોતાના પરિવારની મુલાકાતે દેશમાં આવતા ત્યારે આ સંબંધો વધુ મજબૂત થતા. ઈસ્ટ આફ્રિકામાં રહેતો ભારતીય દેશમાં પાછો ન ફરી શકે તોપણ તે પોતાના વતન સાથે સંબંધ જાળવી રાખવાના પ્રયત્નો કરતો. તેનું કુટુંબ સંયુક્ત પરિવારના ઢાંચાનું પુનઃનિર્માણ કરવાનું લક્ષ્ય રાખતું; તે ગુજરાતીમાં વાત કરતો; ભારતીય પરંપરાઓનો આદર કરતો — અને તે ચુસ્ત શાકાહારી રહેતો. ધર્માદા સંસ્થાઓ અને ફાઉન્ડેશનોની સ્થાપના થઈ. બીજા અર્થમાં કહીએ તો ભારત તેમના હૃદયમાં વસતું.

હરમનભાઈ પટેલ જ્યારે સ્વામિનારાયણ સંપ્રદાય તરફ આકર્ષાયા ત્યારે ઈસ્ટ આફ્રિકામાં ભારતીય સમાજની સ્થિતિ ઉપર જણાવ્યા મુજબની હતી. ઈસ્ટ આફ્રિકાના ભારતીયો સમૃદ્ધ, સશક્ત અને સાહસિક રીતે — અલબત્ત, વતનથી દૂર ઝૂરતા — આફ્રિકા ખંડમાં ભારતીય સંસ્કૃતિથી દૂર જીવતા હતા. ૧૯૨૮માં હરમનભાઈ ભારતમાં શાસ્ત્રીજી મહારાજને મળ્યા અને ભગવાન સ્વામિ-

નારાયણની ચિત્રપટની મૂર્તિઓ સાથે આફ્રિકા પરત ફર્યા. આ ચિત્રપટની મૂર્તિઓએ વિદેશમાં વસતા ભારતીયોને આકર્ષિત કરવામાં મહત્ત્વનો ભાગ ભજવ્યો. ત્યાં વસતા લોકોએ ત્યારબાદ નિયમિતપણે ધાર્મિક વિચારો અને અનુભવોને વહેંચવા માટે મળવાનું શરૂ કર્યું – જેને તેઓ સત્સંગ કહેતા – સત્સંગ એટલે સારા લોકોનો સંગ.

૧૯૩૨માં હરમનભાઈએ ફરીથી ભારતની મુલાકાત લીધી. ત્યાર પછીના દિવસોમાં તે શાસ્ત્રીજી મહારાજની દિવ્યતા અને હરિભક્તોના ઉત્સાહથી એટલા બધા પ્રભાવિત થયા કે તેમણે વિચાર્યું કે માત્ર નાણાં કમાવા માટે આફ્રિકા પાછા ફરવાનો કોઈ અર્થ નથી. તે શાસ્ત્રીજી મહારાજનો અમૂલ્ય, દિવ્ય સાથ કેવી રીતે ત્યાગી શકે? હરમનભાઈએ શાસ્ત્રીજી મહારાજ સાથે રાજપુરનો પ્રવાસ કર્યો. ત્યાં તેમણે જણાવ્યું કે ''સ્વામીજી ! હું આફ્રિકા પાછો જવા નથી માંગતો. ત્યાં લોકોનો અધ્યાત્મ તરફ ઝુકાવ નથી.'' પણ શાસ્ત્રીજી મહારાજે તેમને ઈસ્ટ આફ્રિકા પાછા જઈને ત્યાં સત્સંગનો પ્રસાર કરવાની સૂચના આપી. હરમનભાઈ એક જુદી જ વ્યક્તિ બનીને પાછા ફર્યા. હવે તેમની પાસે એક ધ્યેય હતું. ધીમે ધીમે સ્વામિનારાયણ હિંદુ ધર્મનો સંદેશ રોપાયો અને ઈસ્ટ આફ્રિકા – કેન્યા, યુગાન્ડા અને તાંગાનિકા(હાલનું ટાન્ઝાનિયા)માં સત્સંગનો ફેલાવો થયો.

કેટલાક ગુજરાતીઓ યુગાન્ડા પહોંચ્યા ત્યારે તેમણે ભરપૂર માત્રામાં ખેતીલાયક જમીન જોઈ, વિશેષ કરીને લાલ અને કાળી માટીવાળી જમીન જોઈ. તેમણે તરત જ તેમાં ખેતીની સંભાવના જોઈ અને તેમણે સમૃદ્ધ કૃષિ ઉદ્યોગોની સ્થાપના કરી. તેમણે કપાસ, શેરડી, સાઇઝલ, ચા અને કૉફીનું મોટા પાયા પર વાવેતર શરૂ કર્યું. ૧૯૩૮ સુધીમાં ૩૦ લાખ એકરમાં એકલા કપાસનું વાવેતર થયું. યુગાન્ડા 'આફ્રિકાનું કાશ્મીર' કહેવાતું હતું. યુગાન્ડામાં કેન્યા અને તાંગાનિકાની તુલનાએ ખેતીમાંથી મોટા પ્રમાણમાં વળતર મળવા લાગ્યું અને એટલા જ પ્રમાણમાં ત્યાં સત્સંગનો વ્યાપ વધવા લાગ્યો. ૧૯૫૦માં યુગાન્ડાની રાજધાની અને સૌથી મોટા શહેર કંપાલામાં હરિભક્તોએ શાસ્ત્રીજી મહારાજનો ૮૫મો જન્મદિવસ ઊજવવા માટેના કાર્યક્રમનું આયોજન કર્યું. લોકો આ મોટા ઉત્સવ માટે ૬૦૦ માઈલ દૂરથી પ્રવાસ ખેડીને આવ્યા.

શાસ્ત્રીજી મહારાજ હેઠળ સેવા આપતા વરિષ્ઠ શિષ્ય-સાધુ એવા નિર્ગુણદાસ સ્વામી પત્રો દ્વારા આફ્રિકામાં વસતા હરિભક્તોને આધ્યાત્મિક પોષક

જ્ઞાન આપતા – તેમના પત્રો ક્યારેક તો ૭૦થી ૧૦૦ પાનાં જેટલા લાંબા રહેતા. આ પત્રોમાં સંપ્રદાયના સિદ્ધાંતો, ભક્તિ અને મહિમા વિગતે સમજાવવામાં આવતાં. દરેક શબ્દ લોકોના ઉત્સાહ અને પ્રતિબદ્ધતામાં નવી ઊર્જા પૂરતો. જેમ આરંભિક ખ્રિસ્તી ધર્મ સમુદાયોમાં સેન્ટ પોલના પત્રોના પ્રત્યુત્તરોની આતુરતાપૂર્વક રાહ જોવાતી તેમ નિર્ગુણદાસ દ્વારા લખાયેલા પત્રોને રેલવે સ્ટેશન અથવા ટેલિગ્રાફી મારફતે વહેંચવામાં આવતા. થોડા જ સમયમાં અન્ય નગરો અને ગામોમાં સત્સંગ કેન્દ્રો ખૂલવાં લાગ્યાં. લોકો ઉમંગ અને ઉત્સાહ સાથે તહેવારો ઊજવવા લાગ્યા. દુ:ખ અને નિરાશાનું સ્થાન આશા અને વિશ્વાસે લીધું.[૨૧]

એપ્રિલ, ૧૯૫૫માં યોગીજી મહારાજ સૌપ્રથમ વખત આફ્રિકા પધાર્યા અને તેમણે ભારતની બહાર મોમ્બાસામાં સૌપ્રથમ બી.એ.પી.એસ. સંસ્થાના સ્વામિનારાયણ મંદિરની પ્રાણ પ્રતિષ્ઠા કરી. યોગીજી મહારાજે આફ્રિકાનાં ગામડાં અને નગરોમાં સતત પ્રવાસ કરીને હજારો મુમુક્ષુઓને સત્સંગ કરવાની પ્રેરણા આપી. ઑક્ટોબર, ૧૯૫૯માં યોગીજી મહારાજે, પ્રમુખસ્વામીજી, સંતવલ્લભ સ્વામી અને બાલમુકુંદ સ્વામી સાથે ઈસ્ટ આફ્રિકાનો બીજો પ્રવાસ કર્યો. તેમણે તાંગાનિકા, યુગાન્ડા, કેન્યા, સેન્ટ્રલ આફ્રિકા, રૃહોડેશિયા (આજનું ઝિમ્બાબ્વે) અને ન્યાસાલેન્ડ(હાલનું મલાવી)ની મુલાકાત લીધી. આ મુલાકાત દરમ્યાન યોગીજી મહારાજે કંપાલા, જિન્જા અને ટરોરોમાં બી.એ.પી.એસ. સ્વામિનારાયણ મંદિરોનું નિર્માણ કરાવ્યું. એક દાયકા બાદ યોગીજી મહારાજ પરત આવ્યા અને ૧૦ ફેબ્રુઆરી, ૧૯૭૦ના રોજ નૈરોબીમાં મંદિર ખુલ્લું મૂક્યું. બાદમાં, ૨૩ જાન્યુઆરી, ૧૯૭૧ના રોજ યોગીજી મહારાજે મુંબઈ ખાતે આ ભૌતિક વિશ્વમાંથી વિદાય લીધી અને ધર્મધુરા પ્રમુખસ્વામીજીને સોંપતા ગયા.

બે દિવસ પછી, ૨૫ જાન્યુઆરી, ૧૯૭૧ના રોજ, જ્યારે યુગાન્ડાના પ્રમુખ મિલ્ટન ઓબોતે વિદેશમાં કોમનવેલ્થ સમિટની મિટિંગમાં હાજરી આપવા ગયા ત્યારે ઈદી અમીને યુગાન્ડામાં સત્તા કબજે કરી. ઈદી અમીને તરત જ પોતાને યુગાન્ડાના પ્રમુખ જાહેર કર્યા. ઑગસ્ટ ૧૯૭૨માં અમીને 'આર્થિક યુદ્ધ' જાહેર કર્યું. ફરમાન બહાર પાડીને તેણે લગભગ ૮૦,૦૦૦ એશિયનોને દેશપાર કર્યા – જેમાંના મોટા ભાગના ભારતીયો હતા. ઈદી અમીને ભારતીયોની સંપત્તિ અને ધંધા-રોજગાર ટાંચમાં લઈ લીધાં.

લગભગ ૩૦,૦૦૦ લોકો કે જેમની પાસે બ્રિટિશ પાસપોર્ટ હતા તેમને

યુનાઈટેડ કિંગ્ડમ મોકલી આપવામાં આવ્યા. બાકીના ઑસ્ટ્રેલિયા, કેનેડા, ભારત, કેન્યા, પાકિસ્તાન, સ્વિડન, ટાન્ઝાનિયા અને અમેરિકા ગયા. ઈદી અમીને જપ્ત કરેલા ધંધા-રોજગાર અને મોટા વ્યાપારી ઉદ્યોગોની લિકતો સહિત કંપાલા, જિન્જા અને ટરોરોમાં રહેલાં ચાર સમૃદ્ધ બી.એ.પી.એસ. સ્વામિનારાયણ મંદિરો પોતાના સમર્થકોને સોંપ્યાં.

દેશની આર્થિક સુખાકારી અને સમૃદ્ધિમાં યુગાન્ડાના ભારતીયોનું યોગદાન શું હતું તે તેમની ગેરહાજરીમાં સમજાઈ ગયું. આડેધડ વહીવટને કારણે ધંધા-રોજગાર ઠપ થઈ ગયા, યોગ્ય વ્યવસ્થા અને દેખરેખના અભાવને કારણે માળખાકીય સુવિધાઓ પડી ભાંગી. વધુમાં, દેશને વ્યાવસાયિકોના એક મૂલ્યવાન વર્ગને ગુમાવવાનો વારો આવ્યો. યુગાન્ડાના ડૉક્ટરો, શિક્ષકો, વકીલો અને હિસાબનીશોમાં ભારતીયોની સંખ્યા નોંધપાત્ર હતી. આવશ્યક ચીજવસ્તુઓની અછત અને ફુગાવાનો દર ૧,૦૦૦ ટકાએ પહોંચી જવાને કારણે, પહેલેથી જ લથડતું અર્થતંત્ર સદંતર પડી ભાંગ્યું. અમીનના રંગભેદી અત્યાચારોના અંતિમ પરિણામે દેશમાં આર્થિક અને સામાજિક અંધાધૂંધી ફેલાઈ. યુગાન્ડા ધીમે ધીમે સંપૂર્ણ હિંસક એવી અવ્યવસ્થામાં ફંગોળાઈ ગયું, જેમાં આઠ વર્ષના સમયગાળામાં લગભગ ૫,૦૦,૦૦૦ લોકોનો ભોગ લેવાયો. અમીનનું યુગાન્ડાનું શાસન – અને તેનું નામ – બર્બરતાનું પર્યાય બની ગયા.[૨૨] યુગાન્ડામાંથી દેશનિકાલ કરાયેલા ભારતીયો માટે સાંત્વનાની વાત એક જ હતી કે તેઓ રક્તપાતમાંથી બચી ગયા હતા.

આપણે આ ભારતીયોની માનસિક વેદનાને માત્ર કલ્પી શકીએ છીએ, જેમાંના ઘણા પરિવારો અનેક પેઢીઓથી યુગાન્ડામાં વસતા હતા. પોતે સ્વીકારેલી માતૃભૂમિમાંથી ઉખેડીને તગેડી મૂક્યા બાદ વિસ્થાપિત બનેલા ઘણા લોકોએ વિસ્થાપિતોની છાવણીમાં રહીને પરમેશ્વર પર શ્રદ્ધા અને જીવન જરૂરિયાત માટેની અંગત વસ્તુઓ ભરેલી એક સૂટકેસ સાથે નવા જીવનની શરૂઆત કરી ત્યારે તેમની હિંમત અને પરમેશ્વર પર તેમની શ્રદ્ધા તેમની નિયતિ નક્કી કરવામાં નિર્ણાયક પરિબળ હતાં. તેમણે વિદેશી ધરતી પર નવા જીવનની સફળતાપૂર્વક શરૂઆત કરી ત્યારે જે સાંસ્કૃતિક લાગણીઓએ તેમને પોતાની માતૃભૂમિના પ્રાચીન રિવાજો સાથે જોડી રાખ્યા હતા, તે જ લાગણીઓએ તેમને નવી ધરતી પર પણ ટકાવી રાખ્યા અને હવે દેશનિકાલના સમયમાં તેમના માટે પ્રેરણારૂપ બની.

યુગાન્ડામાંથી દેશનિકાલ કરાયેલા ભારતીયોની આવી કપરી પરિસ્થિતિમાં પણ ટકી રહેલી ધાર્મિક સંસ્કૃતિની તાકાત, શ્રદ્ધા અને દઢતાએ વરિષ્ઠ સરકારી અધિકારી અને યુગાન્ડા પુનઃસ્થાપન બોર્ડના ચૅરમૅન સર ચાર્લ્સ કનિંગહામ પર ઊંડી અસર કરી. *'લાઈફ એન્ડ ફિલોસોફી ઑફ શ્રી સ્વામિનારાયણ'*માં[૨૩] તેમની પ્રસ્તાવનામાં સર ચાર્લ્સ ૧૯૭૨માં આશ્રિતો તરીકે ઇંગ્લૅન્ડમાં આવેલા હજારો ભારતીયોના પુનઃવસવાટ માટેનું મુખ્ય પરિબળ ભગવાન પ્રત્યેની શ્રદ્ધાને ગણાવે છે.

> *સાંસ્કૃતિક અને ધાર્મિક સાતત્યમાંથી શક્તિ પ્રાપ્ત કરવાની ક્ષમતા આધુનિક જીવનની અણધારી કસોટીઓનો સામનો કરવામાં મદદ કરે છે. જ્યારે યુગાન્ડામાંથી ત્રીસ હજાર લોકોને દેશનિકાલ કરવામાં આવ્યા અને તેમને એક પણ પૈસા વિના નવી જિંદગી શરૂ કરવા માટે ગ્રેટ બ્રિટનમાં આવવું પડ્યું ત્યારે, તેમની સ્વસ્થતા, ગરિમાસભર વર્તન, મુશ્કેલીઓને સ્વીકારવાની તેમની તૈયારી, તેમાંના ઘણા સફળ અને સમૃદ્ધ હોવા છતાં ફરિયાદ કર્યા વિના એકડે એકથી ફરી શરૂઆત કરવાની તેમની રીત વગેરેએ અમને ખૂબ જ પ્રભાવિત કર્યા. એ સ્પષ્ટપણે જોઈ શકાતું હતું કે તેમનામાં રહેલી ધાર્મિક શ્રદ્ધાને કારણે તેઓ વિપરીત પરિસ્થિતિઓનો સામનો કરી તેનાથી ઉપર ઊઠી શક્યા હતા. તેમણે તેઓના જ સંપ્રદાયના અહીં અગાઉથી વસતા લોકોની મદદથી દૂરદૂરનાં પુનઃસ્થાપન કેન્દ્રોમાં તેઓ રહેતા હતા ત્યાં અને જે જે ક્ષેત્રોમાં તે ગયા ત્યાં પોતાના ધર્મનું પાલન જાળવી રાખ્યું. યુગાન્ડાથી અહીં આવનારા એવા ઘણા બધા હિંદુઓ હતા, જેઓ ઓગણીસમી સદીમાં ભગવાન સ્વામિનારાયણે સ્થાપેલા સ્વામિનારાયણ સંપ્રદાયના હતા, જેમના ઉપદેશો અને નિયમો આજે પણ તેમના જીવનનું ચાલકબળ બની રહ્યા છે.*

સર ચાર્લ્સ કનિંગહામે નોંધ્યું છે તે મુજબ, આ નિરાશ્રિતોમાં મોટી સંખ્યામાં બી.એ.પી.એસ. સંસ્થાના હરિભક્તો હતા. ધીમે ધીમે તેમણે ફરીથી પોતાનું નવું જીવન શરૂ કર્યું અને ૧૯૯૫માં પશ્ચિમની ધરતી પર લંડનમાં નિઝડન ખાતે વિશ્વપ્રસિદ્ધ સ્વામિનારાયણ મંદિરના નિર્માણમાં મદદ કરીને, તેમણે પોતાના સંપ્રદાયને ભાવાંજલિ આપી. આ પ્રથમ પરંપરાગત મંદિર

પાષાણથી તૈયાર કરવામાં આવ્યું. યુગાન્ડામાંથી વિસ્થાપિત થયેલા ભારતીયોની યાતનાઓનો આ મંદિરના નિર્માણ સાથે સુખદ અંત આવ્યો. નિયતિનું ચક્ર ફરવાને કારણે અથવા શ્રદ્ધાની સફળતાને કારણે, યુગાન્ડા સરકાર દ્વારા છીનવી લીધાનાં ૨૫ વર્ષ બાદ, ઑક્ટોબર ૧૯૯૭માં, યુગાન્ડાના પ્રમુખ મુસેવેનીએ પ્રમુખસ્વામીજીને રૂબરૂ મળીને યુગાન્ડામાં રહેલાં ચાર બી.એ.પી.એસ. સ્વામિનારાયણ મંદિરો પરત કર્યાં. તેમણે લંડનના સ્વામિનારાયણ મંદિરમાં ભરાયેલી સભામાં ૫,૦૦૦ ભારતીયોની મેદની વચ્ચે આ પ્રતીકાત્મક અને સમાધાનલક્ષી વિધિ કરી.

આ ઉપરાંત, પ્રમુખ મુસેવેનીએ યુગાન્ડાના ભારતીયોને તેમની સુરક્ષા અને સલામતીની ખાતરી આપવાની સાથે તેમને યુગાન્ડામાં પરત ફરવાનું આમંત્રણ આપ્યું. સાથે સાથે તેમણે સંપત્તિ અને ઉદ્યોગ-ધંધાઓને થયેલું નુકસાન ભરપાઈ કરવાની અને તેનું પુનઃસ્થાપન કરવાની ખાતરી આપી. એક પેઢી પહેલાં યુગાન્ડામાંથી હાંકી કઢાયેલા લોકો અને બી.એ.પી.એસ. સંસ્થાના સભ્યો માટે આ અત્યંત શાતાજનક ઘટના હતી. જવાબદારી સ્વીકારવામાં આવી અને સમાધાન સાધવામાં આવ્યું. પણ તેનાથી પણ અગત્યનું એ હતું કે એ ઘટના ક્ષમાના આધારથી અને ક્ષમા દ્વારા જ શક્ય બની હતી.

ભૂતકાળને ભૂલીને ભવિષ્યમાં આગળ વધતાં – ૨૦૧૦માં, બી.એ.પી.એસ. સંસ્થાએ યુગાન્ડામાં સત્સંગનાં પચાસ વર્ષની હર્ષભેર ઉજવણી કરી. મને નેલ્સન મંડેલા પાસેથી શીખવા મળ્યું કે હિંમત એટલે ડરની ગેરહાજરી નહીં, પણ ડર પરનો વિજય. બહાદુર માણસ એ નથી જેને ડર લાગતો નથી, પણ એ છે જે ડર પર વિજય મેળવે છે. જોકે, પ્રમુખસ્વામીજીએ મને એક ડગલું આગળ શિખવાડ્યું : શ્રદ્ધા દ્વારા ક્ષમા આપીને ડર પર વિજય મેળવવો. પ્રકાશ ફેલાવવાની બે રીત છે : મીણબત્તી બનીને કે તેનું પ્રતિબિંબ ઝીલતાં દર્પણ બનીને. પ્રમુખસ્વામીજી એ દિવ્યતાનો દીપ અને માણસાઈનું દર્પણ – એમ બંને છે.

૧૧

આત્માના તબીબ

'મિલકત કે સોનામાં નહીં, સાચો આનંદ આત્મામાં વસે છે.'
– ડેમોક્રિટસ
સૉક્રેટિસ પૂર્વેના ગ્રીક દાર્શનિક

૨૪ મી જુલાઈ, ૨૦૦૭ના રોજ મેં ભારતના ૧૧મા રાષ્ટ્રપતિ તરીકે મારો કાર્યકાળ પૂર્ણ કર્યો. અખબારોએ ખૂબ જ ઉદારતાપૂર્વક લખ્યું કે હું સ્વયંને સૌથી લોકપ્રિય, નિખાલસ, નિષ્પક્ષપાતી અને દૂરંદેશી રાષ્ટ્રપતિ તરીકે સિદ્ધ કરવામાં સફળ થયો છું. કેટલાકે તો મારી વિચારસરણીને કારણે, ભારતીયોની ભાવિ પેઢી માટે આદર્શ તરીકે મારું અભિવાદન પણ કર્યું. હું આટલા ઉદાર અને આદર વ્યક્ત કરતી શબ્દવર્ષાને કારણે ગદ્ગદ થઈ ગયો. એક ક્ષણ માટે, મને મારાં માતાપિતા યાદ આવી ગયાં. મને લાગ્યું કે તેઓ આવી પ્રશંસા સાંભળીને અને વાંચીને ખૂબ જ ગર્વ અનુભવતાં હોત. મારા પિતાજીએ મને બહુ જ સ્પષ્ટપણે જણાવ્યું હતું : ''અબ્દુલ ! જો તું સારા અને સદ્ગુણી લોકો વચ્ચે રહીશ તો તેઓ તને ઉન્નત કરશે. જો તું સામાન્ય લોકોની વચ્ચે રહીશ તો તેઓ તને નિરાશાજનક રીતે પોતાની જેમ સામાન્ય સ્તરે લઈ જશે, અને તને ત્યાં જ રાખશે, પણ તારી પરવાનગી હશે ત્યાં સુધી જ.'' મેં ક્યારેય તેમ ન થવા દીધું અને મારા પિતાજીના શબ્દોના પડઘા સાંભળતાં સાંભળતાં હું અહીં સુધી પહોંચ્યો છું.

મારા સંપૂર્ણ કાર્યકાળ દરમ્યાન મારું ધ્યાન ભારતને ૨૦૨૦ સુધીમાં

વિકસિત રાષ્ટ્ર બનાવવા તરફ કેન્દ્રિત હતું. મેં મુક્ત મને રાજકારણના કથળતા સ્તર વિશે મારી ચિંતા વ્યક્ત કરી હતી. હું સદાય સશક્ત અને આત્મનિર્ભર રાષ્ટ્રની તરફેણમાં રહ્યો છું. મેં ગરીબી વિરુદ્ધ વાત કરી છે. મેં કૃષિક્ષેત્રે મૂલ્ય-વૃદ્ધિ, અર્થતંત્ર અને સ્વદેશી શસ્ત્રોની હિમાયત કરી છે ને આ ક્ષેત્રોમાં મહત્ત્વ-પૂર્ણ પ્રયત્નો કર્યા છે. મેં ભારતનાં બાળકોને દેશનું ભવિષ્ય માન્યાં છે ને તેમના વિરુદ્ધ વધતા જતા અત્યાચારો ને ગુના વિશે ઊંડી ચિંતા વ્યક્ત કરી છે. મેં હંમેશાં ભ્રષ્ટાચાર, લાંચ-રુશવત, રાજકીય દાવપેચ ને કોમવાદનો વિરોધ કર્યો છે.

૩ જુલાઈ, ૨૦૦૭ના રોજ ભારતીય સંસદે સેન્ટ્રલ હૉલમાં મારા માટે વિદાય સમારંભનું આયોજન કર્યું હતું. આ પ્રસંગ પહેલાં મેં વિચાર્યું : 'હું ત્યાં શું કહું ?' આપણો દેશ સફળ લોકોથી ભરેલો છે — જેમાં આ પ્રસંગમાં ઉપસ્થિત નેતાઓનો પણ સમાવેશ થાય છે — જેમણે અન્ય લોકોને ઓછો લાભ આપીને પોતે ઘણું મેળવ્યું છે. મને લાગ્યું કે મારે માત્ર આ લોકો સાથે જ વાત ન કરવી જોઈએ, પરંતુ ભારતીય લોકોની વર્તમાન અને આવનારી પેઢી માટે અને તેમના વતી વાત કરવી જોઈએ. આ માટે મારે મારા ભાષણમાં રાષ્ટ્રની ભવિષ્યની જરૂરિયાતોની વ્યાખ્યા કરવી આવશ્યક હતી. એક દેશની વ્યાખ્યા તેના જીડીપી (GDP) કે તેના સામાજિક કલ્યાણના કાર્યક્રમો દ્વારા કરી શકાય નહીં. ખરેખર તો, દેશની વ્યાખ્યા એ લોકોના આધારે કરી શકાય જેઓ એક ઉદ્દેશ અને મૂલ્ય-વ્યવસ્થા માટે એકરૂપ થયા હોય અને જેઓ પોતે કેવા પ્રકારના સમાજનું નિર્માણ કરવા માગે છે અને ભાવિ પેઢીઓને શું આપી જવા માગે છે તે અંગેના સ્વપ્ન પ્રત્યે પ્રતિબદ્ધ હોય.

ભારત કેવું હોઈ શકે ? આ અંગે મેં અનેક રાતો જાગીને ચિંતન કર્યું છે. આખરે, મેં ૨૦૨૦ના ભારતની નિશ્ચિત રૂપરેખા તૈયાર કરી. મેં મારા વિદાય સમારંભના પ્રસંગનો આ રૂપરેખા રજૂ કરવા માટે ઉપયોગ કર્યો અને સંસદ સભ્યોને એવા ભારતનું નિર્માણ કરવા આહ્વાન કર્યું :

૧. જે રાષ્ટ્રમાં ગ્રામીણ અને શહેરી ભેદરેખા અત્યંત પાતળી હોય.

૨. જે રાષ્ટ્રમાં વીજળી અને સ્વચ્છ પાણી પૂરતા પ્રમાણમાં ઉપલબ્ધ હોય અને તે માટે સમાન વિતરણ-વ્યવસ્થા હોય.

૩. જે રાષ્ટ્રમાં કૃષિ, ઉદ્યોગો અને સેવાક્ષેત્ર સાથે મળીને સંપીને કાર્ય કરે.

૪. જે રાષ્ટ્રમાં યોગ્ય લાયકાત ધરાવતા કોઈ પણ ઉમેદવારને સામાજિક કે

આર્થિક ભેદભાવને કારણે મૂલ્ય-વ્યવસ્થા સહિતનું શિક્ષણ નકારવામાં ન આવે.

૫. જે રાષ્ટ્રમાં અત્યંત પ્રતિભાવાન તજજ્ઞો, વૈજ્ઞાનિકો અને રોકાણકારો માટે શ્રેષ્ઠ સ્થાન હોય.

૬. જે રાષ્ટ્રમાં તમામ લોકો માટે શ્રેષ્ઠ સ્વાસ્થ્ય સુવિધાઓ ઉપલબ્ધ હોય.

૭. જે રાષ્ટ્રમાં સરકારી વ્યવસ્થા સક્રિય, પારદર્શી અને ભ્રષ્ટાચાર-મુક્ત હોય.

૮. જે રાષ્ટ્રમાં ગરીબીનો સંપૂર્ણ નાશ થયો હોય, નિરક્ષરતા દૂર થઈ હોય, સ્ત્રીઓ અને બાળકો વિરુદ્ધના ગુનાનું અસ્તિત્વ ન હોય અને સમાજમાંથી કોઈ પણ વ્યક્તિ વંચિત રહી ગયાની લાગણી ન અનુભવે.

૯. જે રાષ્ટ્ર સમૃદ્ધ, તંદુરસ્ત, સુરક્ષિત, આતંકવાદથી મુક્ત, શાંતિપૂર્ણ અને ખુશખુશાલ હોય અને દીર્ઘકાલીન પ્રગતિના પથ પર આગળ વધે.

૧૦. જે રાષ્ટ્ર રહેવા માટેનું એક શ્રેષ્ઠ સ્થળ હોય અને સંસદ, રાજ્યની વિધાનસભાઓ અને રાજ્યની અન્ય સંસ્થાઓમાં રહેલી સર્જનાત્મક અને પ્રભાવશાળી નેતાગીરી માટે ગૌરવ અનુભવે.

હું સંસદસભ્યો સમક્ષ અત્યંત જોશ સાથે બોલ્યો : ''આપણે આપણા આર્થિક પ્રદર્શનમાં નોંધપાત્ર સિદ્ધિઓ હાંસલ કરી છે, આપણે સંપૂર્ણ વિકસિત રાષ્ટ્રનો દરજ્જો પ્રાપ્ત કરવા માટે માનવ વિકાસ અને શાસનક્ષેત્રે અનેક પરિબળો પરના આપણા કર્તૃત્વમાં નોંધપાત્ર સુધારા કરવાની આવશ્યકતા છે. વિશ્વભરમાં ભાવિ રાજકીય નેતૃત્વે દીર્ઘકાલીન વિકાસ પ્રગતિ, પર્યાવરણ સંરક્ષણ અને સ્રોતો ટકાવી રાખવાના પડકારો ઝીલવા પડશે. આદરણીય સભ્યો તમારે એકવીસમી સદીના ભાવિ નેતૃત્વના નિર્માણમાં દેશના યુવાનોમાં ધ્યેયનિષ્ઠ ઉત્સાહનું નિર્માણ કરવું પડશે, જેથી તેઓ દેશના લોકો માટે નૈતિકતા, સુરક્ષા અને સમૃદ્ધિનું સર્જન કરી શકે.

''આપણે ભૂતકાળની સિદ્ધિઓથી સંતુષ્ટ થઈ બેસી રહી ન શકીએ, પરંતુ આપણે ટેક્નોલોજી, ઉદ્યોગો, કૃષિ, વેપાર, શાસનવ્યવસ્થા અને નેતૃત્વક્ષેત્રે એકવીસમી સદીના પડકારો સાથે તાલ મિલાવીને આગળ વધવું પડશે. રાષ્ટ્રીય નેતૃત્વે લોકોમાં વિશ્વાસ જગાડવો પડશે કે 'આપણે પણ આ કરી શકીએ છીએ.' ૨૦૨૦ના વિકસિત ભારતના સ્વપ્નના નિર્માણમાં રહેલા પડકારો શાસન અને કાયદાકીય કાર્યવાહીના દરેક પાસામાં નવીનીકરણ માટેની તક પણ પૂરી પાડે

છે. આપણે એકવીસમી સદીની શાસકીય અને કાયદાકીય કાર્યવાહીની પ્રક્રિયાઓની સમીક્ષા કરી રહ્યા છીએ ત્યારે ટૅક્નોલૉજિકલ ક્રાંતિઓ, રાષ્ટ્રીય અને વૈશ્વિક જોડાણ, વૈશ્વિકીકરણ અને આંતરરાષ્ટ્રીય સહયોગ તથા સ્પર્ધાના પૂરેપૂરા લાભ અને તેની અસરોને ધ્યાનમાં લેવી જોઈએ.''

ભારતે ૧૫મી ઑગસ્ટ, ૨૦૦૭ના રોજ ૬૦મા આઝાદ દિનની ઉજવણી કરી. ભારતના પ્રથમ પોડ મૅગેઝિન, 'પોડ યુનિવર્સલ'એ 'દેશની સમક્ષ રહેલા ટોચના દસ પડકારો' અને ૨૦૨૦ સુધી વિકસિત ભારતના સ્વપ્નને સાકાર કરવામાં યુવાનો આ પડકારોનો સામનો કેવી રીતે કરી શકે તે અંગે મારા વિચારો જાણવા માટે મારો સંપર્ક કર્યો. હું બે મોટાં સંગઠનો – ઈસરો(ESRO) અને ડીઆરડીઓ(DRDO)માં યુવા વિજ્ઞાનીઓ અને એન્જિનિયરો સાથે કામ કરવાના મારા અંગત અનુભવને કારણે જાણતો હતો કે વિસ્તૃત યુવાહૃદયને કોઈ પણ સમયગાળા માટે સંકુચિત કે સીમિત રાખી શકાય નહીં. યુવાનોનું ચારિત્ર્ય શુદ્ધ અને નાજુક હોય છે, જેને એક વાર સ્પર્શ્યા અને બગાડ્યા બાદ ક્યારેય સુધારી શકાતું નથી. તે કોઈ નાજુક કોતરણીકામની કિનારી સમાન છે, જે એક વાર ઊતરડી કે તૂટી ગયા બાદ ફરીથી જોડી-સાંધી શકાતી નથી. મને બે વખત ઇંગ્લૅન્ડના વડાપ્રધાન બનેલા બેંજામિન ડિઝરાયેલીના શબ્દો યાદ આવી ગયા : ''યુવાનો રાષ્ટ્રના ભાવિના સંરક્ષક છે.'' આ વિચારો સાથે મેં ભારતના યુવાનો માટે સાત મુદ્દાની પ્રતિજ્ઞા તૈયાર કરી :

૧. હું સમજું છું કે મારે જીવનમાં ધ્યેય નક્કી કરવું જોઈએ : ધ્યેયપ્રાપ્તિ માટે જ્ઞાન મેળવવું જોઈએ. કઠિન પરિશ્રમ કરવો જોઈએ ને જ્યારે સમસ્યાઓ સર્જાય ત્યારે હું તેને પહોંચી વળીશ.
૨. હું મારાં તમામ કાર્યોમાં સફળતા મેળવવા માટે હિંમતપૂર્વક કાર્ય કરીશ અને બીજાઓની સફળતામાં સામેલ થઈશ.
૩. હું હંમેશાં પોતાને, મારા ઘરને અને મારી આસપાસના વાતાવરણને સ્વચ્છ અને સુઘડ રાખીશ.
૪. હું જાણું છું કે હૃદયમાં રહેલી પવિત્રતા જ ચારિત્ર્યને સુંદરતા બક્ષે છે; ચારિત્ર્યમાં રહેલું સૌંદર્ય ઘરમાં સંવાદિતા લાવે છે; ઘર-પરિવારમાં રહેલી સંવાદિતા દેશને વ્યવસ્થા તરફ દોરી જાય છે; જે વિશ્વમાં શાંતિની સ્થાપના કરે છે.

૫. હું ભ્રષ્ટાચારથી મુક્ત, પ્રામાણિક જીવન જીવીશ અને સચ્ચાઈપૂર્વકનું જીવન સ્વીકારીને મારા પરિવાર સહિત અન્યો માટે ઉદાહરણરૂપ બનીશ.
૬. હું દેશમાં જ્ઞાનનો દીપ પ્રગટાવીશ અને તે દીપ સદાય તેજોમય રહે તે સુનિશ્ચિત કરીશ.
૭. હું સમજું છું કે હું જે કંઈ પણ કાર્ય કરું છું જો તે સારી રીતે કરું તો હું ૨૦૨૦ના વિકસિત ભારતના સ્વપ્નને સાકાર કરવામાં મારો ફાળો નોંધાવી રહ્યો છું / રહી છું.

૧૫મી ઑક્ટોબર, ૨૦૦૭ના રોજ મારા ૭૬મા જન્મદિવસ નિમિતે, મેં સવારે રામેશ્વરમ્ મારા મોટાભાઈને ફોન કર્યો અને કેટલીક જૂની યાદો વાગોળી. સાંજે મારાં સ્વર્ગસ્થ બહેન ઝોહરાના પૌત્ર ગુલામે મારી મુલાકાત લીધી અને મને અચાનક જ ભાન થયું કે આપણે બધાં જ સમકાલીન છીએ, જે પૃથ્વીરૂપી અવકાશયાનમાં એકસાથે યાત્રા કરી રહ્યાં છીએ. મેં તેની સમક્ષ આ તુલના રજૂ કરી તો તેનો પ્રત્યુત્તર પ્રતિકુળ બલકે સહેજ નિરાશાજનક હતો. તેણે મને *'બરીડ ચાઈલ્ડ'*[૨૪] નામના નાટકમાંથી એક ફકરો વાંચી સંભળાવ્યો, 'તમે તમારી નજર સામે વસ્તુઓને બગડતાં જુઓ છો. બધી જ બાબતોનું સ્તર કથળતું જાય છે. યુવાનો વિશે વાત કરવી પણ મૂર્ખામી છે.' યુવાનોને આ નિરાશાવાદમાંથી બહાર નીકળવામાં કોણ મદદ કરશે? આવું કઈ રીતે કરી શકાય? મારા મનમાં આ વિચારો સાથે થોડા દિવસ બાદ હું યુ.કે. અને યુ.એસ.એ. જવા માટે વિમાનમાં બેઠો.

૨૧મી ઑક્ટોબર, ૨૦૦૭ના રોજ મેં નિઝડન, લંડન ખાતે બી.એ.પી.એસ. સ્વામિનારાયણ મંદિરની મુલાકાત લીધી. કિશોરોના શ્રીમુખે વૈદિક પ્રાર્થના વચ્ચે, સાધુ યોગવિવેકદાસે મને વિનમ્રતાથી આવકાર્યો. મંદિરના ભવ્ય સ્થાપત્યે મને ખરેખર પ્રભાવિત કર્યો. "વિદેશી ભૂમિ પર આવું કઈ રીતે કરી શકાય?" મેં સાધુ યોગવિવેકદાસને પૂછ્યું. તેમણે મને એક રસપ્રદ વાત કહી, જે મારે તમને કરવી જ જોઈએ.

લંડનમાં સ્વામિનારાયણ હિંદુ મિશનનાં મૂળિયાં ૧૯૫૦ના દાયકાની શરૂઆતમાં રહેલાં હોવાની માહિતી પ્રાપ્ત થાય છે. લંડન બીજા વિશ્વયુદ્ધની ખુવારીમાંથી બેઠું થઈ રહ્યું હતું. ભારતીયો ખૂબ જ ઓછા પ્રમાણમાં અને વીખરાયેલા હતા. શાસ્ત્રીજી મહારાજના આશીર્વાદ પામીને મહેન્દ્રભાઈ પટેલ

(બૅરિસ્ટર તરીકે વિખ્યાત), પુરુષોત્તમભાઈ પટેલ અને અન્ય હરિભક્તો લંડનમાં સત્સંગ માટે અવારનવાર મળવા લાગ્યા. બાદમાં હરિભક્તોએ પૂર્વ લંડનમાં, ઈઝલિંગ્ટનમાં સેંટ જોન્સ બેપ્ટિસ્ટ ચર્ચ ખરીદ્યું અને તેમાં ૧૪ જૂન, ૧૯૭૦ના રોજ યોગીજી મહારાજે બી.એ.પી.એસ. સ્વામિનારાયણ મંદિરની મૂર્તિ પ્રતિષ્ઠા કરી. દિવસે દિવસે પ્રગતિ પામી રહેલા બી.એ.પી.એસ. સંસ્થાના સત્સંગને પહોંચી વળવા માટે ૭ જુલાઈ, ૧૯૯૧ના રોજ પ્રમુખસ્વામીજીએ નિઝડનમાં નવા ભવ્ય શિખરબદ્ધ મંદિર માટે શિલાન્યાસ કર્યો. નવેમ્બર ૧૯૯૨માં તેનું કાર્ય શરૂ થયું અને ત્રણ વર્ષ કરતાં પણ ઓછા ચમત્કારિક સમયગાળામાં, ૨૦ ઑગસ્ટ, ૧૯૯૫ના રોજ પ્રમુખસ્વામીજી દ્વારા બી.એ.પી.એસ. સ્વામિનારાયણ મંદિરની મૂર્તિ પ્રતિષ્ઠા કરી.

દરમ્યાન, ૧૯૯૨ના આરંભમાં બ્રેન્ટફિલ્ડ રોડ પર આવેલી સ્લેડબ્રૂક સ્કૂલ પણ ખરીદવામાં આવી અને તેમાં સુધારા કરીને તેને 'સ્વામિનારાયણ ઇન્ડિપેન્ડન્ટ ડે સ્કૂલ' તરીકે શરૂ કરવામાં આવી. આમ, ગણ્યાગાંઠ્યા હરિભક્તોમાંથી ચાર દાયકા બાદ, બી.એ.પી.એસ. સત્સંગ એક વિશાળ સામાજિક – આધ્યાત્મિક સંગઠન તરીકે વિકસી ચૂક્યું હતું, જેમાં યુવાનો અને બાળકો માટે મંડળો તથા મહિલા પાંખનો પણ સમાવેશ થતો હતો; જે હિતકારક, શક્તિશાળી, આધ્યાત્મિક અને કલ્યાણકારી ચળવળની પ્રગતિ અને શક્તિને વાચા આપતાં હતાં. યોગીજી મહારાજ અને પ્રમુખસ્વામીજી મહારાજના પ્રયત્નો અને આશીર્વાદને કારણે એક સ્વપ્ને વાસ્તવિકતાનું સ્વરૂપ ધારણ કર્યું.

મને જણાવાયું કે ૧૪ સપ્ટેમ્બર, ૧૯૯૪ના રોજ વર્લ્ડવાઇડ ટેલિવિઝન ચેનલના એક પત્રકારે પ્રમુખસ્વામીજીને પૂછ્યું કે 'તેઓ લંડનમાં શા માટે મંદિર બાંધી રહ્યા છે?' ત્યારે સ્વામીજીએ ઉત્તર આપ્યો કે 'મંદિર હરિભક્તોની લાગણીઓ અને ભક્તિની અભિવ્યક્તિ માટેનું સ્થળ છે. તેઓ પૂજા માટે આવું કોઈ સ્થળ ઇચ્છતા હતા. મંદિર તેમની આધ્યાત્મિક તરસ સંતોષશે અને તેમને શુદ્ધ ભક્તિની નવી ઊંચાઈઓ પામવા પ્રેરિત કરશે.'

જિજ્ઞાસુ પત્રકારને સંતોષ થયો નહીં. તેણે પૂછ્યું : 'મંદિરનું આધ્યાત્મિક મહત્ત્વ શું છે?' પ્રમુખસ્વામીજીએ સમજાવ્યું : 'દરેક ધર્મ પ્રાર્થના માટેના સ્થળના મહત્ત્વમાં માને છે. જો કોઈ વ્યક્તિ પોતાના હૃદયમાં સંપૂર્ણ શ્રદ્ધા સાથે મંદિરમાં જાય છે, તો તે મનમાં શાંતિ અનુભવશે. ધર્મગ્રંથો જણાવે છે કે પરમેશ્વર પાસે

જવાથી, સંતોની પવિત્ર વાણી સાંભળવાથી અને પ્રાર્થના કરવાથી શાંતિ મળે છે. દરેક ધર્મ પોતાની પરંપરા અનુસાર મંદિરો અને પૂજા માટે ભવ્ય સ્મારક-સ્થળોનું નિર્માણ કરાવે છે. પ્રાર્થનાનાં આ સ્થળો લોકોને પ્રેરિત કરે છે.'

ખરેખર, પ્રાર્થના માટેનાં સ્થળો જ આપણામાં પરમેશ્વર પ્રત્યેની શ્રદ્ધા પ્રગટાવે છે, આપણા સમાજને સશક્ત બનાવે છે અને એકબીજા પર વિશ્વાસ કરવાનું તેમજ વિશ્વાસપાત્ર બનવાનું શીખવે છે! શાળાઓ માણસને શિક્ષિત કરી શકે પણ આત્માને કોણ શિક્ષિત કરશે? હૉસ્પિટલો તૂટેલાં હાડકાને જોડી શકશે પણ તૂટેલી આશાને કોણ જોડશે? સિનેમા, મનોરંજન સ્થળો અને ડિસ્કોથેક ઇન્દ્રિયોને ઉત્તેજિત કરશે પણ માનસિક શાંતિ મેળવવા માટે વ્યક્તિ ક્યાં જશે? પ્રમુખસ્વામીજીએ વધુમાં સમજાવ્યું કે "પ્રાર્થનાનાં સ્થળો આત્માની સ્વચ્છતા જાળવી રાખે છે અને તેને રોગગ્રસ્ત બની જતા અટકાવે છે. કેટલાક રોગોને જોઈ શકાતા નથી માત્ર અનુભવી શકાય છે. આપણા ધર્મગ્રંથોએ પ્રાર્થનાનાં સ્થળોને ઔષધિ તરીકે જણાવ્યાં છે. આમ કહેવાનું તાત્પર્ય એ નથી કે શાળાઓ અને હૉસ્પિટલોની જરૂર નથી. તે જરૂરી છે જ, પણ પૂજાનાં સ્થળો પણ એટલાં જ આવશ્યક છે. માણસ પાસે શરીર અને આત્મા બંને છે. બે પૈકી એકેયને અવગણી ન શકાય."

ખરેખર, નિઝડનમાં આવેલું સ્વામિનારાયણ મંદિર સ્વર્ગ અને પૃથ્વીનો અભૂતપૂર્વ સમન્વય છે. તે સુંદર અને આધ્યાત્મિક છે એટલું જ નહીં, પણ સામાજિક અને પર્યાવરણની દૃષ્ટિએ પણ સાનુકૂળ છે. તેને પોતાની પર્યાવરણને અનુકૂળ ડિઝાઇન માટે ૧૯૯૫માં 'બ્રેન્ટ ગ્રીન લીફ' ઍવોર્ડ આપવામાં આવ્યો છે અને 'રોયલ ફાઇન આર્ટ કમિશન' દ્વારા ૧૯૯૬માં 'મોસ્ટ ઍન્ટરપ્રાઇઝિંગ બિલ્ડિંગ' ઍવોર્ડ એનાયત કરવામાં આવ્યો છે. તેના નિર્માણમાં યુ.કે.ના સૌથી મોટા ઍલ્યુમિનિયમ કેન રિસાઇક્લિંગ કાર્યક્રમનો સમાવેશ થયો છે. હજારો પ્રેરિત બાળકો, તરુણો, યુવાનો અને વડીલોએ માત્ર એક જ વર્ષમાં ૭૦ લાખ જેટલાં ઍલ્યુમિનિયમનાં કેન એકઠાં કર્યાં હતાં! પ્રમુખસ્વામીજીએ નવી પેઢીને પ્રેરિત કરીને આ કાર્યમાં સંમિલિત કરી તે પાછળ તેઓનું પરિવર્તનનું સ્વપ્ન હતું.

બીજા દિવસે હું મારી યુ.એસ.એ. માટેની ફ્લાઇટમાં બેઠો ત્યારે મારી પાસે મારા પ્રશ્નોનો જવાબ હતો. યુવાનોને દૃષ્ટિની આવશ્યકતા છે. યુવાનોને વિશ્વાસ-પાત્ર માર્ગદર્શનની આવશ્યકતા છે. અને આ બધા ઉપરાંત, યુવાનોને દૃષ્ટાંતની

જરૂર છે. મહાન લોકો આ ત્રણેય આપે છે. સમૃદ્ધ અને શાંતિપૂર્ણ માનવતાનું સ્વપ્ન, બી.એ.પી.એસ. જેવી મહાન સંસ્થાઓના આદર્શો અને માર્ગદર્શન અને દોષરહિત નિઃસ્વાર્થ સેવાનાં ઉદાહરણો માર્ગદર્શક બની યુવાનોને ઊંડા અને અંધકારમય અશાંત સાગરમાં તણાઈ જતાં કે ડૂબી જતાં બચાવે છે. જ્યારે મેં લાંબી ટ્રાન્સ એટલાંટિક ફ્લાઇટમાં સમય પસાર કરવા માટે મારી બેગમાં રાખવામાં આવેલાં પુસ્તકો પૈકી લિયો ટોલ્સ્ટોયનું પુસ્તક *'ધ કિંગ્ડમ ઑફ ગૉડ ઈઝ વિધિન યુ'* ખોલ્યું ત્યારે મારી સમક્ષ એક સુંદર કવિતા પ્રગટ થઈ :

જ્યાં વિશ્વાસ છે ત્યાં પ્રેમ છે,
જ્યાં પ્રેમ છે ત્યાં શાંતિ છે,
જ્યાં શાંતિ છે ત્યાં ભગવાન છે,
અને જ્યાં ભગવાન છે ત્યાં જરૂરિયાતો નથી ![૨૫]

હું ભગવાનમાં માનું છું. અને હું માનું છું કે મનુષ્યનું સાચું કલ્યાણ ભગવાનની ઇચ્છાને પૂર્ણ કરીને જ ટકાવી શકાય છે. આગળ, *'વ્હોટ મેન લિવ બાય ઍન્ડ અધર ટેલ્સ'*માં ટોલ્સ્ટોયે લખ્યું છે કે 'માતા કે પિતા વિના કોઈ જીવી શકે, પરંતુ ભગવાન વિના કોઈ જીવી શકે નહીં'.[૨૬]

૧૨

અદ્વિતીય પદ

'લસરકાથી અકળાશો, તો તમારો અરીસો કેવી રીતે ચમકશે ?'

– રુમી

તેરમી સદીના પર્શિયન કવિ

ફેબ્રુઆરી ૨૦૦૮માં હું ઍરોસ્પેસ સાયન્સની ૪૮મી વાર્ષિક કૉન્ફરન્સમાં મુખ્ય વક્તા તરીકે ઇઝરાયલ ગયો હતો. મેં આ અવસરે 'વર્લ્ડ સ્પેસ વિઝન ૨૦૫૦' રજૂ કરવાની તક ઝડપી અને તેને સાકાર કરવા માટે 'વર્લ્ડ નૉલેજ પ્લૅટફૉર્મ' (વિશ્વ જ્ઞાન મંચ) તૈયાર કરવાની આવશ્યકતા પર ભાર મૂક્યો. પ્રમુખ શિમોન પેરેએ મારા માનમાં રાત્રિભોજનનું આયોજન કર્યું. ૨૮મી ફેબ્રુઆરીના રોજ મેં દુનિયાના સૌથી જૂનાં શહેરોમાંના એક એવા જેરુસલેમની મુલાકાત લીધી. ત્રણ મોટા અબ્રાહમી ધર્મો – યહૂદી, ખ્રિસ્તી અને ઇસ્લામને માટે જેરુસલેમ પવિત્ર મનાય છે, પરંતુ શાંતિજનક સ્થળ હોવાને બદલે આ શહેરે સૌથી ખરાબ માનવ-સંઘર્ષો અને હિંસા સહન કર્યાં છે. તેના લાંબા ઇતિહાસ દરમ્યાન, જેરુસલેમનો ઓછામાં ઓછા બે વખત નાશ થયો છે, ત્રેવીસ વખત દુશ્મનોથી ઘેરાયું છે, તેના પર બાવન વખત હુમલો થયો છે અને ચુમ્માલીસ વખત કબજે લેવાયું.

હું ૧૫મી સદીમાં નિર્માણ પામેલા જૂના જેરુસલેમ શહેરમાંથી પસાર થયો, જેનું નિર્માણ તુર્કી સામ્રાજ્યમાં સૌથી લાંબા સમય સુધી શાસન કરનાર

દસમા શાસક સુલેમાન – શ્રેષ્ઠ દ્વારા કરવામાં આવ્યું હતું. ૧૯મી સદીના આરંભમાં જેરુસલેમ શહેર – આર્મેનિયન, ખ્રિસ્તી, યહૂદી અને મુસ્લિમ – એમ ચાર ભાગમાં વહેંચાઈ ગયું હતું. હું પવિત્ર સેપલ્કરના ચર્ચના પ્રવેશદ્વારની સામે આવેલી હઝરત ઉમરની મસ્જિદ પર ગયો. ખ્રિસ્તી-આરબ પરંપરામાં નોંધાયું છે કે જ્યારે હઝરત ખલીફા ઉમરને નમાઝ પઢવા માટે ખ્રિસ્તીઓના સૌથી પવિત્ર સ્થાન એવા પવિત્ર સેપલ્કરના ચર્ચમાં લઈ જવાયા ત્યારે તેઓએ ચર્ચની અંદર બંદગી કરવાનો ઇનકાર કરી દીધો, જેથી કરીને મુસ્લિમો ચર્ચને મસ્જિદમાં પરિવર્તિત કરવાની માગ ન કરે. ખલીફાએ ચર્ચની બહાર આવેલા ખુલ્લા વિસ્તારમાં નમાઝ પઢી જ્યાં બાદમાં એક મસ્જિદ બાંધવામાં આવી. પછી, હું મસ્જિદ અલ-અક્સા ગયો, જ્યાં પયગંબર મોહંમદ (સ.અ.વ.) સાહેબે નમાઝ પઢી હતી. મેં મસ્જિદમાં નમાઝ અદા કરી અને થોડી વાર માટે ધ્યાનમગ્ન બેઠો. ત્યાં અચાનક જ દેખીતા કોઈ કારણ વિના મારી આંખો ભરાઈ આવી. મને લાગ્યું – જાણે મારાં માતાપિતા નજીકમાં જ, મારી આસપાસ હતાં. મને મારા બાળપણમાં પિતાજીએ કહેલી વાર્તા યાદ આવી.

બીજા ખલીફા હઝરત ઉમર ઇબ્ન-અલ-ખત્તાબના સમયગાળા દરમ્યાન, યરમોકના યુદ્ધમાં દમાસ્કસ કબજે કર્યા બાદ અબુ ઉબયદાહની આગેવાની હેઠળ મુસ્લિમ સેનાએ ઈ.સ. ૬૩૬માં જેરુસલેમનો ઘેરાવ કર્યો. શહેરના શાસક સોફ્રોનિયસે કહ્યું કે એ માત્ર ખલીફા ઉમર સાથે જ વાટાઘાટો કરશે અને ખલીફા ઉમર પહેલાં જેરુસલેમમાં કોઈ જ પ્રવેશ કરશે નહીં. આ સાંભળી, હઝરત ખલીફા ઉમર માત્ર એક જ સેવકને સાથે રાખી ઊંટ પર બેસીને જેરુસલેમ જવા રવાના થયા. જોકે તેમના રુતબા પ્રમાણે તેઓ ધરતી ધ્રુજાવી દે એટલા પ્રભાવશાળી અશ્વદળની મદદથી દબદબાપૂર્વક શહેરમાં પ્રવેશી શક્યા હોત! દયાળુ અને ન્યાયી એવા હઝરત ખલીફા ઉમરે સેવક સાથે ઊંટ પર બેસવાના પણ વારા બદલ્યા, એક વાર પોતે ઊંટ પર બેસતા તો બીજી વાર સેવકને તેની પર બેસાડતા અને પોતે સામાન્ય ઊંટચાલકની જેમ પગપાળા ઊંટને દોરતા.૨૭

જેરુસલેમ પહોંચ્યા ત્યારે ઊંટ પર બેસવાનો વારો સેવકનો હતો. જોકે ખલીફા પ્રત્યેના આદરભાવ અને લોકો ખલીફા ઉમરને જોઈ શકે તે માટે સેવકે ખલીફાને ઊંટ પર બેસવા આગ્રહ કર્યો, પરંતુ ખલીફા ઉમરે ના પાડી. સેવક ઊંટ પર સવાર હતો અને તે નમ્રભાવે પગપાળા ચાલીને જેરુસલેમમાં પ્રવેશ્યા ત્યારે

શાસક સોફ્રોનિયસ સહિત તેમના આગમનના સાક્ષી બનનારા તમામ આશ્ચર્ય-ચકિત થઈ મૂંઝાયા. જે ખ્રિસ્તીઓએ જેરુસલેમની દીવાલો પરથી આ ઘટનાને જોઈ તેઓ ખલીફા ઉમરની આશ્ચર્યજનક સાદગીથી દંગ રહી ગયા અને તેમને વિશ્વાસ જ ન થયો કે આવો સાદો માણસ આટલી બળવાન આક્રમક સેનાનો સેનાપતિ હતો! ખલીફાની વિનમ્રતાથી પ્રભાવિત થયેલા શાસક સોફ્રોનિયસનો ડર ઉમરની ખાતરી બાદ હળવો થયો. શાસકે પોતાના લોકો સમક્ષ જાહેરાત કરી કે દુનિયાની કોઈ પણ વ્યક્તિ આવા નેતાની આગેવાની હેઠળના લોકો સમક્ષ ટકીને સામનો કરી શકશે નહીં અને પછી પોતે આત્મસમર્પણ કર્યું.[૨૮]

શું આવો કોઈ નેતા આજે જીવે છે? હું જેટલા નેતાઓને મળ્યો છું કે જેઓ વિશે વાંચ્યું છે તેમના વિશે વિચારું તો કોઈ પણ હઝરત ખલીફા ઉમર ઈબ્ન અલ-ખત્તાબની તોલે ન આવી શકે. ઈઝરાયલના પ્રવાસ બાદ થોડા મહિનાઓ પછી મેં કેનેડાની મુલાકાત લીધી. મેં યુનિવર્સિટી ઑફ વોટર્લૂ ખાતે ‘કેનેડા અને ભારત - વૈશ્વિક વિકાસમાં ભાગીદારી’ અને યુનિવર્સિટી ઑફ ટોરન્ટો ખાતે ‘નાગરિક સમાજના વિકાસમાં ટેક્નોલોજી’ વિષય પર વક્તવ્યો આપ્યાં. મેં એ બાબત પર ભાર મૂક્યો કે એક જ્ઞાનસભર સમાજ કોઈ પણ દેશના વિકાસ માટે પ્રથમ આવશ્યકતા છે. ટેક્નોલોજિકલ પ્રગતિ સામાજિક સમાનતાની સાથે એકરૂપ હોવી જોઈએ જેથી ખૂબ ગરીબ અને અમીર લોકોને એકસરખો લાભ મળે. મેં ગ્રામીણ ભારતનાં ગામડાંઓમાં રહેતા લાખો લોકો સુધી પહોંચવા અને તેમને શિક્ષણ આપવા માટે ગ્રામીણ વિસ્તારોમાં શહેરી સુવિધાઓ PURA(Providing Urban facilities in Rural Areas)ની વિભાવનાનું વિવરણ કર્યું. મેં જ્ઞાનસભર અર્થતંત્રના ઘટકો વિશે વાત કરી અને વિકાસ માટે બાયો-નેનો-આઈટીનો સમન્વય હોય તેવી દિશામાં આગળ વધવાનો પ્રસ્તાવ મૂક્યો.

ભારતના વિકસિત રાષ્ટ્ર તરીકેના ભાવિ દરજ્જા માટે જ્ઞાન-આધારિત અર્થતંત્ર અને બાયો-નેનો-આઈટી તરફની ગતિ ખૂબ જ આશાસ્પદ છે. ઝડપથી આગળ વધતી ઈન્ફર્મેશન ટેક્નોલોજીના ક્ષેત્રમાં ભારતની સફળતા દર્શાવે છે કે આપણે ક્રાંતિના આરંભના તબક્કાઓમાં છીએ. અહીં આપણે વિશ્વના સૌથી યુવાન સમાજના ઉત્સાહ, જ્ઞાન અને અપેક્ષાઓનો ઉપયોગ કરીને વિશ્વે હમણાં સુધી જેની કલ્પના પણ કરી નથી એવા નવા અને આકર્ષક ઉદ્યોગો સ્થાપી શકીએ. મારે એ જણાવવું જોઈએ કે આ ઉદ્યોગો અને ટેક્નોલોજિકલ વિકાસ,

જ્ઞાન-આધારિત સમાજ અને ગ્રામીણ ઉત્થાન – એ શાણા ને દૂરદષ્ટિ ધરાવતા, પ્રબુદ્ધ સ્વપ્ન ધરાવતા એવા નેતાઓની આગેવાની પર નિર્ભર છે. અને ભારત તેમના વિના આ પ્રચંડ શક્તિ પ્રાપ્ત કરી શકે એ અકલ્પનીય છે.

વધુમાં, આવા નેતાઓ જેરુસલેમમાં ઊંટને દોરી જતા હઝરત ખલીફા ઉમરની જેમ વિનમ્રતા અને આધ્યાત્મિક જાગરૂકતા સાથે પોતાના નેતૃત્વ કાર્ય માટે સમર્પિત થવા તત્પર હોવા જોઈએ. હઝરત ઉમરની જેમ અત્યંત વિવાદાસ્પદ શહેરનું સારી રીતે શાસન કરી અન્ય ધર્મોના લોકો સાથે શાંતિપૂર્ણ સંબંધો જાળવી રાખવા તે આજના નેતાઓ માટે ઉત્તમ ઉદાહરણ છે.

૧૯ એપ્રિલ, ૨૦૦૮ના રોજ મેં ટોરન્ટોમાં બી.એ.પી.એસ. સ્વામિનારાયણ મંદિરની મુલાકાત લીધી. હજારો યુવાન અને વૃદ્ધ ઇન્ડો-કેનેડિયન્સના તાળીઓના ગડગડાટ વચ્ચે સાધુ જ્ઞાનપ્રિયદાસે મારું ફૂલમાળા અને તિલક સાથે સ્વાગત કર્યું. મંદિરમાં સ્થિત 'કેનેડિયન મ્યુઝિયમ ઑફ કલ્ચરલ હેરિટેજ ઑફ ઇન્ડો કેનેડિયન્સ'ના બી.એ.પી.એસ. સંસ્થાના ટ્રસ્ટીઓએ મારી અને ઓન્ટારીઓના ઍટર્ની જનરલ આદરણીય ક્રિસ બેન્ટ્લીની મુલાકાત કરાવી. મ્યુઝિયમમાંથી પસાર થતી વખતે મને પ્રમુખસ્વામીજીના નેતૃત્વનું સત્ત્વ સમજાયું. તેઓ માનવીય ચેતના પર ઘેરાયેલા દુન્યવી અને અધાર્મિક વાદળ દૂર કરીને માનવ આત્માની દિવ્યતા સુધી પહોંચી શકે છે, તેમનામાં કોઈ જ સૂચનાઓ, આદેશો કે સમજાવટ નથી, માત્ર અજ્ઞાનના અંધકારનો નાશ કરતું તેજ છે. જ્યારે મેં સભામાં વક્તવ્ય આપ્યું ત્યારે મેં ઉપસ્થિત તમામ લોકોને મારી સાથે ઘોષણા કરવા કહ્યું :

જ્યાં હૃદયમાં પ્રામાણિકતા હોય છે,
ત્યાં ચારિત્ર્યમાં સૌંદર્ય હોય છે.
જ્યાં ચારિત્ર્યમાં સૌંદર્ય હોય છે,
ત્યાં ઘરમાં સંવાદિતા હોય છે.
જ્યાં ઘરમાં સંવાદિતા હોય છે,
ત્યાં દેશમાં વ્યવસ્થા હોય છે.
જ્યાં દેશમાં વ્યવસ્થા હોય છે,
ત્યાં વિશ્વમાં શાંતિ હોય છે.

પ્રામાણિકતા શું છે? પ્રામાણિક હોવું એટલે શું? આપણામાં 'પ્રામાણિકતા કેવી રીતે આવે?' પ્રામાણિકતા એ આપણી ઇચ્છા અનુસાર કરેલા કાર્યમાં

આપણે પસંદ કરેલી વર્તણૂકની રીત છે. પ્રામાણિકતા માત્ર આપણા શબ્દો દ્વારા અભિવ્યક્ત નથી થતી, પરંતુ આપણાં કાર્યો દ્વારા આપણા જીવનમાં રોપાય છે. પવિત્ર બાઈબલમાં આપણને પ્રામાણિકતાનું પહેરણ પહેરવાનું કહેવાયું છે (ઈસાઈયા ૫૯:૧૭, એફેસિયન્સ ૬:૧૩-૧૮). આનો અર્થ એ થાય કે આપણે પ્રામાણિકતાને વસ્ત્રની જેમ પહેરવી જોઈએ. વ્યક્તિ જે વસ્ત્ર પહેરે છે એ કબાટમાંથી કૂદીને વ્યક્તિના શરીર પર ચડી જતાં નથી. 'તેને પહેરવા માટે' વ્યક્તિએ સભાનપણે, વિચારપૂર્વક પસંદગી કરવી પડે. પ્રામાણિકતાનાં કપડાં પહેરવા માટે પ્રત્યેક પરિસ્થિતિનો સામનો કરતા સમયે આપણાં વર્તન, રીતભાત અને આચરણ કેવાં હોવાં જોઈએ તેની પસંદગી કરવામાં ઉપલબ્ધ અધિકારોનો આપણે જ ઉપયોગ કરવાનો હોય છે. પણ આ અધિકારોનો આદેશ આપનાર 'હું' કોણ? માણસના મનમાં તો એવા અનેક અવાજો આદેશ આપતા હોય છે.

વર્ષ ૨૦૦૩ દરમ્યાન મેં અરુણાચલ પ્રદેશમાં તવાંગમાં આવેલા ગેલગ બૌદ્ધ મઠની મુલાકાત લીધી હતી. તે ૩,૫૦૦ મીટરની ઊંચાઈએ આવેલો છે. અરુણ મારી સાથે જ હતા. મેં મઠમાં એક આખો દિવસ વિતાવ્યો. મેં તમામ ઉંમરના બૌદ્ધ ભિક્ષુકોને શાંત અવસ્થામાં જોયા. ત્યાં મોટી સંખ્યામાં એકઠા થયેલા સામાન્ય લોકોના ચહેરા પણ આનંદથી ચમકતા હતા. અરુણે મને પૂછ્યું : 'આ સ્થળની એવી કઈ ખાસિયત હશે જે લોકો અને સાધુઓને શાંતિ આપે છે?' મને તક મળી ત્યારે મેં મુખ્ય બૌદ્ધ ભિક્ષુકને પૂછ્યું કે તવાંગનાં ગામોમાં અને મઠમાં બધા જ લોકોમાં શાંતિ અને આનંદ કેમ જોવા મળે છે. મુખ્ય બૌદ્ધ ભિક્ષુક હસ્યા અને આંશિક મૌન બાદ જવાબ આપ્યો : 'તમે ભારતના રાષ્ટ્રપતિ છો. તમે અમારા બધા અને આખા દેશ વિશે જાણતા હશો.' મેં ઉત્તર વાળ્યો : 'આ મારા માટે ખૂબ જ જરૂરી છે – કૃપા કરીને મને આ બાબતે તમારું વિચારપૂર્વકનું વિશ્લેષણ જણાવો.'

શાંતિ અને સ્મિત રેલાવતી ભગવાન બુદ્ધની સુંદર સુવર્ણ પ્રતિમા સમક્ષ મુખ્ય બૌદ્ધ ભિક્ષુકે લગભગ ૧૦૦ યુવાન અને અનુભવી બૌદ્ધ ભિક્ષુકોને એકઠા કર્યા. મુખ્ય બૌદ્ધ ભિક્ષુક અને હું તેમની વચ્ચે બેઠા હતા. મુખ્ય બૌદ્ધ ભિક્ષુકે નાનું પ્રવચન આપ્યું જે હું તમારી સાથે વહેંચવા માગું છું. તેમણે કહ્યું : 'આજના વિશ્વમાં, અવિશ્વાસ અને દુઃખ હિંસામાં પરિવર્તિત થઈ જાય તેવી સમસ્યા જોવા મળે છે. આ મઠ એક સંદેશ ફેલાવે છે : તમે તમારા મનમાંથી 'અહમ્' કે 'મમત્વ'

દૂર કરશો તો તમે અહંકારનો નાશ કરી શકશો; જો તમે અહંકાર દૂર કરશો તો માનવજાત પ્રત્યેનો દ્વેષ ગાયબ થશે; જો તમારા મનમાંથી દ્વેષ દૂર થશે તો તમારાં વિચારો અને કાર્યોમાંથી હિંસા દૂર થશે; જો આપણા મનમાંથી હિંસા દૂર થાય તો માનવમનમાં શાંતિ સ્ફુરિત થાય છે. પછી સમાજમાં માત્ર શાંતિ, શાંતિ અને શાંતિ જ ખીલશે.' મને શાંતિમય જીવન માટેના આ સુંદર સમીકરણનો અર્થ સમજાયો, પણ માણસ માટે અઘરું એ છે કે પોતાની પ્રકૃતિમાંથી 'અહમ્' અને 'મમત્વ' કેવી રીતે દૂર કરવાં.

ઘણાં વર્ષો બાદ મને હઝરત શેખ અબ્દુલ કાદિર અલ-જિલાનીના મહાન પુસ્તક *'સિર્ર ઉલ-ઈસરાર'*માં તેનો જવાબ મળ્યો અને તેના વિશે મેં મારા પુસ્તક *'સ્ક્વેરિંગ ધ સર્કલ'*માં ચર્ચા કરી છે. 'હું', વાસ્તવમાં એક એવો આંતરિક ઘટક છે જેના દ્વારા પોતાની જાતને એક ઓળખ આપી શકાય છે. તે જીવનની ગતિશીલતામાં વ્યક્તિને પોતાનું સ્થાન નક્કી કરવા તથા પરિસ્થિતિઓ અને પોતાની ક્ષમતાઓનું આકલન કરવા માટે એક સંદર્ભબિંદુ તરીકે મદદ કરે છે. તે વિભાજક, વિચારક અને કારણવાચક બુદ્ધિ છે. એ જ અહંકાર છે. અને આ અહંકાર પાંચ ઇન્દ્રિયોની સંવેદનાઓનો પૃથક્કાર છે અને તે સ્વયં પણ એક ઇન્દ્રિય છે. ઇસ્લામિક પરંપરામાં રુહ – દિવ્ય આત્મા; કલ્બ – લાગણીસભર હૃદય; સિર્ર, અહંકાર; અને નફ્સ – આનંદ-પ્રમોદ ભોગવનાર એમ પાંચ ઇન્દ્રિયો છે.[૨૯]

માણસ સ્વભાવે નિર્દોષ છે; તે સત્ય અને સદાચાર તરફ ઝુકાવ ધરાવે છે. આ જ એની સાચી પ્રકૃતિ છે, જે રીતે બકરી સ્વભાવે કોમળ છે અને ઘોડો વેગવંત છે, પરંતુ માણસ સ્વાર્થી ઇચ્છાઓ (હિજાબ-અલ-નફ્સ – માણસના દૈહિક સ્વરૂપ પરનો પડદો કે તેનાં માનસિક પાસાં); રિવાજો (હિજાબ-અલ-રુસૂમ – સામાજિક, સાંસ્કૃતિક, રાજકીય અને ધાર્મિક માહોલની અસરો કે તેમની પરનો પડદો); અને ખોટા ઉપદેશ અને અંધશ્રદ્ધા(હિજાબ-અલ-મરિફત – ખોટા જ્ઞાનની ઓળખ પરનો પડદો)ના સકંજામાં ફસાયેલો છે. કોઈ પણ આધ્યાત્મિક પ્રગતિની શરૂઆત સ્વના શુદ્ધીકરણથી થાય છે (તઝકિયા-એ-નફ્સ), એટલે કે પોતાના વિષયાસક્ત સ્વને નૈતિક રીતે દ્વેષપૂર્ણ, નિંદનીય અને પાશવી વલણમાંથી પવિત્ર-પાક કરવું અને તેને સ્તુત્ય અને દિવ્ય સદ્ગુણો અને લક્ષણોમાં રંગી દેવું. ત્યારબાદ આવે છે મનની શુદ્ધિ (તઝકિયા-એ-કલ્બ),

એટલે કે મનમાંથી નશ્વર વિશ્વ માટેનો પ્રેમ અને દુઃખ તથા શોક પ્રત્યે મનની અસ્વસ્થતા દૂર કરવી અને તેને સ્થાને માત્ર પરમેશ્વર પ્રત્યે ઊંડી અપાર આસ્થા રાખવી. આ બંને પ્રક્રિયા પૂર્ણ થયા બાદ સિર (અહંકાર) દૂર કરવાનો વારો આવે છે (તખલિયા-એ-સિર). હોદ્દા, પ્રતિષ્ઠા, અધિકારો, વિશેષાધિકારો અને અન્ય મિથ્યાભિમાનને લગતા વિચારો જવા જોઈએ. જો કોઈ આ ત્રણેયમાં સફળ થાય તો આત્માનું તેજ આપોઆપ પ્રગટે છે (તજલિયા-એ-રુહ). આત્મા પરમેશ્વરની તેજસ્વિતાથી દીપ્ત થાય છે અને તેના પ્રેમની તીવ્ર લાગણી પામે છે.

શેખ અબ્દુલ કાદિર ૧૨ વિશેષ સદ્‌ગુણોનું વર્ણન કરે છે, જે પવિત્ર વ્યક્તિના ચારિત્ર્યમાં દૃઢપણે સ્થાપિત થવા જોઈએ. તેઓ લખે છે :

> *ખુદા (તે મહાન છે) પાસેથી બે સદ્‌ગુણો મેળવે છે તે વ્યક્તિ હંમેશાં માફ કરવા (સત્તાર) અને જતું કરવા (ગફ્ફાર) તૈયાર હશે.*
>
> *પયગંબર (સ.અ.વ.) પાસેથી બે સદ્‌ગુણો મેળવે છે તે વ્યક્તિ સહાનુભૂતિ ધરાવતો (શફીક) હશે અને મિત્રભાવી (રફીક) હશે.*
>
> *હઝરત અબુ બક્ર (રઝી અલ્લાહુ અન્હુ) પાસેથી બે સદ્‌ગુણો મેળવે છે તે વ્યક્તિ સત્યનિષ્ઠ (સાદિક) અને દાનેશ્વરી (મુતસદ્દિક) હશે.*
>
> *હઝરત ઉમર (રઝી અલ્લાહુ અન્હ) પાસેથી બે સદ્‌ગુણો મેળવે છે તે વ્યક્તિ, જે સાચું અને ન્યાયી છે તે કરાવવામાં સક્રિય હશે (અમ્મર) અને જે ખોટું અને અન્યાયી છે તે અટકાવી શકશે (નહ્‌હ).*
>
> *હઝરત ઉસ્માન (રઝી અલ્લાહુ અન્હુ) પાસેથી બે સદ્‌ગુણો મેળવે છે તે વ્યક્તિ, અન્ન ઉપલબ્ધ કરાવવામાં સક્રિય હશે (મિત'આમ) અને રાત્રે પ્રાર્થનામાં લીન હશે (મુસલ્લી), જ્યારે બાકીના લોકો ઊંઘતા હશે.*
>
> *હઝરત અલી (રઝી અલ્લાહુ અન્હુ) પાસેથી બે સદ્‌ગુણો મેળવે છે તે વ્યક્તિ જ્ઞાની (અલીમ) અને હિંમતવાન (શુજા) હશે.*[30]

આપણી વચ્ચે જો આ કદના અને વિશાળતા ધરાવતા કોઈ નેતા હોય તો તે પ્રમુખસ્વામીજી છે. ગાંધીનગરમાં અક્ષરધામ મંદિર પર અમાનવીય આતંકવાદી હુમલા અંગે તેમની પ્રતિક્રિયા ક્ષમાની પરાકાષ્ઠા હતી. બી.એ.પી.એસ. સંપ્રદાયના હરિભક્તો પ્રમુખસ્વામીજીની દયાળુ અને કરુણાવાન પ્રકૃતિની ખાતરી આપી

શકે. પ્રમુખસ્વામીજીની પ્રેમપૂર્વક અને શાંતિપૂર્વક પ્રતિક્રિયાઓને હરિભક્તો પ્રતિબિંબિત પણ કરી શકે. પ્રમુખસ્વામીજીએ સમગ્ર વિશ્વમાં સાંસ્કૃતિક અને આધ્યાત્મિક કેન્દ્રોનું નિર્માણ કરીને લોકોનાં મન અને હૃદયને એકસૂત્રમાં બાંધીને અટલ સંવાદિતા અને સચ્ચાઈનું જતન કર્યું છે. મૂલ્યનિષ્ઠ શાળાઓ, હૉસ્પિટલો અને ધર્માદા સંસ્થાઓના નિર્માણ દ્વારા પ્રમુખસ્વામીજી સાચા મુતસદ્દિક (દાનેશ્વરી) તરીકે ઊભર્યા છે. બી.એ.પી.એસ. સંસ્થાના અધ્યક્ષપદે મક્કમ અને ન્યાયપૂર્ણ રહીને તેમણે સાચું અને ન્યાયપૂર્વક (અમ્મર) કાર્ય કરાવ્યું છે અને ખોટું તથા અન્યાયી હોય તેવું કાર્ય અટકાવ્યું છે.

પ્રમુખસ્વામીજી ઘણી વખત સામાન્ય માનવીની સમસ્યાઓ માટે આખી રાત પ્રાર્થનામાં બેસે છે. મેં આ ટેવનું અનુકરણ કર્યું છે. તેઓ પોતાની પાસે દુનિયાના શ્રેષ્ઠ લોકોને આકર્ષે છે – જેમાં વિદ્વાનો, વિજ્ઞાનીઓ, વિચારકો, સામાજિક કાર્યકરો, વ્યાપારીઓ અને નેતાઓનો સમાવેશ થાય છે. પ્રમુખ-સ્વામીજીએ દુકાળ, પૂર, ધરતીકંપ અને સુનામી જેવી આપત્તિના સમયે નિઃસ્વાર્થભાવે સમાજની મદદ કરી છે. સારા સમયમાં પણ, પ્રમુખસ્વામીજી સ્વામિનારાયણ સંપ્રદાયની ભવ્ય પરંપરાને ચુસ્તપણે વળગી રહ્યા છે, જેમાં સંતો અને હરિભક્તો તમામ મહેમાનોને ભોજન પીરસે છે. પ્રમુખસ્વામીજી, એ માનવતાલક્ષી પ્રવૃત્તિના હિમાલય અને શાંતિના મહાસાગર છે. તે ખરેખર અદ્વિતીય છે. મેં તેમની સાથે મારી સારંગપુર ખાતેની છેલ્લી મુલાકાત વખતે રાત્રે આ કવિતા લખી હતી :

તમારા પ્રયત્નો, ધૈર્ય અને પરિતોષે
તમને આપ્યો જે દરજ્જો તેનો જોટો ન જડે,
પ્રાચીન સમયના સૂર્ય પાછા આપમાં વળે
ભ્રમણકક્ષમાં ઉપર ઊંચે સદા માટે ઝળહળે.

સંતોના ઇતિહાસમાં, પરિપૂર્ણતાના વિશાળ અર્થમાં પ્રમુખસ્વામીજી નિરાળા તરી આવે છે, જેમાં તેમની સંત પરંપરા, તેમનો સંપૂર્ણ વિકાસ, તેમની ધાર્મિકતા, તેમનું ધર્મ અંગેનું જ્ઞાન અને ધર્મગ્રંથોનું અનુસરણ, તેમનું પરમેશ્વર વિશેનું ગાઢ અને પ્રત્યક્ષ જ્ઞાન અને તેમના દ્વારા વિશ્વમાં અક્ષરધામ મંદિરોની સ્થાપનાનો સમાવેશ થાય છે. પ્રમુખસ્વામીજી એટલે જાણે ભૌતિક પ્રદેશમાં – સમગ્ર વિશ્વના અધિષ્ઠાતા.

૧૩

હું ઉદ્‌ભવું છું અંતરેથી

'આપણે લોકોને બહારથી કંઈ જ ન શિખવી શકીએ; પોતાની ભીતરથી જ તેની ખોજ કરી શકે તે માટે મદદ કરી શકીએ.'

– **ગેલેલિયો ગેલિલી**

૧૬મી સદીના ઇટાલિયન દાર્શનિક, વિજ્ઞાની

ઑક્ટોબર ૨૦૦૯માં, ન્યૂ ઓરલિયન્સ, લુઇઝિયાનામાં ન્યૂરોલોજિકલ સર્જન્સ કૉંગ્રેસની વાર્ષિક મિટિંગમાં મને આંતરરાષ્ટ્રીય નેતૃત્વ પર વક્તવ્ય આપવા માટે આમંત્રણ હતું. ગવર્નર પીયૂષ 'બોબી' જિંદાલ પણ ત્યાં હતા. હું ટોરન્ટો, કેનેડાના પ્રતિષ્ઠિત ન્યૂરોસર્જન ડૉ. જેમ્સ રુત્કાને મળ્યો અને અમે મન-મગજના સંબંધો વિશે વિચારોની આપ-લે કરી. તત્ત્વજ્ઞાન, ધર્મ, મનોવિજ્ઞાન અને બોધાત્મક વિજ્ઞાનમાં તપાસની લાંબી પરંપરાએ 'મન' અંગેની સમજણ વિકસાવી છે. પણ મનના સ્વરૂપ અને મગજ તથા ચેતાતંત્ર સાથેના વાસ્તવિક સંબંધને લગતા મુખ્ય પ્રશ્નનો ઉત્તર મળતો નથી. મન-મગજ શરીરવિજ્ઞાનની 'પેદાશ' છે કે તે કોઈક રીતે શારીરિક અસ્તિત્વથી અલગ છે તે વિશે અલગ અલગ મંતવ્યો છે. અધ્યાત્મના ક્ષેત્રમાં ઓછામાં ઓછી ત્રણ વૈચારિક પરંપરા પ્રવર્તે છે : દ્વૈતવાદ, ભૌતિકવાદ અને આદર્શવાદ. દ્વૈતવાદ મુજબ મન એ મગજથી સ્વતંત્ર અસ્તિત્વ ધરાવે છે; ભૌતિકવાદ મુજબ માનસિક ઘટના અને ચેતાકોષીય ઘટના એક જ છે; ને આદર્શવાદ મુજબ માત્ર માનસિક ઘટનાઓનું જ અસ્તિત્વ છે.

માનવીનું મગજ અન્ય સસ્તન પ્રાણીઓ જેવું જ સામાન્ય બંધારણ ધરાવે છે, પણ તેનું બહારનું આવરણ અન્યો કરતાં વધારે વિકસિત છે. ઘણુંખરું વિસ્તરણ મગજના આચ્છાદન(સેરેબ્રલ કોર્ટેક્સ)માંથી થાય છે, ખાસ કરીને આગળનો ભાગ, જે વહીવટી કાર્યો જેવાં કે સ્વ-નિયંત્રણ, આયોજન, વિવેકબુદ્ધિ અને અમૂર્ત વિચારો સાથે સંકળાયેલો છે. સેરેબ્રલ કોર્ટેક્સનો દૃષ્ટિને સમર્પિત ભાગ માનવોમાં ખૂબ વિસ્તૃત હોય છે. મગજ અને મન વચ્ચેના સંબંધને સમજવો એ એક મોટો પડકાર છે. આવેગો અને વિચારો જેવી માનસિક પ્રક્રિયાઓ ચેતાકોષો અને ચેતોપાગમ જેવી શારીરિક રચનાઓ કે અન્ય કોઈ પ્રકારના તંત્રથી કેવી રીતે કાર્યાન્વિત થાય છે તેની કલ્પના કરવી અઘરી છે. જોકે, માણસનું મગજ શરીરના વજનના માત્ર ૨ ટકા હિસ્સાનું પ્રતિનિધિત્વ કરે છે, તે હૃદય દ્વારા પહોંચાડાતા લોહીના ૧૫ ટકા, શરીરના કુલ ઑક્સિજન ઉપયોગના ૨૦ ટકા અને શરીરના કુલ ગ્લુકોઝના ઉપયોગના ૨૫ ટકા વાપરે છે. મગજ ગ્લુકોઝનો મોટા ભાગે ઊર્જા માટે ઉપયોગ કરે છે અને ગ્લુકોઝની અછતને કારણે, જેમ ઈન્સ્યુલિન સારવાર પર રહેલા ડાયાબિટીસના દર્દીઓમાં થાય છે તેમ હાઈપો-ગ્લાયસિમિયા થઈ શકે છે, જેના પરિણામે મગજ ચેતના ગુમાવી શકે છે.[૩૧]

ચેતના શું છે? અમેરિકન તત્ત્વજ્ઞાની ડેનાહ ઝોહર માને છે કે ચેતના એ પ્રાચીન વિશ્વ ને પરિમાણ વિશ્વ વચ્ચેનો સેતુ છે. એમના પુસ્તક ‘The quantum self’માં, તેમની દલીલ છે કે આધુનિક ભૌતિકશાસ્ત્રની ઊંડી સમજ આપણા દૈનિક જીવનની સમજણ પર પ્રકાશ પાડી શકે છે – આપણા પોતાની સાથેના, અન્યો સાથેના અને વિશ્વ સાથેના સંબંધોની સમજણને સ્પષ્ટ કરી શકે છે. ઝોહર વાસ્તવિકતાનો એક આદર્શ આપે છે, જેમાં સૃષ્ટિ પોતે પણ એક પ્રકારની ચેતના ધરાવી શકે છે, જેમાંની માનવીય ચેતના માત્ર એક અભિવ્યક્તિ છે.

ઝોહર, બોઝ-આઈન્સ્ટાઈન સંઘટનના સિદ્ધાંતનું સમર્થન કરે છે, જે મૂળભૂતપણે મન/શરીરનો દ્વૈતભાવ - તરંગ/કણો દ્વૈતભાવ સુધી ઘટાડે છે. કણો ફર્મિઓન (જેવા કે ઈલેક્ટ્રોન્સ, ફોટોન્સ અને ન્યૂટ્રોન્સ) અને બોસોન(ફોટોન્સ, ગ્રેવિટોન્સ અને ગ્લુઓન્સ)માં વિભાજિત હોય છે. બોસોનનો આંતરક્રિયા કરવામાં ઉપયોગ થતો હોવાથી તે એક ‘સંબંધ’ કણ છે. જ્યારે કોઈ પણ બે વ્યવસ્થા એકબીજા સાથે આંતરક્રિયા કરે છે (વિદ્યુત, ગુરુત્વાકર્ષણ કે કોઈ પણ રીતે) ત્યારે તે બોસોનનું આદાનપ્રદાન કરે છે. ફર્મિઓન્સ મોટા સ્તરના પદાર્થની

જેમ જ, સ્પષ્ટ રીતે સ્વતંત્ર કણ છે. પણ બોસોન સભાન સ્થિતિઓની જેમ જ એકબીજામાં સંપૂર્ણપણે વિલીન થઈને એક પદાર્થ બની શકે છે. ઝોહર કલ્પે છે કે બોસોન જેવું સંઘનિત સભાનતાને સંગઠિત કરવા માટે આદર્શ કણ છે.[૩૨]

જાપાનીઝ-અમેરિકન સૈદ્ધાંતિક ભૌતિકશાસ્ત્રી મિશીઓ કાકુએ ઉત્ક્રાંતિ પર આધારિત ચેતનાનો નવો સિદ્ધાંત રજૂ કર્યો છે. આ સિદ્ધાંત અનુસાર ચેતના એટલે એવી પ્રતિપુષ્ટિ આંટીઓની સંખ્યા જે એક એવું મોડલ બનાવવામાં ઉપયોગી છે જેના દ્વારા વ્યક્તિ અન્ય સજીવો સાથેના સંબંધો અને સમયના સંદર્ભે, અવકાશમાં પોતાનું સ્થાન જાણી શકે છે. તેઓ કહે છે કે તાપનિયંત્રક પણ ચેતનાનો એક એકમ છે, કારણ કે તે તેની આસપાસના તાપમાનને અનુભવે છે. અને બીજું છે ફૂલ. ફૂલ ચેતનાના દસ એકમો ધરાવે છે. તેણે તાપમાન, વાતાવરણ, ભેજ અને ગુરુત્વાકર્ષણ કઈ તરફ સંકેત કરી રહ્યું છે તે સમજવું પડે છે. તે પછી આવે છે સરીસૃપોના મગજની વાત. અલબત્ત, તેને પહેલા સ્તરની ચેતના કહે છે. સરીસૃપો કોઈ અવકાશમાં પોતાની સ્થિતિની ખૂબ જ સારી સમજણ ધરાવે છે, કારણ કે તેમને શિકાર પકડવા માટે આગળ કૂદીને ઝપટ મારવી પડે છે. પછી આવે છે બીજા સ્તરની ચેતના – વાનર-ચેતના. આ લાગણીઓ અને સામાજિક અગ્રતાક્રમની ચેતના છે, જ્યાં આપણે પણ આ પ્રજાતિ સાથે સંબંધ ધરાવીએ છીએ.[૩૩]

અને અંતમાં આવે છે માણસ તરીકેની આપણી ચેતના. આપણે ત્રીજા સ્તરે છીએ. આપણે માનસિક રીતે ભવિષ્યના અનુભવો જીવવાનો પ્રયત્ન કરીએ છીએ. પ્રાણીઓ આવું કરતાં નથી. તેઓ નિષ્ક્રિય રહેવાનું આયોજન નથી કરતાં. તે બીજા દિવસનાં કામોની યાદી તૈયાર કરતાં નથી, આપણી સમજણ મુજબ તેમનામાં આવતીકાલની વિભાવના નથી. પણ આપણું મગજ એ ભવિષ્યકથન કરતું યંત્ર છે. જ્યારે આપણે સરીસૃપના મગજથી સસ્તન મગજ સુધી મગજના આવરણ સુધીની ઉત્ક્રાંતિ જોઈએ તો આપણને સમજાશે કે આ અન્યોના સંદર્ભમાં જે તે સ્થાને આપણી સ્થિતિને સમજવાની પ્રક્રિયા છે – એટલે કે લાગણીઓ અને અંતે ભવિષ્યમાં જીવવાનો પ્રયત્ન.

મિશીઓ કાકુ ખૂબ સુંદર રીતે લખે છે :

હજારો વર્ષોના પ્રયોગો બાદ ધ્યાનપૂર્વક તૈયાર કરવામાં આવેલા ભૌતિકશાસ્ત્રના નિયમો, બીજું કંઈ નહીં, પરંતુ કોઈ પણ વ્યક્તિ

તંતુઓ અને પટલ માટે લખી શકે તેવા સંવાદિતાના નિયમો છે. રસાયણશાસ્ત્રના આ નિયમો આ તંતુઓ પર વગાડી શકાય તેવી સુરાવલીઓ છે. આ સૃષ્ટિ એ તંતુઓની સંગીતરચના છે. અને 'Mind of God' કે જે આઈન્સ્ટાઈને છટાદાર શૈલીમાં લખેલું પુસ્તક છે, તે અતિઅવકાશમાં ગુંજતું વૈશ્વિક સંગીત છે. આ સમગ્ર વીજ-ચુંબકીય વર્ણપટ – રડારથી લઈને ટીવી, ઇન્ફ્રારેડ લાઈટ, જોઈ શકાય તેવો પ્રકાશ, અલ્ટ્રાવાયોલેટ લાઈટ, એક્સ-રે, માઈક્રોવેવ્સ અને ગામા-રે – એ બીજું કંઈ નહીં પણ મેક્સવેલ તરંગો છે, જે હકીકતમાં કંપન પામતાં ફેરાડે બળક્ષેત્રો છે.[૩૪]

અમેરિકન સૈદ્ધાંતિક ભૌતિકશાસ્ત્રી અને નોબલ પારિતોષિક વિજેતા સ્ટીવન વાઈનબર્ગ ચેતનાને રેડિયો-વ્યવસ્થા સાથે જોડે છે. આપણી આસપાસ, અલગ અલગ કેન્દ્રોમાંથી સેંકડો અલગ અલગ રેડિયોતરંગો પ્રસારિત થઈ રહ્યા છે. કોઈ પણ ક્ષણે આપણી ઑફિસ કે કાર કે આપણા ઓરડા આ રેડિયોતરંગોથી ભરપૂર હોય છે. છતાં પણ, આપણે જ્યારે રેડિયો ચાલુ કરીએ ત્યારે આપણે એક સમયે માત્ર એક જ આવૃત્તિ (ફ્રિક્વન્સી) સાંભળી શકીએ, અન્ય ફ્રિક્વન્સીને તેમના સંઘાતમાંથી અલગ કરી દેવામાં આવે છે અને એકબીજા સાથે ગોઠવાયેલી રહેતી નથી. દરેક કેન્દ્રની અલગ અલગ ઊર્જા, અલગ અલગ ફ્રિક્વન્સી હોય છે. પરિણામે, આપણો રેડિયો એક સમયે એક જ પ્રસારણ કરી શકે છે.[૩૫]

એ જ રીતે આપણી સૃષ્ટિમાં આપણે ભૌતિક વાસ્તવિકતાને અનુરૂપ એક જ ફ્રિક્વન્સી સાથે જોડાયેલા છીએ. પણ એ જ ક્ષણે આપણી સાથે અનંત સંખ્યામાં સમકક્ષ વાસ્તવિકતાઓ પણ અસ્તિત્વ ધરાવે છે, જોકે, આપણે તે બધાંની સાથે જોડાઈ શકતાં નથી. આ બધી દુનિયા ઘણીખરી એકસમાન હોવા છતાં દરેકની અલગ અલગ ઊર્જા છે, કારણ કે દરેક દુનિયા કરોડો-અબજો અણુઓ ધરાવે છે, ઊર્જાઓમાં તફાવત વિશાળ હોઈ શકે છે. આ તરંગોની આવૃત્તિ તેમની ઊર્જાના સમપ્રમાણમાં હોય છે, પ્લાન્કનો નિયમ સૂચવે છે કે દરેક વિશ્વના તરંગો અલગ અલગ ફ્રિક્વન્સીએ ઝંકૃત થાય છે અને એકબીજા સાથે આંતરક્રિયા કરી શકતા નથી. તમામ ઉદ્દેશો અને હેતુઓ માટે, આ વિવિધ વિશ્વના તરંગો એકબીજા સાથે આંતરક્રિયા નથી કરી શકતા કે એકબીજાને પ્રભાવિત કરી શકતા નથી.[૩૬]

જો આ તરંગો આવું કરે તો? જો માનવજાત આ વિવિધ વિશ્વના અલગ અલગ તરંગોને ઝીલવાની અને ઉકેલવાની ક્ષમતા વિકસાવે અથવા ધરાવતી થાય તો? ઘણાં વર્ષોથી, જ્યારથી હું ૨૦૦૧માં પ્રમુખસ્વામીજીને મળ્યો છું ત્યારથી, મને તેમની દીર્ઘદૃષ્ટિ, તેમની સ્વસ્થતા અને લાખો હરિભક્તો પર તેમના પ્રભાવ વિશે વિસ્મય થતું હતું. આખરે મને મિશીઓ કાકુ અને સ્ટિવન વાઇનબર્ગનાં લખાણોમાં તેનો જવાબ મળ્યો. મને સમજાયું કે ચોથા સ્તરની ચેતના પણ હોય છે, જેમાં પોતાની ચેતના તેની મર્યાદાઓ ઓળંગી ભૌતિક વિશ્વની પેલે પાર જઈને બ્રહ્માંડીય ચેતના બને છે. જ્યારે હું ભવ્ય અક્ષરધામ મંદિરો જોઉં છું ત્યારે મને તેમાં સૌંદર્ય, સત્ય, શાણપણ, ન્યાય, દાન, વફાદારી, આનંદ, હિંમત અને પ્રતિષ્ઠા જેવાં પારલૌકિક મૂલ્યો પ્રત્યે પ્રમુખસ્વામીજીની ઉત્કટ પ્રતિબદ્ધતા દેખાય છે. જે કોઈ વ્યક્તિ હૃદયથી જીવે છે તે જાણ્યે-અજાણ્યે અક્ષરધામ મંદિરના ભૌતિક વિશ્વથી પેલે પારના (પરાત્પરીય) સૌંદર્ય અને કાવ્યને અનુભવી શકે છે.

હવે હું પ્રમુખસ્વામીજીમાં જોયેલી ચોથા સ્તરની ચેતનાનું વર્ણન કરીશ. જરા વિચારો કે તમે દ્વિ-પરમાણીય પદાર્થ છો અને તમારે જે વસ્તુઓ જોઈએ છે તેની અને તમારી વચ્ચે એક વાડ ઊભી કરવામાં આવી છે. એ લંબચોરસ દેખાશે. તમારે જે જોઈએ છે તે મેળવવાનો એકમાત્ર રસ્તો વાડ કાપવાનો છે અને એટલે તમે આવી પરિસ્થિતિમાં જે કંઈ પણ અભ્યાસ કરશો તે અવરોધોને કેવી રીતે પાર કરવા અને વાડ કેવી રીતે પાર કરવી તે વિશે હશે.

જો તમને અચાનક જ ત્રિ-પરિમાણીય ચેતના આપવામાં આવે તો તમે ઉપરથી આ દ્વિ-પરમાણીય લંબચોરસ તરફ જોશો અને તમને સમજાશે કે તમે એકદમ સહેલાઈથી ત્યાં પહોંચીને તમારે જે જોઈએ છે તે મેળવી શકો છો અને એ સમચોરસ કે વાડ એ આ ઊંચા સ્થાનેથી અવરોધક રહેતી નથી. પણ તમારી સામે હજી પણ અવરોધો અને અંતરાયો છે. એવું નથી કે પ્રમુખસ્વામીજીની પાસે બધું સામે ચાલીને આવ્યું હોય. તેમની સામે પણ સમસ્યાઓ, અવરોધો, પ્રતિકારો, લડાઈઓ આવી છે, પણ તેમણે ક્યારેય તેની પ્રતિક્રિયા આપી નથી. કેમ? કારણ કે એ ચેતનાના સૌથી ઊંચા સ્તરને પામી શક્યા છે.

ચોથું પરિમાણ એ ચેતનાનું સૌથી વધુ ઊંચું પરિમાણ છે, જે દિવ્ય જોડાણ દ્વારા આવે છે. આપણે તેજ, ચૈતન્ય અને પ્રેમના વિશાળ વિશ્વમાં વીંટળાયેલા

છીએ. આપણે આ પ્રેરણા, સર્જનાત્મક વિચારો, ઊર્જા, શાણપણ, સમજ અને આધ્યાત્મિક દૃષ્ટિના સ્રોતો વડે આપણા અસ્તિત્વમાં ઊંચે ઉપર પહોંચી શકીએ છીએ. ચતુષ્પરિમાણીય ચેતનાની મદદથી, આપણે આપણી અંતઃસ્ફુરણાઓના સંપર્કમાં રહીએ છીએ : જે માર્ગદર્શન અને શાણપણનો અખૂટ ભંડાર છે અને તે સાચાં કાર્યો, સાચી પસંદ અને નિર્ણયો, મધુર સંબંધો તથા સુખની અનુભૂતિ તરફ દોરી જાય છે. આ ચેતના જ આપણને દરેક ક્ષણે જરૂરી એવાં તમામ સંસાધનો ઉપલબ્ધ કરાવે છે અને આપણી સમૃદ્ધિનો સ્રોત છે. માનવજાતિના ઇતિહાસમાં ઘણી પાવન વિભૂતિઓ પોતાના ચૈતન્યને ઉચ્ચ પરિમાણો સુધી વિસ્તારી શકી હતી. પ્રમુખસ્વામીજી આવી જ પાવન વિભૂતિ છે.

વ્યક્તિની ચેતનાના વિસ્તારની શરૂઆત પાયાનું જ્ઞાન – એટલે કે સૃષ્ટિમાં પોતાના સ્થાનની સમજણ અને દિવ્યતા સાથેના આંતરજોડાણ સાથે થાય છે. ધારો કે, તમે સાગરમાં પાણીનું ટીપું છો. હવે જો તમે એમ વિચારો કે તમે સાગરથી અલગ છો તો તમે શક્તિહીન, નિઃસહાય બની જાઓ છો અને તમારી આસપાસ રહેલા સાગરની સમૃદ્ધિ પામી શકતા નથી. જો તમે જાણો કે તમે આ સાગરનો જ એક હિસ્સો છો, તો તમે સાગરની શક્તિ અનુભવશો. સાગર સાથેનું, પરમેશ્વર સાથેનું તમારું જોડાણ વિસ્તૃત કરીને તમે ઉપલબ્ધ અગાધ શક્તિ, વિપુલતા અને ચેતનાનો લાભ મેળવી શકો છો. તમારી ઓળખ હવે સાગરના નાના, નિઃસહાય ટીપા તરીકેની નહીં રહે, પણ તેને બદલે સાગર જ તમારી ઓળખ બનશે : સર્વશક્તિમાન, સર્વવ્યાપી અને સર્વજ્ઞ.

જેમ જેમ તમે તમારી જાગરૂકતાને દિવ્ય જોડાણ અથવા દિવ્યના માધ્યમથી અવરોધોની દ્વિ-પરિમાણીય વાડથી ઊંચે લઈ જઈને ચેતનાનો વિસ્તાર કરશો તેમ તમને સમજાશે કે તમે સાગરમાં પાણીનું નિઃસહાય ટીપું નથી. તમે જાણો છો કે તમે દિવ્ય તત્ત્વનો હિસ્સો છો, તમે તેના પ્રેમનું પાત્ર છો, આ સૃષ્ટિ મૈત્રીપૂર્ણ છે અને બધું જ તમારા માટે અને તમારી સાથે કાર્ય કરી રહ્યું છે. જ્યારે પણ તમે ઊંચા પરિમાણમાં દિવ્ય તત્ત્વના સાંનિધ્યમાં અને દિવ્ય તત્ત્વ સાથે સંલગ્ન થવામાં સમય વિતાવશો ત્યારે તમને આ જ સંવેદના થશે. આ સંલગ્નતાની એક ક્ષણ પણ એક એવો વિચાર કે દૃષ્ટિ લાવી શકે છે જે તમારું જીવન બદલી શકે છે – અને એ હંમેશાં ભલા માટે જ હશે.

પ્રમુખસ્વામીજી ચેતનાના સમુદ્રનો હિસ્સો બની ગયા છે. તેમના

આશીર્વાદથી તેમના હજારો હરિભક્તોએ પોતાની નિયતિને ખરી રીતે વ્યક્ત કરવામાં અવરોધરૂપ એવી જૂની રીતોને ત્યજી છે. તેમણે બધું જ જાણવા સમજવાના પ્રયત્નો છોડી દીધા છે, તેમણે પોતાને જે જોઈએ છે તે માટે સૃષ્ટિને નિયંત્રિત કરવાના અને લાભ ઉઠાવવાના પ્રયત્નો છોડી પ્રમુખસ્વામીજીમાં પોતાની અપેક્ષાઓ અને વિશ્વાસ મૂક્યા છે. તેઓ હવે એવું નથી વિચારતા કે તેમને જે જોઈએ છે તે કોઈ અન્યની તાકાત અને નિર્ણયો પર નિર્ભર છે. તે હવે પોતાની પ્રગતિ અને સફળતાને પ્રાચીન સાંસ્કૃતિક પરિભાષા મુજબ નહીં, પણ પોતાની સચ્ચાઈને આધારે માપે છે. તેમને સમજાઈ ગયું છે કે જો તે માનસિક રીતે વસ્તુઓને નિયંત્રિત કરવાની કોશિશ નહીં કરે તો સૃષ્ટિ તેમણે વિચાર્યું નહીં હોય તેનાથી વધુ ઉદારતાથી આપશે. પ્રમુખસ્વામીજીએ ચાર પેઢીઓને અંતરમાંથી ઊર્ધ્વગમન શિખવાડ્યું છે — અને તેમનું ઉત્થાન અસાધારણ રહ્યું છે.

૧૪

મોજાં પર સવાર થઈને...

'માત્ર તીરે ઊભા રહીને જળને નીરખ્યા કરવાથી દરિયો પાર ન કરી શકાય.'

– ગુરુદેવ રવીન્દ્રનાથ ટાગોર

વર્ષ ૨૦૧૧ની શરૂઆત અશુભ થઈ. ૧૪મી જાન્યુઆરીના રોજ કેરળના ઇડુક્કી જિલ્લામાં શબરીમાલા ખાતે થયેલી નાસભાગમાં ઓછામાં ઓછાં ૧૦૨ યાત્રાળુઓ મૃત્યુ પામ્યા. શબરીમાલા એ સ્થાન છે જ્યાં શક્તિશાળી મહિષી રાક્ષસીને માર્યા બાદ રાજા અયપ્પને ધ્યાન ધર્યું હતું. મંદિર લગભગ ૫૦૦ મીટરની ઊંચાઈએ ટેકરી પર આવેલું છે અને તે ચારેબાજુ પર્વતો અને ગાઢ જંગલથી ઘેરાયેલું છે. દુનિયાના સૌથી મોટાં ધાર્મિક સ્થળોમાંના એક એવા આ સ્થળે દર વર્ષે લગભગ ૧૦ કરોડ ભક્તો આવે છે. તેમાંના મોટા ભાગના લોકો અયપ્પન જે માર્ગે શબરીમાલા આવ્યા હતા તે ૫૨ કિમી લાંબા જંગલો વચ્ચેથી પસાર થતા પર્વતમાર્ગે આવે છે. ડોળીવાળાઓ વૃદ્ધ યાત્રીઓને વાંસની ખુરશીઓમાં બેસાડીને શિખર પર લાવે છે.

આકાશમાં ટમટમતો તારો, થોડા કિલોમીટર દૂર ટેકરીઓનાં જંગલોમાંથી ટમટમતો પ્રકાશ અને તેને નિહાળવાનું પરમ સુખ ઉઠાવતા હજારો લાખો યાત્રાળુઓનો ઉત્કૃષ્ટ અનુભવ; આ છે શબરીમાલા યાત્રાધામનું શ્રદ્ધાકર્ષણ. ૧૪ જાન્યુઆરી, ૨૦૧૧ની રાત્રિ અલગ નહોતી. મકર જ્યોતિ અને મકર વિલક્કુ

તરીકે ઓળખાતા અનુક્રમે તારા અને પ્રકાશયુગ્મ – ભક્તોની ભારે ભીડને પણ મુગ્ધ કરતા હતા. પણ આ વખતે તારા અને પ્રકાશ – જેને ભક્તો સ્વર્ગ અને પૃથ્વીનો સાચો સંગમ માને છે – તેનું દૃશ્ય નિહાળ્યા બાદ વંદીપેરિયાર પાસે પુલ્લુમેડુ ખાતે બેઠકસ્થાનેથી નીચે ઊતરતી વખતે ભીડમાં નાસભાગ સર્જાઈ, જે ભારે જીવલેણ નીવડી.

મને ખૂબ જ દુ:ખ થયું. આવી દુર્ઘટના શા માટે થાય છે અને તેને કેવી રીતે અટકાવી શકાય તે વિશે વિચારતાં હું અનેક રાતો સુધી ઊંઘી ન શક્યો. પાંચ વર્ષ પહેલાં ૧૨ જાન્યુઆરીના રોજ મીનામાં હજના છેલ્લા દિવસે રમી અલ જમરાત દરમ્યાન થયેલી નાસભાગ વખતે ઓછામાં ઓછા ૩૪૬ અન્ય હાજીઓની સાથે મારા એક દૂરના સગા મૃત્યુ પામ્યા હતા. તે વૃદ્ધ હતા અને ધાર્મિક જીવન જીવતા હતા; તેમણે મક્કા જવા માટે પોતાની જીવનભરની કમાણી ખર્ચી નાખી અને ત્યાં મૃત્યુ પામ્યા. સારા લોકો સાથે જ કેમ અજુગતું થાય છે ? એનો કોઈ જવાબ છે ? કોઈ ખુલાસો છે ? વર્ષોથી ચાલ્યા આવતા આ પ્રશ્નનો કોઈ ઉત્તર છે ?

એપ્રિલ ૨૦૧૧માં મને શિકાગો પાસે ઈલિનોઈમાં 'ફર્મી નેશનલ એક્સેલરેટર લૅબોરેટરી' (જે 'ફર્મીલૅબ' તરીકે ઓળખાય છે) ખાતે આમંત્રણ આપવામાં આવ્યું હતું. ફર્મીલૅબ એ અમેરિકાના ઊર્જા વિભાગની રાષ્ટ્રીય પ્રયોગશાળા છે, જે ઉચ્ચ-ઊર્જા કણ ભૌતિકશાસ્ત્રમાં વિશેષતા ધરાવે છે. એનરિકો ફર્મી ઈટાલિયન ભૌતિક વિજ્ઞાની હતા, જે શિકાગો પાઈલ-૧ નામના સૌપ્રથમ ન્યુક્લિયર રિએક્ટરના પોતાના કામ માટે; અને ક્વૉન્ટમ સિદ્ધાંતના વિકાસમાં પોતાની ભૂમિકા માટે જાણીતા હતા. મારા મનમાં હજી પણ શબરીમાલાના નાસભાગના બનાવના વિચારો આવતા હતા. મારા પ્રશ્નોના જવાબ મેળવવા માટે; મારા લાંબા વિમાન પ્રવાસ દરમ્યાન વાંચવા માટે મેં યુવાન કવિ ડેવિડ વ્હાયતની કવિતાઓનું પુસ્તક ખરીદ્યું.

ડેવિડ વ્હાયત માનવજીવનના મહાન પ્રશ્નોને એક યાત્રિકની નજરે જુએ છે: જે ઝડપથી પસાર થાય છે; જે ક્યારેક દોસ્તી, મહેમાનગતિ અને મિત્રો કે અજાણ્યા લોકોની મદદ પર નિર્ભર છે; જેના માટે આગળ વધતાં દરેક ડગલે નજીક આવતી મંજિલ બદલાય છે અને જેને પ્રવાસ દરમ્યાન પવન અને હવામાનની અનિયમિતતા વહોરવી પડે છે.

તમારો સામાન ખાલી કરો;
આ ગોઠવવા અને પેલું છોડવા;
જે હંમેશ આપવાનું હતું તે વચન આપવા,
અને તમને અહીં લાવનારાં પગરખાંને છેક પાણીને કિનારે ત્યજવા,
એટલા માટે નહીં કારણ કે તમે હાર માની
પણ કારણ કે હવે તમને નવા માર્ગે આગળ વધવા મળશે
અને કારણ કે, બધું જ પાર કરી તમે હજી પણ ચાલી શકશો
ફરક નથી પડતો કેવી રીતે, મોજાં પર થઈ.[૩૭]

પાણીનાં મોજાંની ઉપર ચાલવાના એવા રૂપકના પ્રયોગથી હું ઊંડા વિચારમાં પડી ગયો. હું દરિયાના ખોળે જન્મ્યો છું અને મેં કાંઠા પર બેસીને મોજાંને જોતાં જોતાં અનેક સાંજ વિતાવી છે. પુખ્ત થયા પછી પણ, થુંબામાં કામ કરતી વખતે દરિયો મને બોલાવતો અને હું તેનાં મોજાં જોતાં કલાકો વિતાવતો. હું તેની વિશાળતા અને સતત વહેતાં મોજાં જોઈને મંત્રમુગ્ધ થતો. રાત્રે જ્યારે લાખો તારા આકાશમાં ટમટમતા અને લાખો મોજાં એક પછી એક અવિરતપણે આવતાં-જતાં..., આ ઊર્જા અને શિસ્તનું વિશાળ પ્રદર્શન જોઈને મને સમજાતું કે માનવ કુદરતની વિશાળ યોજના સામે કેટલો વામણો છે.

આધ્યાત્મિક ગુરુઓ ઘણી વાર 'હું'(અથવા અહંકાર)ને ચેતનાના સંકોચન તરીકે જણાવે છે. આંતરિક વિસ્તારનું આ પર્યાપ્ત વર્ણન છે, કારણ કે જ્યારે પણ આપણે આપણા વિશાળ બાહ્ય અને આંતરિક જગતને બાકાત રાખી માત્ર આપણી વ્યક્તિગત વર્તણૂકથી ઓળખાઈએ છીએ ત્યારે આપણી ચેતના સંકોચાઈને ખરેખર ખૂબ નાની બાબતો પર કેન્દ્રિત થાય છે. જ્યારે અમે શિકાગો જતી વખતે એટલાન્ટિક સાગર પરથી પસાર થઈ રહ્યા હતા અને કૅબિન સ્ટાફે વિમાનમાં પ્રકાશ ઓછો કર્યો ત્યારે – દરિયાકાંઠે બેઠો હોઉં એવું મને લાગ્યું અને 'મોજાં પર ચાલવું' એ રૂપક પ્રયોગનો એક નવો જ અર્થ સમજાયો.[૩૮]

આ મોજાં શાનો સંકેત છે? તે આ ક્ષુલ્લક ચિંતાઓ જ છે ને જે સામાન્ય-પણે આપણા આંતરિક જગતને ઘેરી વળે છે? સવારે કામ માટેની ભાગદોડ, લોકોના અહેસાન અને વચનોના ભાર હેઠળ દબાઈ જવાની અનુભૂતિ, એવા લોકો સાથે કામ પાર પાડવું કે જેઓ કૌશલ્ય અને સમજણ ધરાવતા ન હોય અને ફરી ફરી કોશિશ કરી ફરી નિષ્ફળ જવું. જાણે આપણે જેલમાં રહેતા હોઈએ તેવું

લાગે છે. આપણે બધા જ સરખામણી, ઈર્ષ્યા અને ઊણપના સળિયા પાછળ ફસાઈ ગયા હોઈએ એવું લાગે છે. આ બધામાંથી મુક્તિ કે આઝાદી શક્ય છે? મને બાકીની જિંદગી માટે આ પાગલખાના જેવું જીવન સ્વીકારવાની કોઈ જરૂર જણાઈ નહીં.

આ કેદમાંથી બહાર નીકળવાનું, અહંકારને પરાજિત કરવાનું રહસ્ય છે – એવી સ્પષ્ટતા કેળવવી કે આ બધું મિથ્યા છે. તોરાહ કહે છે કે અહંકાર એ તમારી સામે હાથમાં મોટી કુહાડી લઈને ચાર રસ્તે ઊભેલા એક ભીમકાય માણસ સમાન છે. મૂર્ખ તેનાથી ડરે છે અને જીવ બચાવવા નાસે છે. શાણો માણસ તેને ધ્યાનથી નીરખે છે અને તેને સમજાય છે કે તે પગ વિનાનો છે (તેથી તેનો પીછો નહીં કરે); એ તેની સામેથી પસાર થઈ જાય છે (અહંકારની અવગણના કરે છે).

આ જે અહંકાર છે; એ માત્ર ભસે છે, કરડતો નથી. જો તમે અહંકારને એક મોટા મૃગજળ તરીકે ઓળખી શકો તો તમે તેની આરપાર જોઈ શકશો, જેથી તમે અવારનવાર આત્મા થકી જીવનને અનુભવી શકશો. જો અહંકાર એ આત્માના કાચ પર લાગેલો ડાઘ છે તો આવી સ્પષ્ટતા એ પાણી છે, જે તેને ધોઈ નાંખે છે. તેની શરૂઆત માણસના અનુભવના સાચા સ્વરૂપ પ્રત્યે જાગૃતિ સાથે થાય છે; તમે એક આત્મા છો પણ તમે શરીરની ઇન્દ્રિયોના માધ્યમથી જીવનને અનુભવો છો. આ જ ખરેખર 'મોજાં પર ચાલવા'ની પ્રક્રિયા છે. હું ગાઢ નિદ્રામાં પોઢી ગયો અને વિમાન શિકાગોમાં લેન્ડ થયું ત્યારે ઊઠ્યો. તારીખ હતી – ૨૪ એપ્રિલ. મેં શહેરની બહાર આવેલા બાર્ટલેટ ખાતેના બી.એ.પી.એસ. સ્વામિનારાયણ મંદિરે સાંજ વિતાવવાનો નિર્ણય કર્યો.

અહીં સાધુ વિવેકમૂર્તિદાસે મને આવકાર્યો. વાતાવરણ ખૂબ જ ખુશનુમા હતું; મંદિરના બગીચાઓમાં લહેરાતાં ફૂલો અને પ્રજ્વલિત દીવાઓની વચ્ચે, ૧,૫૦૦ ભારતીય અમેરિકન બાળકો વૈદિક મંત્રોચ્ચાર કરતા હતા. દોડધામભર્યું જીવન અને સ્વકેન્દ્રી અભિગમ ધરાવતા નાગરિકો માટે પ્રસિદ્ધ એવી આ વિદેશી ધરતી પર આવું કઈ રીતે શક્ય બને? મને જણાવાયું કે ૧૯૭૦માં અમેરિકા આવી રહેલા કે.સી. પટેલને યોગીજી મહારાજે આશીર્વાદ આપ્યા અને તેમને નિયમિતપણે ત્યાં સત્સંગ-સભાઓ યોજવા કહ્યું. 'માત્ર વિદેશી કર્મચારી તરીકે કામ ન કરશો, આખા અમેરિકાને પ્રેરણા આપજો.' ત્યારબાદ અવિરત પ્રેરણા

અને પ્રમુખસ્વામીજીની ૧૯૭૪, ૧૯૭૭ અને ૧૯૮૦ની મુલાકાતો દરમ્યાન સ્વામીશ્રીના અથાગ પ્રયાસોને પરિણામે સત્સંગ સમુદાયની નોંધપાત્ર વૃદ્ધિ થઈ.

સાધુ આત્મસ્વરૂપદાસે મને એક વાર વાત કરી હતી કે ૧૯૮૦માં પ્રમુખસ્વામીજીએ પોતાના સ્વાસ્થ્ય અને અંગત જરૂરિયાતોની પરવા કર્યા વિના હરિભક્તોની ઇચ્છા સંતોષવા અમેરિકામાં અનેક ઘરોમાં પધરામણી કરી હતી. એમના માટે હરિભક્તો સૌથી પહેલા અને પછી પોતે. અંતે, આ પ્રવાસ દરમ્યાન મોતિયાને કારણે આંખે ઝાંખપ એટલી વધી ગઈ કે પ્રમુખસ્વામીજી પોતાનાં સ્લિપર પણ જોઈ શકતા નહોતા. વધતો જતો મોતિયો અંધાપામાં પરિણમી શકે તેવી પરિસ્થિતિ હતી; પ્રમુખસ્વામીજીને તાત્કાલિક આંખનું ઑપરેશન કરાવવાની જરૂર હતી. આ ઑપરેશન બોસ્ટનના આંખના નામાંકિત સર્જન ડૉ. હચિન્સન પાસે કરાવવાનું નક્કી કરાયું. જ્યારે લંડનમાં રહેતા હરિભક્તોને આ અંગે જાણ થઈ ત્યારે તેમણે વિનંતી કરી કે ઑપરેશન લંડનમાં કરવામાં આવે, જેથી યુનાઇટેડ કિંગ્ડમમાં મોટી સંખ્યામાં રહેતા હરિભક્તો ઑપરેશન પછીના આરામ સમયે પ્રમુખસ્વામીજીનાં દર્શન કરી શકે. હરિભક્તોનો એક પણ સમૂહ નિરાશ ન થાય તે માટે તેઓ એક આંખનું ઑપરેશન બોસ્ટનમાં અને બીજું લંડનમાં કરાવવા રાજી થયા, પોતાની અગવડ-સગવડની કશી ચિંતા કર્યા વિના – પોતાના હરિભક્તોની ઇચ્છાને અનુરૂપ પોતાની આંખો વહેંચવા માટેની તત્પરતા – પ્રમુખસ્વામીજીના અસાધારણ નિઃસ્વાર્થ સ્વભાવનું ઉદાહરણ છે.

બીજા દિવસે શિકાગોમાં, પિઅર ઓડોન, પેરુવિયન - અમેરિકન પરમાણુ ભૌતિકવિજ્ઞાની અને ફર્મીલૅબના ડિરેક્ટર મને જમીનથી ૩૩૦ ફૂટ નીચે મેઇન ઇન્જેક્ટર ન્યૂટ્રિનો ઓસિલેશન સર્ચ(MINOS)માં લઈ ગયા અને ત્યાં કરાઈ રહેલા ન્યૂટ્રિનો અલગ કરવાનો પ્રયોગ v–A માટે મેઇન ઇન્જેક્ટર એક્સપરિમેન્ટ અથવા MINERvA પ્રયોગ સમજાવ્યો. બપોરે હું 'વિશ્વ જ્ઞાન મંચ : રાષ્ટ્રોના પાયાનાં કૌશલ્યોની એકરૂપતા' વિશે બોલ્યો. આજની આધુનિક ટેક્નોલોજી ભૂતકાળ પાસેથી શીખીને, વર્તમાન જીવનની ગુણવત્તા સુધારવા અને ભવિષ્યના સામાજિક સુધારા માટે માર્ગ કેવી રીતે કંડારે છે તેની થોડી રીતો પર મેં ભાર મૂક્યો. મેં સમજાવ્યું કે આપણા સમાજની સામે રહેલા પડકારો માટે દુનિયાના અલગ અલગ ખૂણાઓમાંથી શ્રેષ્ઠ લોકો સાથે મળીને બહુવિષયક અને બહુ-રાષ્ટ્રીય જોડાણો કરે.

આગલી સાંજે બી.એ.પી.એસ. સ્વામિનારાયણ મંદિર ખાતે પોતાનાં સાંસ્કૃતિક મૂળિયાંથી સુદૂર, આધ્યાત્મિક સમર્પણનું સ્થાનિક નિદર્શન જોવાના મારા સુંદર અનુભવનું પણ મારા વક્તવ્યમાં સવિસ્તૃત વર્ણન કર્યું. મેં કહ્યું :

'આજે પર્યાવરણ પરિવર્તન, ઊર્જા, પાણી, રોગ, આર્થિક સમસ્યાઓ અને આતંકવાદ પર વધુ ધ્યાન આપવામાં આવી રહ્યું છે, જે સમગ્ર વિશ્વ માટે ચિંતાના વિષયો છે જેનો ઉકેલ કોઈ પણ એક દેશ અથવા રાષ્ટ્રોના સમૂહની પહોંચની બહાર છે. સમાજને લાભદાયી એવાં ટેક્નોલોજી વિકાસનાં તમામ ક્ષેત્રોમાં આપણે સાથે મળીને વૈશ્વિક સ્તરે વિચારીને તેને સ્થાનિક સ્તરે અમલ કરાવવાની જરૂર છે.'

આજના જ્ઞાન આધારિત અર્થતંત્રમાં વિચારોનું આદાનપ્રદાન ઔદ્યોગિક વિકાસની નવી વ્યાખ્યા બની ચૂક્યું છે. સોશિયલ નેટવર્ક્સ અને મોબાઇલ ટેક્નોલોજીની શોધને પરિણામે માલિકો સ્પર્ધાત્મક સમયમાં જ્ઞાન ભેગું કરતા કર્મચારીઓને કામે રાખવાને બદલે જ્ઞાનનું પ્રત્યાયન (પ્રકટ) કરી શકે તેવા કર્મચારીઓ રાખવા લાગ્યા છે. જ્યારે દરેક કંપની, દરેક શહેર, દરેક દેશ અને દરેક વ્યક્તિ ઝડપથી એકબીજા સાથે જોડાઈ રહ્યા છે ત્યારે ઉદ્યોગો અને સરકારી નેતાઓએ પોતાના પૂર્વગ્રહોથી પર થઈ સાચી પરિસ્થિતિને પારખવી જોઈએ અને અપેક્ષિત ઘટનાઓ વિશે વિચારવું જોઈએ. તેમણે પોતાની જરૂરિયાતોમાંથી બહાર નીકળીને આપણા સમયના મહત્ત્વપૂર્ણ પડકારો ઉકેલવા વિશે વિચારવું જોઈએ. આ પડકારો છે કાર્યનો માહોલ : કર્મચારીઓ અને માલિકો બંનેએ પોતાના સ્વાર્થ માટે પોતપોતાની રીતે ઊભી કરેલી કાર્યપદ્ધતિઓ કઈ રીતે બદલવી. અહીં મને પ્રમુખસ્વામીજીના મિશનની ઐતિહાસિક પ્રસ્તુતિ જોવા મળે છે, જે દૂર દૂર સુધી ઊંચા ઉદ્દેશો અને દિશા પૂરી પાડે છે. તે લોકોને રોજ-બરોજના સ્વાર્થનાં મોજાં પર સવાર થઈને, નિઃસ્વાર્થ સેવાનાં સર્વવ્યાપી કેન્દ્રોનું નિર્માણ કરવામાં મદદ કરે છે.

૧૫

ભગવાનની સાક્ષીએ જીવવું

'સાહેબ ! મારી ચિંતા એ નથી કે ભગવાન મારા પક્ષે છે કે નહીં; મારી સૌથી મોટી ચિંતા એ છે કે હું ભગવાનના પક્ષે છું કે નહીં, કારણ કે ભગવાન હંમેશાં સાચા હોય છે.'

– અબ્રાહમ લિંકન

અમેરિકાના ૧૬મા રાષ્ટ્રપ્રમુખ

ડિસેમ્બર, ૧૯૬૪ની ભયાનક યાદો આજે પણ મારા મનમાં તાજી છે. ૨૨ ડિસેમ્બરની મધરાત પહેલાં ૧૧૦ મુસાફરો અને પાંચ રેલવે કર્મચારીઓને લઈને જતી ધનુષકોડી પૅસેન્જર ટ્રેન નંબર ૬૫૩ ધનુષકોડી રેલવે સ્ટેશનથી થોડાક જ યાર્ડ દૂર હતી ત્યારે એક પ્રચંડ ચક્રવાતી વાવાઝોડાને કારણે દરિયાનાં મોટાં મોજાં આવીને તેને અથડાયાં. આખી ટ્રેન તણાઈ ગઈ અને તેમાં બેઠેલાં બધાં જ લોકો મૃત્યુ પામ્યાં. પાણીની ઊંચી દીવાલ જેવા ઝડપથી ધસી આવેલાં મોજાં આસપાસના આખા ટાપુને ગળી ગયાં અને આખું ગામ નાશ પામ્યું. એ સમયે રામેશ્વરમ્‌ની મારી ટૂંકી મુલાકાત દરમ્યાન મેં મોજાંની છોળો રામનાથ-સ્વામી મંદિરની થોડે દૂર આવીને અટકી જતી જોઈ, જ્યાં તોફાનમાં નિરાશ્રિત બનેલા ઘણા લોકોએ આશરો લીધો હતો. રાહત અને બચાવ માટે મોકલવામાં આવેલા નૌકાદળના કાફલા પાસેથી મળેલા સમાચાર મુજબ ધનુષકોડીના પૂર્વ કાંઠે ફૂલી ગયેલા મૃતદેહ તરતા હતા.

ચેન્નાઈના એગ્મોર સ્ટેશનથી ધનુષકોડી સુધી બોટ મેલ નામની ટ્રેનસેવા હતી. આ ટ્રેન ધનુષકોડી ટાઉનશિપના દક્ષિણ-પૂર્વ બાજુએ આવેલા ઘાટ પર ઊભી રહેતી, જ્યાંથી ઊભેલી સ્ટીમર મુસાફરોને સામે પાર પાક સ્ટ્રેટના માર્ગે શ્રીલંકા લઈ જતી. આ કુદરતી હોનારત પછી આ ટ્રેન સેવા ક્યારેય ચાલુ ના થઈ અને ઘાટનું સમારકામ પણ ના થઈ શક્યું, એટલું જ નહીં, પરંતુ આ સેવા ક્યારેય ચાલુ ન થઈ. હોનારત પછી તામિલનાડુ સરકારે ધનુષકોડીને વસવાટ માટે અયોગ્ય જાહેર કર્યું. ડિસેમ્બર ૨૦૦૪માં મેં જ્યારે ભારતના રાષ્ટ્રપતિ તરીકે આ વિસ્તારની મુલાકાત લીધી, ત્યારે મને જણાવવામાં આવ્યું કે સુનામી આવ્યા પહેલાં ધનુષકોડીની આસપાસનો દરિયો, કાંઠેથી ૫૦૦ મીટર પાછો ખસ્યો હતો અને થોડા સમય માટે ભૂતપૂર્વ ટાઉનશિપનો ડૂબી ગયેલો ભાગ દેખાયો હતો.

રામેશ્વરમ્ એ ભારત અને શ્રીલંકા વચ્ચેનું સૌથી નજીકનું જમીની સ્થાન છે. ભૂતકાળમાં પણ લોકો નિયમિતપણે આ બંને દેશોને અલગ કરતા ૫૦ કિલોમીટર પહોળા પાક સ્ટ્રેટના સમુદ્રી માર્ગે અવરજવર કરતા રહ્યા છે. શ્રીલંકાના રાજાઓ વિશે પાલિ ભાષામાં લખવામાં આવેલા ઐતિહાસિક પુસ્તક ‘મહાવંશ’ મુજબ, સિંહાલીઓના પૂર્વજો લાટ રાષ્ટ્રમાંથી આવ્યા હતા, જે અત્યારના પશ્ચિમ બંગાળ અને ઝારખંડ તથા બિહારના કેટલાક ભાગોનું બનેલું હતું. ઈતિહાસના તમામ યુગ દરમ્યાન તમિળ લોકો શ્રીલંકાના દક્ષિણ કાંઠે ચાલતા વેપારમાં હાજર અને સક્રિય હતા. આજના શ્રીલંકાના ઉત્તર-મધ્ય પ્રાંત-સ્થિત પ્રાચીન સિંહાલી રાજધાની અનુરાધાપુર અલગ અલગ લોકોના સમન્વયથી બનેલા પ્રાચીન સર્વદેશી નગર તરીકે પ્રસિદ્ધ હતું.[૩૯] તેમાં નોંધપાત્ર સંખ્યામાં તમિળ લોકો રહેતા હતા અને સમયાંતરે તમિળ રાજાઓનું રાજ પણ હતું.

૧૯૪૮માં શ્રીલંકાને બ્રિટન પાસેથી આઝાદી મળી ત્યારથી બહુમતી સિંહાલી લોકો અને લઘુમતી તમિળ લોકો વચ્ચેના સંબંધો તંગ રહ્યા છે અને લોહિયાળ સંઘર્ષની ઘટનાઓમાં પણ પરિણમ્યા છે. ૧૯૫૬, ૧૯૫૮, ૧૯૭૭ અને ૧૯૮૧માં થયેલાં તોફાનો અને જુલાઈ ૧૯૮૩માં થયેલા સામૂહિક કત્લેઆમને પરિણામે તમિળોની આઝાદીની તરફેણ કરતા આતંકવાદી સમૂહો રચાયા. વર્ષો સુધી ચાલેલા આંતરવિગ્રહને પરિણામે ૧,૦૦,૦૦૦ કરતાં વધુ લોકો માર્યા ગયા અને બીજા હજારો લોકો લાપતા બન્યા. ૨૦૦૯માં આંતર-વિગ્રહનો અંત આવ્યો પણ તેની દહેશત આજે પણ છે.[૪૦]

જાન્યુઆરી ૨૦૧૨માં મને શ્રીલંકા સરકારે ત્રિભાષી શ્રીલંકા કાર્યક્રમનો પ્રારંભ કરવા માટે આમંત્રણ આપ્યું હતું. ભાષાનો મુદ્દો હંમેશાં જટિલ રહ્યો છે. બધે જ સમકાલીન સામાજિક અને રાજકીય વ્યવહારમાં ભાષાની ભૂમિકા અને તેનું મહત્ત્વ તેની ઉપયોગિતા કરતાં અનેકગણું હોય છે. શ્રીલંકા આમાંથી બાકાત નથી. ભાષા સાથે જોડાયેલી આ વંશીય ઓળખ તેમજ રાષ્ટ્રવાદની બે-ધારી માન્યતા ઉપરાંત ઇતિહાસના બેવડા અર્થઘટનને કારણે શ્રીલંકામાં વર્ષો સુધી ચાલેલા લશ્કરી સંઘર્ષનો હવે તો અંત આવ્યો છે. આ સંદર્ભમાં દેશના ભવિષ્યની કલ્પના માટે ભાષાના રાજકીય-વિકાસને લગતાં પાસાં પર ગંભીરતાથી વિચારવા માટેનો હવે નિર્ણાયક સમય છે.

સિંહાલા અને તમિળ ભાષાઓને ઉત્તેજન આપવા માટે, તમિળ અને સિંહાલા બંને રાજકારણીઓએ વીસમી સદીની શરૂઆતના વિદેશી રાજ દરમ્યાન સ્વભાષાના વિચારને અપનાવ્યો હતો. તેથી જ પ્રચલિત આધુનિક માન્યતાથી વિપરીત શ્રીલંકામાં ભાષાનું રાજકારણ હંમેશાં આંતરવંશીય દુશ્મનાવટનું કારણ નથી બન્યું. તેના પ્રારંભિક તબક્કાઓમાં, સ્વભાષાની માગણીમાં વર્ગીય અસંતોષને કારણરૂપ દર્શાવાયું, જ્યારે સિંહાલા રાષ્ટ્રવાદની આકાંક્ષાઓ ધૂંધળી પણ સ્પષ્ટ જોઈ શકાતી હતી. આ આકાંક્ષાઓ સ્પષ્ટપણે વ્યક્ત નહોતી થતી અને આ તબક્કે તેને ટેકો પણ નહોતો મળ્યો. સ્થાનિક ભાષામાં શિક્ષણ પામેલા બહુમતી લોકોને અંગ્રેજીમાં શિક્ષિત ઉચ્ચ વર્ગની માફક સરકારી નોકરીઓ, વેપારધંધા અને સમાજના વિશેષાધિકારો મળતાં નહોતા, આ ઘટનાક્રમના વિરોધમાં પોતાની ભાષા માટેની માગ શરૂઆતમાં બુલંદ બની હતી.

૧૯૫૦ અને ૧૯૬૦ના દાયકામાં સિંહાલા ભાષાને પ્રાથમિકતા આપવામાં આવી અને ધીમે ધીમે અંગ્રેજીનો ઉપયોગ સમાપ્ત કરાયો – જે સિંહાલી અને તમિળભાષીઓ વચ્ચે સેતુ સમાન હતી – તેને પરિણામે વંશીય તંગદિલી ઉત્તેજિત થઈ અને પરિણામે શ્રીલંકામાં લોહિયાળ આંતરવિગ્રહ ફાટી નીકળ્યો, જે ત્રીસ વર્ષ સુધી ચાલ્યો.

દાયકાઓ સુધી ચાલેલા વિનાશક સંઘર્ષના અંતે – શ્રીલંકન પ્રજાને સિંહાલા અને તમિળ બંને ભાષાઓ બોલવા માટે પ્રોત્સાહિત કરવાના અને અંગ્રેજીને સામાન્ય અથવા 'સાંકળતી' ભાષા તરીકે ઉત્તેજન આપવાના સરકાર પ્રાયોજિત પ્રયત્નો કરવામાં આવી રહ્યા છે. આ લક્ષ્યને સાધવા, તત્કાલીન પ્રમુખ

મહિંદા રાજાપક્ષેએ ૨૦૧૨ને 'ત્રિભાષાનું વર્ષ' ઘોષિત કર્યું અને શ્રીલંકાને ત્રણ આધિકારિક ભાષાઓ : સિંહાલા, તમિળ અને અંગ્રેજીનું રાષ્ટ્ર બનાવવાની દસ વર્ષીય યોજના શરૂ કરી. મેં પ્રમુખ રાજાપક્ષેને આપણા સમયના એક મહાન રાજનેતા એવા નેલ્સન મંડેલાના બહુ ઓછા જાણીતા શબ્દો કહ્યા : 'જો તમે માણસ સાથે પોતાની શાળામાં શીખેલી ભાષામાં વાત કરશો, તો એ તેના મગજમાં ઊતરશે. જો તમે તેની સાથે તેની માતા પાસેથી સાંભળેલી ભાષામાં વાત કરશો, તો એ તેના દિલમાં ઊતરશે.'

૨૨ જાન્યુઆરી, ૨૦૧૨ના રોજ મેં શ્રીલંકાની સૌથી મોટી લોકસંસ્થા, સર્વોદય શ્રમદાન ચળવળના મુખ્ય મથકની મુલાકાત લીધી. પહેલાં લંકા જાતિકા સર્વોદય શ્રમદાન સંગમયા તરીકે જાણીતી સર્વોદય સંસ્થા, બૌદ્ધ અને ગાંધી વિચારધારાને સુસંગત ફિલૉસૉફિકલ સિદ્ધાંતોની આસપાસ વિકાસ પામી છે અને લગભગ પચાસ વર્ષથી કાર્યરત છે. સર્વોદય શ્રમદાન ચળવળના પ્રણેતા ડૉ. એ.ટી. અરિયારત્નેને શાંતિ સ્થાપના અને ગ્રામવિકાસના ક્ષેત્રમાં તેમણે કરેલાં કાર્યો માટે ૧૯૯૬માં ગાંધી શાંતિ પુરસ્કાર અને તે પહેલા ૧૯૯૨માં નિવાનો શાંતિ પુરસ્કાર એનાયત થયો હતો.

૨૩ જાન્યુઆરી, ૨૦૧૨ના રોજ મેં જાફના હિંદુ કૉલેજની મુલાકાત લીધી જે ૧૮૯૦માં શ્રીલા સિરિ અરુમુગા નવલારના પરાક્રમી પ્રયત્નોથી પ્રેરિત આધ્યાત્મિક પુનર્જીવનના પગલે સ્થાપવામાં આવી હતી. તેની સ્થાપના હિંદુ વાતાવરણ સાથે અંગ્રેજી માધ્યમમાં શિક્ષણ આપવા માટે થઈ હતી, કારણ કે તે સમયે જાફનામાં સ્થિત અંગ્રેજી માધ્યમની તમામ શાળાઓ ખ્રિસ્તી મિશનરી શાળાઓ હતી. મેં પ્રાર્થના ભવનમાં સ્વામી વિવેકાનંદ અને મહાત્મા ગાંધીનાં ચિત્રોની સાથે મારું ચિત્ર દીવાલ પર ટાંગેલું જોયું. જ્યારે મેં આ ચિત્રો વચ્ચેના સહસંબંધ વિશે પૂછ્યું ત્યારે મને કહેવામાં આવ્યું કે સ્વામી વિવેકાનંદે ૨૪ જાન્યુઆરી, ૧૮૯૭ના રોજ જાફના હિંદુ કૉલેજની મુલાકાત લીધી હતી અને મહાત્મા ગાંધી ૨૭ નવેમ્બર, ૧૯૨૭ના રોજ અહીં આવ્યા હતા અને મારી મુલાકાતને ત્રીજા આશીર્વાદ તરીકે ગણવામાં આવી હતી. તે દિવસે મને થયું કે આ શ્રેષ્ઠ કોટિની સંસ્થાને આશીર્વાદ આપવા પ્રમુખસ્વામીજી મારી સાથે હોવા જોઈએ.

જાફના હિંદુ કૉલેજ જેવી શૈક્ષણિક સંસ્થાઓ – અલગ અલગ ધર્મની – શૈક્ષણિક અને આધ્યાત્મિક શિક્ષણના સમન્વયના વિચારપરિસરમાં પ્રસ્થાપિત

થાય છે. નૈતિક શિક્ષણ આધ્યાત્મિક શિક્ષણ ગણાય છે, કારણ કે અધ્યાત્મ
નૈતિકતાના સત્ત્વ વગર ટકી શકે નહીં. નૈતિક શિક્ષણ યુવાનોના વિકાસ માટે
આવશ્યક છે, કારણ કે માણસ એ સ્વભાવગત અને અનિવાર્યપણે નૈતિક જીવ છે;
તેના ઘણા આદર્શ ગુણો નૈતિક મૂલ્યો દ્વારા પ્રાપ્ત કરી શકાય છે. નૈતિકતા વિના
માણસે ગંભીર સમસ્યાઓ — ખાસ કરીને સામાજિક પરિમાણો પર સમસ્યાઓ
વેઠવી પડે છે અને આ કારણે તે કોઈ પણ રીતે શાશ્વત સુખ મેળવી શકતો નથી.
એક વ્યક્તિ ખરા અર્થમાં માનવી ત્યારે જ બની શકે જ્યારે તેને નૈતિકતાની
મર્યાદાઓનું ભાન હોય અને તે તેનું ઉલ્લંઘન ન કરે, કારણ કે નૈતિકતાની સમજ
જ ખરા અર્થમાં માનવસમાજ અને પશુસમાજને અલગ પાડતી એક ભેદરેખા છે.
નૈતિકતાને આધારે જ આપણામાં માણસાઈ અને અધ્યાત્મની સમજણ આવે છે.

પરંતુ, મનુષ્યની સ્વાભાવિક નૈતિક પ્રકૃતિ ઉપરાંત અન્ય ભૌતિક
જરૂરિયાતો જેમ કે આહાર અને નિદ્રા પણ માનવસ્વભાવમાં ઊંડે ઊંડે રોપાયેલી
છે. માણસ ભૌતિક વિશ્વમાં રહેતો હોવાના કારણે તેનામાં ભૌતિક ઇચ્છાઓ
તરફની વૃત્તિ વધુ છે. અને જ્યારે તેની ભૌતિક, નૈતિક તથા આધ્યાત્મિક
ઇચ્છાઓ વચ્ચે સંઘર્ષ થાય છે ત્યારે તે દ્વિધામાં મુકાય છે; નૈતિક અથવા
આધ્યાત્મિક માર્ગ પસંદ કરવો અઘરો થઈ પડે છે.

માણસના નૈતિક શિક્ષણને જો ગંભીરતાપૂર્વક ધ્યાનમાં નહીં લેવાય તો,
નૈતિક શિક્ષણનું મહત્ત્વ ઓસરી જશે. માનવજીવનનાં નૈતિક મૂલ્યો(ભૌતિકતાથી
પર પાસાં)ના સતત સંઘર્ષમાં પશુ જેવાં પાસાંની જીત થતી હોય છે. નૈતિક
શિક્ષણ એ સહેલું કાર્ય નથી. તેને માત્ર ટુકડામાં સલાહ આપીને કે ઉપરછલ્લો
ઉપાય જણાવીને પ્રાપ્ત કરી શકાય નહીં. તેનો પાયો મજબૂત હોવો જોઈએ.

દયનીય વાત તો એ છે કે આપણે એવા વિશ્વમાં જીવીએ છીએ જ્યાં
નૈતિકતા અને નૈતિક મૂલ્યોને આપણા સમાજે આત્મસાત્ નથી કર્યાં. જોકે બધા
જ લોકો નૈતિક મૂલ્યોની તરફેણ કરે છે, છતાં જોઈ શકાય છે કે આપણો યુગ
નૈતિક અવનતિ અને માનવમૂલ્યોના નાશનો છે. ઇતિહાસમાં ડોકિયું કરીશું તો
જણાશે કે કેટલાક સમાજમાં નૈતિક મૂલ્યોને ઓછાં મહત્ત્વનાં ગણીને અવગણવામાં
આવ્યાં હતાં. નૈતિક મૂલ્યોને એક ગૌણ ચિંતાનો વિષય ગણતા સમાજની
નિયતિનો અભ્યાસ કરતાં આપણને સ્પષ્ટપણે સમજાશે કે સમાજની સમૃદ્ધિનો
એક પાયો નૈતિક શિક્ષણ પણ છે. આથી, કુટુંબે પોતાનાં બાળકો અને વયસ્કોને

તેમના ઉછેરમાં અપાતા નૈતિક શિક્ષણને ઉપરછલ્લું અથવા બિનઅનિવાર્ય ગણવું ન જોઈએ. ત્યાં સુધી કે, શિક્ષણ માત્ર શૈક્ષણિક સિદ્ધિઓ પર જ કેન્દ્રિત ન હોવું જોઈએ. એક વ્યક્તિ ટેક્નોલોજી કે જ્ઞાનના ક્ષેત્રમાં નિપુણ હોઈ શકે છે, પણ તેનાથી તે સારો માણસ બની જતો નથી. માનવતાનું મૂલ્યાંકન નૈતિક માપદંડોને આધારે થાય છે. અને જે કુટુંબો પોતાનાં બાળકોના નૈતિક શિક્ષણ પર ધ્યાન નથી આપતાં તે ખરેખર પોતાની મૂળભૂત ફરજ ચૂકી રહ્યાં છે. બાળકના નૈતિક શિક્ષણને અતિપવિત્ર ગણવું જોઈએ.

શિક્ષણની સૌથી શ્રેષ્ઠ રીત છે યોગ્ય વર્તણૂક દ્વારા કેળવણી આપવી. એટલે કે, માતાપિતાએ એવું વર્તન કરવું જોઈએ જેથી તેમનાં બાળકો સ્વીકૃત અને ઉચિત નૈતિકતામાં ભીંજાય અને તેમના મનમાં નૈતિક મૂલ્યોનાં બીજ વવાય. માતાપિતાનું સંસ્કારી વર્તન ઘરમાં આધ્યાત્મિક અને નૈતિક વાતાવરણનું નિર્માણ અને પોષણ કરે છે. જે બાળકો નૈતિક અને આધ્યાત્મિક વાતાવરણમાં ઊછરે છે તેમનો સચ્ચાઈ પ્રત્યે ઝુકાવ હોય છે. ટૂંકમાં, બાળકો નૈતિક મૂલ્યો પ્રત્યે જન્મજાત ઝુકાવ ધરાવતાં જ હોય છે અને પ્રેરિત થવાથી બાળકો સચ્ચાઈ તરફ ઢળશે.

આથી ઊલટું, જો માતા કે પિતા પોતાની સમસ્યાઓને આક્રમક રીતે, મિજાજ બતાવીને ઉકેલે તો બાળકને પણ ધીમે ધીમે તે પ્રકારના વર્તનની ટેવ પડશે. શાળામાં તેઓ પોતાની સાથે ભણતા વિદ્યાર્થીઓ અને વડીલો સાથે ઝઘડશે; એ તુંડમિજાજી અને બેકાબૂ બનશે અને પોતાના માટે તેમજ માતાપિતા માટે પણ ઉપાધિ ઊભી કરશે. તેમનું વર્તન અને આદતો સુધારવાં એ સહેલું કામ નથી. માતાપિતાએ સમજવું જોઈએ કે ખોટું ઉદાહરણ પૂરું પાડવું એ પોતાનાં પાપ બાળકો પર લાદવા સમાન છે.

છતાં પણ જો ઘરમાં પ્રામાણિકતા, સમજણ અને ઉચિત આચરણ હોય અને કૌટુંબિક સમસ્યાઓનો સહનશીલતા અને ખુલ્લા મને ઉકેલ લાવવામાં આવે તો બાળકો પણ તેને અનુસરશે. જો ઘરમાં નિંદા કરવામાં આવતી હોય તો બાળક આ અનૈતિક કુટેવને ધિક્કારે એવી આશા કઈ રીતે રાખી શકાય? આપણું વર્તન આપણા શબ્દો કરતાં બાળકો પર વધારે અસર કરે છે. જો બાળકો માતાપિતા પાસેથી નિંદા નહીં સાંભળે, તો તે પોતે પણ ભાગ્યે જ કોઈની નિંદા કરશે. જુઠ્ઠું બોલવું અને ઈર્ષ્યા જેવાં નકારાત્મક લક્ષણોમાં પણ આવું જ છે – આ પણ મોટા ભાગે બાળકો ઘરમાંથી જોઈને જ શીખતાં હોય છે. આથી,

જો આપણે આપણાં બાળકોના નૈતિક શિક્ષણને મહત્ત્વ આપવું હશે તો આપણે આપણા પોતાના નૈતિક શિક્ષણને વધુ મહત્ત્વ આપવું પડશે.

મારી માતાએ મને એક વાત કહી હતી : એક માતાએ મોહંમદ પયગંબર(સ.અ.વ.)ને કહ્યું કે મારા બાળકને વધારે ખજૂર ખાવાની ના પાડો. પયગંબરે સ્ત્રીને બીજા દિવસે પોતાના બાળક સાથે આવવા કહ્યું. તેને કહેવામાં આવ્યું હતું તેમ તે આવી અને પયગંબર સાહેબે બાળકને વધારે પ્રમાણમાં ખજૂર ખાવાની ના પાડી. માતાએ પયગંબર સાહેબને પૂછ્યું કે તમે બાળકને આ જ સલાહ ગઈકાલે કેમ ના આપી? પયગંબર સાહેબે જવાબ આપ્યો કે તે દિવસે તેમણે પોતે પણ ખજૂર ખાધી હતી. હકીકત એ હતી કે પયગંબર સાહેબ પોતે જેનું આચરણ નહોતા કરતા તેનો ઉપદેશ ક્યારેય આપતા નહોતા.

આ વાત યાદ રાખવા જેવી છે : 'તમે બીજાને જે ઉપદેશ આપો છો તેનું આચરણ પોતે પણ કરો,' અને જો માતાપિતા પોતે જે કહે તેનાથી વિરુદ્ધ વર્તન કરે તો તેની નોંધ લઈને બાળકો તેમનામાં વિશ્વાસ ગુમાવી બેસે છે અને તેમની સલાહ સંપૂર્ણ રીતે સ્વીકારતાં નથી. અથવા તો, આમાંથી તે દંભ અને બહુવ્યક્તિત્વ શીખે છે, પછી તેનું ખરેખર કોઈ વ્યક્તિત્વ જ રહેતું નથી. નૈતિક શિક્ષણની બાબતમાં આપણે હંમેશાં જાગ્રત રહેવું પડે કે બાળક જે સાંભળે છે તેના કરતાં તે જે જુએ છે તેના પર વધુ ધ્યાન આપે છે. બાળકો માનસિક મૂંઝવણ અનુભવે નહીં તે માટે તેઓ જે જુએ અને જે સાંભળે તેની વચ્ચે સુસંગતતા હોવી જોઈએ.

માણસ નૈતિક શિક્ષણરૂપે જે શીખે છે તેનું આચરણ કરે તો સારાં મૂલ્યો માણસનો બીજો સ્વભાવ બને છે. માતાપિતાએ પોતાનાં બાળકોમાં નાનપણથી જ આચરણ દ્વારા સારી ટેવો પાડવા માટે પ્રયત્ન કરવા જોઈએ, કારણ કે વ્યક્તિને પડેલી સૌ પહેલી ટેવો આજીવન રહે છે. વિકાસના પૂર્વપ્રાથમિક શાળાકીય તબક્કા દરમ્યાન માત્ર સારી ટેવો દ્વારા જ નૈતિક શિક્ષણ આપી શકાય છે, કારણ કે બાળકમાં નૈતિક કાયદા અને માપદંડોને સમાવવા માટે જરૂરી માનસિક શક્તિ હોતી નથી, પરંતુ પ્રાથમિક શાળા દરમ્યાન, બાળકો જાતે નૈતિક શિક્ષણ મેળવવા માટે સક્ષમ બને છે.

જેમ જેમ બાળકો મોટાં થાય તેમ તેમ તેમને ફરી ફરીને કેટલાંક સારાં કાર્યો આચરવા માટેની તકો આપવી જોઈએ, જેથી તેમનામાં સારી ટેવોનું નિર્માણ થાય. આ સારી ટેવો ભવિષ્યમાં તેમની સાચી સંપત્તિ સાબિત થશે.

વિદ્યાર્થીઓને નૈતિક મૂલ્યો પ્રત્યે કેવી રીતે સજાગ કરી શકાય અને તેમને નૈતિક મૂલ્યો ક્યારે અને કેવી રીતે શીખવવાં જોઈએ એ શાળાઓ માટે ઘણો મહત્ત્વનો પ્રશ્ન છે. પોતાના વિદ્યાર્થીઓમાં વર્તનને લગતી સમસ્યાઓથી ઘેરાયેલી શાળાઓ માટે તો આ પ્રશ્નો વધારે ગંભીર અને તાકીદના છે. આ અપરાધવૃત્તિ આપણને ક્યારેક આધુનિક સમયનો પ્રભાવ અથવા માતાપિતાના અયોગ્ય ઉછેરની અસર ગણી શકીએ, અથવા તો તે સમાજમાં થતાં પરિવર્તનની અસર કે તંગ પારિવારિક વાતાવરણની અસર હોઈ શકે. અપરાધનું કારણ જે હોય તે, એક વાત તો સ્પષ્ટ છે કે વિચારપૂર્વકનું નૈતિક શિક્ષણ તેને અટકાવી શકે છે.

પ્રમુખસ્વામીજી નૈતિક શિક્ષણને બાળકો માટે આવશ્યક જરૂરિયાત માને છે. તેમણે બાળકોના વિકાસ માટે યોગીજી મહારાજ દ્વારા શરૂ કરવામાં આવેલી બાળપ્રવૃત્તિઓને આગળ ધપાવી છે. તેઓ પોતે તેમાં રસ લે છે, અંગત સમય ફાળવે છે, બાળકોને નૈતિક મૂલ્યો, વ્યક્તિગત શિસ્ત અને આધ્યાત્મિક પરંપરાઓ થકી વિકસિત કરવા માટે પ્રમુખસ્વામીજી સ્વયંસેવકોને પ્રોત્સાહિત કરે છે. દુનિયાભરમાં દર અઠવાડિયે બી.એ.પી.એસ. ૬,૮૦૦ બાળસભાઓનું આયોજન કરે છે, જેમાં શિશુથી લઈને જુદી જુદી ઉંમરનાં ૨,૫૦,૦૦૦થી વધુ બાળકોના નૈતિક અને આધ્યાત્મિક વિકાસ પર ખાસ ધ્યાન આપવામાં આવે છે. પોતાના વ્યક્તિગત જીવનમાં શ્રેષ્ઠતા પ્રાપ્ત કરવા ઉપરાંત આ બાળકો સમાજલક્ષી કાર્યોમાં પણ સક્રિયપણે અને ગર્વભેર યોગદાન આપે છે. ઘણાં બી.એ.પી.એસ. કેન્દ્રોમાં બાળકો કાગળ રિસાઇકલિંગ પ્રોજેક્ટ્સમાં ભાગ લે છે. અગાઉ જણાવ્યું એમ, ઇંગ્લૅન્ડમાં બી.એ.પી.એસ. સંસ્થાનાં બાળકો વિક્રમસર્જક ઍલ્યુમિનિયમ કેન રિસાઇકલિંગ પ્રોજેક્ટમાં સંકળાયેલાં હતાં.

અલબત્ત, બાળકોને લગતી આ બધી પ્રવૃત્તિઓમાં સૌથી નોંધપાત્ર છે ભારતમાં બી.એ.પી.એસ.નાં બાળકો દ્વારા ચલાવવામાં આવતા વ્યસનમુક્તિના કાર્યક્રમો. મેં આ અદ્‌ભુત અને અસરકારક કાર્યક્રમનું આયોજન, સંચાલન અને તેને લાગુ કરવામાં મદદ કરનાર તમામ સાધુઓ અને બાળનેતાઓને ૫ જુલાઈ, ૨૦૦૭ના રોજ અંગત રીતે રાષ્ટ્રપતિ ભવનમાં આમંત્રણ આપ્યું અને તેમનું સન્માન કર્યું. આ કાર્યક્રમના આંકડા આશ્ચર્યચકિત કરનારા હતા અને તેની અસરો દૂરોગામી હતી. શાળાઓની રજાઓ દરમ્યાન પસંદ કરેલાં બાળક અને બાલિકાઓને વ્યસનનાં જોખમો વિશે ભણાવવામાં આવતાં હતાં. કૅન્સરના

દર્દીઓની મુલાકાત લીધા બાદ આ બાળકોને મોટા પ્રમાણમાં મિત્રો, સ્વજનો, પડોશીઓ અને સામાન્ય લોકો સુધી પહોંચવા સંતોએ પ્રેરિત કર્યા હતા. માત્ર વીસ દિવસમાં જ બી.એ.પી.એસ.નાં ૨૩,૦૦૦ બાળકો અને ૫,૦૦૦ કાર્યકર્તાઓએ ૨૧ લાખ લોકોનો સંપર્ક કયો, તેમાંના ૬,૩૦,૦૦૦ લોકોએ ધૂમ્રપાન, તમાકુ, દારૂ, નશો, જુગાર તથા અન્ય બદીઓ છોડવાની પ્રતિજ્ઞા લીધી અને આને પરિણામે, માનવ-યાતના તો ઓછી થઈ, સાથે સાથે વાર્ષિક ૩૪૪ કરોડ રૂપિયાની અમૂલ્ય બચત થઈ! આ વ્યસનમુક્તિ અભિયાનોએ તેના સામર્થ્ય દ્વારા આપણા દેશના ભવિષ્યમાં મારી આસ્થા પુનઃસ્થાપિત કરી.

કાર્યક્રમ સાથે જોડાયેલાં બાળકો સાથેની મુલાકાત દરમ્યાન મેં તેમને પૂછ્યું: ‘કોઈ વ્યક્તિ પ્રમુખસ્વામીજીની જેમ મહાન કેવી રીતે બની શકે?’ બાળકો જવાબ ન આપી શક્યાં, તેઓ એકબીજા સામે મૂંઝાઈને જોવા લાગ્યાં. મેં હસીને તેમને હું જે બોલું તેનું પુનરાવર્તન કરવા કહ્યું : ‘જો મારી પાસે સુંદર મન હોય તો મને સુંદર વિચારો આવશે; જો મને સુંદર વિચારો આવશે તો મારું જીવન સુંદર બનશે; જો મારું જીવન સુંદર હશે તો હું પ્રમુખસ્વામીજી જેવો મહાન આત્મા બની શકીશ.’ બાળકોને વધુ ચકાસવા માટે મેં આગળ પૂછ્યું : ‘લોકોને વ્યસન છોડવા માટે તૈયાર કરવા ખૂબ મુશ્કેલ કાર્ય છે. જો કોઈ વ્યક્તિ વ્યસન છોડવાની ના પાડે તો તમે તેને કેવી રીતે સમજાવશો?’ બાળકોએ સમજાવ્યું : ‘રાષ્ટ્રપતિ સાહેબ! અમે એવા લોકોને વિશેષરૂપે છપાવેલી ફોટાવાળી પુસ્તિકા બતાવીને, તેમની કુટેવનાં નુકસાનકારક પરિણામોના વૈજ્ઞાનિક પુરાવા આપીને તર્કબદ્ધ દલીલો દ્વારા સમજાવવાની કોશિશ કરીશું.’

બાળકોએ મને જે રજૂઆત કરી તેમાં તેમની દૃઢતા સાંભળીને હું ખુશ થયો, અને મેં બીજો સવાલ કર્યો : ‘લોકો ફરી કેમ વ્યસન શરૂ કરે છે? તમે એમને તેમાંથી મુક્ત કરાવી દીધા હોવા છતાં તે કેમ ફરી તેના તરફ પાછા જાય છે?’ બાળકોએ જવાબ આપવાની કોશિશ કરી પણ આપી શક્યાં નહીં. આખરે હારીને મને જવાબ આપવા જણાવ્યું, મેં તેમને વાર્તા કહી : ‘યાદ રહે, દરેક વ્યક્તિના ખભા પર બે લોકો બેઠા હોય છે. જમણી બાજુએ દેવદૂત બેસે છે અને ડાબી બાજુએ શેતાન. હવે જ્યારે શેતાનનો વિજય થાય ત્યારે લોકો ફરી વ્યસન તરફ વળે છે અને જ્યારે દેવદૂત જીતે છે ત્યારે લોકો વ્યસનમુક્ત થાય છે. તો તમે દેવદૂતને કેવી રીતે જિતાડશો?’ બી.એ.પી.એસ. સંસ્થાનાં બાળકોએ અલગ

અલગ જવાબો આપ્યા... સખત પરિશ્રમ... વિશ્વાસ... સારા વિચારો... પ્રાર્થના... પછી તેમણે મને પૂછ્યું : 'અમને કહો ને અમે દેવદૂતને કેવી રીતે જિતાડીએ?'

મેં વિગતે સમજાવ્યું : 'યાદ રાખો, જ્યારે જ્યારે તમે સારાં કાર્યો કરો છો ત્યારે દેવદૂત જીતે છે અને જ્યારે તમે ખરાબ કાર્યો કરો છો ત્યારે શેતાન જીતે છે. જ્ઞાન દેવદૂતને મુક્ત કરે છે; અને તેને શક્તિશાળી બનાવે છે. અજ્ઞાન શેતાનને મુક્ત કરે છે; અને તેને શક્તિશાળી બનાવે છે. જ્ઞાન તમને સારા અને મહાન વ્યક્તિ બનાવે છે. શેતાની વૃત્તિ વ્યક્તિને દારૂ, નશો અને અન્ય વ્યસનો તરફ લઈ જાય છે અને ખરાબ કાર્યો કરાવે છે. અને દૈવી વૃત્તિ તમને વ્યસન-મુક્ત જીવન, સત્ય, પ્રેમ, અહિંસા અને અન્ય સદ્ગુણો તરફ લઈ જાય છે. બાળકો તમે લોકોને કુટેવો છોડાવી શક્યાં, કારણ કે તમે તેમને સમજાવ્યું કે દૈવી ગુણોની તાકાત વધારીને લોકો શેતાની વૃત્તિથી મુક્ત થઈ શકે છે. તમે લોકોની દૈવી વૃત્તિમાં વધારો કરીને તેમને વ્યસનો અને કુટેવોથી છોડાવવાની શક્તિ આપવામાં મહત્ત્વની ભૂમિકા ભજવી.'

આખરે મેં બાળકોને હું બોલું તેમ પુનરોચ્ચાર કરવા કહ્યું : 'આત્મવિશ્વાસ સર્જનાત્મકતા તરફ લઈ જાય છે; સર્જનાત્મકતા જ્ઞાન તરફ લઈ જાય છે; જ્ઞાન વિચાર તરફ લઈ જાય છે; વિચાર વ્યક્તિને મહાન બનાવે છે.' મેં ફરી વાર બાળકોને અભિનંદન આપ્યાં : 'તમે બધાં બાળકોએ સુંદર કાર્ય કર્યું છે. આટલા બધા લોકોને વ્યસનમુક્ત બનાવીને તમે શું શીખ્યાં?' બાળકોએ જવાબ આપ્યો : 'અમે અમારા જીવનમાં ક્યારેય વ્યસન નહીં કરીએ. અમે ક્યારેય અમારાં માતાપિતા કે સંબંધીઓને વ્યસન નહીં કરવા દઈએ. અને અમે અમારા મિત્રો અને અન્યોને વ્યસનથી મુક્ત કરીશું.' હું આ બધા જવાબોથી ખૂબ ખુશ હતો અને ગ્રૂપ ફોટોગ્રાફ માટે ઊભો રહ્યો. મેં તેમને એક ખાનગી વાત જણાવી : 'આવો, હું તમને એક બીજી ખાનગી વાત શિખવાડું. દરેક વ્યક્તિએ હસવું જોઈએ, કારણ કે જ્યારે જ્યારે આપણે હસીએ છીએ ત્યારે દેવદૂતો જીતે છે અને જ્યારે આપણે રિસાઈએ છીએ ત્યારે શેતાન જીતે છે. એટલે હંમેશાં હસતાં રહો અને બીજા લોકોને હસાવતા રહો. તમારે બાળકોએ તો સદા ખુશ રહેવું જોઈએ, કારણ કે તમારી પાસે તો દેવદૂત અને શેતાન કરતાં પણ મોટું બળ છે; પ્રમુખ-સ્વામીજીનું બળ; તેમના આશીર્વાદ સદાય તમારી અને આપણા સૌ પર છે. એટલે સદાય હસતાં રહો.'

પછી સંતો તરફ વળીને મેં હૃદયસ્પર્શી સંદેશ મોકલાવ્યો: 'કૃપા કરી પ્રમુખસ્વામીજીને કહેજો કે તેઓ આપણા લોકો માટે સુંદર કાર્ય કરી રહ્યા છે. તેમની પાસે સુંદર મન, સુંદર હૃદય છે. તેમને કહેજો કે મારા પર તેમના આશીર્વાદ વરસાવે.'

પ્રમુખસ્વામીજીએ મૂલ્યનિષ્ઠ શિક્ષણ સાથેની શૈક્ષણિક શાળાઓ એટલે કે વિદ્યામંદિરોની સ્થાપના કરીને બાળકોના શિક્ષણનું મહત્ત્વ વધાર્યું છે. બી.એ.પી.એસ.એ ૧૦૦થી વધુ શાળાઓ, છાત્રાલયો, સંશોધન કેન્દ્રો અને સંસ્થાઓની સ્થાપના કરી છે અને તેનું સંચાલન કરે છે. મને યાદ છે કે મેં અમદાવાદ પાસે રાયસણમાં ૨૮ જૂન, ૨૦૦૬ના રોજ આવી આંતરરાષ્ટ્રીય શાળા, બી.એ.પી.એસ. સ્વામિનારાયણ વિદ્યામંદિરના શુભારંભ પ્રસંગે જાતે એક હસ્તલિખિત સંદેશ તૈયાર કર્યો હતો :

Dear Students of BAPS School

Courage:

Courage to Think different,

Courage to Invent,

Courage to discover The Impossible,

Courage to Combat the problems and Succeed

Are the Unique qualities of Youth.

I, the youth of my nation,
will work and work with Courage
for prosperity of my nation.
26-6-06   Greetings
                    APJ Abdul Kalam

બી.એ.પી.એસ. શાળાના પ્રિય વિદ્યાર્થીઓ,

હિંમત

જુદું વિચારવાની હિંમત
નવું શોધવાની હિંમત
અશક્યને શક્ય બનાવવાની હિંમત
આફતોને હરાવીને સફળ થવાની હિંમત
એ યુવાનોની આગવી શક્તિઓ છે.
હું, મારા દેશનો યુવાન
મારા દેશની સમૃદ્ધિ માટે
કાર્ય કરીશ અને હિંમતપૂર્વક કાર્ય કરીશ.

તા. ૨૬-૬-૨૦૦૬ શુભેચ્છાઓ
એ.પી.જે. અબ્દુલ કલામ

અને પ્રમુખસ્વામીજીએ આ પ્રસંગે, દુનિયાનાં બાળકો માટે આ તલસ્પર્શી શબ્દો લખ્યા :

HIS DIVINE HOLINESS
PRAMUKH SWAMI MAHARAJ
SWAMI NARAYANSWARUPDASJI

વહાલા વિદ્યાર્થીઓને
જે લખ્યું તે વાંચ્યું નહિ
વાંચ્યું તે વિચાર્યું નહિ
ને વિચાર્યું ~~નહિ~~ તે જીવનમાં
ઉતાર્યું નહિ
તો લખ્યું શા કામનું?
માટે પરમાત્માની રોજ પ્રાર્થના
કરવી પ્રામાણિકપણે પૂરું કાર્ય
કરવું. જીવનમાં ચારિત્ર્યને દૃઢ કરવું.
માતા પિતા સમાજ તથા દેશની
સેવા કરવી.
શા. નારાયણસ્વરૂપદાસના
આશીર્વાદ સહ
જય સ્વામિનારાયણ
૨૭-૬-૨૦૦૬
શાહીબાગ-અમદાવાદ

B.A.P.S. Swaminarayan Sanstha, Shahibaug Road, Ahmedabad - 380 004, Gujarat, India

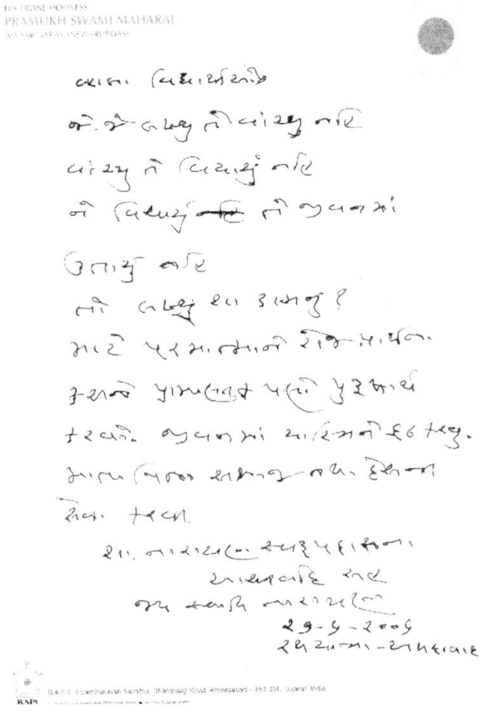

"વહાલા વિદ્યાર્થીઓ !
જે જે લખ્યું તે વાંચ્યું નહીં
જે વાંચ્યું તે વિચાર્યું નહીં
ને વિચાર્યું તે જીવનમાં
ઉતાર્યું નહીં,
તો લખ્યું શા કામનું ?
માટે પરમાત્માને રોજ પ્રાર્થના કરીને
પ્રામાણિકપણે પુરુષાર્થ કરવો.
જીવનમાં ચારિત્ર્યને દૃઢ કરવું.
માતાપિતા, સમાજ તથા દેશની
સેવા કરવી.

શા. નારાયણસ્વરૂપદાસના
આશીર્વાદ સહ જય સ્વામિનારાયણ
૨૭-૬-૨૦૦૬
રથયાત્રા, અમદાવાદ

૧૫મી જૂન, ૨૦૧૨ના રોજ પ્રમુખસ્વામીજીના હૃદયમાં પેસમેકર મૂકવાની પ્રક્રિયા માટે શસ્ત્રક્રિયા કરવામાં આવી. મેં સ્વામીજીને હૉસ્પિટલમાં ફોન કરીને કહ્યું : 'ભગવાન તમને તંદુરસ્ત રાખે. હું તમારા સ્વાસ્થ્યલાભ માટે પ્રાર્થના કરું છું.' જાણે કે મારા ડરને દૂર કરવા માટે, સ્વામીજીએ પોતે જ મને તેમના સ્વાસ્થ્ય વિશેની વિગતો આપી. તેમના સ્વાસ્થ્યને લગતી ચિંતા અને બીજાં કારણોને લીધે, પ્રમુખસ્વામીજીની જાફના હિંદુ કૉલેજની મુલાકાત તો શક્ય ન બની, પરંતુ તે પછી આ કપરી પરિસ્થિતિ વિશે જાણ્યા બાદ પ્રમુખસ્વામીજીએ શ્રીલંકાના લોકોની શાંતિ અને સમૃદ્ધિ માટે ખાસ પ્રાર્થના કરી.

૨૨ ડિસેમ્બર, ૨૦૧૨ના રોજ મેં કોલકાતામાં 'વર્લ્ડ કૉન્ફ્લુઅન્સ ઑફ હ્યુમેનિટી, પાવર ઍન્ડ સ્પિરિચ્યુઆલિટી'(માનવતા, સત્તા અને અધ્યાત્મનો વૈશ્વિક સંગમ)નું ઉદ્ઘાટન કર્યું. મેં ત્યાં ચાર લાક્ષણિકતાઓ આધારિત ધર્મ દર્શાવતો એક એવો વિકલ્પ પ્રસ્તુત કરવાનું વિચાર્યું, જે દ્વારા વિશ્વસ્તરે પ્રબુદ્ધ નાગરિકોનું ઘડતર થાય. મને પ્રમુખસ્વામીજી પાસેથી સત્પુરુષના ચાર સદ્ગુણો વિશે જાણવા મળ્યું હતું, જે આ મુજબ છે :

જે ઇન્દ્રિયો અને મનનાં કાર્યોને નિયંત્રિત કરે પણ તેને તાબે ન થાય; જે માત્ર પરમેશ્વરને લગતાં કાર્યો જ કરે; જે દઢતાપૂર્વક પાંચ નિયમોનું પાલન કરે : નિષ્કામ (વાસના અને સાંસારિક ઇચ્છાઓ પર વિજય મેળવવો), નિર્લોભ (લોભનો પરાજય), નિ:સ્વાદ (સ્વાદ પર વિજય), નિ:સ્નેહ (સાંસારિક બંધનો પર વિજય), અને નિર્માન (અહંકાર પર વિજય); અને જે શરીર, મન અને ઇન્દ્રિયોથી પર થઈને પરમેશ્વરના સંસર્ગમાં રહે.

પવિત્ર કુરાનમાં કહ્યું છે (સુરાહ અલ-રા'દ, આયાત ૧૩:૨૮) :

$$ ٱلَّذِينَ ءَامَنُوا۟ وَتَطْمَئِنُّ قُلُوبُهُم بِذِكْرِ ٱللَّهِ ۗ أَلَا بِذِكْرِ ٱللَّهِ تَطْمَئِنُّ ٱلْقُلُوبُ $$

'ખરેખર અલ્લાહની સ્મૃતિથી જ હૃદય સંતુષ્ટ થાય છે.'

મેં પરિસંવાદમાં જાહેર કર્યું કે સત્પુરુષ એ સાચા અર્થમાં એક એવો નાગરિક છે જેનો પોતાની ઇન્દ્રિયો અને મન પર કાબૂ હોય છે, જે પરમેશ્વરને કેન્દ્રમાં રાખીને પોતાનાં બધાં કાર્યો કરે છે, જે કઠિન નૈતિક સિદ્ધાંતોનું પાલન કરે છે અને પરમેશ્વરની પૂજા કરે છે. લોકો આપણામાં પરમેશ્વરનો કોઈ અંશ જોઈ શકવા જોઈએ. આપણે જે રીતે વર્તીએ, બોલીએ, જોઈએ અને વિચારીએ, તેમાં પણ પરમેશ્વર અને પરમેશ્વરનાં કાર્યો દેખાવાં જોઈએ.

૧૬

દાન અને ક્ષમા દિવ્ય છે

'કાયર કદી માફ ન કરી શકે. ક્ષમા એ તો વીરનું આભૂષણ છે.'

– મહાત્મા ગાંધી

નવેમ્બર ૨૦૧૨માં મેં 'ચાઇના એકેડેમી ઑફ સ્પેસ ટેક્નોલોજી'(CAST)ની મુલાકાત લીધી. આ એકેડેમીની સ્થાપના ૧૯૬૮માં થઈ હતી. સ્પેસક્રાફ્ટનો વિકાસ (ડેવલપમૅન્ટ) અને તેનું નિર્માણ (પ્રોડક્શન) કરનારી તે ચીનની મુખ્ય સંસ્થા છે. CASTએ ૨૪ એપ્રિલ, ૧૯૭૦ના રોજ સફળતાપૂર્વક ચીનના સૌપ્રથમ ઉપગ્રહ *ડોંગ ફાંગ હોંગ*(Red East 1)નું પ્રક્ષેપણ કર્યું હતું. ભારતે ૧૮ જુલાઈ, ૧૯૮૦ના રોજ પોતાના પ્રથમ ઉપગ્રહ રોહિણીનું પ્રક્ષેપણ કર્યું હતું. ચીન સરકારનું સમર્થન ધરાવતા બૌદ્ધિક સંગઠન બેઇજિંગ ફોરમ ખાતે અનેક ચીની વિદ્વાનોને મળ્યો. પેકિંગ યુનિવર્સિટીના ચૅરમૅન પ્રૉ. ઝુ શાન્લુએ મને વર્ષમાં એક વખત તેમની સંસ્થામાં આવીને, મારી પસંદનો વિષય ભણાવવા અને ઇચ્છા હોય ત્યાં સુધી રહેવાનું આમંત્રણ આપ્યું. તેનો વિષય સાયન્સ અને ટેક્નોલોજી અથવા માનવવિદ્યા હોઈ શકે.

ચીનની સંસ્કૃતિ એ દુનિયાની સૌથી જૂની સંસ્કૃતિઓમાંની એક છે. તેનાં મોટા ભાગનાં સામાજિક મૂલ્યો કન્ફ્યુશિયસ અને તાઓના સિદ્ધાંત પર આધારિત છે. પુનર્જન્મના વિચારને વ્યાપકપણે સ્વીકારવામાં આવે છે અને અહીં વ્યક્તિનું આચરણ, સાંપ્રત જીવન, મૃત્યુ પછીનું જીવન અને ત્યારબાદના

પુનર્જન્મ વચ્ચેના સંબંધ વિશે માન્યતાઓથી સિંચિત હોય છે. પુણ્યમાં વિશ્વાસ હોવાની સાથે, વ્યક્તિ પાપના અસ્તિત્વને પણ સ્વીકારે છે. વડીલો, વરિષ્ઠ નાગરિકો, સગાં-સંબંધીઓ અને ખાસ તો માતાપિતાની કાળજી લઈ તેમનો આદર કરવો જોઈએ અને દેખરેખ રાખવી જોઈએ. તેમના મૃત્યુ પછી પણ તેમને આદર અપાય છે. ચીનના લોકો ત્રણ લોકમાં માને છે – સ્વર્ગ, જીવિત અને મૃતાત્માઓ. ત્રણેય લોકનું અસ્તિત્વ એકબીજાની લગોલગ છે. સ્વર્ગ એ સંતો તથા સદ્‌ગતાત્માઓનું સ્થાન છે અને નર્ક એ મૃત ગુનેગારો માટે છે. આ સંદર્ભમાં મને પ્રમુખસ્વામીજી અને તેમનો સાર્વત્રિક ભલાઈનો સંદેશ યાદ આવે છે જેમાં દરેક વ્યક્તિને સ્વર્ગ પ્રાપ્ત કરવાની સમાન તક છે.

૩૦મી જુલાઈ, ૨૦૧૩ના રોજ મેં 'આંધ્ર મહિલા સભા'ની મુલાકાત લીધી. મહિલાઓનું તે એક પ્રતિષ્ઠિત સંગઠન છે અને તેની દેશભરમાં ચાળીસથી વધુ શાખા છે. આ શાખાઓ શિક્ષણ, સ્વાસ્થ્ય, સશક્તિકરણ અને વૃદ્ધોની સંભાળ – ખાસ કરીને વૃદ્ધ મહિલાઓની દેખભાળ માટે કાર્યરત છે. આ સંગઠન, મહિલાઓ અને બાળકોને તાલીમ અને શિક્ષણ પૂરાં પાડે છે અને રાષ્ટ્રનિર્માણમાં તેઓને પોતાનો ફાળો નોંધાવવા સજ્જ કરે છે. આ સંસ્થા જરૂરિયાતમંદ લોકો સુધી પહોંચી તેમને મફત સારવાર આપે છે અને વિકલાંગ બાળકોનાં પુનરુત્થાન અને એકીકરણ માટે કર્તવ્યબદ્ધ છે. આ 'આંધ્ર મહિલા સભા' મહિલાઓમાં સાક્ષરતાનો પ્રચાર કરે છે અને તેમને લગ્ન તથા મિલકતને લગતી બાબતો માટે સલાહ આપે છે.

આ સભા શિક્ષકોને તાલીમ આપે છે અને તાલીમ આપનાર લોકોની વ્યવસ્થા પણ કરે છે અને સંદેશાવ્યવહારનાં વિવિધ માધ્યમોના ક્ષેત્રમાં તેમને શિક્ષણ આપે છે. વધુમાં, તે પોતાની બાકીની જિંદગી સન્માનપૂર્વક વિતાવવા માગતા હોય તેવા જરૂરિયાતમંદ વડીલોને પોષાતા દરે રહેઠાણ અને ભોજનની વ્યવસ્થા કરી આપે છે.

આ પ્રકારની સભાનાં મૂળિયાં એક સદી કરતાં પણ ઊંડાં છે. ૧૯મી સદીના અંતમાં હૈદરાબાદ રાજ્યના લોકોમાં રાજકીય અને સાંસ્કૃતિક જાગૃતિમાં વધારો થયો. રાજ્યમાં રહેતા અને વિશાળ બહુમતી ધરાવતા લોકોની સંસ્કૃતિ અને ભાષાને તે સમયના નિઝામ દ્વારા દબાવવામાં આવતી હતી. તેથી, શિક્ષણ અને સાંસ્કૃતિક વિકાસની સ્વાભાવિક ઇચ્છા તથા પોતાની માતૃભાષાના વિકાસ

અને પ્રસારની ઇચ્છા – સ્વાભાવિક રીતે નિઝામના શાસન સામેના સંગ્રામ સાથે સંકળાઈ ગઈ.

દુર્ગાબાઈ દેશમુખે 'આંધ્ર મહિલા મંડળ'ની સ્થાપના કરી. તેમને 'ભારતનાં સામાજિક સેવાનાં માતા' તરીકે ગણવામાં આવે છે. સાદું જીવન અને ઉચ્ચ વિચાર ધરાવતાં તેઓ એક સ્વાતંત્ર્ય સેનાની, વકીલ, સામાજિક કાર્યકર અને રાજકારણી હતાં તથા ભારતની બંધારણ સભા અને આયોજન પંચના સભ્ય હતાં. તેમણે 'રિઝર્વ બૅન્ક ઑફ ઇન્ડિયા'ના પ્રમુખ અને ૧૯૫૦-'૫૬ દરમ્યાન કેન્દ્ર સરકારમાં નાણામંત્રી એવા સી.ડી. દેશમુખ સાથે લગ્ન કર્યાં હતાં. સમાજની ગંભીર જરૂરિયાતોને ધ્યાનમાં રાખીને દુર્ગાબાઈએ સફળ સંસ્થાઓ શરૂ કરી અને આત્મબલિદાન તથા દૂરંદેશિતાનો પરિચય આપ્યો. ૧૯૮૧માં જ્યારે તેમની સાંસારિક સફર પૂરી થઈ ત્યારે સૌને મન મૂલ્યવાન એવો શાશ્વત મૂલ્યોનો સમૃદ્ધ વારસો 'આંધ્ર મહિલા સભા' માટે મૂકતાં ગયાં.

મેં આંધ્ર મહિલા સભાની મારી મુલાકાતનો લાભ લઈને નારીત્વની દિવ્યતા પર ભાર મૂક્યો. મેં કહ્યું : ''પૃથ્વી ગ્રહ પર નારીત્વ એ ખરેખર પરમેશ્વરની ભેટ છે. હું માનવીના સર્જન વિશેની એક વાર્તા કહેવા માગું છું. પરમેશ્વર પોતાનું શ્રેષ્ઠ સર્જન કરવા માગતો હતો. તેણે પોતાના સર્જનની મૂર્તિની રચના કરવા અને તેને આકાર આપવા લાખો વર્ષો સુધી મહેનત કરી. તે આ મૂર્તિને નીરખતો રહ્યો. તે આ મૂર્તિને મઠારતો રહ્યો અને અંતે તેણે તેમાં પ્રાણ પૂરવાનું નક્કી કર્યું. તેણે આકાશગંગાઓ, સમુદ્રો તરફ જોયું અને પોતાના સર્જન – મનુષ્ય તરફ જોયું. મનુષ્યને જીવન મળતાંની સાથે જ બે બાબતો બની. એક, તેણે આંખ ઉઘાડી અને સ્મિત કર્યું. પરમેશ્વર ખુશ થયો. બીજું, તેણે મુખ ખોલતાંની સાથે જ કહ્યું : 'પરમેશ્વર ! આપનો આભાર.' પરમેશ્વર ખૂબ ખુશ થયો. તે પોતાનું સર્જન જોઈને ખુશ થયો અને તેને લાગ્યું કે તેના સર્જને બે સાચી વસ્તુ કરી.'' માણસમાં રહેલી આ જન્મજાત કૃતજ્ઞતા આ વિશ્વમાં અનેક ભેટ લાવનારી સ્ત્રીઓ પ્રત્યે વ્યક્ત થવી જોઈએ. જેમ કે, જીવન આપવું, કુટુંબ માટે કાર્ય કરવું અને સમાજને જોડી રાખવો. સમકાલીન ભારતમાં જ્યારે મહિલાઓને અનેક પડકારોનો સામનો કરવો પડે છે ત્યારે આ બાબત ઇતિહાસમાં પહેલાં ક્યારેય ન હતી તેટલી પ્રસ્તુત બને છે.

આજની ભારતીય મહિલા સમક્ષ સૌથી મોટી ત્રણ સમસ્યાઓ કઈ છે?

આંધ્ર મહિલા સભામાં આ પ્રશ્ન પર ખૂબ સરસ ચર્ચા થઈ. ચર્ચાનું તારણ એ હતું કે 'ભારતીય મહિલાઓએ બે મહત્ત્વની ભૂમિકા અદા કરવી પડે છે : એક તો પૈસા કમાવા અને બીજી, ગૃહિણી તરીકેની પરંપરાગત ભૂમિકા પણ ભજવવી. આનો ઉકેલ શો છે?' સભાના ગુજરાતી સભ્યે કહ્યું કે 'ગુજરાતમાં પ્રમુખસ્વામીજીએ આ સમસ્યાને ખૂબ અસરકારક રીતે ઉકેલી છે. તેમણે નિયમિત ઘરસભાઓ યોજવાની શરૂ કરી છે. આંધ્ર મહિલા સભાએ આ મૉડલ અપનાવવું જોઈએ.' બાદમાં, જ્યારે મેં અક્ષરધામના સંતમંડળને આવકાર્યું, ત્યારે મેં તેમને પ્રમુખસ્વામીજીના ઘરસભા ઉપક્રમ વિશે સમજાવવા વિનંતી કરી.

મહિલાઓએ છેવટે તો ગૃહિણી તરીકેની જ ભૂમિકા ભજવવાની હોય છે. મહિલા અન્ય કોઈ પણ કારકિર્દી અપનાવે, છતાં તે ગૃહિણી તરીકેની ભૂમિકાથી મુક્ત થઈ શકતી નથી, તેનું કારણ એ છે કે પરિવારના સભ્યો વચ્ચે ઊભા થતા મતભેદનું નિવારણ ગૃહિણીએ જ કરવું પડે છે. લોકો ભલે ગમે તેટલા સમજુ અને વિદ્વાન હોય, પણ તેમની વચ્ચે ઘરમાં મતભેદ હોઈ શકે, પિતા અને પુત્ર વચ્ચે, પતિ અને પત્ની, સાસુ અને વહુ, તથા ભાઈ અને બહેન વચ્ચે પણ આ મતાંતર હોઈ શકે. લોકો બધું પોતાની રીતે થાય તેમ ઇચ્છતા હોય છે. અને આ જ કૌટુંબિક સંઘર્ષનું મૂળ કારણ છે. માત્ર પ્રેમ જ સંઘર્ષ દૂર કરી શકે. યુવાન અમેરિકન લેખક જોનાથન સેફ્રન ફોઅર પોતાની નવલકથા *'એવરીથિંગ ઇઝ ઇલ્યુમિનેટેડ'*માં ખૂબ સુંદર રીતે લખે છે : 'એક દિવસ તું મારા માટે એ બધું જ કરીશ જેને તું ધિક્કારે છે, આને જ કુટુંબ ભાવના કહેવાય છે.'[૪૧]

બધા જ ઝઘડા – ખાસ કરીને કૌટુંબિક ઝઘડાઓમાં અહંકાર મુખ્ય ભૂમિકા ભજવે છે. પોતાનો વાંક ન હોય તોપણ વ્યક્તિએ ભૂલી જવું અને માફ કરી દેવું જોઈએ. વ્યક્તિએ સ્વસ્થતા કેળવવી જોઈએ – ગંભીરતા, સ્થિરતા અને માનસિક સંતુલન જાળવવું જોઈએ, નહીંતર શાંતિ જળવાય નહીં. પ્રમુખસ્વામીજી કહે છે કે આ પ્રકારની સાચી સમજ જ આનંદ તરફ લઈ જાય છે. જો વ્યક્તિમાં સાચી સમજ હોય તો ગરીબમાં ગરીબ માણસ પણ આનંદ અનુભવે છે, અને તેના અભાવે અમીર વ્યક્તિ પણ બેચેન રહે છે. કૌટુંબિક સમજણ ક્યારે આવે? જ્યારે આખું કુટુંબ સાથે જમે અને સાથે પ્રાર્થના કરે! પ્રમુખસ્વામીજીએ આ સંગાથને 'ઘરસભા' નામ આપ્યું અને તેને તમામ વિવાદોનો ઉકેલ દર્શાવ્યો.

તેમણે પોતે ૭,૦૦,૦૦૦થી વધુ પત્રો વાંચીને જવાબ આપ્યા હોવાના

કારણે, પ્રમુખસ્વામીજી અંગત અને કૌટુંબિક પ્રશ્નોની ઊંડી સમજણ ધરાવે છે. એક વખત, પ્રમુખસ્વામીજી હરિભક્તોને પત્રોના ઉત્તર આપતા હતા, જે રોજની જેમ અંગત અને કૌટુંબિક સમસ્યાઓથી ભરપૂર હતા. બાજુમાં બેઠેલા કોઈએ જોયું કે સ્વામીજીએ હજી પત્રોનો મોટો ઢગલો વાંચીને તેના ઉત્તરો આપવાના બાકી છે. તેમણે તે ઢગલા પર હાથ મૂકીને પૂછ્યું : 'સ્વામીજી ! આ સમસ્યાઓને અટકાવવા અને પત્રોના આ ઢગલાને ઓછો કરવા માટે શું કરી શકાય?' પ્રમુખસ્વામીજીએ ખૂબ જ દીર્ઘદૃષ્ટિયુક્ત ઉત્તર આપ્યો : 'જો પ્રત્યેક કુટુંબ દરરોજ સાથે બેસે, સાથે જમે અને સાથે પ્રાર્થના કરે તો આવી સમસ્યાઓ નહીં સર્જાય.' આ શબ્દોને કારણે બી.એ.પી.એસ. સંસ્થાનોનો એક સૌથી મહત્ત્વનો અને સફળ ઉપક્રમ શરૂ થયો : ઘરસભા. આ દૈનિક પારિવારિક મુલાકાતમાં ઘરના સભ્યો સાથે પ્રાર્થના કરે, ધર્મગ્રંથો વાંચે, મૂલ્યોની ચર્ચા કરે અને મતભેદોને શાંતિપૂર્ણ રીતે દૂર કરે.

પ્રમુખસ્વામીજીએ પાંચ સિદ્ધાંતો રજૂ કર્યા છે, જે કૌટુંબિક એકતાને પ્રોત્સાહન આપે છે : એકબીજાને મળો; એકબીજાની પ્રશંસા અને કદર કરો; પરિવારના સભ્યો – ખાસ કરીને બાળકોની આવડત અને સદ્‌ગુણોને ઓળખો અને પ્રોત્સાહન આપો; એકબીજાની મદદ કરો અને બધાથી પર થઈ, માફ કરતાં શીખો. વ્યક્તિએ બીજાને તેમની ભૂલો, ખામીઓ કે કસૂર માટે માફ કરવા જોઈએ. તમે માફી આપો છો ત્યારે તમે ભૂતકાળને તો બદલી શકતા નથી, પણ તમે ભવિષ્ય ચોક્કસપણે બદલી શકો છો. સાચી વાત એ છે કે જ્યાં સુધી તમે જતું નથી કરતા – પોતાને માફ નથી કરતા, સંજોગોને માફ નથી કરતા અને સમજશો નહીં કે વાત પૂરી થઈ ગઈ છે – ત્યાં સુધી તમે આગળ નહીં વધી શકો. તમારા પરિવારને જોડતી સાચી કડી એ લોહીની નહીં પણ એકબીજાંનાં જીવનમાં આદર અને આનંદની છે. આ આધુનિક વિશ્વમાં, એક જ કુટુંબના સભ્યો ભાગ્યે જ એક છત નીચે મોટાં થાય છે. કુટુંબોનું નિર્માણ હૃદયમાં થાય છે. જ્યારે હૃદયમાં રહેલું આ જોડાણ તૂટી જાય છે, ત્યારે કુટુંબ સાવ નકામું થઈ જાય છે. જો તમે આ જોડાણ તોડો તો એ લોકો તમારું કુટુંબ રહેતા નથી. જો તમે એ જોડાણ બાંધો છો, તો એ લોકો તમારું જ કુટુંબ છે. અને જો તમે એ જોડાણને ધિક્કારશો તોપણ તે લોકો તમારા કુટુંબનો હિસ્સો જ રહેશે, કારણ કે તમે જે કંઈ ધિક્કારશો એ હંમેશાં તમારી સાથે રહેશે.

હું હંમેશ તમારી સાથે ન પણ હોઉં
પણ જ્યારે આપણે દૂર દૂર હોઈએ,
યાદ રાખજો, તમે મારી સાથે હશો
મારા હૃદયની બિલકુલ અંદર.

૧૦ ડિસેમ્બર, ૨૦૧૩ના દિવસે હું ચેન્નાઈ હતો. મેં પ્રમુખસ્વામીજીને ફોન કરી તેમના ૯૩મા જન્મદિવસની શુભેચ્છાઓ આપી. તેઓ સારંગપુરમાં રોકાયા હતા. બીજા દિવસે કેન્દ્રીય વિદ્યાલયની સુવર્ણ જયંતી ઉજવણી પ્રસંગે હું કેન્દ્રીય વિદ્યાલયના વિદ્યાર્થીઓ અને શિક્ષકોને સંબોધી રહ્યો હતો, ત્યારે મેં તેમને પ્રમુખસ્વામીજીના ભવ્ય આધ્યાત્મિક નેતૃત્વની વાત કરી કે કેવી રીતે તેમણે પોતાની પ્રેમાળ કરુણા દ્વારા અનેક માનવીઓને પરિવર્તિત કર્યા છે. મેં વિશેષરૂપે સૌરાષ્ટ્ર ક્ષેત્રનાં કુકડ અને ઓદરકા ગામોની સત્ય ઘટના વિશે વાત કરી.

આ બંને ગામો વચ્ચે જમીન માટે સદીઓથી ચાલ્યા આવતા વિવાદે આસપાસનાં ૪૪ ગામો(૧૧ કુકડ તરફી અને ૩૩ ઓદરકા તરફી હતાં)ને સંડોવતા એક લોહિયાળ અને નિરંતર ચાલતા ક્લેશનું રૂપ લીધું હતું. પેઢી દર પેઢી આ ઝઘડો વધતો ગયો અને તેની સાથે બંને ગામોના પુરુષો હિંસાનો ભોગ બનતા અને તેમનો અગ્નિસંસ્કાર ગામને સીમાડે કરાતો. એકબીજા પ્રત્યેની ધિક્કારની લાગણી એટલી વધી કે લોકોએ 'અપૈયા'(એકબીજાના ગામનું પાણી સુધ્ધાં ન પીવું)ની ઘોષણા કરી. ગામલોકોએ દુશ્મનના કૂવાનું પાણી પીવાની પણ ના પાડી. બંને ગામો માટે આ સંઘર્ષ સંપૂર્ણ સામાજિક બહિષ્કાર અને સર્વનાશનું કારણ બની શકે તેમ હતો. એક પછી એક શાસકો, અંગ્રેજ અધિકારીઓ, ભાવનગરના મહારાજા કૃષ્ણકુમારસિંહજી અને ગુજરાત સરકાર દ્વારા ૨૦૦ વર્ષ દરમ્યાન કરવામાં આવેલા તમામ પ્રયત્નો નાકામ રહ્યા હતા.

૧૯૮૦ના દશકમાં પ્રમુખસ્વામીજીએ આ ઝઘડતા સમાજની સૌથી ક્રૂર વ્યક્તિ એવા ઓદરકાના રામસંગ બાપુના જીવનમાં પરિવર્તન આણ્યું. સચ્ચાઈના પ્રેમાળ ધોધથી બૂરાઈનો પરાજય થયો. પ્રમુખસ્વામીજીએ પોતે આ ક્ષેત્રની મુલાકાત લીધી અને ગામના મુખીઓને મળી અને તેમને ભૂતકાળથી આગળ વધી ભવિષ્ય અંગે વિચાર કરવા સમજાવ્યા. ૧૨ એપ્રિલ, ૧૯૯૦ના રોજ પ્રમુખસ્વામીજીએ ઝઘડામાં સામેલ તમામ ગામોમાંથી લડાયક મિજાજવાળા ક્ષત્રિયો અને તેમના આગેવાનોને એકઠા કર્યા. ૨૦૦ વર્ષમાં પહેલી વાર તેઓ

હથિયાર વગર એક છત નીચે ભેગા બેઠા. પ્રમુખસ્વામીજીએ એક પવિત્ર કળશમાં બંને ગામના કૂવાઓમાંથી પાણી લીધું, તેમણે પૂજા કરી અને તે ભગવાનને અર્પણ કર્યું અને પોતે દરેક નેતાને તે પવિત્ર પાણી આપ્યું. આમ, તેમની અપૈયાની આ કઠોર પ્રતિજ્ઞાનો અંત લાવ્યા.

આખરે તેમણે સૌને આ શબ્દો થકી આશીર્વાદ આપ્યા : ''આજે તમે આ સદીઓ જૂના ઝઘડાને ઉકેલવા ભેગા થયા છો. ઉદાર દિલ અને ખુલ્લા મને આ વિવાદ ઉકેલાઈ ગયો છે. વેરભાવનો ત્યાગ કરવો એ ખૂબ મહાન કાર્ય છે. જમીનના નાના ટુકડા માટે મોટો વિવાદ સર્જાય છે. આ બધું જાણતા હોવા છતાં આપણે તેને છોડી શકતા નથી. આ અજ્ઞાન છે. એક સાચા સંત, 'હું અને મારું' દૂર કરે છે અને તેને બદલે 'આપણું' લાવે છે. તમારા પૂર્વજો પણ આજે ખુશ થશે. તેમને મોક્ષ મળશે. જ્યારે આપણે એક થઈએ છીએ ત્યારે તેમના આત્માને શાંતિ મળે છે. આજનો યુગ એકતાનો યુગ છે. તેમાં જ સૌની પ્રગતિ રહેલી છે. ભૂલી જવાથી અને માફ કરવાથી જ પ્રગતિ થાય છે. તમે સૌ એકબીજાની નજીક આવ્યા છો, ભગવાનની નજીક આવ્યા છો.''

પહેલી વખત ક્ષત્રિયોએ એકબીજાને હસતા, રમતા અને ખુશ થતા જોયા. પ્રમુખસ્વામીજીએ અજાતશત્રુ – કોઈ પણ શત્રુ નહીં – એવા વૈદિક વિચારને જીવંત કર્યો.

મે, ૨૦૧૪માં હું એડિનબરો ગયો અને સ્કોટિશ સંસદને સંબોધન કર્યું. હું ભવ્ય ઐતિહાસિક ઇમારતો સાથેનો સમૃદ્ધ પ્રદેશ જોઈને મંત્રમુગ્ધ થઈ ગયો. તેમણે ખૂબ કાળજીપૂર્વક તેનું જતન અને જાળવણી કરી છે. ઈ.સ. ૧૭૦૭માં સ્કૉટલેન્ડના રાજ્યને ઇંગ્લૅન્ડના રાજ્યમાં ભેળવીને ગ્રેટ બ્રિટનનું નિર્માણ કરવામાં આવ્યું. ત્યારપછીનાં ત્રણસો વર્ષ સુધી સ્કૉટલેન્ડ પર વેસ્ટમિન્સ્ટર ખાતેની યુનાઇટેડ કિંગ્ડમની સંસદના સીધા તાબા હેઠળ શાસન કરવામાં આવ્યું. સ્કોટિશ સંસદની ગેરહાજરી સ્કોટિશ રાષ્ટ્રીય ઓળખને પ્રસ્થાપિત કરવામાં અડચણ બની રહી. સપ્ટેમ્બર ૧૯૯૭માં સ્કૉટિશ નાગરિકોનો જનમત લેવામાં આવ્યો અને એડિનબરોમાં નવી સ્કૉટિશ સંસદની સ્થાપનાના સમર્થનમાં બહુમતી પ્રાપ્ત થઈ અને તેને ટેક્સમાં ફેરફાર કરવાની સત્તા પણ પ્રાપ્ત થઈ. ૬ મે, ૧૯૯૯ના રોજ ચૂંટણીનું આયોજન થયું અને તે વર્ષે જ ૧ જુલાઈના રોજ વેસ્ટમિન્સ્ટરમાંથી નવી સંસદને સત્તા સોંપાઈ.

૧૫ મે, ૨૦૧૪ના રોજ એડિનબરો યુનિવર્સિટીએ મને માનદ પદવી આપી. યુનિવર્સિટીના આચાર્ય, પ્રૉફેસર સર તિમોથી ઓ'શિયાએ વિજ્ઞાન અને ટેક્નોલોજીના ક્ષેત્રમાં મારા પ્રદાનની પ્રશંસા કરી અને ૨૦૨૦ સુધીમાં ભારતને વિકસિત રાષ્ટ્રમાં પરિવર્તિત કરવા વિશેની મારી પ્રતિબદ્ધતાને વધાવી. જ્ઞાનોદય યુગ દરમ્યાન યુનિવર્સિટીને મુખ્ય બૌદ્ધિક કેન્દ્ર માનવામાં આવતી હતી, જેના માટે એડિનબરોને 'ઉત્તરના એથેન્સ'નું વિશેષણ આપવામાં આવ્યું હતું. યુનિવર્સિટીના ભૂતપૂર્વ વિદ્યાર્થીઓમાં આધુનિક ઇતિહાસના કેટલાક દિગ્ગજોનો સમાવેશ થાય છે, જેમાં ભૌતિક શાસ્ત્રી જેમ્સ ક્લાર્ક મેક્સવેલ, જીવવિજ્ઞાની ચાર્લ્સ ડાર્વિન, તત્ત્વજ્ઞાની ડેવિડ હ્યુમ, ગણિતશાસ્ત્રી થોમસ બેય્સ, સર્જન જોસેફ લિસ્ટર, અમેરિકન સ્વાતંત્ર્યના ઘોષણાપત્ર પર હસ્તાક્ષર કરનાર જોહ્ન વિધરસ્પુન અને બેન્જામીન રશ, શોધક એલેક્ઝાન્ડર ગ્રેહામ બેલ, તાન્ઝાનિયાના પ્રથમ રાષ્ટ્રપ્રમુખ જુલિયસ ન્યેરેરે અને વિખ્યાત લેખકો – સર આર્થર કોનન ડોયલ, રોબર્ટ લુઈ સ્ટીવન્સન, જે.એમ. બેરી અને સર વોલ્ટર સ્કોટ સામેલ છે. આ વંદનીય સંસ્થાએ મારું સન્માન કર્યું એ ખરેખર આશીર્વાદરૂપ હતું. પવિત્ર બાઇબલમાં પર્વત પરથી અપાયેલા ધર્મોપદેશના ત્રીજા સ્રોતમાં કહ્યું છે : 'ગરીબ લોકો ધન્ય છે; કારણ કે તેમને વારસામાં પૃથ્વી મળશે.' મારી માનદ પદવી સ્વીકારતી વખતે મેં મારી આંખો બંધ કરી અને મારા અંતરની પ્રેરણા એવા પ્રમુખસ્વામીજીને યાદ કર્યા.

પુસ્તકના પ્રથમ ભાગમાં મેં મારા અધ્યાત્મ સાથેના અનુભવોનું વર્ણન કર્યું છે. બીજા ભાગમાં અધ્યાત્મના અમલનું વર્ણન છે. હવે પુસ્તકના ત્રીજા ભાગમાં હું વિજ્ઞાન અને અધ્યાત્મ વચ્ચેની સમાનતાનો સંદર્ભ આપીને, પ્રમુખસ્વામીજી સાથેની મારી એકરૂપતાને પ્રતીકાત્મકરૂપે વ્યક્ત કરવા માગું છું. હું પાયથાગોરસ, ગેલેલિયો ગેલિલી, આલ્બર્ટ આઇન્સ્ટાઇન, ગ્રેગર મેન્ડેલ, બરુખ સ્પિનોઝા, શ્રીનિવાસ રામાનુજન, જગદીશચંદ્ર બોઝ, સુબ્રહ્મણ્યન ચંદ્રશેખર અને ફ્રાન્સિસ કોલિન્સ જેવા ઊંડી આધ્યાત્મિક સમજ કેળવનાર પ્રતિષ્ઠિત વિજ્ઞાનીઓ અને વિચારકોની વાતો તમારી સમક્ષ રજૂ કરીશ. આમ કરીને હું આધ્યાત્મિક માન્યતા અને વૈજ્ઞાનિક શોધખોળના સમન્વય પર પ્રકાશ પાડીશ. હું ગ્રીકોના પૃથ્વીની દેવી ગૈયાના નામ પરથી ઉદ્ભવેલી ગૈયા ફિલસૂફી વિશે પણ ચર્ચા કરીશ. ગૈયા એ સિદ્ધાંતોના સમૂહ માટેનો શબ્દ છે. આ વિભાવના મુજબ સૃષ્ટિ

પર વસતા સજીવો પોતાના પર્યાવરણની પ્રકૃતિને અસર કરી તે વાતાવરણને પોતાનું જીવન જીવવા માટે વધુ યોગ્ય બનાવશે. આ સિદ્ધાંતના સમૂહ અનુસાર એવી ધારણા છે કે સૌના લાભ માટે આ જીવનદાતા ગ્રહ પર રહેલા તમામ સજીવો જીવાવરણને નિયંત્રિત કરે છે.

ભાગ : ત્રણ

વિજ્ઞાન અને અધ્યાત્મનો સંગમ

'વિજ્ઞાન આધ્યાત્મિકતા સાથે સુસંગત તો છે જ, સાથે તે આધ્યાત્મિકતાનો અગાધ સ્રોત પણ છે.'

– **કાર્લ સેગન**

ખગોળશાસ્ત્રી અને લેખક

૧૭

સર્જનના સૌંદર્યનું ચિંતન

'હજાર જંગલોનું સર્જન એક બીજમાંથી થાય છે.'

– રાલ્ફ વાલ્ડો ઈમર્સન

ઓગણીસમી સદીના અમેરિકન કવિ

વિજ્ઞાન અને ધર્મ વચ્ચેની ચર્ચા માનવજાતના ઇતિહાસમાં સૌથી જૂની અને એક મોખરાની અત્યંત વિવાદાસ્પદ ઉગ્ર ચર્ચા છે. દરેક યુગના મહાન ચિંતકોએ આ ચર્ચામાં ઝંપલાવ્યું છે અને તેમાંની કેટલીક ચર્ચા તો ઇતિહાસની સૌથી ઉગ્ર ચર્ચાઓ બની છે. ધર્મ અને વિજ્ઞાન વચ્ચેનો આ સંઘર્ષ છેક ગેલિલિયોના પ્રખ્યાત પત્રથી માંડીને વર્તમાન બૌદ્ધિકો સુધી લંબાતો જોવા મળે છે. હાલના સમયમાં આપણે જોઈ શકીએ છીએ કે અણસમજણનું ગમે તેટલું જોખમ હોવા છતાં વાસ્તવિકતા એ છે કે ધર્મમાંથી ધર્મનિરપેક્ષ વિચારધારાઓએ ઘણું શીખવા જેવું છે. ધર્મ અને વિજ્ઞાન બંને એકમેકના વિરોધી છે એવું ન માનવું જોઈએ.

૨૦૦૧માં હું પ્રથમ વાર પ્રમુખસ્વામીજીને મળ્યો ત્યારથી વિજ્ઞાન અને અધ્યાત્મ વચ્ચેના સંબંધો અંગે મંથન કરતો રહ્યો છું. આ મંથનમાં મને એવું લાગ્યું છે કે સાચા વિજ્ઞાન અને સાચા અધ્યાત્મ વચ્ચે સુસંગતતા તો છે જ પણ તેનાથી પણ વધારે તે બંને ખરેખર એક જ અને એકસમાન બની શકે છે. જીવનનો મૂળ સ્રોત શો છે? આપણને એ પણ ખબર નથી કે અણુ એટલે શું? તે એક તરંગ છે કે પછી સૂક્ષ્મ કણ અથવા તો તે બંને છે? આપણે એ પણ

ખરેખર નથી જાણતા કે આ વિશ્વની સંરચનાનાં મૂળભૂત તત્ત્વો કયાં છે ? આ જ કારણોસર આપણે દિવ્ય તત્ત્વની વાત તરફ વળીએ છીએ. તેમાં એક પારલૌકિક ઊર્જાનો સ્રોત છે. જ્યારે એક ભૌતિકશાસ્ત્રી પરમાણુને એક સૂક્ષ્મ કણ તરીકે જુએ છે, ત્યારે તે આ જ ઊર્જાની એક આકૃતિ પડદા ઉપર નિહાળે છે. આ આકૃતિઓ સતત આવન-જાવન કરે છે, જેમ આપણે આવીએ છીએ અને જઈએ છીએ — બધા જીવો આવી અવરજવર કરે છે. આ ઊર્જા બધી જ વસ્તુઓની પ્રેરક ઊર્જા છે. ગૂઢ ભક્તિ પણ આ જ નિર્દેશ આપે છે.

બીજી શતાબ્દીમાં થઈ ગયેલા એલેક્ઝાન્ડ્રિયાના ગ્રીક – ઇજિપ્શિયન લેખક ટોલેમીથી લઈને વર્તમાન સમયના રિચાર્ડ ડોકિન્સ સુધીના વિદ્વાનોમાં આપણે એવી ઉચ્ચ આધ્યાત્મિકતા જોઈ શકીએ છીએ જેની પ્રેરણા વિજ્ઞાનના માર્ગે મળી છે.

ટોલેમી લખે છે કે –

હું જાણું છું કે સામાન્ય સંજોગોમાં હું મર્ત્ય અને ક્ષણભંગુર જીવ છું, પરંતુ દિવ્ય સ્વરૂપમાં આનંદપૂર્વક મારી પાંખો ફેલાવું છું ત્યારે મારા પગ જમીન પર નથી રહેતા અને હું સીધો જ ગ્રીક આકાશના દેવતા (ઝૂઅસ) સમક્ષ પહોંચી, તેમના દિવ્ય અમૃતનો લાભ આનંદપૂર્વક લઈ શકું છું.[૪૨]

અને રિચાર્ડ ડોકિન્સ લખે છે કે –

પરમેશ્વર સાથેની દુનિયા, તેમના વગરની દુનિયા કરતાં સાવ અનોખી જ હશે. ભૌતિક વિજ્ઞાનની વાત હોય કે જીવવિજ્ઞાનની, પણ જ્યાં પરમેશ્વર હશે ત્યાં તે બિલકુલ અલગ હશે. આથી, ધર્મના મૂળભૂત સિદ્ધાંતો વૈજ્ઞાનિક છે. ધર્મ એ વૈજ્ઞાનિક સિદ્ધાંત છે.[૪૩]

આ પુસ્તકમાં હવે પછી હું તમને મારી વિચારયાત્રા જણાવતો રહીશ. આ વિચારયાત્રા છેલ્લાં કેટલાંક વર્ષોમાં પ્રમુખસ્વામીની નિશ્રામાં સતત સંવર્ધન પામી છે.

'સ્પિરિટ' શબ્દ મૂળ લેટિન શબ્દ સ્પિરેર ઉપરથી બન્યો છે. જેનો અર્થ થાય છે – 'શ્વાસ લેવો'. આપણે શ્વાસમાં લઈએ છીએ તે હવા ગમે તેટલી પાતળી હોવા છતાં પણ છેવટે તો તે એક પદાર્થ જ છે. આપણે સ્પિરેર પરથી બનેલા સ્પિરિટ શબ્દને અધ્યાત્મ સાથે જોડીને તેને વિરોધાભાસી રીતે પ્રયોજીએ

છીએ, પણ તેની અર્થછાયામાં સહેજે એવું પ્રતીત નથી થતું કે આપણે વિજ્ઞાનના ક્ષેત્રની બહારની કોઈ વાત કરીએ છીએ. વિજ્ઞાન અધ્યાત્મ સાથે કેવળ સુસંગત નથી પણ તે અધ્યાત્મનો એક અનિવાર્ય સ્રોત છે. કેટલાક તત્ત્વજ્ઞાનીઓ એવું માને છે કે આધુનિક ક્વોન્ટમ થિયરી ચેતન તત્ત્વની પરિશુદ્ધ વ્યાખ્યા કરી શકે છે, જ્યાં ધર્મ અને અધ્યાત્મનું મિલન થાય છે. આપણે પ્રકાશવર્ષની સુદીર્ઘ કાળ-ગણનામાં આપણી તુચ્છ ઉપસ્થિતિને સ્વીકારીએ છીએ, એટલે આ અલ્પ-કાળમાં જીવનની સૂક્ષ્મતા, સુંદરતા અને જટિલતાને સ્વીકારીએ છીએ. ત્યારપછી જ ગર્વ અને વિનમ્રતાની ખટમધુરી લાગણી એકસાથે અનુભવીએ છીએ. આ જ સાચી આધ્યાત્મિકતા છે. એવી જ રીતે જ્યારે આપણે મહાન કલા કે સંગીત અથવા સાહિત્ય માણતી વખતે આપણને થતી અનુભૂતિ કે પછી મહાત્મા ગાંધી અથવા તો નેલ્સન મંડેલા જેવી મહાન વ્યક્તિઓ જેવાં નિઃસ્વાર્થ દૃષ્ટાંતરૂપ જીવનની હિંમત કેળવીએ છીએ, ત્યારે જે અનુભૂતિ થાય છે તે આધ્યાત્મિકતા છે. આથી, અધ્યાત્મ અને વિજ્ઞાન કંઈક અંશે જુદાં પડે છે એવી ધારણા બાંધવી તે તો એ બંને માટે કુસેવા ગણાશે.

હવે આપણે ૬૦૦ વર્ષ અગાઉની વાત કરીએ. ઇતિહાસમાં સૌથી વિનાશક રોગચાળામાંના એક એવા પ્લેગના રોગચાળાએ ત્યારે સમગ્ર દુનિયાને ભરડો લીધો હતો. ચીનમાં અથવા તેની આજુબાજુથી શરૂ થયેલો આ વિનાશક રોગચાળો, સિલ્ક રૂટ અથવા સમુદ્રી જહાજો મારફત સમગ્ર વિશ્વમાં ફેલાઈ ગયો હતો અને તેના કારણે સર્જાયેલી ખુવારીના પરિણામે તે સમયે વિશ્વની વસતિ આશરે ૪૫ કરોડ હતી તેનાથી ઘટીને ૩૫ કરોડ થઈ ગઈ હતી. આ પ્લેગની પશ્ચાદ્વર્તી અસરો રૂપે તત્કાલીન ધાર્મિક, સામાજિક, આર્થિક ક્ષેત્રે શ્રેણીબદ્ધ ઊથલપાથલો સર્જાઈ ને માનવ ઇતિહાસના પ્રવાહ પર તેની ઘેરી અસર થઈ.૪૪

પ્લેગની આ મહામારીને પગલે ૧૪મી સદીના ઇટાલીના ફ્લોરેન્સમાં લોકોનો દુનિયા માટેનો દૃષ્ટિકોણ બદલાઈ ગયો હતો. પ્લેગની, ખાસ કરીને ઇટાલીમાં બહુ ખરાબ અસર પડી હતી. એવું માનવામાં આવે છે કે અસંખ્ય લોકોના મૃત્યુના પગલે, તે સમયના વિચારકો અધ્યાત્મ ને મૃત્યુ પછીના જીવનને બદલે પૃથ્વી પરની ભૌતિક જિંદગી વિશે વધુ વિચાર કરવા લાગ્યા હતા.૪૫

ઈ.સ. ૧૫૪૩માં પ્રગટ થયેલાં નિકોલસ કોપરનિકસના 'ઓન ધ રિવોલ્યુશન ઑફ ધ હેવનલી સ્ફિયર' અને એન્ડ્રિઅસ વિસેલિયસના 'ઓન ધ

ફેબ્રિક ઑફ ધ હ્યુમન બૉડી' – આ બંને પુસ્તકો વૈજ્ઞાનિક ક્રાંતિના પ્રારંભનાં પ્રતીક બન્યાં. ૨,૦૦૦ વર્ષથી બૌદ્ધિકોના મત પર પ્રભુત્વ ધરાવતા પ્રાચીન મતને બદલે કુદરત તરફ જોવાની એક જુદી દૃષ્ટિ અસ્તિત્વમાં આવી. ધમની અને શિરાઓ બે અલગ પ્રણાલીઓ હોવાથી, તેની જુદી જુદી ઢબે સારવાર કરવાની ગેલનની શોધ કે પછી લોહી શિરાઓમાંથી ધમનીઓ દ્વારા વર્તુળાકારે પરિભ્રમણ કરે છે અને અટક્યા વિના સતત ફરે છે તેવી વિલિયમ હાર્વેની શોધે, તે સમયની તબીબી સારવારની સમજને ક્રાંતિકારી રીતે બદલી નાખી.[૪૬]

તે યુગના ક્રાંતિકારી વૈજ્ઞાનિક ચિંતકોમાં સૌથી ઊંચું સ્થાન કદાચ ગેલિલિયોનું હતું. ગેલિલો ગેલિલિયોનો જન્મ ઈ.સ. ૧૫૬૪માં તે સમયના ઇટાલીના ડચ ફ્લોરેન્સના તાબાના પિઝા ખાતે થયો હતો. ગેલિલિયોએ યુવાવસ્થામાં ગંભીરતાથી નક્કી કરી લીધું હતું કે પોતે પાદરી બનવું છે, પરંતુ તેમના પિતાની લાગણીને માન આપી તેમણે પિઝા યુનિવર્સિટીમાં મૅડિકલ ડિગ્રીના અભ્યાસમાં દાખલ થવું પડ્યું. ૧૫૮૧માં ગેલિલિયો તબીબી અભ્યાસ કરી રહ્યા હતા. અભ્યાસ દરમ્યાન ગેલિલિયોએ જોયું કે હવાની લહેરખી સાથે ઝુમ્મર સામસામી દિશામાં નાના અને મોટા વૃત્તમાં હિલોળા લેતું હતું. તેમણે આ હિલોળાની ગતિને હૃદયના ધબકારા સાથે સરખાવી અને નોંધ્યું કે ઝુમ્મર ગમે તેટલા દૂર કે નજીકના અંતર સુધી ઝૂલે પણ તે એકતરફ જવામાં જેટલો સમય લેતું હતું તેટલો જ સમય બીજી તરફ ઝૂલવામાં લેતું હતું. આ જ ઘડીએ કદાચ અવકાશી પદાર્થોના પરિભ્રમણને નિહાળવા અને અભ્યાસ કરવાની તેમની લગનનો પ્રારંભ થયો હતો.

અત્યાર સુધી ગેલિલિયોને જાણી જોઈને ગણિતનો અભ્યાસ કરવાથી દૂર રખાયા હતા, તેનું સીધું કારણ એ હતું કે તે સમયે એક ગણિતશાસ્ત્રી કરતાં એક તબીબની આવક ઘણી વધારે હતી, પરંતુ અકસ્માતે તેમને એક વાર ભૂમિતિના વર્ગમાં બેસવાનું થયું અને તે પછી તેમણે પિતાને તબીબીના બદલે ગણિત અને કુદરતનું તત્ત્વજ્ઞાન વિષયમાં ભણવાની અનુમતિ આપવા વિનંતી કરી. શહેરની કલાપરંપરા અને નવજાગરણ એટલે કે રેનેસાંના કલાકારોના પ્રદાન તથા તે સમયે પ્રવર્તમાન રેનેસાંનાં મૂલ્યોથી પ્રેરાઈને ગેલિલિયોમાં એક સૌંદર્યદૃષ્ટિ ખીલી હતી. ઈ.સ. ૧૫૮૯માં ગેલિલિયોની નિમણૂક પિઝા યુનિવર્સિટીના ગણિત વિભાગના વડા તરીકે કરવામાં આવી.

ગેલિલિયોના સમયની કેથલિક દુનિયામાં મોટા ભાગના શિક્ષિત લોકો એરિસ્ટોટલની એવી ભૂકેન્દ્રી વિચારધારાના સમર્થક હતા કે પૃથ્વી સમગ્ર બ્રહ્માંડની મધ્યમાં છે અને બધા જ અવકાશી પદાર્થો પૃથ્વીની આસપાસ પરિભ્રમણ કરે છે. બાઈબલના સંદર્ભો – સામ (Psalm) એટલે કે સ્રોત ૯૩:૧, ૯૬:૧૦ અને ૧ ક્રોનિકલ્સ ૧૬:૩૦નાં લખાણોમાં દર્શાવાયું હતું કે વિશ્વ અડગ છે અને તેને ડગાવી શકાય નહીં. તે જ રીતે સામ ૧૦૪:૫માં ઘોષણા કરાઈ છે કે પરમેશ્વરે પૃથ્વીને તેના પાયા પર સ્થિર રાખી છે અને તેને ક્યારેય ડગાવી શકાશે નહીં. આ ઉપરાંત, હિબ્રુ બાઈબલના એક પુસ્તક *'એક્લેસિએસ્ટેસ'*ના સ્રોત ૧:૫માં દર્શાવાયું હતું કે સૂર્ય ઊગે છે અને આથમે છે તેમજ ફરી તેના સ્થાને આવી જાય છે. જોકે ગેલિલિયો પૃથ્વી તથા અન્ય ગ્રહો સૂર્યની ફરતે પરિભ્રમણ કરે છે તેવી કોપરનિકસે અગાઉ આપેલી સૂર્યકેન્દ્રી વિચારધારાથી પ્રભાવિત હતા.

ઈ.સ. ૧૬૧૬માં પોપ પોલ પાંચમાએ ગેલિલિયોને હુકમ કર્યો કે તેમની સૂર્યકેન્દ્રી કોપરનિકસની વિચારધારાનો ત્યાગ કરે. ઉપરાંત, તેમને એવો પણ આદેશ આપવામાં આવ્યો કે તેઓ લેખિત કે મૌખિક કોઈ રીતે આ સૂર્યકેન્દ્રી સિદ્ધાંત ભણાવે નહીં, તેની ચર્ચા ના કરે કે તેનું સમર્થન પણ ના કરે. સોળ વર્ષ સુધી ગેલિલિયો પોતે જે માનતા હતા અને તેમને જે માનવાનું કહેવામાં આવ્યું હતું તે બે વચ્ચે અવઢવમાં રહ્યા. પણ, છેવટે તેમણે નક્કી કર્યું કે તેઓ જેને યોગ્ય માને છે તેના વિશે લખીને જ રહેશે.

તેના પરિપાક રૂપે તેમનું સૂર્યકેન્દ્રી સિદ્ધાંત આધારિત પુસ્તક *'ડાયલોગ કન્સર્નિંગ ધ ટુ ચીફ વર્લ્ડ સિસ્ટમ્સ'* પ્રગટ થયું. પણ, તે માટે ગેલિલિયોએ બહુ આકરી કિંમત ચૂકવવી પડી. ગેલિલિયોમાં એક પ્રકારની કુટિલતા કે વ્યવહારુ-પણાનો અભાવ હતો. આથી, તેમણે એક બહુ મોટો છબરડો વાળી પોતાના જ સમર્થક એવા પોપ અર્બન આઠમાની ભૂકેન્દ્રી વિચારધારાની ઠેકડી ઉડાવવા, તેમના ચાળા પાડતું સિમ્પલિસિયો નામનું વિદૂષકનું પાત્ર સર્જ્યું. તેને પગલે ઈ.સ. ૧૬૩૩માં ગેલિલિયોને પાખંડી ઠેરવી તેમની સામે એકપક્ષી ખટલો ચલાવવામાં આવ્યો. સૂર્ય વિશ્વના કેન્દ્રમાં અચળ છે અને પૃથ્વી આ વિશ્વના કેન્દ્રમાં નથી ને તે સ્થિર પણ નથી, પરંતુ પરિભ્રમણ કરી રહી છે – તેવાં ધર્મ-શાસ્ત્રોથી વિરુદ્ધ નાસ્તિકતાભર્યાં લખાણો લખવા બદલ તેમને દોષિત ઠરાવવામાં આવ્યા. પૃથ્વી સૃષ્ટિના કેન્દ્રમાં નથી – એવો તેમનો સિદ્ધાંત પવિત્ર ધર્મગ્રંથના

અપમાન સમાન જાહેર કરવામાં આવ્યો. તેમને પોતાના સિદ્ધાંતો પ્રતિજ્ઞાપૂર્વક છોડી દેવા, તેનો તિરસ્કાર કરવા અને ટીકા કરવા જણાવાયું. તેમને નજરકેદની સજા ફરમાવવામાં આવી. છેવટે તેઓએ તેમનું બાકીનું સમગ્ર આયુષ્ય નજર-કેદની અવસ્થામાં જ પસાર કર્યું.[૪૭]

ગેલિલિયો કુદરતના નિયમો ગણિતશાસ્ત્ર આધારિત હોવાનું જાહેર કરનારા પ્રથમ આધુનિક વિચારક હતા. ગેલિલિયોએ પ્રયોગશીલતા અને ગણિતને આધારે ગતિના વિજ્ઞાનને મૂળભૂત અને મૌલિક પ્રદાન કર્યું. તેમના પ્રસિદ્ધ પુસ્તક *'ધ એસ્સેયર'*માં જણાવ્યું છે કે –

> *આ મહાન પુસ્તકમાં વિશ્વને લગતું જે તત્ત્વજ્ઞાન દર્શાવવામાં આવ્યું છે તે આમ તો આપણા બધાની દૃષ્ટિ સમક્ષ સતત ખુલ્લું છે જ, પરંતુ જ્યાં સુધી તેની ભાષા અને ચિહ્નોને આપણે સમજીશું નહીં ત્યાં સુધી આ તત્ત્વજ્ઞાન પણ આપણને સમજાશે નહીં. આ પુસ્તક ગાણિતિક ભાષામાં લખવામાં આવ્યું છે અને તેનાં ચિહ્નો તરીકે ત્રિકોણ, વર્તુળ અને ભૂમિતિને લગતી અન્ય આકૃતિઓ છે. તેની જાણકારી વગર એક શબ્દ પણ સમજી શકવાનું વ્યક્તિ માટે અશક્ય છે. તે સમજ્યા વિના કોઈ પણ વ્યક્તિને પોતે અંધારી ભુલ-ભુલામણીમાં ભટકે છે તેવું લાગ્યા કરશે.*[૪૮]

ગેલિલિયોએ ૪૦૦ વર્ષ પહેલાં પ્રથમ ટેલિસ્કોપની શોધ કરી હતી. આજે પણ એ વારસો સચવાઈ રહ્યો છે. વિજ્ઞાન કઈ રીતે દુનિયાને અને બ્રહ્માંડને સમજે છે અને આ દુનિયા કેવી રીતે વિજ્ઞાનને સમજે છે તેના પર આજે પણ તેમની શોધ અને તેમના વિચારોનો પ્રભાવ છે. આજે ઉપલબ્ધ અનેક ટેલિસ્કોપ દ્વારા આપણે બ્રહ્માંડમાં ઓછાંમાં ઓછી ૧૦૦ અબજ આકાશગંગા શોધી શક્યા છીએ. આથી, સૃષ્ટિની રચના અંગે રસપ્રદ પ્રશ્ન ઉદ્ભવ્યો છે : 'જો આ સૃષ્ટિની રચનાનો હેતુ માનવજાત ત્યાં વસી શકે તે પૂરતો જ હોય, તો ભગવાને એકને બદલે અનેક આકાશગંગાની રચના શા માટે કરી?' દેખીતી રીતે જ આપણા સૌરમંડળને ટકાવી રાખવા માટે એક જ આકાશગંગા પર્યાપ્ત હતી. હજુ પણ અસંખ્ય આકાશગંગાઓ ના સમજાય તેવી રીતે ફેલાયેલી છે અને હજુ પણ સતત નવી આકાશગંગાઓ મળતી જાય છે. આથી, સૃષ્ટિવિજ્ઞાનના સંદર્ભમાં આપણી સમક્ષ આ સૃષ્ટિ શા માટે આટલી વ્યાપક છે અને તેની પાછળનો હેતુ

શો છે ? આ બાબતોને કઈ રીતે સમજાવી શકાય ? તેવા પ્રશ્નો ઉપસ્થિત થયા છે.

ગેલિલિયોનો વારસો આપણને એવી પ્રેરણા આપે છે કે જે કાંઈ દૃષ્ટિ-ગોચર છે તેની પેલે પાર પણ આગળ વધો. સૃષ્ટિની વ્યાપકતા, તેનું મૂળ અને તેના અંત જેવા પ્રશ્નોનો જવાબ માત્ર વિજ્ઞાન સ્વરૂપે નહીં મળે. ગેલિલિયોને અનુસરીને સૃષ્ટિ નિહાળતા લોકો, ટેલિસ્કોપ દ્વારા જે કંઈ દેખાય તેટલે સુધીમાં જ નહીં અટકી જાય. તે પોતાની જાતને જ પ્રશ્ન પૂછશે કે આ સમગ્ર સૃષ્ટિની રચનાનો હેતુ શો છે અને તેનો અંત ક્યાં છે ? આ સંદર્ભમાં તત્ત્વજ્ઞાન અને ધર્મશાસ્ત્રે ભાવિ જ્ઞાન માટેનો માર્ગ તૈયાર કરવામાં મહત્ત્વની ભૂમિકા ભજવવાની છે.

ગેલિલિયોએ ધર્મશાસ્ત્રોનો આદર પણ કર્યો હતો, પણ તેમણે એ વાત ઉપર ભાર મૂક્યો હતો કે બાઈબલને માત્ર શાબ્દિક અર્થમાં કે વિજ્ઞાનને સાબિત કરવાના સાધન તરીકે જોવું જોઈએ નહીં. ગેલિલિયોને આશા હતી કે આમ કરવાથી ધર્મ ને વિજ્ઞાન વચ્ચે સમાધાનને ઉત્તેજન મળશે. કમનસીબે, ગેલિલિયોના વિરોધીઓએ તેનો અવળો અર્થ કાઢ્યો અને ગેલિલિયોના પ્રયત્નોને ધર્મશાસ્ત્રોમાં દખલ દેવાના પ્રયાસરૂપ ગણાવ્યા. ગેલિલિયોના વાચ્યાર્થ કે શબ્દાનુસરણ વિશેના વિચારો ખરેખર ભાવિ પેઢી માટે ખૂબ પ્રસ્તુત બની રહે તેવો પાઠ શિખવાડે છે. કોઈ વ્યક્તિ બાઈબલના અભ્યાસ દ્વારા સૃષ્ટિની રચના પાછળની સૌંદર્યદૃષ્ટિને વખાણી શકે, પણ કોઈ મનુષ્ય માત્ર ભૌતિક દૃષ્ટિએ અભ્યાસના આધારે જ ક્યારેય પોતાની જાતને સૃષ્ટિની રચના સાથે સાંકળી શકે નહીં. જો આપણે સૃષ્ટિનો અને આ પ્રતીકાત્મક ભાષાનો અભ્યાસ કરીએ ને સૌંદર્યદૃષ્ટિ અપનાવીએ તો કાવ્યાત્મક ભાવનાઓ આપણા પર છવાઈ જાય છે.[૪૯]

પથ્થરયુગની આદિ માન્યતાઓથી માંડીને વૈદિકયુગ સુધી તેમજ બુદ્ધ, કન્ફ્યુશિયસ, પ્લેટો અને ઝોરોસ્ટરની વિચારધારાઓ લગભગ જે સમયગાળામાં અસ્તિત્વમાં આવી તે *‘એજ ઑફ એક્સિઅલ*(એટલે કે માનવ સભ્યતાના વિકાસની ધરી બદલાઈ એ યુગ)થી માંડીને, આજના ખ્રિસ્તી મિશનરીઓ અને ઈસ્લામના ઉદય સુધી આપણી ધાર્મિક શ્રદ્ધાઓનું સંસ્કૃતિ દ્વારા સતત સંવર્ધન થતું રહ્યું છે. આમ, આપણે એ મૂળભૂત પ્રશ્ન સુધી પહોંચ્યા છીએ કે શું ભગવાનનું અસ્તિત્વ છે ખરું ? શું આપણે ભગવાનની ભાળ મેળવી છે ? કે પછી આપણે જ ભગવાનની શોધ કરી છે ? જગતના મોટા ભાગના ધર્મો વચ્ચે ઘણી સામ્યતા જોવા મળે છે, તે શું એટલા માટે જોવા મળે છે કે સમગ્ર વિશ્વની

ઇચ્છાઓની પરિપૂર્તિ રૂપે જ પરમેશ્વરનું અસ્તિત્વ સર્જાયું છે ? શું મનુષ્ય સર્વત્ર પોતાના અસ્તિત્વ સામેનાં દુઃખોના નિવારણ માટે, જિંદગીનો હેતુ તથા મહત્ત્વ સિદ્ધ કરવા માટે અલૌકિક તત્ત્વનું સર્જન કરી દે છે ? શું ઘણી જગ્યાએ લોકોએ ખરેખર વત્તા-ઓછા અંશે ભગવાનની ઝલક મેળવી લીધી છે ?

શાસ્ત્રો અને વિજ્ઞાન બંનેની પૂર્ણ સમજ ધરાવી શકે તેવા લોકો કરતાં, આવી સમજ નહીં ધરાવી શકતા લોકોની સંખ્યા ક્યાંય વધારે છે. માત્ર ધર્મગ્રંથો દ્વારા સંકુચિત દૃષ્ટિથી જ જોતા લોકો પોતે જેનું ખોટું અર્થઘટન કરી રહ્યા છે અને કદાચ જેને તેમના પવિત્ર ધર્મગુરુઓએ કોઈ જુદા જ હેતુ માટે પ્રયોજ્યા છે, તેવાં શાસ્ત્રોના શબ્દોના પોતાને અનુકૂળ અર્થઘટન દ્વારા, દરેક ભૌતિક પ્રશ્નનો ઉકેલ મેળવી લે છે. બહુ સમજદાર હોય એવા લોકો આ ઓછું સમજતા કે મનફાવતું અર્થઘટન કરી લેનારા લોકોના પુરપાટ પ્રવાહ સામે ટકી શકતા નથી. ઓછું કે ખોટું સમજનારા લોકોને બહુ સરળતાથી ઘણા બધા અનુયાયી મળી જાય છે, કારણ કે સૌથી ઘનિષ્ઠ પરિશ્રમ માગી લેતી વિદ્યાશાખાઓમાં અવિરત રીતે અભ્યાસ કરવાને બદલે, કોઈ પ્રયાસ કે અભ્યાસ વિનાના જ્ઞાન માટે પ્રતિષ્ઠા મેળવવાનું બહુ સરળ હોય છે.

એ હકીકત છે કે સૌ કોઈ સમજી શકે તે માટે ધર્મશાસ્ત્રમાં સંપૂર્ણ સત્ય કરતાં અલગ પડી જાય તેટલી હદે પણ જુદા જુદા શબ્દોનો પ્રયોગ કરવો જરૂરી હોય છે. બીજી તરફ કુદરત કઠોર અને અપરિવર્તનીય છે, તે પોતાના નિયમો ક્યારેય તોડતી નથી. તેનાં ગૂઢ કારણો અને કાર્ય કરવાની પદ્ધતિને સામાન્ય માણસ સમજી શકે તેમ છે કે નહીં, તેની કુદરતને કોઈ પરવા નથી. આથી, આપણી આંખ સમક્ષ આવેલી કોઈપણ ભૌતિક બાબત, જેની આપણે અનુભૂતિ કરી હોય અથવા તો જેનાં તાર્કિક ઉદાહરણો આપણી સમક્ષ સાબિત કરી અપાયાં હોય, તોપણ એ વિશે ધર્મશાસ્ત્રોમાં થયેલા ઉલ્લેખોની ન તો ટીકા કરવી જોઈએ કે ન તો સવાલો કરવા જોઈએ. ખરેખર તો, શાસ્ત્રોના એ શબ્દોમાં કોઈક જુદો જ અર્થ છુપાયેલો હોઈ શકે છે. કારણ કે ભૌતિક પ્રભાવોનું સંચાલન કરનારી ચોકસાઈ ભરેલી બાબતોમાં ધર્મશાસ્ત્રો કાંઈ બંધાયેલા નથી હોતાં. અને ભગવાન પણ પ્રકૃતિનાં એ કાર્યોમાં એટલા ઉત્કૃષ્ટ રીતે પ્રગટ નથી હોતા, જેટલા શાસ્ત્રોનાં પવિત્ર વચનોમાં તે પ્રગટ થાય છે.

૧૮

ધર્મ એટલે પ્રભુ સુધી દોરી જતા પથદર્શક

'અગ્નિ વિના મીણબત્તી ન સળગે, તેમ અધ્યાત્મ વિના માનવી જીવી ન શકે.'

– બુદ્ધ

આજથી ૨૫૦૦ વર્ષ પૂર્વે ગ્રીસ અને તુર્કીને વિભાજિત કરતા પૂર્વીય એજિયન સમુદ્રના ગ્રીક ટાપુ સેમોસ ઉપર પાયથાગોરસ વસવાટ કરતા હતા. પાયથાગોરસે વ્યાપક પ્રવાસ ખેડ્યો હતો. તેઓ ઉપલબ્ધ તમામ જ્ઞાન એકત્ર કરવા અને મુખ્યત્વે ભગવાનના જુદા જુદા ગૂઢ અને ગુપ્ત પંથોની જાણકારી મેળવવા ઈજિપ્ત, અરેબિયા અને પર્શિયાનાં તમામ રાજ્યો ઘૂમી વળ્યા હતા. પાયથાગોરસે ઈસુ પૂર્વેની છઠ્ઠી સદીના અંતિમ તબક્કામાં તત્ત્વજ્ઞાન અને ધર્મના ક્ષેત્રમાં પ્રભાવશાળી યોગદાન આપ્યું છે. તેમની ગણના મહાન ગણિતશાસ્ત્રી, ગૂઢવિદ્યાના જાણકાર અને વિજ્ઞાની તરીકે થાય છે. અલબત્ત, પાયથાગોરસ તેમના નામ સાથે જોડાયેલા પ્રમેયોને કારણે વધુ પ્રસિદ્ધ છે.[૫૦]

એવું મનાય છે કે પાયથાગોરસે જ સૃષ્ટિની રચનાને કોસમોસ – સુવ્યવસ્થિત વિશ્વ – એવી સંજ્ઞા સૌપ્રથમ વાર આપી હતી. તેમણે કહ્યું છે : 'અંધાધૂંધીથી બિલકુલ ઊલટી રીતે આપણી સૃષ્ટિ નિયમબદ્ધ અને સુગ્રથિત

પદ્ધતિથી ચાલે છે.' પાયથાગોરસની સૌથી વિખ્યાત શોધ એ છે કે સંગીતના મુખ્ય સ્વરાંકનને ગણિતના સામાન્ય સિદ્ધાંતના પ્રથમ ચાર પૂર્ણાંક દ્વારા વ્યક્ત કરી શકાય.

પાયથાગોરસે જાહેર કર્યું કે સમગ્ર કુદરત આંકડા દ્વારા સર્જાતી સંવાદિતા ધરાવે છે. સમગ્ર કુદરત એટલે જેમાં આકાશ, સમય અને તેમાં સમાવેશ પામતી સઘળી ચીજો, તમામ ગ્રહો, તારા, નક્ષત્રો, આકાશગંગાઓ તથા આ આકાશ- ગંગાઓ વચ્ચેના અવકાશ, સૌથી સૂક્ષ્મ પરમાણુઓ અને તમામ પદાર્થ અને તમામ ઊર્જાનો સમાવેશ થાય છે. ટૂંકમાં, આ જ સમગ્ર સૃષ્ટિ છે. પાયથાગોરસના સિદ્ધાંતોની પ્લેટો ઉપર અને તેમના દ્વારા સમગ્ર પાશ્ચાત્ય ફિલૉસૉફી ઉપર ખૂબ ગાઢ અસર થઈ હતી.૫૧

પવિત્ર હિંદુગ્રંથ શ્રીમદ્ ભગવદ્ગીતાના અગિયારમા અધ્યાયમાં સમગ્ર બ્રહ્માંડ વિશેની પ્રાચીન હિંદુ માન્યતાનો સૌથી સચોટ ખ્યાલ અપાયો છે. આ કાવ્યગ્રંથ પ્રમાણમાં અર્વાચીન કાળમાં એટલે કે લગભગ છથી આઠ સદી પહેલાં રચાયેલો છે. વળી, આ અધ્યાયમાં આપણને આપણી પાસે હયાત સૃષ્ટિ વિશે ઉપલબ્ધ સૌથી જૂનો ખ્યાલ સાંપડે છે, એ પણ અનિશ્ચિત વ્યાખ્યાઓના જટિલ અર્થઘટનો વિના. આપણે કહી શકીએ કે શ્રીમદ્ ભગવદ્ગીતામાં પ્રાચીન વૈદિક ધર્મોપદેશ, ખરેખર ભૂતકાળને સમજવા માટે વર્તમાનમાં દીવાદાંડી સમાન છે.

શ્રીકૃષ્ણ કહે છે :
'હે પાર્થ ! તું હવે મને જો,
મારા એક રૂપમાં અનેક સ્વરૂપો, વધુ સ્વર્ગીય પ્રકૃતિ,
જેમ સ્વર્ગમાં અગણિત તારા છે
એવી રીતે જુદાં જુદાં અને અગણિત સ્વરૂપોમાં...
સંપૂર્ણ એકત્વ સ્વરૂપે નિહાળ,
સંપૂર્ણ જગત તેનાં બધાં સ્વરૂપો સહિત,
તે મારું શરીર છે, હું સ્વયં જ તેનો આત્મા છું,
અને જે કાંઈ છે તે બધું જ, મારી અંદર છે...'
આશ્ચર્ય અને આંચકા સાથે અર્જુન નમી પડ્યો.
ધ્રૂજવા લાગ્યો, અને પછી ભક્તિપૂર્વક
માથું નમાવીને બે હાથ જોડ્યા.

અને સમગ્ર સૃષ્ટિના સ્વામી સમક્ષ તે બોલ્યો.
અર્જુન કહે છે :
'અનેક હાથવાળા, વિશ્વ સમસ્તના પોષણ માટે
અગણિત વક્ષઃસ્થળ ધરાવનારા,
અનેક નેત્રોવાળા આપને હવે હું જોઈ રહ્યો છું.
જેના આદિ, મધ્ય કે અંત નથી,
અસીમ શક્તિઓ, અવિરત પ્રવૃત્તિઓ આપ કરો છો...'[૫૨]

ઈસ્લામિક શાસ્ત્રોમાં સૃષ્ટિ વિશેની વિગતો પણ આવી જ ગૂઢ, રહસ્યમય અને કાવ્યાત્મક શૈલીમાં છે. ઈસરા અને મેરાજ એવા બે ભાગમાં રાત્રિપ્રવાસ અથવા તો શબ-એ-મેરાજનું વર્ણન છે. ઈસ્લામિક પરંપરા પ્રમાણે મોહંમદ પયગમ્બરે(સ.અ.વ.) ઈ.સ. ૬૨૧ની એક રાત્રિએ આ પ્રવાસ કર્યો હતો. તે શારીરિક અને આધ્યાત્મિક બંને પ્રકારનો પ્રવાસ હોવાનું વર્ણવાયું છે. કુરાનની સૂરા-૧૭, અલ-ઈસરામાં આ ઘટના વિશે ટૂંકી રૂપરેખા આપી છે. જ્યારે અન્ય વિગતો પયગંબર(સ.અ.વ.)ના જીવન વિશેનાં પૂરક લખાણો, હદીસમાં વિસ્તારપૂર્વક રજૂ થઈ છે.

તેમણે પ્રથમ જન્નત - સ્વર્ગના વિસ્તારમાં પાંચસો હજાર પ્રકાશવર્ષનો પ્રવાસ કર્યો. અલ બુરાક (દૈવી ચોપગુ પ્રાણી) પ્રકાશની ગતિ કરતાં પણ વધુ ઝડપથી આગળ વધતો હતો. તેનું એક એક ડગલું જ્યાં સુધી તેમની નજર પહોંચતી હતી ત્યાં પડતું હતું. તેઓની આ સફરનું સંપૂર્ણ અંતર ફરિશ્તાઓથી ભરાયેલું હતું, જેમની સંખ્યા તો માત્ર સર્જનહાર જ જાણે છે, તે બધા તેની પ્રશંસા કરતા હતા અને તમામ પ્રકારની પ્રશંસાઓ દ્વારા તેનો મહિમાગાન કરતા હતા.

મોહંમદ પયગંબરે(સ.અ.વ.) બુરાક પર બેસીને અને ફરિશ્તા જિબ્રઈલ(ગેબ્રિયલ)ની સાથે અનંતનાં સાત સ્તર પસાર કર્યાં અને ત્યાં અગાઉના તમામ પયગંબરોને અને ફરિશ્તાઓને મળ્યા. છેવટે, એવો તબક્કો આવ્યો જ્યારે ફરિશ્તા જિબ્રઈલે પયગંબર સાહેબને કહ્યું કે અહીંથી આગળ ક્યારેય કોઈ ગયું નથી. 'મોહંમદ !' જિબ્રઈલે કહ્યું : 'હવે તમારે બુરાકથી નીચે ઊતરવાનું છે અને એવા સ્થળ તરફ વધવાનું છે જ્યાં તમારાથી પહેલાં કોઈએ પ્રવેશ કર્યો નથી.'

મોહંમદ (સ.અ.વ.) પછી ત્યાંથી આગળ વધ્યા અને એક પછી એક
પડદા પસાર કરીને એક હજાર અંતરાયો ઓળંગ્યા. છેલ્લે, તેમણે
એકત્વનો પડદો ખોલ્યો. તેમણે પોતાની જાત દિવ્ય અવકાશમાં
દીવાની જેમ સ્થિર હોય તેવું અનુભવ્યું. તેમને ત્યાં ભવ્ય, મહાન,
અવર્ણનીય તત્ત્વનાં દર્શન થયાં. તેમણે પોતાના રબ(પરમેશ્વર)ને કહ્યું :
મને દૃઢતા અને શક્તિ આપો. તેમણે અનુભવ્યું કે ત્યાં રહેલા દિવ્ય
તત્ત્વનો એક અંશ તેમની જીભ ઉપર મુકાયો, જે બરફથી પણ ઠંડો અને
મધ કરતાં પણ ગળ્યો હતો. પૃથ્વી ઉપર અને સાત સ્વર્ગમાં આ
પ્રકારનો સ્વાદ ધરાવતું કંઈ જ ન હતું. આ અંશ સાથે અલ્લાહે
મોહંમદના હૃદયમાં આદિથી અંત સુધીનું અને સ્વર્ગથી લઈને પૃથ્વી
સુધીનું જ્ઞાન મૂક્યું. આ બધું તેમની આગળ એક ક્ષણના સૂક્ષ્માતિસૂક્ષ્મ
ભાગ કરતાં પણ ઝડપથી પ્રગટ થઈ ગયું. તેમને આગળ વધવાનો
આદેશ થયો. તેઓ આગળ વધ્યા કે તેમણે પોતાની જાતને એક
સિંહાસન પર બેઠેલી અનુભવી. આ એવું સિંહાસન હતું કે જેનું
અત્યારે કે હવે પછી પણ ક્યારેય વર્ણન કરી શકાશે નહીં. તેમને
વધારાના ત્રણ અંશ આપવામાં આવ્યા : એક તેમના ખભા ઉપર
મુકાયું, જે ભવ્યતા બક્ષતું હતું; એક તેમના હૃદય ઉપર મુકાયું, જે
કરુણા બક્ષતું હતું; અને ત્રીજું, તેમની જીભ ઉપર મુકાયું, જે વક્તૃત્વની
ઉચ્ચતમ ક્ષમતા બક્ષતું હતું. પછી તે હયાતીમાંથી એક અવાજ આવ્યો,
જે કોઈ પણ સર્જને અગાઉ સાંભળ્યો નહોતો : 'મોહંમદ ! મેં તમને
દરેક વ્યક્તિના હિમાયતી બનાવ્યા છે.'

તે ક્ષણે મોહંમદ(સ.અ.વ.)એ આનંદ સાથે અનુભવ્યું કે તેમનું મન
અગાધ આનંદની અનુભૂતિ કરાવે તે રીતે લઈ જવામાં આવ્યું અને
કોઈ આશ્ચર્યકારક ગુપ્ત રહસ્ય સાથે પાછું મૂકવામાં આવ્યું. તેમને
અલ્લાહની અનંતતા અને શાશ્વતતામાં લઈ જવામાં આવ્યા. પ્રથમ
તેમણે અનુભવ્યું કે કોઈ આરંભ નથી અને પછી અનુભવ્યું કે આનો
કોઈ અંત પણ નથી. અલ્લાહે ત્યારપછી પ્રગટ કર્યું કે — મારો પ્રારંભ
મારા અંતમાં છે અને મારો અંત મારા પ્રારંભમાં છે. ત્યારપછી
મોહંમદ(સ.અ.વ.)ને અનુભૂતિ થઈ કે અલ્લાહ તરફ લઈ જાય છે તે
સિવાયના બાકીના તમામ દરવાજા સદંતર બંધ હતા, અર્થાત્, તેમને

અનુભૂતિ થઈ કે અલ્લાહને વાણીની મર્યાદાથી વર્ણવી શકાય તેમ નથી અને તેમને અનુભૂતિ થઈ કે અલ્લાહ સર્વત્ર સર્વેમાં સર્વવ્યાપક છે. આ રહસ્ય એવું છે જે કોઈ વાચા વ્યક્ત નહીં કરી શકે, કોઈ દરવાજો તે પ્રગટ કરવા માટે નહીં ખૂલે, અને કોઈ જવાબ તેની વ્યાખ્યા નહીં આપી શકે. અલ્લાહ પોતે જ પોતાનો માર્ગદર્શક છે અને પોતાના વર્ણનનો પોતે જ રબ (પરમેશ્વર) છે. તેઓ તમામ સૌંદર્યનું સૌંદર્ય છે અને જે વાણીથી તેનું વર્ણન કરી શકાય છે તે વાણી માત્ર તેની પાસે જ છે.[૫૩]

અનેક સદીઓ સુધી, સૃષ્ટિ એક અજાયબ કોયડો જ રહી. તત્ત્વજ્ઞાનીઓ, લેખકો અને કવિઓએ તેમની આસપાસના અનંતનું તેમની કલ્પનાઓ અને તરંગો પ્રમાણે વર્ણન કર્યું. ગઈ શતાબ્દીના પ્રારંભે આલ્બર્ટ આઇન્સ્ટાઇને સૃષ્ટિ માટે ગહન વિચાર કર્યો અને લખ્યું :

દરેક માનવ આપણે જેને સૃષ્ટિ કહીએ છે તે સંપૂર્ણ વિશ્વનો એક અંશ છે. એ અંશ જે સમય અને અવકાશની મર્યાદા ધરાવે છે. તે જાતે જ તેના પોતાના આકાશમાં મર્યાદિત છે. તે પોતાની જાતને, પોતાના વિચારોને અને પોતાની લાગણીઓને અન્યો કરતાં અલગ હોવાનું અનુભવે છે, પરંતુ આવી અનુભૂતિ આપણી ચેતનાની એક દૃષ્ટિગત ભ્રમણા છે. આ ભ્રમણા આપણા માટે એક કેદ જેવી છે, જે આપણને આપણી કેટલીક અંગત ઇચ્છાઓ પૂરતી જ મર્યાદિત રાખે છે અને આપણી પ્રેમભાવનાઓને આપણી સૌથી નજીકના જ કેટલાક લોકો પૂરતી સીમિત કરી દે છે. આપણે આ કેદમાંથી મુક્ત થવા, આપણી કરુણાના વર્તુળને મોટું બનાવી, તમામ જીવો અને સમગ્ર કુદરતને તેના સૌંદર્ય સહિત અપનાવવાનું કાર્ય કરવું જોઈએ.[૫૪]

ઈ.સ. ૧૯૩૦માં આઇન્સ્ટાઇને *'વોટ આઇ બિલીવ'* ('હું જે માનું છું') એવા શીર્ષક સાથે પોતાનાં સઘળાં લખાણોનો સાર રજૂ કર્યો. તેના ઉપસંહારમાં તેમણે જણાવ્યું કે 'આપણે જે કાંઈ અનુભવ કરી શકીએ છીએ તે દરેકની પાછળ કંઈક એવું હોય છે જે આપણું મગજ ગ્રહણ કરી શકતું નથી. જેની સુંદરતા અને ભવ્યતા આપણે પરોક્ષપણે જ અનુભવીએ છીએ. આ જે સમજ છે તે જ આધ્યાત્મિકતા છે. આ સંદર્ભમાં હું મારી જાતને એક શ્રદ્ધાળુ ધાર્મિક માણસ

ગણાવું છું.' એક યુવતીએ આઇન્સ્ટાઇનને પૂછ્યું કે તમે પરમેશ્વરમાં માનો છો? તેના જવાબમાં આઇન્સ્ટાઇને લખ્યું છે કે 'જેઓ વિજ્ઞાનની સંનિષ્ઠ સાધના કરતા હોય તે દરેક વ્યક્તિએ સ્વીકારવું જોઈએ કે સૃષ્ટિના નિયમમાં દિવ્ય તત્ત્વ રહેલું છે – આ દિવ્ય તત્ત્વ વ્યાપકરૂપે માણસ કરતાં ચડિયાતું છે.' આ ઉપરાંત, ધર્મ અને વિજ્ઞાન વચ્ચેના સંબંધ અંગે 'યુનિયન થિયોલોજિકલ સેમિનાર'માં યોજાયેલી ચર્ચામાં આઇન્સ્ટાઇને જાહેર કર્યું કે 'આ પરિસ્થિતિને એક તસવીર દ્વારા સમજી શકાય : ધર્મ વગરનું વિજ્ઞાન પાંગળું છે અને વિજ્ઞાન વિનાનો ધર્મ આંધળો છે.'[૫૫]

આઇન્સ્ટાઇનનાં આ જીવનદર્શન અને તેમણે જીવનપર્યંત રજૂ કરેલા આ પ્રકારના વિચારોને કારણે આ જર્મન ભૌતિકશાસ્ત્રી વાસ્તવમાં વધુ પ્રભાવશાળી જર્મન પરમેશ્વરવાદીઓની સમકક્ષ પહોંચ્યા. પાછળથી સોળમા પોપ બેનેડિક્ટ બનેલા જોસેફ રેટ્ઝિંગરે ઈ.સ. ૧૯૬૮માં પોતાના પુસ્તક *'ઈન્ટ્રોડક્શન ટુ ક્રિશ્ચિયાનિટી'*માં પરમેશ્વરના અસ્તિત્વ અંગેની સાદી છતાં ધારદાર દલીલો રજૂ કરી : કુદરતી વૈશ્વિક બુદ્ધિગમ્યતા એ સમગ્ર વિજ્ઞાન પહેલાંની, પૂર્વકલ્પના છે. જેઓ સમગ્ર વિશ્વને એક હયાત સજીવ તરીકે ગણે છે તેવા અનંત અને સર્જનાત્મક મન દ્વારા મદદ મળે તો જ આ બુદ્ધિગમ્યતાને પામી શકાય. રેટ્ઝિંગર કહે છે : કોઈ પણ વિજ્ઞાની જ્યાં સુધી એ ધારણાનો સ્વીકાર કરે નહીં કે તે કુદરતનાં જે પાસાં વિશે સંશોધન કરી રહ્યો છે તે જાણી શકાય તેવું છે, બુદ્ધિગમ્ય છે અને એક સ્વરૂપ ધરાવે છે, ત્યાં સુધી અને તે પહેલાં તે કામ શરૂ કરી શકે નહીં. પરંતુ આ મૂળભૂત ગૂઢ ધારણા એવી પ્રતીતિ પર જ આધારિત છે કે પોતે પોતાના વૈજ્ઞાનિક કાર્ય દ્વારા જે જાણી રહ્યા છે તે ખરેખર તો અગાઉથી જ એક મહાન ચેતના જેનો ખ્યાલ રચી ચૂકી છે, તે બાબતની પુનર્વિચારણા અથવા તો ઓળખ જ છે.[૫૬]

રેટ્ઝિંગરે ધર્મ અને વિજ્ઞાનની આવશ્યક સમાનતાઓ વિશે દલીલો કરી છે, કારણ કે તે બંને પરમેશ્વરના અસ્તિત્વ અને બુદ્ધિની સૂઝ સાથે સંકળાયેલાં છે. આધુનિક ભૌતિક વિજ્ઞાનમાં શું ઘણું બધું પશ્ચિમી ખ્રિસ્તી ધર્મમાંથી જ બહાર નથી આવ્યું? આધુનિકતાનો ઉદ્ભવ એક રીતે તેનાથી તદ્દન ઊલટી એવી ખ્રિસ્તી ધર્મની રૂઢિવાદી, પછાત અને વહેમી ધારણાઓમાંથી જ થયો છે. હેતુ-લક્ષી સત્યની શોધ કરનારી શિક્ષણ શાખાઓ અને 'દુનિયાની જ્યારે શરૂઆત

થઈ' એવું કહેતા ધર્મ વચ્ચે ઘણી સુસંગતતા છે.[૫૭]

રેટ્ઝિંગરે શ્રદ્ધા વિશે અન્ય પણ ઘણી બાબતો જણાવી છે, પરંતુ એ કહેવું પૂરતું થઈ રહેશે કે તેમણે ધર્મના પ્રાચીન રૂઢિવાદી અને વહેમી સ્વરૂપ અંગે જ પ્રતિક્રિયા આપી છે. એવી જ રીતે સેન્ટ પોલે પણ કહ્યું હતું કે આપણે આધ્યાત્મિકતાના યુગમાં આવી ગયા છીએ ત્યારે આપણે બાલિશ વસ્તુઓથી દૂર રહેવું જોઈએ. એક વ્યક્તિ, એક ક્ષેત્રમાં પ્રખર તેજસ્વી હોય, પરંતુ બીજા ક્ષેત્રમાં તે તદ્દન અર્ધજ્ઞાની કે અજાણ હોય તેવું બની શકે છે. આઇન્સ્ટાઇન ગઈ સદીના સૌથી મહાન દાર્શનિક ભૌતિકશાસ્ત્રી હતા તે વિશે બેમત નથી, પરંતુ તેઓ પવિત્ર ગ્રંથો માટે પણ એટલી જ ઊંડી સમજ ધરાવતા જ હશે તેની ખાતરી કોઈ ના આપી શકે. ધાર્મિક પુસ્તકોની વાર્તાઓ આધુનિક અર્થઘટનોનો વિષય છે. શંકરાચાર્ય, સેન્ટ ઑગસ્ટિન અને ઇમામ ગઝાલી જેવા વિદ્વાનોએ શાસ્ત્રોનાં ગૂઢ સાંકેતિક અને અઘરાં કથનોની સપાટી પાછળ છુપાયેલી સાહિત્યિક કલાત્મકતાને પ્રગટ કરતું સરળીકરણ આપણા માટે રજૂ કર્યું છે. અમેરિકન ઍન્થ્રોપોલોજિસ્ટ ક્લિફર્ડ ગિર્ટ્ઝે પણ આ વાત બહુ સારી રીતે રજૂ કરી છે :

> *ધર્મ એટલે પ્રતીકોની પદ્ધતિ. જે મનુષ્યની શક્તિશાળી, ઉદાત્ત અને દીર્ઘકાલીન મનઃસ્થિતિનું નિર્માણ કરવા હયાતીની એક સામાન્ય વ્યવસ્થાનો ખ્યાલ રજૂ કરે છે અને આ ખ્યાલોને તે એવી વાસ્તવિકતાઓના પ્રભામંડળના વાઘા પહેરાવે છે, જેથી એ મિજાજ અને પ્રેરણા અજોડ રીતે વાસ્તવદર્શી લાગે.*[૫૮]

ભારતીય સંસ્કૃતિ વિશે એક અત્યંત વિશિષ્ટ બાબત એ છે કે તેમાં પવિત્રતા, અધ્યાત્મ અને રોજબરોજની ક્રિયાઓને આંતરિક સ્વરૂપે સુંદર રીતે જોડી દેવામાં આવી છે.

૧૯

તમામ ચીજોનું જન્મસ્થાન મન છે

'સ્થિતપ્રજ્ઞ મન સામે સમગ્ર બ્રહ્માંડ ઝૂકે છે.'
— લાઓ ત્ઝુ
પ્રાચીન ચીનના દાર્શનિક અને કવિ

જો તમે અમર્યાદ સંપત્તિ અને સત્તા ધરાવતા ભગવાન બની જાવ, તો તમારાં બાળકો માટે કેવી સૃષ્ટિનું નિર્માણ કરો? એ નિશ્ચિત છે કે તમે એક એવી દુનિયાની રચના કરવાનું વિચારો જેમાં તમે તમારાં બાળકો ઉપર નજર રાખી શકો, એક એવી દુનિયા જ્યાં તમે તમારાં બાળકોનું રુદન સાંભળી શકો અને તેમની જરૂરિયાત મુજબ પ્રત્યુત્તર આપી શકો. તમારાં બાળકોને તમારાં મન કે દૃષ્ટિથી દૂર જવા દેવાનું તમને નહીં ગમે, કારણ કે સૌ પહેલાં તો તમને તમારાં બાળકો તમારી નજરથી દૂર જાય તે ગમશે જ નહીં અને બીજું કે તમને એવું ભરોસાપાત્ર કોઈ નહીં લાગે જેની દેખરેખ હેઠળ તમે તમારાં બાળકોને મૂકી શકો અથવા તેમના પર વિશ્વાસ કરી શકો.

અથવા તો શું તમે તમારાં બાળકોને એવા સમર્થ બનાવવા ઇચ્છશો કે જેથી તેઓ પોતાની ઇચ્છા મુજબનો નિર્ણય લઈ શકે? અથવા તો તેમને ક્યાંક દૂર મોકલી દો જ્યાં તેઓ પોતે પોતાની ઇચ્છા અને નિર્ણય પ્રમાણે વર્તી શકે, છતાં પણ જેનાથી તેમના ભવિષ્ય વિશે તમે નક્કી કરેલી યોજનાને કોઈ અસર ના પડે? શું તમે એક એવી દુનિયાનું સર્જન કરી શકો જ્યાં તેઓ જિંદગીનાં

આનંદ અને દુઃખનો અનુભવ કરી શકે? તેમજ શાણપણ, પરિપક્વતા અને ચારિત્ર્યના નૈતિક બળ સાથે આગળ વધે, જ્યાં તેઓ શીખે કે પ્રેમ કરવો અને પ્રેમ પામવો એ શું છે? તેમજ દુઃખ કેવું હોય? અને કોઈને કેવી રીતે આઘાત પહોંચી શકે? અને આ બંને વિકલ્પમાંથી શું પસંદ કરવું જોઈએ?

અથવા તો શું તમે એક એવી દુનિયાનું નિર્માણ કરશો જ્યાં તમારાં બાળકો ગમે તે બને તોપણ સંપૂર્ણ સલામત હોય, શું બને છે, તેની કોઈ પરવા જ ન હોય? આમ કરવા તમે તમારા બાળકને એવા કોઈ કલ્પનાવિશ્વમાં રમવા છોડી દો, જેમ કે તમે તેમને સિમ્યુલેટર(કમ્પ્યૂટર દ્વારા સર્જાતી આબેહૂબ પરિસ્થિતિ)ની રમતમાં લઈ જાઓ અથવા તો વીડિયોગેમ આપી દો. એવી સ્થિતિ જ્યાં તમે એક અલગ સ્તરે રમવાનું ચાલુ રાખો અને જ્યારે જ્યારે હારી જાવ ત્યારે ત્યારે પરત આવી શકો.

જો તમારો જવાબ ત્રીજો વિકલ્પ હોય તો તમે માયાનું સ્વરૂપ ખરેખર સમજી શક્યા છો. પુરાણો અને વૈષ્ણવ શાસ્ત્રોમાં વિષ્ણુની એક શક્તિ તરીકે માયાનું વર્ણન આવે છે. માયા નિદ્રાવસ્થા સાથે સંકળાયેલી છે. સર્વોચ્ચ ભગવાનનું માનવીય રૂપ એટલે વિષ્ણુ. વિષ્ણુની નિદ્રાવસ્થા એટલે માયા, જે સમગ્ર વિશ્વને વીંટળાયેલી છે. સંગમકાળના તામિલ સાહિત્યમાં કૃષ્ણનું વર્ણન શ્યામ તરીકે આવે છે. તે ઉપરાંત તેમનાં બીજાં નામો છે – મલ, તિરુમલ, પેરુમલ અને માયાવન. તામિલ શાસ્ત્રીય મત મુજબ માયોલનું નારી સ્વરૂપ દુર્ગા છે. દુર્ગા અસીમ સર્જનશક્તિ ધરાવે છે અને વિષ્ણુની મહાન શક્તિઓ પણ તેને સહજ રીતે પ્રાપ્ય છે. આથી, તે વિષ્ણુ-માયા તરીકે પણ ઓળખાય છે. મહામાયા તરીકે તે નાના બાળકના જ્ઞાનને ઢાંકી દઈ, તેનામાં વ્યક્તિગત અહંકારનું આરોપણ કરે છે, તેનામાં, માલિકીપણાની ભાવના ઉમેરે છે, તેના શાણપણની ચકાસણી કરે છે અને તેને આ માયાવી દુનિયાનાં સુખ-દુઃખનો અનુભવ કરાવે છે.

આ આભાસી દુનિયા નક્કર પદાર્થો અને લોકોથી સર્જાયેલી છે. જુદાં જુદાં નામો અને સ્વરૂપોમાં ખોટી વાસ્તવિકતા લાદવામાં આવે છે તે મિથ્યા છે. એક ગુફા બતાવવામાં આવે છે. આપણે તેમાં રહેવા ભોળવાઈ જઈએ છીએ. પછી એ ભૂલી જઈએ છીએ કે, આ બધું અવાસ્તવિક છે. આપણી નજર સમક્ષ જે જગત દેખાય છે તે માયા છે, તે માત્ર બાહ્ય દેખાવ છે. જાણે કે કમ્પ્યૂટર કે વીડિયોગેમનાં દૃશ્યોની જેમ છે. તે કાયમી વાસ્તવિકતા નથી – માત્ર થોડા સમય

માટે જ હોય છે. આપણું શરીર પણ તે જ રીતે પાંચ તત્ત્વોનું બનેલું છે અને તે પણ નાશવંત છે, પરંતુ આપણે એટલે માત્ર આપણું શરીર જ નથી. ખરેખર, આપણી વાસ્તવિકતા તો તેનાથી પણ મહાન છે. આપણે દિવ્ય ચેતનાનો ભાગ છીએ, જેને આપણા નાશવંત શરીર દ્વારા શ્વાસમાં લઈએ છીએ. આ દિવ્ય ચેતના શાશ્વત છે, અમર્ત્ય છે અને અવકાશ-સમયના પરિમાણમાં સર્જાતી શરીર બદલાવાની પ્રક્રિયાની તેના પર કોઈ અસર થતી નથી.

જે ક્ષણે આપણે આપણી જાતને અમુક ચોક્કસ સ્થળ અને સમયના ચોકઠામાં બાંધી દઈએ છીએ ત્યારે તેને મૂળથી વિખૂટી પાડી દઈએ છીએ અને તેના કારણે આપણે દુઃખોમાંથી પસાર થવું પડે છે. આપણે સમય અને અવકાશના સર્જક છીએ. જ્યારે આપણે આપણી સમજ પ્રમાણે સચેત જાગૃતિ માટે ઊર્જા લાવીએ છીએ, ત્યારે આપણે માપી શકાય તેવા એકમ સમય દ્વારા અવકાશમાં ચોક્કસ ચીજો સર્જીએ છીએ. સમય અને અવકાશના સર્જન દ્વારા આપણે આપણું પોતાનું અલગપણું સર્જીએ છીએ.[૫૯]

માનવીની જ્ઞાનેન્દ્રિયો ભલે અવકાશને ત્રણ પરિમાણોમાં જ જોવાની ક્ષમતા ધરાવતી હોય, પરંતુ આપણી સૃષ્ટિ આ ત્રણ પરિમાણો પૂરતી મર્યાદિત નથી. આપણી સૃષ્ટિમાં બનતી કેટલીય કુદરતી ઘટનાઓ આ ત્રણ પરિમાણોને અતિક્રમી જાય છે. આથી મગજ અને ચેતનાના કાર્યતંત્રને મનુષ્યના કોષોમાં થતાં રાસાયણિક અને વિદ્યુત પરિવર્તનોની રીતે સમજી શકાય નહીં. ચેતના માત્ર માનવીના મગજમાં સીમિત નથી. તો પછી આ ચેતન તત્ત્વને આપણે કઈ રીતે સમજી શકીએ ?

જર્મન સૈદ્ધાંતિક ભૌતિકશાસ્ત્રી મેક્સ પ્લાંકે સૌપ્રથમ વાર એવી શોધ કરી કે જ્યારે ઇલેક્ટ્રોનનું માણસ દ્વારા નિરીક્ષણ કરવામાં આવે છે ત્યારે ઇલેક્ટ્રોન જુદી જ રીતે વર્તે છે. જ્યારે ઇલેક્ટ્રોનનું નિરીક્ષણ થતું ન હોય ત્યારે ઇલેક્ટ્રોન તરંગ તરીકે વર્તે છે, પરંતુ પ્રયોગ વખતે નિરીક્ષણનાં સાધનો જોડવામાં આવ્યાં બાદ ઈલેક્ટ્રોનની વર્તણૂક બદલાઈને કણ જેવી બની જાય છે. મેક્સ પ્લાંક દ્વારા એક પરિકલ્પના કરવામાં આવી કે ઇલેક્ટ્રોન પોતાનું નિરીક્ષણ થઈ રહ્યું હોવા બાબતે સચેત છે કે કેમ ? જો તે આ બાબતે સભાન હોય તો તેની આ સભાનતા કદાચ એકદમ માનવની સભાનતા જેવી જ નહીં તોપણ તેની સાથે મળતી તો આવે જ છે. કદાચ આ સભાનતા તેની અને માનવીની એકસમાન ચેતના સાથે

સંકળાયેલી હોઈ શકે. આપણે એ જ જોઈએ છીએ જે આપણે જોવું હોય છે.

મેક્સ પ્લાંક ક્વોન્ટમ થિયરીના જનક તરીકે ખૂબ પ્રસિદ્ધ છે. તેમને ઈ.સ. ૧૯૧૮માં આ શોધ માટે ભૌતિકશાસ્ત્રમાં નોબલ પારિતોષિક મળ્યું હતું. જેવી રીતે આલ્બર્ટ આઇન્સ્ટાઇનની સાપેક્ષવાદની થિયરીના કારણે અવકાશ અને કાળ અંગેની સમજણમાં ક્રાંતિકારી પરિવર્તન આવ્યું, એવી જ રીતે ક્વોન્ટમ થિયરીના કારણે અણુ અને પરમાણુની પ્રક્રિયા અંગેની માનવીય સમજણમાં ક્રાંતિકારી પરિવર્તન આવ્યું. એ બંનેએ સાથે મળીને વીસમી સદીના ભૌતિકશાસ્ત્રના મૂળભૂત સિદ્ધાંતોનો પાયો નાંખ્યો છે.

પ્લાંકનો જન્મ પરંપરાગત બૌદ્ધિક પરિવારમાં થયો હતો. તેમના પરદાદા અને દાદા બંને ધર્મશાસ્ત્રના અધ્યાપકો હતા અને પિતાશ્રી કાયદાશાસ્ત્રના અધ્યાપક હતા. કિંવદંતી એવી છે કે પ્લાંકના ભૌતિકશાસ્ત્રના અધ્યાપકે પ્લાંકને ભૌતિકશાસ્ત્ર નહીં ભણવાની સલાહ આપતાં એમ કહ્યું હતું કે 'આ વિષયમાં બધી જ શોધ થઈ ગઈ છે અને હવે જે કાંઈ બાકી છે, તે છીંડાં પૂરવાં જેવું છે.' ત્યારે પ્લાંકે એવો જવાબ આપ્યો હતો કે 'હું કોઈ નવી શોધ કરવા ઇચ્છતો નથી, મારે તો બસ આ ક્ષેત્રમાં જાણીતા થયેલા એવા મૂળ સિદ્ધાંતોને સમજવા છે.'[૬૦]

પ્લાંક માનતા હતા કે દરેક વિજ્ઞાની કલ્પનાશીલ અને શ્રદ્ધાળુ હોય છે. શ્રદ્ધાનું અર્થઘટન તેઓ કાર્યશીલ પરિકલ્પના તરીકે કરે છે. દાખલા તરીકે કાર્યકારણનો સિદ્ધાંત સાચો નથી કે ખોટો પણ નથી, પરંતુ તે શ્રદ્ધાની વાત છે.

પ્લાંક કહે છે કે —

વિજ્ઞાન અને ધર્મ – બંનેમાં ભગવાન ઉપર વિશ્વાસ હોવો જરૂરી છે. ધર્મમાં આસ્થા ધરાવે છે તેમના માટે ભગવાન શરૂઆતથી જ છે, જ્યારે ભૌતિકશાસ્ત્રીઓ માટે તમામ ધારણાઓને અંતે ભગવાન રહેલો છે. આસ્થાળુઓ માટે ભગવાન પાયારૂપ છે, જ્યારે વિજ્ઞાનીઓ માટે ભગવાન દરેક સામાન્ય મંતવ્યોના શિખર પર મુગટ સ્વરૂપે છે.[૬૧]

આઇન્સ્ટાઇનના સાપેક્ષવાદના સિદ્ધાંતની જેમ ક્વોન્ટમ ફિઝિક્સ પણ એ પ્રગટ કરે છે કે સમગ્ર સૃષ્ટિ એક પ્રચંડ ઊર્જા ક્ષેત્ર છે, જેમાં પદાર્થ માત્ર એક મંદ પડેલું ઊર્જાસ્વરૂપ છે. વધુમાં ક્વોન્ટમ ફિઝિક્સ એમ પણ કહે છે કે પદાર્થ અથવા ઊર્જા અમુક ચોક્કસ જગ્યાએ જ નિશ્ચિતપણે અસ્તિત્વ ધરાવતાં હોતાં

નથી, પરંતુ તે ત્યાં પોતાની હાજરીના સંકેતો આપે છે. વધુ ગૂઢ બાબત તો એવી ધારણા છે કે સૃષ્ટિના અસ્તિત્વ માટે કોઈ નિરીક્ષકનું અસ્તિત્વ પાયારૂપ બાબત છે. આ ખ્યાલને નિરીક્ષકની અસર તરીકે ઓળખવામાં આવે છે. તે સૂચવે છે કે સૃષ્ટિ એ પરમેશ્વરના માનસ એવી ચેતનામાંથી ઉત્પન્ન થઈ છે.

મેક્સ પ્લાંક અને તેમના ક્વોન્ટમ ફિઝિક્સ વડે આધ્યાત્મિક વિચારધારા ધરાવતા લોકો માટે સૌથી ઉમદા પ્રદાન એ હતું કે તેમણે દુનિયાને દર્શાવી આપ્યું કે આપણી ઇન્દ્રિયો સૃષ્ટિને ભલે ગમે તે રીતે નિહાળે કે ન્યૂટનવાદીઓ ભલે સૃષ્ટિને કોઈ નક્કર પદાર્થરૂપ ગણે પણ વાસ્તવમાં સૃષ્ટિ કોઈ નક્કર ઘન પદાર્થ નથી. ભૌતિકશાસ્ત્રીઓ પદાર્થના હાર્દ સુધી પહોંચ્યા અને તેમણે ત્યાં જે જોયું તેનાથી દંગ રહી ગયા. પદાર્થ આપણને દેખાય છે એવો નક્કર નથી, પરંતુ તે માત્ર ગતિશીલ ઊર્જા જ છે. વાસ્તવમાં પદાર્થ એવા પરમાણુના કણોનો બનેલો છે જેનો કોઈ આકાર નથી, ડિઝાઇન નથી અને તે કોઈ ચોક્કસ વ્યવસ્થાને અનુસરતો નથી. ક્યારેક તે તરંગોની જેમ વર્તણૂક કરે છે અને ક્યારેક તે કણની જેમ વર્તે છે. અને ક્યારેક એકસાથે તરંગ અને કણની જેમ અને એકસાથે બીજા ઘણા પદાર્થોની જેમ વર્તે છે. આમ, ખરેખર આ રીતે ભૌતિકશાસ્ત્રીઓએ માયાની વૈજ્ઞાનિક સાબિતી આપી દીધી છે.[૬૨]

નામાંકિત વૈજ્ઞાનિક તરીકેની કારકિર્દીના અંતિમ તબક્કામાં મેક્સ પ્લાંકે કર્મની મુક્ત પસંદગીના સિદ્ધાંત વિશે ઊંડો પરામર્શ કર્યો હતો અને મુક્ત પસંદગીના વિરોધમાં સામાન્ય રીતે રજૂ થતી દલીલ તરીકે આ સૃષ્ટિનું સર્જન તદ્દન અનાયાસે અકસ્માતે થયું છે તેવી અને સઘળું નિશ્ચિત છે તેવી પ્રારબ્ધવાદી – એમ બે વિચારધારાઓ વચ્ચે શો તાર્કિક વિરોધાભાસ છે તેની રૂપરેખા આપી હતી. મેક્સ પ્લાંકે એવી ઘોષણા કરી કે 'આપણી પોતાની આંતરચેતના આપણને કહે છે કે આપણે પસંદગીનું કર્મ કરવા માટે મુક્ત છીએ. અને આ આંતરચેતના આપણને જે માહિતી આપે છે તે આપણી સમજણશક્તિનો અદ્યતન અને સર્વોચ્ચ ઉપયોગ છે.'

ધારો કે એક ક્ષણ માટે આપણે એવું પૂછીએ કે મનુષ્ય કર્મ કરવા માટે સ્વતંત્ર છે અથવા તો નિયતિએ નક્કી કરેલા રસ્તે જ તેણે આગળ વધવાનું છે. જો આપણે એવું માની લઈએ કે સમગ્ર વિશ્વમાં ચુસ્ત ગતિશીલ દૈવ સંયોગ જ પ્રવર્તે છે, તો પછી આપણે સૃષ્ટિના સંચાલનમાંથી મનુષ્યની ઇચ્છાને કેવી રીતે

બાકાત રાખી શકીએ? તો પછી આપણે જ્યારે એમ કહીએ કે મનુષ્ય સ્વેચ્છાએ તેનું કર્મ કરવા માટે મુક્ત છે તો તેનો મતલબ શો થાય? હવે બીજી રીતે આ વાત સમજીએ:

મનુષ્યને દર વખતે કોઈ પણ નિર્ણય લેતી વખતે ઓછામાં ઓછા બે વિકલ્પમાંથી એકની પસંદગી કરવાની તક મળતી હોય છે. કાર્ય-કારણનો સિદ્ધાંત મનુષ્ય માટે કોઈ કાર્ય કરવાની રૂપરેખા નક્કી કરી શકે નહીં અને તે તેને તેણે કરેલા કાર્યની નૈતિક જવાબદારી લેવાના નિયમમાંથી મુક્તિ પણ આપી શકે નહીં, કારણ કે તેની નૈતિક જવાબદારીની બહાલીનો નિયમ અન્ય કાયદામાંથી આવે છે, જેને કાર્ય-કારણના સિદ્ધાંત સાથે કોઈ નિસબત હોતી નથી. આવા સમયે તેનો અંતરાત્મા જ નૈતિક જવાબદારીના કાયદા માટેના લવાદની ભૂમિકા ભજવે છે. અને જ્યારે તે અંતરાત્માનો અવાજ સાંભળવા તત્પર હોય, ત્યારે તેણે તે શું કહે છે કે શું કરવા મંજૂરી આપે છે તે સાંભળવાનું હોય છે.

માનવીનું કોઈ પણ કર્મ કુદરતના કઠોર કાયદાનું અનિવાર્ય પરિણામ છે – એવું ઠેરવીને એક અણગમતી નૈતિક જવાબદારીમાંથી છટકવાના કોઈ પ્રયાસો કરે તે બહુ જોખમી સ્વભ્રમણા છે. કોઈ વ્યક્તિ પોતાનું ભવિષ્ય અગાઉથી નક્કી થઈ ચૂકેલા ભાગ્યને આધીન હોય તેવું માને અથવા તો કોઈ દેશ એવી ભવિષ્યવાણીમાં માને કે તેનું પતન કુદરતના કઠોર નિયમના આદેશ અનુસાર થયું છે, તો તે સંઘર્ષ કરવાના અને તેમાંથી પાર ઊતરવાના મનોબળના અભાવનું જ ઉદાહરણ સૂચવે છે.

મેક્સ પ્લાંકે બીજી એક મહત્ત્વની શોધ એ કરી કે પરમાણુ અંશકણ (સબએટોમિટ પાર્ટિકલ) એકલો હોય તો તેનો કોઈ અર્થ હોતો નથી, પરંતુ તે તમામ સાથે જોડાયેલો રહે તો જ તેનું અસ્તિત્વ સાર્થક થાય છે. ક્વોન્ટમ સ્તરે એટલે કે તાત્ત્વિક સ્તરે તેણે જોયું કે પદાર્થને બુદ્ધિગમ્ય એકમોમાં વિભાજિત કરી શકાય નહીં, પરંતુ તે સંપૂર્ણ રીતે અવિભાજ્ય છે. જો આપણે સૃષ્ટિને સમજવી હોય તો આંતરજોડાણોની એક ગતિશીલ જાળ રૂપે તેને જોવી પડે. માનવજાત ઊર્જાના એક ભાગ તરીકે આ સૃષ્ટિની બાકીની તમામ ચીજવસ્તુઓ સાથે જોડાયેલી છે. આ ઊર્જાક્ષેત્ર આપણા અસ્તિત્વનું કેન્દ્રીય એન્જિન છે. આપણે બધા મૂળભૂત રીતે આ ઊર્જાક્ષેત્ર સાથે જોડાયેલા છીએ તેથી આપણે ક્યારેય આ સૃષ્ટિનાં અન્ય પાસાંથી વિખૂટા પડી શકીએ નહીં.[૬૩]

જ્યારે આપણે આ સૃષ્ટિના તમામ સજીવો અને બધી વસ્તુઓ સાથે સંપૂર્ણ સંલગ્ન છીએ ત્યારે અન્યોનું શું થાય છે તેની પરવા કર્યા વિના અન્ય તમામ કરતાં વધુ સારી રીતે જીવવાના પ્રયાસો પોતાના માટે કરવા એ મૂર્ખતાપૂર્ણ છે. મનુષ્ય દુઃખી થાય છે તેનું વાસ્તવિક કારણ એ છે કે આપણે જાતે જ આપણા મૂળથી વિમુખ થઈ જઈએ છીએ અને આપણી જાતને એકલતામાં ધકેલી દઈએ છીએ. કુદરતે આપણું સર્જન એ માટે કર્યું નથી. આ રીતે આધુનિક ભૌતિકશાસ્ત્રે સૃષ્ટિમાં આપણને આપણું સ્થાન શું છે તેનું મૂલ્યાંકન આપ્યું છે. આપણાં ધર્મશાસ્ત્રો હંમેશાં જણાવતાં રહે છે તેમ, આપણી આંતરચેતના આ વિશ્વના ઘડતરમાં બહુ મહત્ત્વનું પરિબળ બને છે. સતત ગતિશીલ પરમાણુઅંશના કણનું જ્યારે આપણે નિરીક્ષણ કરીએ છીએ ત્યારે જ તે હલનચલન બંધ કરી સ્થાયી આકાર ધારણ કરે છે. ક્વોન્ટમ એટલે કે ઊર્જાકણના સ્તરે માનવજાત સહિત તમામ સજીવો એવા ઊર્જાકણોના સમૂહ છે જે ઊર્જાના અખૂટ ભંડારક્ષેત્ર સાથે સતત માહિતીની આપ-લે કરે છે. પ્રમુખસ્વામીજી આ ક્ષેત્રને ચિત્ત તરીકે ઓળખાવે છે. જીવનનાં તમામ પાસાંનાં જ્ઞાન કે માહિતીની જાણકારીનું ક્વોન્ટમ લેવલે આદાન-પ્રદાન થતું જ રહે છે.

હું બાળક હતો ત્યારે સાંજના સમયે કલાકો સુધી દરિયા ઉપર કતારબદ્ધ ઉડ્ડયન કરતાં પક્ષીઓને નિહાળ્યા કરતો. ખુલ્લા આકાશમાં મુક્ત વિહાર કરતાં આ પક્ષીઓ અચાનક કોઈ ગુપ્ત સંકેત મળ્યો હોય તેમ તેમના ઉડ્ડયનની દિશા બદલી નાખતાં હતાં. માછલીઓને પણ આવી રીતે વર્તતી જોઈ શકાય છે. મારું અનુમાન એવું હતું કે આપણે જેને સાંભળી શકતા નથી તેવા કોઈ ધ્વનિસંકેત કે કોઈ રડાર દ્વારા તેઓ કોઈ વિશિષ્ટ રીતે સંદેશાવ્યવહાર કરતા હશે. હવે ક્વોન્ટમ ઊર્જાક્ષેત્રના પ્રયોગો દ્વારા એ સિદ્ધ થયું છે કે તેઓ બધા આ ક્ષેત્ર સાથે જોડાયેલા હોય છે અને બધા એકસાથે જ એ ક્ષેત્રમાંથી સંદેશા ગ્રહણ કરે છે.

આપણા મગજ દ્વારા થતી વિચારવાની, લાગણી વ્યક્ત કરવાની વગેરે ક્રિયાઓનું જ્ઞાન આપણને આ ચિત્તક્ષેત્ર (ક્વોન્ટમ ફિલ્ડ) દ્વારા નિરંતર મળ્યા કરે છે, જેનું આપણાં શરીર અને મગજમાં સતત પ્રસરણ થયાં કરે છે. આપણી શારીરિક, માનસિક અને વર્તણૂકને લગતી બધી જ ક્રિયાઓમાં પરિવર્તનો ચોવીસ કલાકના ચક્રમાં આવતાં હોય છે. તમામ લોકો તેમના વાતાવરણમાં થતા અંધકાર અને પ્રકાશ મુજબ ઊંઘે છે અને જાગે છે. આ પ્રકારે લયબદ્ધ

ચક્રની પ્રક્રિયા પ્રાણીઓ, વનસ્પતિ અને અસંખ્ય સૂક્ષ્મ જીવો સહિત બધા જ સજીવોમાં જોવા મળે છે. આપણે સૃષ્ટિનો ધબકાર સતત ઝીલતા રહીએ છીએ.

આપણો દરેક શ્વાસ વૈશ્વિક શ્વાસનો ભાગ છે અને આપણે જે શ્વાસ બહાર છોડીએ છીએ તે દ્વારા વૈશ્વિક જીવનમાં યોગદાન આપીએ છીએ. શ્વાસ — જે જીવનનું બળ છે — તે દરેક વ્યક્તિમાં અને દરેક સ્થળે સરખું છે તેમજ સર્વત્ર, એકસાથે એકસરખું ફેલાયેલું છે. જો આપણે સૃષ્ટિના આ મહાન આદાન-પ્રદાનમાં જોડાઈએ તો જ આપણું જીવન સંપૂર્ણ બને.

મેક્સ પ્લાંક કહે છે:

આ તત્ત્વની શોધ માટે આખું જીવન સમર્પિત કરી દેનારી એક વ્યક્તિ તરીકે પરમાણુ અંગેનાં મારાં સંશોધનોના સંદર્ભમાં હું આટલું જ કહીશ: આ પદાર્થ જેવું કશું નથી. તમામ પદાર્થોની ઉત્પત્તિ અને અસ્તિત્વ એક પ્રચંડ બળને જ આભારી છે. આ બળને કારણે અણુનો કણ ચલિત થાય છે અને તે જ આ અણુની સૂક્ષ્મ સૂર્યપદ્ધતિને ટકાવી રાખે છે. આપણે એ માનવું જ પડે કે આ બળની પાછળ એક ચેતન-વંતું અને બુદ્ધિશાળી માનસ કાર્યરત છે. આ માનસ જ તમામ પદાર્થોનું ઉત્પત્તિસ્થાન છે.

૨૦

આધ્યાત્મિક, ભૌતિક રીતે પૂર્ણ વિકસિત જીવ

'મોંઘેરી ધરતી પર આપણી સફરનો હેતુ પોતાના વ્યક્તિત્વ અને આત્માનો સુમેળ સાધવાનો છે. તેનો હેતુ જીવનમાં સંવાદિતા લાવવાનો, સહકાર આપવાનો, જ્ઞાન વહેંચવાનો અને જીવન પ્રત્યે શ્રદ્ધા પ્રગટાવવાનો છે. તે આધ્યાત્મિક વિકાસ માટે છે. આ આપણી નવી ઉત્ક્રાંતિનો માર્ગ છે.'

– ગેરી ઝુકાવ
આધ્યાત્મિક ગુરુ અને લેખક

મારા જીવનકાળ દરમ્યાન જીવના આનુવંશિક રંગસૂત્રોમાં રહેલા પદાર્થ(DNA)ની શોધ કરવામાં આવી અને માનવીના આનુવંશિક ગુણસૂત્રોની સાંકેતિક ભાષા ઉકેલાઈ. શક્ય છે કે આગામી દાયકામાં જિનેટિક્સ અને કમ્પ્યૂટર્સ પરસ્પર જોડાઈ જશે. સેમિ કન્ડક્ટર્સ જેમ કામ કરતા જૈવિક તત્ત્વમાંથી ઓર્ગેનિક કમ્પ્યૂટર્સ વિકસાવી શકાશે. હવે તો શાળાનાં બાળકો પણ જાણે છે કે આપણાં ગુણસૂત્રોમાં આપણા ક્રમિક વિકાસની ગાથા મોલેક્યુલર જિનેટિક્સની ભાષા એટલે કે DNAમાં લખાયેલી હોય છે અને આ ગાથા-વર્ણનમાં ભૂલચૂકને કોઈ અવકાશ જ નથી. એ વાસ્તવિકતા બનશે જ્યારે તબીબ દર્દીને કહી દેશે કે

તમારાં ગુણસૂત્રોએ બંદૂક ભરી જ રાખી હતી અને તમારી જીવનશૈલીએ તો માત્ર તેનું ટ્રિગર જ દબાવ્યું છે. સંપત્તિની વસિયતની વાતો કે જન્મદત્ત ભવિષ્યને બદલે જીવનના પૂર્વનિર્ધારિત રીતે અંતની જિનેટિક્સની આખી વાત જ બહુ રોમાંચક સાબિત થવાની છે.[૬૪]

આધુનિક આનુવંશિક વિજ્ઞાનના શોધકર્તા પોતાના સમયના કોઈ જગ-પ્રસિદ્ધ વિજ્ઞાની હોવાનું તો ઠીક પણ તેઓ પરંપરાગત અર્થમાં એક વિજ્ઞાની પણ ન હતા. તેઓ બહુ આધુનિક પણ નહોતા. તેમનો જન્મ ઈ.સ. ૧૮૨૨માં હાલના ઝેક પ્રજાસત્તાકમાં થયો હતો. દરેક જીવ પેઢી દર પેઢી આનુવંશિક ગુણધર્મોની પરંપરા ધરાવે છે – એવું દુનિયામાં સૌ પહેલાં શોધી કાઢનારા ઑગસ્ટિનિયન સાધુ ગ્રેગોર મેન્ડલ નાની વયથી જ એક મઠમાં જોડાયા હતા અને હાઈસ્કૂલના વિદ્યાર્થીઓને કુદરતી વિજ્ઞાન શીખવતા હતા.

ગ્રેગોર મેન્ડલ પ્રકૃતિ પ્રત્યેના પ્રેમને કારણે સંશોધન પ્રત્યે આકર્ષાયા હતા. તેમને માત્ર વનસ્પતિમાં જ નહીં, પરંતુ હવામાનશાસ્ત્ર અને ઉત્ક્રાંતિના સિદ્ધાંતોમાં પણ રસ હતો. મેન્ડલને આશ્ચર્ય થતું કે વનસ્પતિમાં આવા અસાધારણ ગુણ કેવી રીતે હોય છે ! એક વાર તેઓ રોજિંદી ટેવ મુજબ મઠમાં ફરી રહ્યા હતા ત્યારે તેમનું ધ્યાન સુશોભન માટેના એક છોડની અસાધારણ વિવિધતા તરફ ગયું. તેમણે એ છોડને ત્યાંથી લઈને એક સાધારણ લાક્ષણિકતાવાળા છોડની બાજુમાં વાવ્યો. તેઓ છોડમાંથી તેના વંશજ છોડને સતત હારબંધ ઉગાડતા ગયા. તેઓ જાણવા માગતા હતા કે આ છોડની વિશેષતા તેના બીજમાંથી અન્ય છોડમાં પણ જળવાઈ રહે છે કે કેમ ? તેમણે નોંધ્યું કે જે છોડમાંથી બીજો છોડ ઉગાડ્યો હતો તેણે પોતાના પૈતૃક છોડ જેવી જ વિશેષતાઓ જાળવી રાખી હતી અને વાતાવરણનો આ છોડ ઉપર પ્રભાવ પડ્યો નહોતો. આ સામાન્ય નિરીક્ષણે આનુવંશિકતાના વિચારને જન્મ આપ્યો.[૬૫]

દરેક સજીવ તેનાં માતા અને પિતા બંનેમાંથી વારસાઈ અંશો લઈને આવે છે – તેવું દર્શાવતો આનુવંશિકતા અંગેનો પહેલો કાયદો સંપૂર્ણપણે મેન્ડલના છોડની ઉત્પત્તિ અંગેનાં નિરીક્ષણોને આધારે ઘડાયો છે. તેમાં જણાવાયું છે કે જિન્સ (ગુણસૂત્રો) જોડીમાં હોય છે. જ્યારે કોષ વિભાજિત થાય ત્યારે આ જિન્સની જોડી જુદી પડે છે. આ જિન્સની જોડી શુક્રાણુ અને સ્ત્રીબીજ બંનેનાં ગુણસૂત્રમાં હોય છે. મેન્ડલની આ થિયરી ઈ.સ. ૧૯૧૫માં જીવશાસ્ત્રી થોમસ

હંટ મોર્ગનના આનુવંશિકતાનાં ગુણસૂત્રોના સિદ્ધાંત સાથે જોડાઈ અને તેમાંથી પ્રશિષ્ટ જિનેટિક્સનો પાયો નખાયો. મોર્ગનને આનુવંશિકતામાં ગુણસૂત્રોની ભૂમિકાને સ્પષ્ટ કરી આપતાં સંશોધનો બદલ ઈ.સ. ૧૯૩૩માં નોબલ પ્રાઇઝ મળ્યું હતું.

ગ્રેગોર મેન્ડલનું જીવન સંદેશો આપે છે કે પોતાનું સમગ્ર જીવન, અધ્યાત્મને સમર્પિત કરી દેનારા એક અતિશય ધાર્મિક વ્યક્તિ પણ વિજ્ઞાનમાં રસ ધરાવતા હોય અને વૈજ્ઞાનિક શોધમાં બહુ પાયાનું પ્રદાન આપે તેવું બની શકે છે. એવું સહેલાઈથી ધારી શકાય કે મેન્ડલ એક શિક્ષિત વ્યક્તિ હતા અને તેમને કોઈ પણ બાબતમાં વિગતોમાં ઊતરવાની ધૂન હતી અને તેઓ બહુ ધૈર્ય અને લગન ધરાવતા હતા. તેમના દિલમાં લોકો માટે ઋજુ લાગણી હતી.

મેન્ડલના પ્રયોગોને વૈજ્ઞાનિક સમુદાયે પહેલાં તો નકારી કાઢ્યા હતા. અને તેમનું મૃત્યુ થયું ત્યાં સુધી તેમના પ્રયોગોને વ્યાપક સમર્થન મળ્યું ન હતું. તે સમયના મોટા ભાગના જીવશાસ્ત્રીઓ એવું માનતા હતા કે દરેક વ્યક્તિમાં જૈવિક વારસો આપોઆપ ઊતરી જાય છે અને તેમને તેમનાં માતા-પિતાના વિશિષ્ટ ગુણ સરેરાશ રીતે જ મળી જાય છે. હવે આવો કિસ્સો જોવા મળે તો તેને સહિયારી અસરો ધરાવતા બહુવિધ રંગસૂત્રોને આભારી ગણવામાં આવે છે. વિજ્ઞાનમાં રસ હોય તે દરેક વ્યક્તિને ભારપૂર્વક કહેવાવું જોઈએ કે જિનેટિક્સના નિયમોની શોધ એક એવી વ્યક્તિએ કરી છે, જેને ઉત્ક્રાંતિવાદમાં નહીં, પરંતુ પરમેશ્વરે માત્ર છ જ દિવસમાં સૃષ્ટિનું સર્જન કર્યું હતું એવી ગાથામાં શ્રદ્ધા હતી. પરંતુ તેમણે બાઇબલના ઉત્પત્તિશાસ્ત્રની એ વાતને સાચા અર્થમાં ચરિતાર્થ કરી બતાવી હતી કે 'તેમને આગળ આવવા દો... તેમની જાતિ પછી.'[૬૬]

૨૦૦૭માં મારી અમેરિકાની મુલાકાત દરમ્યાન જાણવા મળ્યું કે અમેરિકન જીવશાસ્ત્રી બ્રુસ હેરલ્ડ લિપ્ટન પોતાની શોધ એ સમર્થન આપવા માટે પ્રયાસ કરી રહ્યા છે કે જિન્સ (genes) અને ડીએનએ(DNA)ને વ્યક્તિની માન્યતાઓ અનુસાર ગોઠવી શકાય છે. મને તેમનું પુસ્તક *'ધ બાયોલોજી ઑફ બિલીફ'*[૬૭] પણ ભેટ અપાયું હતું. હજી હમણાં સુધી રૂઢિવાદી વિજ્ઞાનમાં એવી માન્યતા પ્રવર્તતી હતી કે જિન્સ જિંદગીનું નિયંત્રણ કરે છે. આ ખ્યાલને 'જિનેટિક ડિટર્મિનિઝમ' તરીકે ઓળખવામાં આવે છે. બ્રુસ લિપ્ટને તેમનાં પુસ્તક અને સંશોધનો દ્વારા ઉત્તેજના પ્રગટાવે તેવી એક નવી જ શાખા

'એપીજિનેટિક્સ'નો પ્રચાર શરૂ કર્યો છે, જે એક તદ્દન નવા જ સત્યને પ્રગટ કરી શકે છે. જિન્સ જીવન ઉપર નિયંત્રણ કરતા નથી, પરંતુ પર્યાવરણ અને ખાસ કરીને પર્યાવરણ વિશેની આપણી માન્યતાઓ જિન્સની પ્રવૃત્તિઓને નિયંત્રિત કરે છે. છેવટે આખી વાત એ બિંદુએ આવે છે કે આપણી જિંદગીનું ભાગ્ય નક્કી કરવામાં ભૌતિક દ્રવ્યને બદલે મન જ નિર્ણાયક બને છે.

બ્રુસ લિપ્ટનના ક્લોન્ડ સ્ટેમ સેલ્સ પર ચાલીસ વર્ષના સમયગાળામાં પથરાયેલા સંશોધનમાં એવું મિકેનિઝમ વિકસાવાયું છે કે જેના દ્વારા મગજમાં સર્જવામાં આવેલી ધારણાઓ આપણા શરીરમાં રહેલા ૫૦ ટ્રિલિયન જીવંત કોષોનાં જીવન અને ભાગ્ય પર નિયંત્રણ કરે છે. આપણી વિચારપ્રક્રિયાને કારણે મગજ કોષોને ચોક્કસ માહિતી સાથેનાં ન્યૂરોકૅમિકલ્સ અને વાઇબ્રેશન ધરાવતાં સિગ્નલ્સ આપે છે. મગજ દ્વારા જે સંકેતો મોકલવામાં આવે છે તે કોષોની આંતરત્વચામાં ગોઠવાયેલી પ્રોટિન પર્સેપ્શન સ્વિચ દ્વારા જૈવિક પ્રતિભાવોમાં ફેરવાય છે. આ પર્યાવરણીય સંકેતોને વાંચીને તે પ્રમાણે પ્રતિભાવ આપનારા આંતરત્વચામાં રહેલા પ્રોટીનને રિસેપ્ટર્સ કહેવામાં આવે છે.

બ્રુસ લિપ્ટન તેમના પુસ્તક *'ધ બાયૉલૉજી ઑફ બિલીફ'*માં લખે છે :

> *'કોષની આંતરત્વચામાં રહેલા રિસેપ્ટર્સના અભ્યાસ દરમ્યાન મને એવું કાંઈક જાણવા મળ્યું જેને કારણે મારા જીવનમાં ભારે પરિવર્તન આવી ગયું. હું વિજ્ઞાનને અધ્યાત્મનો વિકલ્પ માનતો હતો, પરંતુ સ્ટેમ સેલ કલ્ચરના અભ્યાસ દરમ્યાન મને ખ્યાલ આવ્યો કે જિંદગી એ અધ્યાત્મ વિરુદ્ધ વિજ્ઞાન નહીં, પરંતુ અધ્યાત્મ સાથે વિજ્ઞાનની બાબત છે. આપણે જે કાંઈ વિચારીએ છીએ, જે હલન-ચલન કરીએ છીએ, આપણી આજુબાજુ જે કંઈ છે, તે મૂળભૂત રીતે ઊર્જા જ છે. આથી, આપણે જે જિંદગીને સાકાર કરવા ઇચ્છીએ છીએ તેમાં વિચારો અને ઇરાદા બહુ શક્તિશાળી ભૂમિકા ભજવી શકે છે. આ વેબસાઇટ ઉપર જેઓ મારાં સંશોધનોનો અભ્યાસ કરી રહ્યા છે, તેઓ જાણે છે કે એવાં કેટલાંક પરિબળો છે, જે આપણને નકારાત્મકતા તરફ ઘસડી જવા બહુ પ્રયાસ કરે છે.'*

જ્યારે મેં પ્રમુખસ્વામીજીનાં જીવન અને કાર્યો સાથે આ સ્ફુરણાઓને સાંકળી જોઈ ત્યારે મને સમજાયું કે 'જાગ્રત થવાની' આ પ્રક્રિયા ખરેખર એક

અંગત અનુભવ છે. બ્રુસ લિપ્ટન જે ઊર્જાની વાત કરે છે તે ઊર્જા દ્વારા જ ગુરુ આપણામાં જાગૃતિ પ્રેરે છે. અને આ જાગૃતિ એવી જ સાહજિકતાથી આવે છે, જે સાહજિકતાથી માતાપિતા પોતાનાં આનુવંશિક લક્ષણો બાળકોને આપતાં હોવાનું ગ્રેગોર મેન્ડલે વર્ણન કર્યું છે. એક વાર આપણે આપણી હયાતી અંગે આપણા ગુરુ દ્વારા સભાન થઈ જઈએ અને આપણને આપણી સાચી પ્રકૃતિનો ખ્યાલ આવી જાય, તેમ જ આપણને એ પણ ખ્યાલ આવી જાય કે આપણે જે દુનિયાને સાચી માનતા હતા તે એવી તો નથી જ – કે જેવું આપણને કહેવામાં આવ્યું હતું – તો તે જાણ્યા પછી ત્યાંથી પાછું વળીને જોવું પડતું નથી.

એવું પણ જરૂરી નથી કે આ પછી આપણે તપસ્વી તરીકે એકાંત જીવન જ ગાળવું જોઈએ. આપણે આ દુનિયામાં એક સચેત અને જાગ્રત વ્યક્તિ તરીકે રહી શકીએ છીએ અને કાર્ય કરી શકીએ છીએ. બી.એ.પી.એસ. સંસ્થાના માધ્યમથી જીવનના દરેક ક્ષેત્રમાં આવી જાગૃતિ થઈ રહી છે.

કોર્પોરેટ ક્ષેત્રનો કર્મચારી માનવ-સમાજમાં કરવામાં આવતાં કૌભાંડોથી જાગ્રત થઈ, તે સામે માથું ઉઠાવે છે અને કૌભાંડોના ઢાંચામાંથી પોતાને મુક્ત કરે છે અથવા જ્યારે સામાન્ય કરદાતાને જ્ઞાન થાય છે કે તે એક એવા લશ્કરી-ઔદ્યોગિક સરકારી તંત્રને અનુદાન આપી રહ્યો છે, કે જે ગમે તે ભોગે સમગ્ર વિશ્વ ઉપર અંકુશો લાદીને તેના પર સત્તા જમાવવા ઇચ્છે છે, ત્યારે સાચી જાગૃતિ આવી તેમ કહી શકાય.

મહત્ત્વનું એ છે કે માનવજાતની મૂળભૂત આધ્યાત્મિક પ્રકૃતિ, જેને આપણે સામાજિક સ્વતંત્રતા કે પછી આઝાદી કહીએ, તે વાસ્તવમાં આપણે જે કંઈ છીએ તેના સર્જન અને સંવર્ધન માટે છે – અને તે કચડાવી ન જોઈએ. સારા લોકોએ એ સમજી લેવું જોઈએ કે તેઓ જાણતાં કે અજાણતાં ખરાબ લોકો, દુષ્ટ સત્તાઓ અને અનિષ્ટ આયોજનો માટે કામ કરે છે. આ જાગૃતિથી તેમને આપણી વર્તમાન વ્યવસ્થાને બદલવામાં અને સુધારવામાં મદદ મળશે. મેં જોયું છે કે સ્વામિનારાયણના સાધુઓ અને ભક્તો સારી વ્યક્તિ તરીકે સર્વને ઉપયોગી સામાજિક કાર્યક્રમો દ્વારા અદ્‌ભુત સેવા કરી રહ્યા છે. તેમને આસ્થા છે કે આનાથી રચનાત્મક પરિવર્તન આવશે.

આ બધા વચ્ચે એ પણ જાણવું જરૂરી છે કે આ વિશ્વમાં કપટી અને વિનાશક સત્તાઓ અને તંત્રો પણ વ્યાપક છે. તેઓ પાંગળા આરોગ્ય, નબળા

શિક્ષણ, છીછરાં મનોરંજન, ઇલેક્ટ્રોનિક મીડિયા, નીતિભ્રષ્ટ કરી દેતાં કામુકતા-લક્ષી મનોરંજન અને હિંસા દ્વારા માનવજાતને નબળી પાડવાની અને ગુલામ બનાવવાની કોશિશ કરે છે. હું જ્યારે સમાજનાં વિવિધ ક્ષેત્રમાંથી સ્વામિનારાયણ મંદિરોમાં સેવા કરવા આવતા લોકોને નિહાળું છું ત્યારે હું જોઈ શકું છું કે તેમનામાં ભ્રષ્ટ ભોગવાદી વિશ્વ સામે એક સભાન ચેતના અને આંતરિક જાગૃતિ જોવા મળતી હોય છે અને તેઓ તેમની આસપાસના ઝેરીલા સામાજિક અને ભૌતિક વિશ્વની વચ્ચે રહીને પણ ઉન્નતિ તરફ અભિમુખ થયેલા હોય છે.

નવી આધ્યાત્મિક સમજ મેળવવાની શુભ અસર એ છે કે તે આપણી આસપાસની નકારાત્મક અસરોને એક તરફ ફેંકી દે છે. આપણે અત્યારે ગમે તેવી પરિસ્થિતિમાં હોઈએ તોપણ આપણે સાચી અદમ્ય આધ્યાત્મિકતા સમજવાના નવા માર્ગો શોધી કાઢીએ છીએ અને તે આપણને બહુ ઊંડી શાંતિ અને વિશ્વાસ બક્ષે છે. એમ કહેવાય છે કે મોટા ભાગના લોકો સાચા પરિવર્તનને ત્યારે જ આવકારે છે, જ્યારે યથાવત્ પરિસ્થિતમાં રહેવાની પીડા તેમને તે તરફ ધકેલાવા માટે ફરજ પાડે અથવા તો નસીબ તેમના માટે અન્ય કોઈ વિકલ્પ ન છોડે. મારા પુસ્તક *'ટાર્ગેટ ૩ બિલિયન'*માં મેં ઉલ્લેખ કર્યો છે કે જ્યારે વિકસિત દેશોના લોકો વૈભવ માણવાના હેતુથી તૈયારીઓ કરતા હોય છે, ત્યારે બાકીના વિશ્વના લોકો કોઈ નોંધપાત્ર સારા પરિવર્તન માટે સંઘર્ષ કરતા હોય છે, કારણ કે તેમના માટે તે જ સ્થિતિમાં પડ્યા રહેવાની પીડા અસહ્ય બની ગઈ હોય છે.

આપણી આંતરિક જિંદગીમાં પણ યથાસ્થિતિ ખરેખર પલાયનવાદ છે. આપણે સૌ જન્મથી જ અદ્ભુત બુદ્ધિપ્રતિભા, કોઈ પણ કામ તીવ્રતાથી કરી શકવાની ક્ષમતા અને બહુ સુંદર કલાકૃતિઓ સર્જવાની ક્ષમતા ધરાવીએ છીએ; પરંતુ વિધિની વક્રતા એ છે કે જે બાબતો આપણને માનવ બનાવે છે, તે જ આપણને આપણી જાત સાથેનું અને આપણે જે દુનિયામાં રહીએ છીએ તેની સાથેનું જોડાણ ગુમાવી દેવા તરફ ધકેલે છે. આપણે એક પૂરક દુનિયા ઊભી કરી દઈએ છીએ અને તેમાં જ રહેવાનું પસંદ કરીએ છીએ, અને ભૂલથી આપણે આપણી આસપાસ આપણા વિશે, આપણને શું ગમે છે અને શું નહીં, આપણને શું લાગે છે, આપણે શેને સારું કે ખરાબ માનીએ છીએ – એવી બધી આપણી માન્યતા પ્રમાણેની જ દુનિયા જોવા ઇચ્છીએ છીએ.

આ બધી વસ્તુઓ આપણને વ્યક્તિગત ઓળખની સૂઝ આપે છે. તેના

દ્વારા આપણે એવું વિચારવા માંડીએ છીએ કે આપણે કંઈક અદ્વિતીય, સ્વતંત્ર અને આપણી આસપાસ જેટલું છે તે બધાથી અલગ છીએ. આપણા વિચારો, ખ્યાલો અને અભિપ્રાયો આપણે આપણી જાતને માનવ તરીકે કેવી કલ્પીએ છીએ તેને સાકાર સ્વરૂપ આપવા લાગીએ છે. અને ત્યારથી આપણે આપણી પસંદગીની જ જિંદગી જીવીએ છીએ. આપણે જ આપણા એકલવાયા અને વિખૂટા સેનાપતિ બની જઈએ છીએ. આપણી અંગત દુનિયાની બહાર ડોકિયું કરવાની દૃષ્ટિ આપણે ગુમાવી બેસીએ છીએ. આપણે આપણી જાતને બધાથી અલિપ્ત કરી એક કિલ્લામાં કેદ કરી દઈએ છીએ.

આ પ્રકારના વર્તનથી અને મર્યાદિત જાગૃતિને કારણે આપણે અન્ય લોકો માટે અભેદ્ય બની જઈએ છીએ. આપણી જિંદગીના ભાવનાત્મક માળખામાં બંધ બેસતી ન હોય તેવી અન્ય લોકોની શિખામણ આપણે નકારી કાઢીએ છીએ. જે લોકો જુદી જુદી ચીજો બાબતે આપણાં મૂલ્યાંકન અને લાગણીઓ સાથે સંમત થાય તેમના જ અભિપ્રાયો સાથે આપણે સંમત થઈએ છીએ. આપણે આપણા અભિપ્રાયોના સ્વરૂપ અને પાયા અંગે સીધી કે આડકતરી રીતે તપાસ કરતા નથી. આપણી આવી અજ્ઞાનતાને કારણે આપણે ખુશામતપ્રિય બની જઈએ છીએ. આપણે આપણને ગમતી યથાસ્થિતિની દયા પર જ નભવા લાગીએ છીએ. આપણે આ જ દિશામાં આગળ વધતા રહીએ તો આપણી સાચી ક્ષમતાને ગુમાવી દઈએ છીએ અને તે સાથે આ પરિસ્થિતિમાંથી ઊગરવાની સંભાવના વધુ મુશ્કેલ અને દૂર થતી જાય છે.

કમનસીબે જ્યાં સુધી આપણે જાતે જ અથવા તો પછી આવા કિલ્લામાંથી બહાર નીકળવાની બારી ખોલી આપે તેવા કોઈ મહાન ગુરુની મદદ ન મળે ત્યાં સુધી આ વાસ્તવિકતાને સમજી શકતા નથી. આવા ગુરુ બંધ કિલ્લામાંથી બહાર નીકળવાની બારી ખોલી આપે, તે પછી પણ આપણે આ સાંસારિક બંધનો જે અજ્ઞાન અને ભૂલોને કારણે સ્વીકારી લીધાં હતાં, તેમાંથી બહાર નીકળવાની તત્પરતા અને ગંભીરતા અપનાવવી પડે છે. આપણે આપણી જાતે સર્જેલી આ માન્યતાઓનું માળખું એટલું મજબૂત અને જડ હોય છે કે તે તેનાથી આગળનું જોઈ શકવાની આપણી દૃષ્ટિ હરી લે છે. આપણી સમક્ષ સત્ય ગમે તેટલું સ્પષ્ટ અને સીધી રીતે પ્રગટ થાય તોપણ તે તેને ઝાંખું કરી દે છે. ગુણાતીત સાધુઓ આપણને આ વૈશ્વિક બીમારીમાંથી ઊગરવાનો માર્ગ દર્શાવે છે. જોકે, સફળ

પરિણામો પ્રાપ્ત કરવા માટે આપણે દૃઢ વિશ્વાસ, મક્કમ નિર્ધાર અને સમર્પિત અમલની તૈયારી રાખવી જ પડે. જો તમારી શ્રદ્ધા અડગ હોય તો તમે પુરુષોત્તમ જેવા પૂર્ણ બની શકો છો. સ્વામિનારાયણ સંપ્રદાય આપણી માનવીય ચેતનાને એ ગુલામી સ્વરૂપમાંથી સ્વતંત્ર કરવામાં મદદ કરે છે. તે આપણને વ્યક્તિગત રૂપે, દેશ તરીકે અને સમગ્ર પૃથ્વીના લોકોને સાચા રસ્તે જવાનો માર્ગ બતાવે છે.

૨૧

પ્રભુનો પ્રબુદ્ધ પ્રેમ એ જ સર્વોચ્ચ સદ્‌ગુણ

'ભગવાન એક એવું રૂપક છે, જે બૌદ્ધિક વિચારોનાં તમામ સ્તરોથી પર છે. બસ, એ આટલી જ સરળ વાત છે.'

– જોસેફ કેમ્પબેલ

પુરાણશાસ્ત્રી અને લેખક

જો કોઈ વ્યક્તિના મસ્તક ઉપર બહુ ઊંચાઈએથી પથ્થર પડે અને તેનું મૃત્યુ થાય તો એવું માનવામાં આવી શકે કે એ પથ્થર એ વ્યક્તિને મારવા માટે જ પડ્યો હશે. જો પથ્થર આ રીતે તેની પર ન પડે, તો માની લેવાય છે કે ભગવાન તેને બચાવી લેવા ઇચ્છતા હશે. ઘણી બધી પરિસ્થિતિઓ આવી આકસ્મિક રીતે કેવી રીતે સર્જાઈ શકે? કદાચ એવું બન્યું હોય કે પવન ખૂબ ઝડપથી ફૂંકાયો હોય અને તે વ્યક્તિ એ સમયે જ ત્યાંથી પસાર થઈ હોય. પણ, કદાચ આપણને દલીલ સૂઝે કે એ સમયે જ પવન એટલો ઝડપથી કેમ ફૂંકાયો હશે? તે વ્યક્તિ એ જ સમયે કેમ ત્યાંથી પસાર થઈ? જો તમે જવાબ આપો કે પવન તોફાની બન્યો હતો, કારણ કે આગલા દિવસે વાતાવરણ શાંત હતું, પણ પછી એકદમ દરિયાનાં મોજાં ઊછળવા લાગ્યાં અને તે વ્યક્તિને તેના મિત્રે ત્યાં બોલાવી હતી. પણ, આમ સવાલ-જવાબની હારમાળા ચાલ્યા જ કરશે. દરિયો તે સમયે

જ કેમ તોફાની બન્યો? તે વ્યક્તિને તેના મિત્રે તે સમયે જ કેમ બોલાવી? આવા પ્રશ્નોની હારમાળા ત્યાં સુધી નહીં અટકે જ્યાં સુધી હારી-થાકીને એમ માની લેવામાં ન આવે કે જે થયું તે પરમેશ્વરની ઇચ્છાથી થયું હશે !

બરુખ સ્પિનોઝા કહે છે : દરેક ઘટનામાં આમ ભગવાનની ઇચ્છા હોય તેવું માનવું એટલે 'અજ્ઞાનના જંગલમાં' ભટકવા બરાબર છે. તેમણે લખ્યું છે કે –

> *એક શિક્ષિત વ્યક્તિની જેમ કોઈ વ્યક્તિ ચમત્કારો પાછળનું સાચું કારણ જાણવા ઇચ્છે અને ભોળાભાવે જિજ્ઞાસા વ્યક્ત કરે, તો કુદરત અને ભગવાનનું અર્થઘટન કરવાનું સ્થાન મેળવી ચૂકેલા કેટલાક લોકો, તેને પાખંડી અને અધર્મી તરીકે ગણાવી ધુત્કારી કાઢશે. કારણ કે એવા લોકો જાણે છે કે જો એ અજ્ઞાન દૂર થઈ જશે તો તેમની પોતાની સત્તા માટે તર્ક કરવાના કે તેનો બચાવ કરવાના એકમાત્ર ઉપાય જેવા એ મૂર્ખતાભર્યા ચમત્કારો પણ તેમની પાસેથી ઝૂંટવાઈ જશે.*[૬૮]

સ્પિનોઝાના પ્રદાનનું મહત્ત્વ અને ઊંડાણ તેમના મૃત્યુ પછી ઘણા સમય સુધી કોઈને પૂર્ણ રીતે સમજાયાં ન હતાં. બરૂખ સ્પિનોઝા ડચ તત્ત્વજ્ઞાની હતા. સ્વ અને સૃષ્ટિ અંગેના આધુનિક વિચારોની બૌદ્ધિક પૃષ્ઠભૂમિ તૈયાર કરનારા સ્પિનોઝા કાચ ઘસવાનું કામ કરવા જેવી સાદી જિંદગી જીવતા હતા. તેમણે શિક્ષક તરીકેના પ્રતિષ્ઠિત પદ સહિતનાં અનેક ઍવોર્ડ અને ઇનામો જીવનભર ફગાવ્યાં હતાં. તેમણે પોતાનો પૈતૃક વારસો પોતાની બહેનને આપી દીધો હતો. તેમના તત્ત્વજ્ઞાનની સિદ્ધિ અને નૈતિક ચારિત્ર્યથી પ્રભાવિત ફ્રેંચ તત્ત્વજ્ઞાની જિલ ડિલ્યૂઝે તેમને *'પ્રિન્સ ઑફ ફિલોસોફર્સ'*નું બિરુદ આપ્યું હતું.

સ્પિનોઝાની દલીલ હતી કે ભગવાનનું અસ્તિત્વ છે જ અને તેઓ અમૂર્ત તથા નિરાકાર છે. તેઓ દૃઢપણે માનતા હતા કે વિશ્વમાં જે કાંઈ અસ્તિત્વ ધરાવે છે તે એક જ વાસ્તવિક છે. આપણી આસપાસની અને આપણે જેના ભાગરૂપ છીએ તે આ તમામ વાસ્તવિકતાનું સંચાલન એક જ નિયમાવલિ દ્વારા થાય છે. સ્પિનોઝા પરમેશ્વર અને પ્રકૃતિને એક જ વાસ્તવિકતાનાં બે નામ તરીકે નિહાળતા હતા. તેઓ માનતા હતા કે પ્રકૃતિ અને પરમેશ્વર એક જ મૂળભૂત તત્ત્વ છે. આ વિશ્વનો આધાર પદાર્થ નહીં, પરંતુ આ એક જ તત્ત્વ છે. અન્ય તમામ ચીજો આ એક જ આધારનાં સ્વરૂપો કે સુધારા છે. વધુમાં તેઓ એવું

માનતા હતા કે દરેક વસ્તુની રચના અને તેની અસર કુદરતે જ નિર્ધારિત કરી છે અને આ કારણ તથા અસરની જટિલ શૃંખલાનો હજુ કેટલોક ભાગ જ સમજી શકાયો છે.

સ્પિનોઝા સંપૂર્ણપણે નિયતિવાદમાં માનતા હતા. આ વાદ અનુસાર, જે કાંઈ બને છે તે સઘળું જરૂરિયાતના કારણે જ બને છે. તેઓ કહેતા કે માણસનો વ્યવહાર પણ સંપૂર્ણપણે નિયતિ-આધારિત છે, જેમાં તેને પોતાની ક્ષમતા જાણવાની સ્વતંત્રતા હોય છે કે આપણે નિયતિથી બંધાયેલા છીએ અને એ સમજવાની પણ સ્વતંત્રતતા હોય છે કે આપણે નિર્ધારિત કાર્ય કરવા જ નિયુક્ત થયા છીએ. સ્વતંત્રતા એ આપણી સાથે જે કંઈ બને છે તેને નકારવાની સંભાવના નહીં, પરંતુ તેને સ્વીકારવાની સંભાવના છે. આપણી સાથે જે કંઈ બન્યું તે આ રીતે જ કેમ બન્યું ? તે સંપૂર્ણપણે સમજવું એ સ્વતંત્રતા છે. આપણે શું કરીએ છીએ તે વિશે અને આપણી લાગણીઓ અને આપણા આકર્ષણો વિશે ઉચિત વિચાર કરીને આપણે આપણી આંતરિક કે બાહ્ય અસરો માટેનું પર્યાપ્ત કારણ બનીએ છીએ. જેનાથી આપણી નિષ્ક્રિયતાને બદલે સક્રિયતામાં વૃદ્ધિ થાય છે. [૬૯]

સ્પિનોઝા લખે છે કે દરેક ઘટના જે પ્રમાણે બનવાની હોય તે મુજબ જ સર્જાય છે. આથી, મનુષ્ય પાસે કોઈ સ્વતંત્ર ઇચ્છા નથી. આમ છતાં લોકો માને છે કે તેઓ સ્વતંત્ર ઇચ્છાઓ ધરાવે છે. સ્વતંત્રતાની આ ભ્રમણા આપણી માનવીય ચેતના, અનુભવો તથા અગ્રિમ કુદરતી કારણો તરફની ઉપેક્ષાને કારણે સર્જાય છે. લોકો માને છે કે તેઓ સ્વતંત્ર છે, પરંતુ ખરેખર તો તે એક દિવા-સ્વપ્ન છે. સ્પિનોઝાના મતે આપણી દરેક ક્રિયા કે કર્મો સંપૂર્ણપણે કુદરતની ઇચ્છાને આધીન છે. તેમનું પ્રસિદ્ધ વિધાન છે કે 'માણસ તેની ઇચ્છાઓ વિશે સભાન છે, પરંતુ આ ઇચ્છાઓ પૂર્વનિર્ધારિત છે તે વિશે તે અજાણ છે.' સ્પિનોઝા તેમની આ વાત તેમના પુસ્તક *'એથિક્સ'*માં નીચેનાં પ્રસિદ્ધ અવતરણ દ્વારા નિયતિવાદને વધુ સ્પષ્ટ રીતે સમજાવે છે :

> *નવજાત બાળક માને છે કે તે પોતાની મરજીથી માતાનું ધાવણ ઇચ્છે છે, ગુસ્સે થયેલો તરુણ માને છે કે તે પોતાની ઇચ્છાથી ખીજ ઉતારી રહ્યો છે, ડરપોક માણસ માને છે કે તે પોતાની ઇચ્છાથી ભાગી રહ્યો છે, દારૂડિયો માને છે કે તેના પોતાના મગજ પર પોતાનો સ્વતંત્ર*

કાબૂ છે એટલા માટે જ તે એવા શબ્દો બોલી રહ્યો છે, જે કદાચ
નશામુક્ત હાલતમાં પોતે બોલવાનું ટાળ્યું હોત... સૌ માને છે કે
તેઓ જે કાંઈ બોલી રહ્યા છે તે માટે તેમનું મન સંપૂર્ણપણે તેમના
અંકુશમાં છે, પરંતુ ખરેખર સત્ય એ છે કે તેઓ જેના કારણે બોલી
રહ્યા હોય છે એ આવેગોને કાબૂમાં રાખવાની કોઈ સત્તા તેમની પાસે
હોતી નથી.[૭૦]

સ્પિનોઝાના મતે 'દોષ' અને 'પ્રશંસા'નું કોઈ અસ્તિત્વ નથી. તે માત્ર માનવના મગજમાં રહેલા માનવીય ગુણો છે. આવું થવાનું કારણ એ છે કે આપણે માનવીય ચેતનાના આપણા અનુભવો સાથેના જોડાણને એટલું અનુકૂળ અર્થમાં ઢાળી દીધું છે કે આપણે તેના આધારે ખોટી પસંદગીઓને આદર્શ બનાવી દીધી છે. આ સૃષ્ટિમાં જે કાંઈ બને છે તે તત્ત્વની મૂળ પ્રકૃતિ પ્રમાણે, કુદરત અથવા ભગવાન દ્વારા જરૂરિયાત મુજબ બને છે. સ્પિનોઝાના મતે વાસ્તવિકતા એ પૂર્ણતા છે. જો સંજોગો દુર્ભાગ્યપૂર્ણ છે એમ લાગતું હોય તો તેનું કારણ વાસ્તવિકતા અંગેના આપણા અપૂર્ણ ખ્યાલો છે. કારણ અને તેની અસરની સમગ્ર શૃંખલાના અંશો માનવીય સમજની બહાર નથી, પરંતુ જટિલ અનંતને સમજવું માનવીય સમજશક્તિની બહાર છે. કારણ, આ સમગ્ર પ્રક્રિયાને વિજ્ઞાન પણ પ્રયોગમૂલક મર્યાદાથી જ નિહાળતું હોય છે.

સ્પિનોઝા એમ પણ કહે છે આપણી બુદ્ધિગ્રાહ્યતા ભલે વ્યવહારુ અને વાણીપ્રદર્શન માટે ઉપયોગી હશે, પરંતુ તે વૈશ્વિક સત્ય શોધવા માટે સક્ષમ નથી. સ્પિનોઝાની ગાણિતિક અને તાર્કિક અભિગમ ધરાવતી અધ્યાત્મ-મીમાંસા અને તેના કારણે મૂલ્યોનું છેવટે એ તારણ મળે છે કે અધૂરી સમજને કારણે લાગણીઓ બંધાય છે. આત્મરક્ષણ-વૃત્તિનો ખ્યાલ રજૂ કરતાં સ્પિનોઝા કહે છે કે માનવો સાહજિક રીતે જ અસ્તિત્વને જાળવી રાખવા માટેનો ઝોક ધરાવતા હોય છે અને આ અસ્તિત્વની જાળવણીમાં સફળતા દ્વારા જ માનવીય શક્તિ કે સદ્‍ગુણની વ્યાખ્યા બાંધવામાં આવે છે. માનવીના નૈતિક સિદ્ધાંતમાં તર્ક કેન્દ્રસ્થાને હોવાથી આવું બને છે. પણ સ્પિનોઝાના મતે, ખરેખર સર્વોચ્ચ સદ્‍ગુણ તો પરમેશ્વર કે પ્રકૃતિ કે વિશ્વ માટેનો બૌદ્ધિક પ્રેમ અથવા તો જ્ઞાન જ છે.

તેમના પુસ્તક 'એથિક્સ'ના સમાપનમાં તેમણે સાચા આશીર્વાદ પ્રાપ્ત હોવા એટલે શું ? તે વિશે સેવેલી ચિંતા, તેમજ કેવી રીતે લાગણીઓને બાહ્ય

કારણોથી અલિપ્ત રાખવી જોઈએ અને તે રીતે તેના ઉપર પ્રભુત્વ મેળવવું જોઈએ ? તે વિશે આપેલી સમજણે ૧૯૦૦ના અરસામાં વિકસેલી મનોવૈજ્ઞાનિક ટેકનિકની છડી પોકારી હતી. જ્ઞાનનાં મંતવ્ય, તર્ક અને અંતઃસ્ફુરણા એવા ત્રણ પ્રકાર હોવાનો તેમનો ખ્યાલ અને અંતઃસ્ફુરણાનું જ્ઞાન સાચી માહિતી આપે છે, તેવું તેમનું વિધાન આગળ જતાં એ ખ્યાલ તરફ દોરી ગયા કે સ્વ વિશે તથા પ્રકૃતિ કે વિશ્વ વિશે આપણે જેટલા સભાન હોઈએ તેટલા આપણે વધુ પૂર્ણ અને આશીર્વાદ પામનારા બનીએ છીએ અને અંતઃસ્ફુરણાથી મળતું જ્ઞાન જ અમર હોય છે. ક્રાંતિકારી તત્ત્વજ્ઞાન વિચારધારાઓના સમયમાં પણ મનની કામગીરી સમજવામાં તેમનું પ્રદાન અજોડ બન્યું હતું. તેમના અભિપ્રાયોએ ધર્મના ગૂઢ ભૂતકાળ અને વર્તમાન મનોવિજ્ઞાન વચ્ચે સેતુરૂપ ભૂમિકા ભજવી હતી. આ વિશ્વ પૂરેપૂરા નિયમબદ્ધ સિદ્ધાંતોથી ચાલે છે. તેમાં સારું કે ખરાબ એવું કાંઈ છે જ નહીં અને બધું જરૂરિયાત મુજબ બને છે. અત્યારે આપણને વિશ્વ અપૂર્ણ દેખાય છે તે આપણી મર્યાદિત સમજણને કારણે છે, એવો ખ્યાલ તેમણે રજૂ કર્યો છે.[૭૧]

૧૮મી સદીના ઉત્તરાર્ધમાં સ્પિનોઝાના તત્ત્વજ્ઞાને યુરોપિયનો પર બહુ પ્રભાવ પાથર્યો હતો. તેમના મતે તે ભૌતિકવાદ, નાસ્તિકવાદ અને દેવવાદનો વિકલ્પ હતો. તેનાથી માત્ર તાર્કિક ધોરણે જ પરમેશ્વરના અસ્તિત્વમાં માનવાનો વિચાર જન્મ્યો. તેમના ત્રણ ખ્યાલ લોકોને બહુ સ્પર્શી ગયા હતા :

૧. તમામ જીવસૃષ્ટિનું ઐક્ય
૨. જે કાંઈ બને છે તેની નિયમિતતા
૩. આત્મા અને કુદરતની ઓળખ

અનેક લેખકોએ સ્પિનોઝાના તત્ત્વજ્ઞાન અને પૂર્વના દેશોની તત્ત્વજ્ઞાન પરંપરાઓ સાથે સરખામણીની ચર્ચા કરી છે. ઓગણીસમી સદીના જર્મન સંસ્કૃત વિદ્વાન થિયોડોર ગોલ્ડસ્ટુકર પહેલા વ્યક્તિ હતા જેમણે સ્પિનોઝાના આધ્યાત્મિક ખ્યાલો અને ભારતની વેદાંત-પરંપરા વચ્ચેના સામ્ય તરફ ધ્યાન દોર્યું હતું. તેમણે સ્પિનોઝાના ખ્યાલો અંગે લખ્યું હતું કે –

> *'સ્પિનોઝાની વિચારધારા તત્ત્વજ્ઞાનની એ પશ્ચિમી વિચારધારા છે, જે તમામ રાષ્ટ્રો અને તમામ યુગમાં સૌથી મોખરાનું સ્થાન ધરાવે છે. આ વિચારધારા અને વેદાંતના ખ્યાલો વચ્ચે એટલી હદે સામ્ય જોવા મળે છે કે સ્પિનોઝાએ પોતાના ખ્યાલો ક્યાંક હિંદુ વેદાંતના સિદ્ધાંતો પરથી*

તો પ્રેરિત થઈને રજૂ નથી કર્યાને ! તેવી શંકા સહેજે ઉદ્ભવે છે. તેમની જીવનકથા પરથી શું આપણને ખ્યાલ નથી આવી જતો કે તેઓ હિંદુત્વના જ્ઞાનથી સાવ અજાણ નહોતા? સ્પિનોઝાનું પોતાનું જીવન ઉચ્ચ, નૈતિક, પવિત્રતાસભર રહ્યું હતું અને તેઓ દુન્યવી આનંદ પ્રત્યે તદ્દન ઉપેક્ષા સેવતા હતા. તેનો અર્થ એ કે તેઓ હંમેશાં એક સાચા વેદાંત તત્ત્વજ્ઞાની જેવા બનવા માગતા હતા. વેદાંતના અને સ્પિનોઝાના તત્ત્વજ્ઞાનના મૂળભૂત ખ્યાલોને સરખાવતાં આપણને એ સાબિત કરવામાં કોઈ મુશ્કેલી નડતી નથી કે જો સ્પિનોઝા હિંદુ હોત તો તેમનું તત્ત્વજ્ઞાન વેદાંત તત્ત્વજ્ઞાનના અંતિમ અને ઉચ્ચ તબક્કા સમાન જ ગણાયું હોત.'[૭૨]

મેક્સમૂલરે તેમનાં પ્રવચનોમાં વેદાંત અને સ્પિનોઝાના તત્ત્વજ્ઞાન વચ્ચેની ધ્યાનાકર્ષક સમાનતાઓ તરફ ધ્યાન દોરતાં કહ્યું છે કે બ્રહ્મ વિશે ઉપનિષદમાં જે ખ્યાલ રજૂ કરાયો છે અને શંકરાચાર્યે તેની જે વ્યાખ્યા આપી છે તે અને સ્પિનોઝાએ આપેલા 'સબસ્ટેન્શિયા'ના ખ્યાલ તદ્દન સમાન છે. 'થિયોસોફિકલ સોસાયટી'ના સ્થાપક હેલેના બ્લાવેત્સ્કીએ પણ તેમના એક અધૂરા નિબંધમાં વેદાંત અને સ્પિનોઝાના આધ્યાત્મિક ખ્યાલો વચ્ચેની સમાનતાની ચર્ચા કરી છે :

'સ્પિનોઝાનું દૈવી તત્ત્વ – 'નટુરા નટુરન્સ' – સરળ અને એક છે. તમામ સુધારા કે પારસ્પરિક સંબંધોની અનંત શ્રેણીમાં પણ જે દૈવી તત્ત્વની વાત કરાઈ છે તેનાં લક્ષણો-ગુણધર્મોમાંથી પ્રત્યક્ષ પરિણામ રૂપે ઊભરી આવતું દૈવી તત્ત્વ 'નટુરા નટુરન્સ' પણ વૈદિક દૈવી તત્ત્વની જેમ પવિત્ર અને સરળ છે.'[૭૩]

એક લેખકે જ્યારે આઈન્સ્ટાઇનને *'ધેર ઈઝ નો ગૉડ'* નામનું પુસ્તક મોકલ્યું ત્યારે આઈન્સ્ટાઈને એમ કહીને પુસ્તક પરત મોકલ્યું કે આ પુસ્તક ભગવાનની ધારણા વિશે નથી, પરંતુ તે વ્યક્તિલક્ષી ભગવાનની વાત કરે છે. તેમણે સૂચવ્યું કે આ પુસ્તકનું શીર્ષક *'ધેર ઈઝ નો પર્સનલ ગૉડ'* એવું રાખવું જોઈએ. ત્યારબાદ તેમણે ઉમેર્યું કે –

'આપણે સૌ સ્પિનોઝાના અનુયાયીઓ આપણા પરમેશ્વરને જે સઘળું વિદ્યમાન છે તે તમામની અજાયબ વ્યવસ્થા અને નિયમબદ્ધતામાં તથા તમામ મનુષ્યો અને પ્રાણીઓમાં સ્વયં પ્રગટ થતા એકાત્મા

સ્વરૂપે નિહાળીએ છીએ. વ્યક્તિગત ભગવાનની માન્યતાને પડકારવી જોઈએ કે નહીં એ સવાલ જુદો છે. ફ્રોઈડ દ્વારા પણ તેમના છેલ્લા પ્રકાશનમાં આ મંતવ્યને સમર્થન અપાયું છે. હું પોતે આવા કોઈ કાર્યમાં ક્યારેય નહીં જોડાઈ શકું, કારણ કે મારા માટે એવી માન્યતા જીવન પ્રત્યે ઈન્દ્રિયાતીત દષ્ટિકોણનો અભાવ ધરાવે છે. અને મને નથી લાગતું કે કોઈ માનવજાતને તેની આધિભૌતિક જરૂરિયાતોને સંતોષવા માટે આનાથી શ્રેષ્ઠ અર્થ સફળતાપૂર્વક રીતે સમજાવી શકે.[૭૪]

બરુખ સ્પિનોઝા વિજ્ઞાન અને અધ્યાત્મના કુશળ સંયોજનકર્તા છે. તેમણે લખ્યું છે કે –

'જે પણ કાંઈ છે તે બધું પરમેશ્વરમાં છે અને પરમેશ્વર વિના કંઈ નથી, કશું જ સંભવી શકે તેમ નથી. પ્રકૃતિમાં કશું આકસ્મિક કે અનિશ્ચિત નથી. તમામ ચીજો અસ્તિત્વ ધરાવવાની અને એક ચોક્કસ રીતે અસર સર્જવાની દૈવી પ્રકૃતિની જરૂરિયાતના આધારે જ નિયત થાય છે. જે રીતે સઘળું અસ્તિત્વમાં આવ્યું છે તેના સિવાયની અન્ય કોઈ રીતે કે અન્ય કોઈ વ્યવસ્થામાં પરમેશ્વરે આ સર્જન ન કર્યું હોત.[૭૫]

બરુખ સ્પિનોઝા વિશે અભ્યાસ કર્યા પછી હું ગુણાતીતના અર્થને વધુ સારી રીતે સમજી શક્યો છું. ગુણાતીત સાધુ એટલે એવા સાધુ જેઓ એવું પામી ચૂક્યા છે કે પરમેશ્વર કોઈ એવા ધ્યેયલક્ષી આયોજનકર્તા નથી, જે સર્જન કર્યા બાદ આ ચીજો તેમના હેતુઓને સંતોષે છે કે નહીં તેના આધારે તેનું મૂલ્યાંકન કરે. ઘટનાઓ કે વસ્તુઓ ગુણ અને નિયમો મુજબ જ બને છે. ભગવાન ગુણોથી પર છે, ગુણાતીત છે. ગુણાતીતનો કોઈ અંત નથી એટલે કે ગુણાતીત સનાતન છે. બધી જ વસ્તુઓ ગુણની નિશ્ચિત અને અનંત જરૂરિયાત મુજબ કાર્ય કરે છે.

૨૨

અંતરિક્ષ જેવું બૃહદ, અનંત જેવું કાલાતીત પરિમાણ

'સર્વોચ્ચ તર્કશક્તિની હાજરી હોવાની પ્રતીતિ, જે અકળ બ્રહ્માંડમાં અભિવ્યક્ત થાય છે, એ મારા ભગવાન વિશેની સંકલ્પના ઘડે છે.'

– આલ્બર્ટ આઈન્સ્ટાઈન

આપણા મન સાથે કશુંક વિશેષ કરીને આપણી જિંદગીમાં સુધારણા લાવવાનું શીખવી શકે તેવી ઘણી પદ્ધતિઓ અને પંથો પ્રચલિત છે. ધાર્મિક માન્યતાઓ સ્વરૂપે, શાંતિપૂર્ણ રીતે ધ્યાન દ્વારા કે સકારાત્મક માનવીય ચિંતન દ્વારા પણ આપણું મગજ આપણને મદદ કરી શકે છે, તેવા ખ્યાલમાં લોકોને બહુ વ્યાપક રીતે રસ પડે છે. કેટલાક શાંતિપૂર્વક ચિંતન કરવાનું કહે છે, કેટલાક સક્રિયપણે બૌદ્ધિક કસરત કરવાનું કહે છે તો કેટલાક વિચારોને હાંકી કાઢી અને કેવળ શૂન્ય પર ધ્યાન કેન્દ્રિત કરવાનું કહે છે. આમાંની ઘણી પદ્ધતિ મદદરૂપ થઈ શકે છે.

વિચારબીજના વિકાસને સક્રિય કરવા દરેક માનસિક હેતુ અને અસરના સંબંધોને ધ્યાને લઈ શકાય છે. પારલૌકિક વિચારોમાંથી લૌકિક વિચાર તરફ આગળ વધતી વખતે દરેક સ્તરની વિચારણા આગળના વિચાર તરફ આગળ

વધવા પ્રેરે છે. આપણે સૌથી પ્રારંભના અને સૌથી અમૂર્ત વિચારબીજની સમીક્ષા કરી રહ્યા હોઈશું. આકૃતિથી પણ આગળનું વિચારવા માટે આધ્યાત્મિક અમૂર્તતાના માનસિક ક્ષેત્રમાં પ્રવેશવું પડે જ્યાં મનની આંખે શબ્દો કે વિચારો માત્ર અલ્પ આછાપાતળા ધૂમ્રસેર જેવા જ દેખાય છે. અહીં આપણે સારપના મૂળભૂત બીજ શોધવા જઈ શકીએ છીએ. આધ્યાત્મિક અને અનંત ખ્યાલોનો આપણામાં ઉદ્ભવ થાય તે માટે આપણે માનવીય માન્યતાઓ અને મૂર્ત આકૃતિઓને અતિક્રમી જવું પડે છે.

આધ્યાત્મિક બીજ મગજમાં અંકુરિત થાય છે ત્યારે તે આધ્યાત્મિક ઊર્જા-પ્રકાશ પાથરે છે. ત્યારે વ્યક્તિ નવા આધ્યાત્મિક ખ્યાલોને તેની સંકલ્પનાના સ્તરે જોઈ શકે છે. તે તમને જુદી જુદી ચીજોની તમારી સમજ વધારી શકે તેવી તમારી શ્રદ્ધામાં સુધારો પણ કરાવી શકે છે, એટલું જ નહીં, પરંતુ તે તમને તેના દ્વારા અજબ પરિણામો હાંસલ કરવા સક્ષમ પણ બનાવે છે. આ પુસ્તકમાં અગાઉ મેં પાયથાગોરસનો ઉલ્લેખ કર્યો અને કેવી રીતે તેમના વિચારોને આધારે પછીથી સમગ્ર પાશ્ચાત્ય તત્ત્વજ્ઞાનનો પાયો નખાયો તેની ચર્ચા કરી છે. એ જ રીતે સમગ્ર માનવજાતના ઇતિહાસમાં એવું સ્પષ્ટપણે જોવા મળે છે કે મહાન વિચારોનો સમય ત્યારે જ ઉદ્ભવે છે જ્યારે તેમનો સમય બરાબર પાકી ગયો હોય. એ વિચારો જે સમયે ઉદ્ભવ્યા તે સમયગાળાની નોંધ લઈએ તો ખ્યાલ આવે છે કે આ વિચારો જે-તે સમયના તે તબક્કામાં સાર્વત્રિક કલ્યાણની દિશામાં માનવજાતને લઈ જવા માટે બહુ જરૂરી હતા. ગણિતશાસ્ત્ર પણ આવો જ એક દાખલો છે.

અનંતનું અસ્તિત્વ કદાચ આવો જ એક ઉમદા વિચાર હતો. ઈ.સ. ૧૫૮૪માં ઇટાલિયન ફિલૉસૉફર અને ખગોળશાસ્ત્રી જીઓર્ડાનો બ્રુનોએ તેમના પુસ્તક *'ઓન ધ ઇન્ફિનિટ યુનિવર્સ એન્ડ વર્લ્ડ્ઝ'*માં અસીમ અને અમાપ વિશ્વનો વિચાર રજૂ કર્યો. તે સમયે અને આજે પણ, તેમનું વિધાન ક્રાંતિકારી મનાયું હતું. બ્રુનો લખે છે –

> *'અસંખ્ય સૂર્યઅસ્તિત્વ ધરાવે છે. આપણા સૂર્યની ફરતે જેમ સાત ગ્રહો પરિભ્રમણ કરી રહ્યા છે, તેવી જ રીતે અગણિત પૃથ્વી તે અસંખ્ય સૂર્યની ફરતે પ્રદક્ષિણા કરી રહી છે. આ દુનિયામાં સજીવો પણ વસવાટ કરે છે.'*[૭૬]

ગણિતશાસ્ત્ર પણ અસીમિત હોવાનું જોઈ શકાય છે. હંગેરિયન ગણિતશાસ્ત્રી પૉલ ઈર્દોસ કહે છે : માણસ ભૌતિકશાસ્ત્ર અને જીવશાસ્ત્રમાં બધું જ જાણી શકે છે, પરંતુ ગણિતમાં તેવું શક્ય નથી, કારણ કે ગણિતશાસ્ત્ર પોતે જ અનંત છે. મેં મારા પુસ્તક *'સ્ક્વેરિંગ ધ સર્કલ'*માં ગણિતશાસ્ત્ર વિશે વિગત વાર ચર્ચા કરી છે.

કેટલાક લોકો ક્રાંતિકારી રીતે વિચાર કરી માનવીય વિચારપ્રવાહની દિશા જે તે સમયે બદલી નાખે તેવા ખ્યાલો કેવી રીતે રજૂ કરી શકતા હશે? ૧૯મી સદીના ડેનિશ ફિલૉસૉફર સોરેન કિરકીગાર્ડ વિલક્ષણ બુદ્ધિપ્રતિભાને વાવાઝોડા સાથે સરખાવે છે. આ તોફાન સામા પવને ધસમસે છે, લોકોને ડરાવે છે અને છેવટે વાતાવરણને સ્વચ્છ કરે છે. શ્રીનિવાસ રામાનુજને પણ આવું એક વાવાઝોડું સર્જ્યું હતું. મૂળ ગણિતનું કોઈ પદ્ધતિસરનું શિક્ષણ નહીં મેળવનારા રામાનુજને ગાણિતિક પૃથક્કરણ, અંક સિદ્ધાંત, અનંતની શૃંખલાઓ અને સતત અપૂર્ણાંકનો સિદ્ધાંત વગેરેમાં અસાધારણ યોગદાન આપ્યું છે.

ચેન્નાઈથી નૈર્ઋત્ય દિશામાં આશરે ૪૦૦ કિ.મી. દૂર કાવેરી નદીના કિનારે ઈરોડ ગામમાં રહેતા રામાનુજન તે સમયે મોટા ભાગે યુરોપમાં કેન્દ્રિત થયેલા ગણિતશાસ્ત્રીઓના મોટા સમુદાયના કોઈ વિદ્વાનના સંપર્કમાં પણ ન હતા. તેમણે એકલાએ જ તેમનાં પોતાનાં ગાણિતિક સંશોધન હાથ ધર્યાં હતાં. અંગ્રેજ ગણિતશાસ્ત્રી જી. એચ. હાર્ડીએ તેમને કુદરતી રીતે જ અતિપ્રતિભાસંપન્ન વ્યક્તિ તરીકે બિરદાવ્યા હતા. તેમણે તેમને સ્વિસ ગણિતશાસ્ત્રી અને ભૌતિકશાસ્ત્રી લિઓનાર્ડ યુલર અને જર્મન ગણિતશાસ્ત્રી કાર્લ ફ્રિડરિશ ગૌસની હરોળમાં મૂક્યા હતા. વિજ્ઞાન-લેખક રોબર્ટ કેનિગલ દ્વારા રામાનુજનની જીવનકથા પ્રગટ કરવામાં આવી હતી, જેમાં તેમને અનંતને જાણનારા વ્યક્તિ તરીકે ઓળખાવાયા હતા.

રામાનુજન શરમાળ પ્રકૃતિના ધાર્મિક રૂઢિવાદી અને શાંત સ્વભાવના હતા. તેમનું વર્તન બહુ સૌજન્યસભર અને પ્રસન્નતાસભર હતું. કૅમ્બ્રિજમાં અભ્યાસ વખતે તેઓ અતિશય સાદગીથી રહ્યા હતા અને તેમણે પોતાનું શાકાહારીપણું બહુ ચુસ્ત રીતે જાળવી રાખ્યું હતું. રામાનુજન તેમની અસાધારણ બુદ્ધિપ્રતિભાને તેમનાં કુળદેવી નમક્કલના મહાલક્ષ્મીની કૃપા માનતા હતા. તેઓ પોતાના કામમાં પ્રેરણા માટે મહાલક્ષ્મી દેવી પર આધાર રાખતા હતા. તેમના

દાવા અનુસાર તેમને પોતે મહાલક્ષ્મી દેવીના પતિ નરસિંહ દેવ સમક્ષ લોહીનું ટીપું ચઢાવતા હોવાનું સપનું આવતું હતું અને તે પછી તેમની આંખો સમક્ષ જટિલ ગાણિતિક સામગ્રી આપોઆપ ઉપસ્થિત થતી હોવાનું જણાતું હતું. તેઓ વારંવાર કહેતા કે જ્યાં સુધી કોઈ સમીકરણ પરમેશ્વરના વિચારનું પ્રતિનિધિત્વ ન કરતું હોય ત્યાં સુધી તેનો મારા માટે કોઈ મતલબ નથી.

રામાનુજનના જીવન ઉપરથી આપણે એ શીખવાનું છે કે મનુષ્યની આધ્યાત્મિક માન્યતાની દૃષ્ટિ પ્રતિબિંબ કે છાયા તરીકે મર્યાદિત સ્વરૂપે જ રજૂ થતી હોય તોપણ તે સંપૂર્ણ કે અંતિમ સત્ય તરફ દોરી જતી હોય તેવું બની શકે છે. જેવી રીતે આપણે કોઈ વ્યક્તિના હાથની છાયાને તેના ખરેખરા હાથ તરીકે માની લઈએ છીએ તેમ માનવીય ધાર્મિક શ્રદ્ધાઓ ફરતે પણ સત્યના અંશ વીંટળાયેલા હોય છે. પણ પરીક્ષણ કરવામાં આવે ત્યારે જેમ છાયાના કિસ્સામાં બને છે તેમ જ માનવીય ધાર્મિક શ્રદ્ધાઓ તેના અનંત અસલ સત્યની સરખામણીએ કેટલાંક પરિમાણો ચૂકી જતી હોય તેમ લાગે છે. આપણે જેમ જેમ આધ્યાત્મિક પ્રગતિ કરીએ તેમ તેમ ગહન માન્યતાઓ આપણી સમક્ષ રજૂ થતી જાય છે પણ આપણે એ માન્યતાઓ સાથે મહાન અર્થને જોડી દઈએ છીએ. આપણને જે કાયમ માટે ધારણ કરી રાખવાની ઇચ્છા થાય તેવી સંવર્ધિત માન્યતાને વળગી રહેવાનું મુશ્કેલ નથી, પરંતુ સૌથી પ્રેરિત માનવીય ધાર્મિક શ્રદ્ધાઓ પરિવર્તનશીલ છે અને તેની ફરી ફરીને તપાસણી કરવી અને તેનું પુનઃ સર્જન કરતા રહેવું જરૂરી છે.

દૈનિક જીવનમાં આપણે ચાર પ્રકારની આધ્યાત્મિક ક્રિયાઓ અપનાવી શકીએ છીએ. આજ્ઞાનુસરણ, માન્યતા, સમજણ અને જ્ઞાન. દરેક વ્યક્તિ તે આધ્યાત્મિક પ્રવૃત્તિના કયા સ્તરે છે તે પ્રમાણે આ ક્રિયાનો કોઈ પણ એક સ્તર અપનાવી શકે છે. આપણી વ્યક્તિગત માન્યતાઓ એ સંદર્ભ રચી આપે છે જેની અંદર રહીને આપણે આપણા આધ્યાત્મિક સામર્થ્યનો ઇન્દ્રિયબોધ પ્રાપ્ત કરીએ છીએ અને આપણાં આધ્યાત્મિક કર્મ કરીએ છીએ. જ્યારે આ સંખ્યાબંધ સ્તરને કાર્યાન્વિત કરવામાં આવે છે, ત્યારે તે એક શ્રેણીમાં પરિવર્તિત થાય છે. આ ચાર સ્તરવિશે શીખવાથી માનવીય ધાર્મિક શ્રદ્ધાઓ જે રીતે આકાર લે છે તેની તરાહને સમજવાનો આધાર મળે છે. આપણે વૈશ્વિક અને વ્યક્તિગત આધ્યાત્મિક પ્રગતિ અને વ્યક્તિઓ આધ્યાત્મિક બાબતોનો કેવી જુદી જુદી રીતે ઇન્દ્રિયબોધ

મેળવે છે તેના તબક્કા પણ સમજી શકીએ છીએ.

આધ્યાત્મિક કર્મમાં આજ્ઞાનુસરણ એ શબ્દ અને અમલ વચ્ચેનો સંબંધ સૂચવે છે, પરંતુ અહીં એવો પ્રશ્ન થઈ શકે કે આજ્ઞા પાળવી, પરંતુ કોની? આ એવી બાબત છે જેની શોધ આપણે કરવાની હોય છે. આધ્યાત્મિક કર્મ તરીકે આજ્ઞાનુસરણ સૌથી પહેલાં ત્યારે ઉદ્ભવે છે જ્યારે આપણે આપણા આધ્યાત્મિક આદર્શને કાયદાના ઘડવૈયા સાથે સાંકળીએ છીએ, જ્યારે આપણે આધ્યાત્મિક આજ્ઞાનું પાલન કરીએ છીએ અથવા તો જ્યારે આપણે ચોક્કસ આધ્યાત્મિક અનુલ્લંઘનીય આદેશોનું પાલન કરીએ છીએ. ક્યારેક આપણે ભૂલભરેલું અર્થ-ઘટન કર્યું હોય તોપણ શુભ માટે આજ્ઞાપાલક રહેવાની સંનિષ્ઠ ઈચ્છામાં પદાર્થોને વધુ સારા બનાવી શકવાની આધ્યાત્મિક શક્તિ રહેલી હોય છે.

ક્યારેક આજ્ઞાપાલન સંપૂર્ણ આંતરિક પ્રક્રિયા બની રહે છે. જ્યાં સુધી આધ્યાત્મિક જગતને લાગેવળગે છે ત્યાં સુધી બાહ્ય તકો વિના આજ્ઞાપાલન માટેની આંતરિક પ્રતિબદ્ધતા કે નિર્ધાર તો ક્યારેક આવું આજ્ઞાપાલન પણ બાહ્ય કાર્યની સમાંતરનું જ કાર્ય બની જાય છે. ક્યારેક આજ્ઞાપાલન માટેની ઈચ્છા કે સંકલ્પ પણ આજ્ઞાપાલનના આધ્યાત્મિક બળને ઊર્જા પૂરી પાડે છે. આધ્યાત્મિક કર્મના આગળના તબક્કા અને આજ્ઞાપાલન એ રીતે જુદાં પડે છે કે આપણા વર્તન અને એક ત્વરિત વિધેયાત્મક ફળ વચ્ચે કોઈ દેખીતો સંબંધ ન હોય તેવું બની શકે છે. ક્યારેક આજ્ઞાપાલન સાથે જોડાયેલું કર્મ બલિદાન પણ માગી લે છે.

આપણે એ બાબતે પણ સચેત રહેવું પડે કે કોઈ પણ આદેશ માટેનું આજ્ઞાપાલન જોખમકારક પણ બની શકે છે. શુભ આદેશો માટેનું આજ્ઞાપાલન અચૂક શુભ બની રહે છે, પરંતુ અવિચારી આજ્ઞાપાલનની અસર ક્યારેક બિન-નુકસાનકારક પણ હોઈ શકે તો ક્યારેક વિનાશક પણ હોઈ શકે.

આજ્ઞાપાલનનાં સારાં પરિણામોનો આધાર યોગ્ય સત્તાની ઓળખ, આદેશોનાં સમજપૂર્વકનાં સ્પષ્ટ પૃથક્કરણ અને સંબંધિત કર્મોના સફળતાપૂર્વક અમલ પર રહેલો છે. વ્યવહારમાં મને લાગે છે કે આદેશોને સમજદારીપૂર્વક સ્પષ્ટતા સાથે પારખવા એ સૌથી મોટો પડકાર છે. જોકે, યોગ્ય સત્તા વિના આજ્ઞાપાલનનો ખ્યાલ સૌથી વાંધાજનક બની શકે છે. આ અર્થમાં આજ્ઞાપાલનનો આધાર સંબંધ પર છે. કોઈ વ્યક્તિની સત્તાનો સ્વીકાર કરવો જ એ અનિવાર્ય નથી, તેમ છતાં માનવીય આજ્ઞાપાલનમાં નિપુણ થયા વિના આધ્યાત્મિક

આજ્ઞાપાલન કેળવી શકાય એમ કલ્પવું બહુ મુશ્કેલ છે.

જેઓ આધ્યાત્મિક શાણપણના ક્ષેત્રમાં બહુ પ્રગતિ કરી ચૂક્યા છે, તેઓ સાચી સત્તાનો આધ્યાત્મિક નિયમ અથવા તો આધ્યાત્મિક સિદ્ધાંતો, અનંત શબ્દ, અનંત ઓળખ અથવા પવિત્ર પ્રેરણા દ્વારા અનુભવ કરી શકે છે. કોઈ પણ સંજોગોમાં કોઈ પણ આદેશનું એ સંદર્ભમાં મૂલ્યાંકન થવું જોઈએ કે તે કોઈ ભરોસાપાત્ર સત્તા તરફથી પ્રાપ્ત થયો છે કે નહીં? અધ્યાત્મની શોધ કરી રહેલાની સાચી સત્તાને, અન્ય લોકો શું માને છે કે કહે છે, તેની સાથે ભાગ્યે જ કોઈ સંબંધ હોય છે.

આધ્યાત્મિક કર્મના બીજું સ્તરમાં આપણી ધાર્મિક શ્રદ્ધા કે માન્યતાની ભૂમિકા છે. આપણે દુનિયા વિશે જે માનીએ છીએ તે તારણોની ફલશ્રુતિ એટલે આપણી શ્રદ્ધા કે માન્યતા. આપણી માન્યતા વાસ્તવિકતા અંગેની આપણી સમજનો પરિચય આપે છે. આપણે વિશ્વને કેવું સમજીએ છીએ અને તેના માટે શું અનુભવીએ છીએ તે મોટેભાગે આપણી માન્યતાઓ દ્વારા નક્કી થાય છે. શું સાચું અને કેટલું વાસ્તવિક તે અંગેના ખ્યાલોના સ્વીકાર સાથે આપણી માન્યતાઓની રચના થાય છે. તે પરિણામો અંગેની આપણી અપેક્ષાઓનું પૂર્વનિર્ધારણ કરે છે. આજ્ઞાપાલન આપણને એક આદેશના લગભગ આપોઆપ વ્યક્ત થતા પ્રતિભાવ તરફ દોરી જાય છે, જ્યારે શ્રદ્ધા આપણને એક વિવેકી કર્મ તરફ દોરી જાય છે. આપણે જ્યારે દશ્યાતીત સારપ સાથે આપણી માન્યતાને જોડીએ છીએ, ત્યારે તે આપણને વિશ્વાસ અને શ્રદ્ધા પ્રદાન કરે છે

માન્યતાના પુનઃસર્જન માટે આપણે દઢ આધ્યાત્મિક સિદ્ધાંતો તેમજ તે સિદ્ધાંતો આધારિત તર્ક ધરાવતા હોઈએ તે આવશ્યક છે. આધ્યાત્મિક સમજણ-પૂર્વક આપણી માન્યતાને સુધારવા કે આગળ ધપાવવા માટે આપણે હાથ પરની બાબતો સાથે સુસંગત હોય તેવા આધ્યાત્મિક સિદ્ધાંતો વિશે વિસ્તારપૂર્વક વિચારવું જોઈએ. આધ્યાત્મિક સિદ્ધાંતો અનુસારની વિચારણા આપણને વિજ્ઞાનના ખ્યાલનો પરિચય આપે છે. વિજ્ઞાનમાં સ્થાપિત સિદ્ધાંતોમાંથી ઊતરી આવેલા બોધ અને અનુભવોમાં પ્રમાણિત થઈ ચૂકેલી સમજણનાં તારણો સામેલ હોય છે. જેઓ આધ્યાત્મિક સિદ્ધાંતો અનુસાર વિચારતા હોય અને તે સિદ્ધાંતોને તેમણે વ્યવહારુ જિંદગીમાં ચરિતાર્થ કરી બતાવ્યા હોય તેઓ પોતાની અધ્યાત્મ સાધના આધ્યાત્મિક રીતે વૈજ્ઞાનિક હોવાનું અનુભવશે. આથી, તેમની સાધના તે જે પ્રકારે

હાથ ધરાઈ છે તે સંદર્ભમાં વૈજ્ઞાનિક ગણાશે અને તે જ્ઞાનપ્રાપ્તિ થયાની સાચી લાગણી અનુભવશે.

અને જ્યારે કશુંક સમજી કે જાણી લેવામાં આવે છે ત્યારે તે મગજમાં હંમેશાં એક ટૂંકો ચમકારો સર્જે છે. એ કોઈ ધૂંધળો દૃશ્ય અનુભવ નથી હોતો. તે ચમકારો નિહાળીને 'અહા'ની અનુભૂતિ થાય છે. નવી સમજમાં આવેલા ખ્યાલો હંમેશાં મગજમાં સંક્ષિપ્ત ઝાંખી સ્વરૂપે ગ્રહણ પામે છે. દરેક વ્યક્તિ જે જુએ છે તેને જ માને છે અને ખાસ તો જ્યારે કોઈ પોતાના સમજી ચુકાયેલા વિચારોને જોઈ શકે છે ત્યારે સમજણની આધ્યાત્મિક પ્રક્રિયા દ્વારા તે પરિણામો માનસ દૃશ્ય તરીકે ઊભરે તેનાથી પહેલેથી જ સ્થાપિત થઈ ચૂકેલાં એટલે કે નિહાળવામાં આવી ચૂકેલાં તારણો સાથે શ્રદ્ધાને જોડી શકે છે. આ જ કારણોસર તમારી શ્રદ્ધા વિકસાવવા કે તેને સમૃદ્ધ કરવાનો જ્ઞાનમાર્ગ તમારા આધ્યાત્મિક સિદ્ધાંતોની કામગીરી ને તમારા વિચારો તેના પર સ્થાપિત કરીને નિહાળવા તથા સમજવાનો છે.

વિવેકશીલ આધ્યાત્મિક કર્મનું ચોથું સ્તર છે જ્ઞાન. જ્ઞાન એટલે આપણી સમજ કરતાં ઊંચી કક્ષાની જાણકારીની પ્રાપ્તિ. જ્ઞાન માત્ર સિદ્ધાંતો સ્વરૂપે નથી. તે જાણવાની અને હોવાની સમજનું મૂર્ત સ્વરૂપ છે. આપણે આપણા આધ્યાત્મિક સિદ્ધાંતો સાથે તાદાત્મ્ય સાધીએ, તેને સમજીએ, તેને સમાવીએ અને તેને અનંત માટે સ્વીકૃતિ આપીએ તેમ આપણું આધ્યાત્મિક જ્ઞાન વિસ્તાર અને પ્રગતિ પામે છે. આપણા શ્રેષ્ઠ વિચારોને કાર્યરત બનાવતી વખતે આપણે તેના સ્રોત અને આપણી સાચી ઓળખ અલગ અલગ હોવાની કોઈ પણ લાગણીને ભૂલી જઈએ છીએ. આધ્યાત્મિક જ્ઞાનના સ્તરે આપણા સિદ્ધાંતોનો સ્રોત આપણે જે નિદર્શિત કરીએ છીએ તેવા આપણા આધ્યાત્મિક મન, અહમ્ અને મનોબળથી અલગ હોતો નથી. જ્યારે આપણે એવું સમજવા લાગીએ કે આધ્યાત્મિક નિયમો જ આપણા નિયમો છે, આધ્યાત્મિક માન્યતાઓ જ આપણી માન્યતા છે, આધ્યાત્મિક લાગણી જ આપણી લાગણી છે અને અસીમ ઓળખ જ આપણી ઓળખ છે ત્યારે જ આપણે જ્ઞાન પામવાને સન્મુખ થઈએ છીએ. આપણે જ્યારે આપણા આધ્યાત્મિક સિદ્ધાંતો અનંત સ્વરૂપે હોવાનું માનીએ છીએ, ત્યારે જ આપણો સાચા જ્ઞાન સાથે સામનો થાય છે. આ પ્રકારની સમજ માત્ર સિદ્ધાંતોને સમજી લેવા કરતાં પણ આગળ જાય છે. આ સિદ્ધાંતો આપણે જેને આપણી ઓળખ

કહીએ છીએ તેના ભાગરૂપ હોય છે.

એ જરૂરી નથી કે આધ્યાત્મિક જ્ઞાન અનુભવ દ્વારા જ આવે, પરંતુ એ ક્યારેય તેના વિના આવતું નથી. સમજણ અને અનુભવ સાથે મળીને જ્ઞાનની રચના કરી શકે છે. જો હું કોઈ વસ્તુ સમજતો ન હોઉં પણ તેનો અનુભવ કરું તો મારામાં કદાચ સમજણ અને અનુભવ બંનેનો અભાવ રહી જશે. વધુ જ્ઞાન ત્યારે જ આવે જ્યારે આપણે માની લીધેલા ભૌતિક અનુભવોની પાર જઈએ. આકાશ તરફ જુઓ. આપણે એકલા નથી. સમગ્ર વિશ્વ આપણું મિત્ર છે અને આ વિશ્વ જેઓ સપનાં જુએ છે અને મહેનત કરે છે તેને શ્રેષ્ઠ પરિણામો આપવા માટે તત્પર છે.

૨૩

સમગ્ર સૃષ્ટિમાં જીવનનો અનૂઠો ધબકાર

‘આપણા જીવનનું મુખ્ય ધ્યેય બીજાને મદદ કરવાનું છે. જો તમે કોઈકને મદદ ન કરી શકો તો કમ સે કમ તેમને નુકસાન ન પહોંચાડશો.’

– દલાઈ લામા

હું દિલ્હીના અક્ષરધામ મંદિરના જળાશય પાસે ઊભો હતો. પ્રમુખસ્વામીજીએ એક સુંદર કમળના ફૂલ તરફ ઇશારો કરી કહ્યું : ‘રાષ્ટ્રપતિજી ! જેમ આ કમળનું ફૂલ પાણીમાં જન્મ્યું છે, પાણીમાં ઊગ્યું છે, પણ શુદ્ધ સ્વરૂપે બહાર આવવા તે પાણીથી ઉપર ઊઠી આવ્યું છે; તેમ તમે આ વિશ્વમાં જન્મ્યા છો, વિશ્વમાં ઉછેર પામ્યા છો અને વિશ્વથી ઉપર ઊઠીને આ વિશ્વમાં નિષ્કલંક જીવન જીવી રહ્યા છો.’ સ્વામીજીના શબ્દોમાં વ્યક્ત થયેલા સાદગીપૂર્ણ આદરથી હું ધન્ય થઈ ગયો હતો. મેં પ્રાપ્ત કરેલા અન્ય કોઈ પણ ઍવૉર્ડ કે બહુમાન કરતાં આ શબ્દો મારા માટે વધુ અગત્યના હતા. ભારતમાં કમળનું ફૂલ દિવ્યતાનું પ્રાચીન પ્રતીક છે. તેની ખુલી રહેલી પાંખડીઓ આત્માના પ્રસારનું સૂચન કરે છે. કાદવમાં તેનો જન્મ થયો ત્યાંથી લઈને તેના પવિત્ર સૌંદર્યનો વિકાસ થયો, તે એક દૈવી પ્રેરક રૂપક છે.

પ્રથમ હેલિકૉપ્ટરના ડિઝાઇનર અને લેખક આર્થર મિડલ્ટન યંગનું પ્રખ્યાત અવતરણ છે :

'ભગવાન ખનીજમાં સૂતા છે, છોડવાઓમાં જાગે છે, પ્રાણીઓમાં વિચરે છે અને મનુષ્યમાં વિચારે છે.'[૭૭]

આપણે જેના પર ચાલીએ છીએ તે જમીન, તમામ વનસ્પતિ અને અન્ય સજીવો, સતત નવાં સ્વરૂપ રચતાં રહેતાં વાદળો – આ દરેક કુદરતી ભેટ તેની પોતાની દેદીપ્યમાન ઊર્જા ધરાવે છે અને અવકાશી સંવાદિતા આ બધાને પરસ્પર જોડે છે.

આ પ્રકરણમાં હું 'માઇક્રોવેવ ફિઝિક્સ'ના વિષયમાં સંશોધનાત્મક કુશાગ્રતાને કારણે ખ્યાતિ પ્રાપ્ત કરનારા અને કદાચ તમામ વનસ્પતિઓમાં જીવ ધબકે છે તેવું સમજનારા, વિશ્વના પ્રથમ વિજ્ઞાની સર જગદીશચંદ્ર બોઝ વિશે ચર્ચા કરીશ.

એક પ્રસિદ્ધ ગીતમાં જણાવાયું છે તેમ :

તમે જીવનની નાડી સાથે ધબકી શકો છો?
તમારું હૃદય લાંબી રક્તિમ નળીઓમાં રક્તને વહેવડાવે તેવું તમે કરી શકો છો?
તમે તમારા હૃદયને તમામ માનવીય લાગણીઓ માટેનું કેન્દ્રીય પંપ-હાઉસ બનાવી શકો છો?[૭૮]

૨૦મી સદીના પ્રારંભના દિવસોમાં સર જગદીશચંદ્ર બોઝે તેમનું ધ્યાન વનસ્પતિના વિશ્વ તરફ કેન્દ્રિત કર્યું અને બોટની તથા ફિઝિક્સ જેવી પરસ્પરથી બિલકુલ અલગ અલગ મનાતી આવેલી બે વિદ્યાશાખાઓ વચ્ચેનો ભેદ ઓગાળી નાખ્યો અને બાયૉફિઝિક્સની તદ્દન વણખેડાયેલી વિદ્યાશાખા શરૂ કરી. '*રોયલ ઇન્સ્ટિટ્યૂશન ઍન્ડ ધ રોયલ સોસાયટી*'માં પ્રવચનો દરમ્યાન તેમણે ધાતુઓ, વનસ્પતિઓ તથા શરીરના સ્નાયુઓમાં પસાર થતા વીજતરંગો વચ્ચેનું સામ્ય સાબિત કરી બતાવ્યું.

બોઝે જાહેર કર્યું કે –

'માનવો, પ્રાણીઓ અને વનસ્પતિ એક જ અખંડ અસ્તિત્વના અંશો છે અને તેમાં જડ માનવામાં આવતા પદાર્થોનો પણ સમાવેશ થાય છે. સજીવ અને નિર્જીવનાં ક્ષેત્રો વચ્ચે કોઈ સ્પષ્ટ ભેદરેખા પ્રવર્તતી

નથી. જીવન કાંઈ જડ પદાર્થમાંથી પ્રગટ્યું નથી. બલકે, તેનાથી *વિરુદ્ધ પદાર્થની અંદર જીવન જેવા ગુણધર્મો રહેલા છે.* [૭૯]

વનસ્પતિ અને ધાતુઓના વીજવહન ગુણધર્મો અંગેનાં પોતાનાં સંશોધનોને સરખાવતાં બોઝ એક ક્રાંતિકારી તારણ સુધી પહોંચ્યા હતા :

આપણે ભેદરેખા કેવી રીતે દોરી શકીએ ? એવું પૂછીને બોઝ સ્પષ્ટ કરે છે કે —

આ તરફ ભૌતિક પ્રક્રિયા પૂરી થાય અને તરત જ ત્યાં શરીરશાસ્ત્રની પ્રક્રિયા શરૂ થાય એવું બને ખરું ? આવી કોઈ વાડાબંધી છે જ નહીં. સજીવમાં જે પ્રકારની પ્રતિક્રિયાઓ જોવા મળે છે તે નિર્જીવ પદાર્થોમાં આગોતરું અસ્તિત્વ ધરાવી ચૂકી હોય છે. દરેક છોડ અને તેનું દરેક અંગ કોઈ પણ વીજ પ્રતિક્રિયા દ્વારા ઉત્તેજક સામે એકસરખી જ ઉત્તેજના દર્શાવે છે. આંતરિક અને બાહ્ય બંને જીવનના મૂળમાં એક જ મહાશક્તિ રહેલી છે, જે સજીવ અને નિર્જીવ, અણુ અને સૃષ્ટિ એ તમામને ઊર્જાબળ પ્રદાન કરે છે. [૮૦]

સર જગદીશચંદ્ર બોઝે મારા માટે એ નિશ્ચિત કરી આપ્યું છે કે તમામ વિજ્ઞાનો તત્ત્વજ્ઞાનસભર હોય છે. જોકે, હું જાણતો જ હતો કે તમામ વૃક્ષો અને છોડ, તેમનાં મૂળ, તેમની ડાળીઓ, અંકુર, પાંદડાં બધાં જ પ્રકાશાભિમુખ હોય છે, પરંતુ મને હવે સમજાયું કે ખરેખરું આકર્ષણ તો પ્રકાશ પોતે જ છે.

અત્યાર સુધી સાંપડેલા પુરાવા નિર્દેશ કરે છે કે અબજો વર્ષોની રાસાયણિક પ્રતિક્રિયાઓ પછી, એક જ કોષની રચનાથી પૃથ્વી ઉપર જીવનની શરૂઆત થઈ હશે. આ આદિ કોષ, અબજો વર્ષની પ્રક્રિયા બાદ વિભાજિત થતાં થતાં અને વૈવિધ્ય ધારણ કરતાં કરતાં, આજે આપણે જેને જાણીએ છીએ તેવી સજીવ રચનાઓમાં પરિણમ્યો છે. આપણે સૌ જાણીએ છીએ કે આ તમામ સજીવ રચનાઓનું મૂળ એક જ છે, કારણ કે, આ તમામ કોષો તેમની આનુવંશિક સામગ્રી માટે એક જ સરખા પ્રકારના રિબોન્યુક્લિક ઍસિડ (RNA) અને DNA મોલેક્યુલ્સનો ઉપયોગ કરે છે. વાસ્તવમાં તમામ સજીવોમાં કેટલીક ચોક્કસ આનુવંશિક કડીઓ સમાન સ્વરૂપે જોવા મળે છે. ચાર્લ્સ ડાર્વિને તેમના પુસ્તક *'ઓરિજિન ઑફ સ્પિસિસ'*માં જણાવ્યું છે કે આ પૃથ્વી ઉપર ક્યારેય પણ અસ્તિત્વમાં રહ્યા હોય કે હાલ અસ્તિત્વ ધરાવતા હોય તેવા તમામ જીવો એક જ

આદિ જીવસ્વરૂપમાંથી ઊતરી આવ્યા છે. વાસ્તવમાં જોઈએ તો આ પૃથ્વી ઉપરના તમામ સજીવ એકમેકનાં દૂર દૂરનાં ભાઈ-બહેનો અથવા તો સંતાનો છે. જેમ કે, બધા જ મનુષ્યો એક જ આદિ માતાની સંતતિ છે.

પૃથ્વી ઉપર સૌપ્રથમ જોવા મળેલાં જીવસ્વરૂપોમાં સૌથી સરળ જીવ-સંચરણા ધરાવતા સજીવોમાંનો એક સજીવ એવી શેવાળ છે. ડચ વેપારી અને વિજ્ઞાની એન્ટોન વાન લેવનહુક્ એવી પ્રથમ વ્યક્તિ હતી, જેમણે નાનાં પ્રાણીઓની જેમ ઊગતી શેવાળને નિહાળી તેની નોંધ કરી. ઈ.સ. ૧૬૭૮માં તેમણે જાહેર કર્યું કે 'તમામ જીવનું કાર્ય કોષની અંદર જ શરૂ થઈ જાય છે, આ રીતે કોષ જીવનનો સૌથી નાનો એકમ બને છે.'

૨૦૦ વર્ષ પછી જર્મન વનસ્પતિશાસ્ત્રી મથાયસ સ્લાઈડન અને તેમના પ્રાણીશાસ્ત્રી મિત્ર થિયોડોર સ્વાન દ્વારા દાવો કરવામાં આવ્યો કે 'તમામ જીવંત પદાર્થો કોષના જ બનેલા હોય છે.' છેવટે, જર્મન તબીબ રુડોલ્ફ વીઅરચોફે સમાપન કરતાં કહ્યું કે 'તેમનાં તમામ નિરીક્ષણો અનુસાર એ શક્ય છે કે કોષોની ઉત્પત્તિ માત્ર પૂર્વઅસ્તિત્વ ધરાવતા કોષોમાંથી જ થઈ હશે.'

કેટલાક પ્રકારની શેવાળ જ વિશ્વના સૌથી પહેલાં સજીવ સ્વરૂપોમાંની એક હતી, એટલું જ નહીં, તેમણે વધુ જટિલ સંરચના ધરાવતા સજીવો માટે પૃથ્વી પર અનુકૂળ પરિસ્થિતિ સર્જવામાં પણ મહત્ત્વનો ભાગ ભજવ્યો હતો. પૃથ્વીનું પ્રારંભિક તબક્કાનું વાતાવરણ શુક્ર અને મંગળ ગ્રહના વાતાવરણ જેવું હતું. અહીં વાતાવરણમાં ૯૫ ટકાથી વધુ કાર્બન ડાયોક્સાઇડ અને આશરે ૩ ટકા જેટલો જ નાઇટ્રોજન હતો. આ વાતાવરણમાં અન્ય વાયુઓના અંશો હતા, પરંતુ ઑક્સિજનની હાજરી ન હતી. આવી પરિસ્થિતિમાં જે બૅક્ટેરિયાને ઑક્સિજનની જરૂર જ નથી તેવા એનરોબિક બૅક્ટેરિયા જ ટકી શકે. તે પછી સાયનોબૅક્ટેરિયા સ્વરૂપની વાદળી-લીલી શેવાળનો જન્મ થયો અને તેણે સમગ્ર પૃથ્વીનું વાતાવરણ પણ બદલી નાખ્યું. આ વાદળી-લીલી શેવાળે તેમની શ્વાસોચ્છ્વાસની પ્રક્રિયામાં અને ફોટોસિન્થેસિસ માટે સૂર્યઊર્જાનો ઉપયોગ કરતી વખતે વાતાવરણમાંથી કાર્બન ડાયોક્સાઇડ શોષીને ઑક્સિજન બહાર કાઢવાનું શરૂ કર્યું. તેના પરિણામે, બાદમાં આ મુક્ત ઑક્સિજન વાતાવરણમાં ભળવા લાગ્યો, સજીવ સૃષ્ટિને નુકસાનકારક અલ્ટ્રાવાયોલેટ રેડિયેશનથી બચાવતો ઓઝોન વાયુનું પડ બન્યો. આ વાદળી-લીલી શેવાળે સમગ્ર પૃથ્વીની તાસીર

એટલી હદે બદલી નાખી જેટલી હજુ આપણે પણ બદલી શક્યા નથી. સતત ધબકતા જીવનને કારણે પૃથ્વીનું વાતાવરણ હવે અન્ય ગ્રહો કરતાં સદંતર બદલાઈ ચૂક્યું છે. હવે અહીં ૭૭ ટકા નાઇટ્રોજન, ૨૧ ટકા ઑક્સિજન, ૧ ટકા બાષ્પ, ૧ ટકા આર્ગન છે. વાતાવરણમાં કાર્બન ડાયોક્સાઇડનું પ્રમાણ ૫૫૦ પાર્ટ્સ પ્રતિ મિલિયન (ppm) છે.[૮૧]

આ વાદળી-લીલી શેવાળે પૃથ્વી માટે જીવનદાતા ઑક્સિજનનું ઉત્પાદન કરવાની સાથે સાથે, પૃથ્વી પર તાપમાનના નિયમનમાં પણ મદદ કરી. વૈજ્ઞાનિક દૃષ્ટિથી વાત કરીએ તો શરૂઆતમાં પૃથ્વી જે અવકાશી ઘર્ષણોના કારણે અસ્તિત્વમાં આવી હતી, તે વખતે સર્જાયેલી ઊર્જાની અસરના કારણે એકદમ ગરમ હતી. જેમ જેમ તે ઠંડી પડતી ગઈ તેમ તેમ સૌથી પ્રારંભિક બૅક્ટેરિયાએ કાર્બન ડાયોક્સાઇડ અને મિથેન વાતાવરણમાં છોડતાં તેણે ગ્રીનહાઉસ ગૅસની ભૂમિકા ભજવી અને પૃથ્વી પર વાતાવરણ એટલું ગરમનું ગરમ જ રહ્યું કે અહીં કોઈ જીવન સંભવી શકે તેમ હતું નહીં, પણ પછી ધીરે ધીરે સૂર્યે તેની શક્તિ વધુ ને વધુ છોડવાનું શરૂ કર્યું. વાદળી-લીલી શેવાળે આ અતિ શક્તિશાળી સૂર્યની અસરોને શમાવી અને તેણે કાર્બન ડાયોક્સાઇડ ગ્રહણ કરી બદલામાં ઑક્સિજન છોડવા માંડ્યો. પૃથ્વીના વાતાવરણમાંથી કાર્બન ડાયોક્સાઇડ અને મિથેન ગૅસના પ્રમાણમાં ઘટાડો થયો અને તેથી ગ્રીનહાઉસ ઈફેક્ટ ઓછી થતાં પૃથ્વીના તાપમાનમાં બહુ વધારો થતો અટક્યો. જીવને પોતાના અસ્તિત્વ માટે જરૂરી પાણી પણ પૃથ્વી પર રાખ્યું. પાણીનું મુખ્ય ઘટક હાઇડ્રોજન હળવો ગૅસ છે. જો આ જીવનપ્રક્રિયા ન થઈ હોત તો હાઇડ્રોજનને બાંધી રાખવાનું શક્ય ન હોત અને તે બાષ્પીભવનથી અવકાશમાં ઊડી ગયો હોત તો પૃથ્વી પણ મંગળ ગ્રહ જેવી ઉજ્જડ જ રહી હોત.

જીવનને કારણે ભૂસ્તરીય ફેરફારો પણ થયા. મુક્ત ઑક્સિજન દરિયા અને જમીન ઉપર લોહતત્ત્વ સાથે ભળ્યો અને તેનાથી આયર્ન ઓક્સાઇડ તેમજ અન્ય ખનીજ દ્રવ્યો બન્યાં. સમુદ્રી જીવોના અવશેષો સમુદ્રના તળિયે સંગૃહીત થતા ગયા અને તેમાંથી ચૉક અને લાઈમસ્ટોન બન્યા. બાકીના અન્ય કાર્બન પદાર્થો કોલસો તથા ઑઇલ સ્વરૂપે જ રહ્યા. કોલસો અને અન્ય ખનીજ બન્યા. બ્રિટિશ પર્યાવરણશાસ્ત્રી જેમ્સ લવલોક કહે છે તેમ, પૃથ્વી પરના તમામ સજીવ અને નિર્જીવોએ સાથે મળીને, ગ્રીક દંતકથાઓમાં આવે છે એ ધરતીદેવી જીઆનું

સર્જન કર્યું. જીઆ તમામ સજીવોની માતા છે. તે પૃથ્વીની સર્જક છે અને સૌને જન્મ આપે છે અને તમામ આકાશી દેવોની પણ તે માતા છે; ટાઇટન્સ તથા બીજા વિરાટ દેવો પણ તેમના થકી જન્મ્યા છે.

જેમ્સ લવસ્ટોકની કલ્પના અનુસાર જીઆ એટલે એક એવી સંયોજક પ્રણાલી છે, જે વનસ્પતિઓ, પ્રાણીઓ, બૅક્ટેરિયા, શિલાઓ, સમુદ્રો અને વાતાવરણ – તે બધાને એકમેક સાથે જોડી એકતા રચે છે અને આ એકત્વ સ્વરૂપ પૃથ્વીને સાકાર બનાવે છે અને અહીં જીવન ટકાવી રાખે છે. જીવનનાં મુખ્ય તત્ત્વો – કાર્બન, ઑક્સિજન અને નાઇટ્રોજન પણ સતત હવા, વનસ્પતિ, પ્રાણી-જીવન, ભૂમિ અને પાણી ઉપરાંત પૃથ્વીના પડ ઉપર – એમ એકબીજાંમાંથી સતત પસાર થયાં કરે છે અને આ ચક્ર લાખો વર્ષોથી આમ જ ચાલતું રહ્યું છે. આપણે સૌ આ પૃથ્વી સાથે અને તેના પરના તમામ સજીવો સાથે એકરૂપ છીએ.

એક પ્રણાલી તરીકે જીઆ કોઈ એક જ જીવરચના નહીં, પણ એક સમુદાય છે. આ નિર્જીવ વાતાવરણમાં સંવાદિતાથી વિકસતો તમામ સજીવોનો સમૂહ એ જીવંત, શ્વાસ લેતો સમુદાય એ જીઆ છે. સર્જનાત્મકતા અને શિસ્તના મિશ્રણથી એક પ્રતિમાની જેમ તેનું ઘડતર થયું છે. ઉત્ક્રાંતિમાં થાય છે તેમ આ સર્જનાત્મકતા આનુવંશિક પરિવર્તન અને જાતીય પ્રજનન દ્વારા વિકસી છે. સૃષ્ટિમાં જે શિસ્ત છે તે ઉત્ક્રાંતિની પ્રક્રિયામાં પોતાના પર્યાવરણને અનુકૂળ બનીને રહેતા સજીવોની કુદરતી પસંદગી થકી આવી છે.

જીઆની શક્તિઓને પણ મર્યાદા છે. તે હિમયુગ કે પેટા હિમયુગને અટકાવી શકી નહીં. એ જ રીતે આજથી કેટલાંક અબજ વર્ષ પછી સૂર્યનું કદ જ્યારે અતિશય વિરાટ થશે અને તે લાલ વિકરાળ રૂપ ધારણ કરી લેશે ત્યારે પણ તે એ પરિસ્થિતિનો સામનો કરી શકશે નહીં. તે પૃથ્વી પર કોઈ લઘુગ્રહ ટકરાય કે પછી નજીકના સુપરનોવા એટલે કે કોઈ તારાના મહાવિસ્ફોટ સામે ટકી શકશે નહીં. અને આપણે પણ તેને જે નુકસાન પહોંચાડી રહ્યા છીએ તેનાથી તે પોતાને બચાવી શકશે નહીં.

જીઆ કોઈ ચોક્કસ જીવસ્વરૂપનું નહીં, પરંતુ સમગ્ર જીવનનું સંવર્ધન કરે છે. છેલ્લાં ૬૦ કરોડ વર્ષમાં તેણે પાંચ મોટા પ્રલય જેવી સ્થિતિ અનુભવી છે, જેના કારણે વિશાળકાય ડાયનાસોર તથા તે સમયે જોવા મળતા સમુદ્રી જીવ ઍમોનાઇટ તથા બીજા વિલક્ષણ જીવો પૃથ્વી પરથી કાયમ માટે નામશેષ થઈ

ગયા હતા. પરમિયન (સરીસૃપ કાળ) યુગના પ્રલય વખતે હયાત હતી એવી સજીવોની ૭૫ થી ૯૦ ટકા પ્રજાતિઓ સંપૂર્ણ નાશ પામી, પરંતુ જીવન ધબકતું રહ્યું અને નામશેષ થઈ ચૂકેલી પ્રજાતિઓએ જે શૂન્યાવકાશ સર્જ્યો હતો તેનું સ્થાન નવા સજીવોએ લઈ લીધું.

જ્યાં સુધી સ્વતંત્રપણે અને સ્વસંચાલિત પ્રકારે કામ ચાલ્યું, ત્યાં સુધી જીઆ-કામગીરી સારી ચાલી. તેનું કોઈ મન ન હતું, તેનું કોઈ અવકાશી મગજ ન હતું. પદાર્થ અને જીવની સર્જનાત્મકતાના આધારે આંતરઅવલંબનની જાળી ગૂંથતાં ગૂંથતાં તેનું કામ ચાલતું ગયું. પણ જ્યારે માનવીય બુદ્ધિ અને ટૅક્નોલૉજીના સ્વરૂપે તેને મગજ ઉપલબ્ધ થયું ત્યારથી બાજી બગડી છે.

મનુષ્ય પાસે જીઆને નિયંત્રણમાં રાખવાનું શાણપણ કે વિજ્ઞાન નથી, પરંતુ આપણી પાસે વિજ્ઞાન અને ટૅક્નોલૉજીની એટલી શક્તિ જરૂર છે જેનાથી આપણે તેને ગંભીર નુકસાન પહોંચાડી રહ્યા છીએ. આપણે જીઆની પર્યાવરણ પ્રણાલી અને તેના ચાર મુખ્ય ઝોનમાંથી ત્રણ બાયોસ્ફીઅર, હાઈડ્રોસ્ફીઅર અને એટમોસ્ફીઅરને ગંભીર નુકસાન પહોંચાડી ચૂક્યા છીએ. લાંબા ગાળે આપણાં કૃત્યોની અસર ચોથા, લિથોસ્ફીઅર ઉપર પણ પડશે અને તે દ્વારા પૃથ્વીની સમગ્ર ભૂરચના અતિશય પ્રભાવિત થશે. આમ, આપણે કોઈ અદ્‌ભુત ગૂઢ અર્થમાં જીઆનું મગજ નથી, આપણે તેને તે આપણા વિના ક્યારેય ન પહોંચી શકી હોત તેવી ઊંચાઈઓ પર જવા માટે માર્ગદર્શન આપી રહ્યા નથી. આપણું મગજ બહુ વિકૃત છે. કોઈ નશાખોર, કેફી દ્રવ્યોના વ્યસની, ચેઇન સ્મોકર્સ કે અકરાંતિયા વ્યક્તિનું માનસ જેવું હોય, તેવા માનસને કારણે આપણે અતિશય ભોગવાદ તથા પ્રદૂષણ દ્વારા, આપણી જાતને અને આપણાં જ દેહસ્વરૂપ એવી જીઆને અતિશય નુકસાન પહોંચાડી રહ્યા છીએ.

કૃષિની શોધ થયા પછી આપણે સ્થાનિક પર્યાવરણપ્રણાલી અને જીવ-વૈવિધ્યનો નાશ કરી જ રહ્યા છીએ, પરંતુ વીસમી સદીથી તો આપણે જીઆની પ્રક્રિયાઓનાં સૌથી મૂળભૂત તત્ત્વો સાથે પણ ચેડાં શરૂ કરી દીધાં છે. માત્ર વીસમી સદીમાં જ નહીં, અર્ધી શતાબ્દી પહેલાંથી આપણે જીઆનાં મૂળભૂત તત્ત્વોને નુકસાન પહોંચાડવાનું શરૂ કરી દીધું છે. આશરે અડધી સદી પહેલાં આપણે ક્લોરોફ્લોરોકાર્બન(CFCs)નો વપરાશ કરવાનું શરૂ કર્યું. ત્યારે એવી માન્યતા હતી કે આ ક્લોરોફ્લોરોકાર્બન બિલકુલ બિનનુકસાનકારક છે. છેક,

૧૯૮૫માં આપણને ખબર પડી કે આ ક્લોરોફ્લોરોકાર્બન (CFCs) તો આપણા રક્ષણાત્મક કવચ એવા ઓઝોનના પડને ખતમ કરી રહ્યો છે. ક્લોરોફ્લોરો-કાર્બન(CFCs)ના કારણે લોકોમાં ચામડીના કૅન્સરની બીમારી વધી ગઈ છે. કદાચ ક્લોરોફ્લોરોકાર્બન(CFCs)ના કારણે કૃષિપાકોની ઊપજ પણ ઘટી રહી છે. અને તેનાથી અનેક દરિયાઈ જીવો માટે ખોરાકના મુખ્ય સ્રોત સમાન પ્લેન્કટનની વૃદ્ધિ પર પણ માઠી અસર થઈ રહી છે અને તેના કારણે સરવાળે સમુદ્રી પર્યાવરણ પ્રણાલી અને પ્રક્રિયાઓ પર માઠી અસર થઈ રહી છે.

વધુ વિનાશકારી બાબત એ છે કે આપણે વાતાવરણમાં કાર્બન ડાયોક્સાઇડ અને મિથેનનું પ્રમાણ વધારીને તાપમાનના નિયંત્રણ માટેની જીઆની તંત્ર-પ્રણાલીને પણ ખોરવી રહ્યા છીએ. કોલસો અને ઑઇલ લાખો વર્ષ પહેલાં જીવાશ્મીઓમાંથી સર્જાયાં હતાં, પણ આપણે તેને મહત્તમ પ્રમાણમાં ખોદી કાઢીને અને તેનું આપણા મુખ્ય ઊર્જાસ્રોત તરીકે દહન કરીને વાતાવરણમાં કાર્બન ડાયોક્સાઇડનું પ્રમાણ વધારી દીધું છે. ઔદ્યોગિકીકરણ શરૂ થયું તે પહેલાં આ પ્રમાણ ૨૮૦ પાર્ટ્સ પ્રતિ મિલિયન (ppm) હતું તે ૧૯૯૫માં વધીને ૩૬૦ ppm થયું હતું અને ૨૦૧૫માં તે વધીને ૫૫૦ ppm પર પહોંચી ગયું હતું. આપણાં ૧૩૦ કરોડ પશુઓ, આપણાં ૨૫ કરોડ હૅક્ટર ખેતરો તથા આપણા અગણિત કચરાના ઢગલાઓ દ્વારા આપણે વાતાવરણમાં બમણા કરતાં વધુ મિથેન ઠાલવી દીધું છે. અગાઉ કુદરતી રીતે ૭૦૦ પાર્ટ્સ પર બિલિયન (ppb) મિથેન વાતાવરણમાં હતું, તે ૧૯૯૫માં વધીને ૧,૬૦૦ ppb અને ૨૦૧૫માં ૧,૮૦૦ ppb થઈ ગયું.

જો આવું જ ચાલુ રહ્યું તો આગામી સદીના અંત સુધીમાં પૃથ્વીના તાપમાનમાં એક ડિગ્રી સેલ્શિયસથી ચાર ડિગ્રી સેલ્શિયસ જેટલો વધારો થઈ શકે છે એવું અનુમાન 'ઇન્ટરગવર્નમેન્ટ પેનલ ઑન ક્લાઇમેટ ચેન્જ' દ્વારા રજૂ કરવામાં આવ્યું છે. તાપમાનમાં વધારાને કારણે દરિયાની સપાટીમાં પણ વધારો થશે. તેના કારણે પર્યાવરણીય ઝોન બદલાઈ જશે, વરસાદની પેટર્ન ફરી જશે અને કૃષિ ક્ષેત્રે બહુ મોટા પાયે નિષેધાત્મક અસરો સર્જાશે. દર વખતની જેમ જીઆ આ પરિસ્થિતિના સામના માટે પોતાનાથી બનતા તમામ પ્રયાસ કરી રહી છે. સૌથી ખરાબ પરિસ્થિતિમાં પણ નિમ્ન કક્ષાના જીવો ટકી શકશે, પરંતુ આ પરિસ્થિતિને અનુકૂળ થઈ રહેવાની ક્ષમતા નહીં ધરાવતાં કેટલાંય પ્રાણીઓ અને

વનસ્પતિઓ કાયમ માટે લુપ્ત થઈ જશે. આપણે પણ કદાચ એમાંના એક હોઈ શકીએ.

એક કવિએ લખ્યું છે :

તમે એક નાનકડું ફૂલ પણ તોડી શકો નહીં,
કોઈ તારાના કંપન વગર.[૮૨]

સમગ્ર સજીવસૃષ્ટિ એક છે. આ બધા જ જીવોને જોડતી એક સહિયારી ચેતના છે, જે તમામ સજીવોને મહાન વૈશ્વિક એકતામાં જોડે છે. આપણે એક ચીજને નુકસાન પહોંચાડીએ કે બીજી પ્રણાલીનું ઉલ્લંઘન કરીએ ત્યારે તેનાં માઠાં પરિણામો આવવાનાં જ છે. બ્રિટિશ પર્યાવરણશાસ્ત્રી પૌલ હેરિસને આપણામાં પરિવર્તનની તાકીદે જરૂર હોવાનું બહુ સુંદર રીતે સમજાવ્યું છે :

'જ્યારે આપણો યુગ યુવાન હતો ત્યારે આપણે જે રીતે બાળક બધું માની જાય છે તે જ રીતે બધું માની જતા હતા. હવે આપણે પુખ્ત થયા છીએ ત્યારે એ બાલિશ ચીજો છોડી દઈએ એ જરૂરી છે. હવેના સમયમાં આપણે અવકાશયુગને વધાવી લે અને આપણા પ્રકૃતિ માટેના પ્રેમને અને પૃથ્વીની જાળવણી માટેના પ્રયાસોને ટેકો આપે એવો ધર્મ અપનાવવાની જરૂર છે.'[૮૩]

નેશનલ સ્પેસ સોસાયટી, યુએસએની એક્ઝિક્યુટિવ કમિટીના ચૅરમૅન માર્ક હોપકિન્સ અને હું લાંબા સમયથી એવું સહિયારું સપનું સેવી રહ્યા છીએ જેમાં બધા જ દેશો સાથે મળીને શાંતિ અને સમૃદ્ધિપૂર્વક રહેતા હોય. અમારી કલ્પના છે કે પૃથ્વી અત્યારે જે પડકારોનો સામનો કરી રહી છે તેને પહોંચી વળવા માટે અવકાશમાં વૈશ્વિક સહયોગની દિશામાં દુનિયા આગળ વધે. અમે એ બાબતે વાકેફ છીએ કે પૃથ્વીને ફરી જીવવા લાયક બનાવવા માટે તમામ દેશોએ સાથે મળીને ખંતપૂર્વક પ્રયાસો કરવા પડશે. પર્યાવરણ અને પર્યાવરણ પ્રણાલીઓના સદીઓથી થઈ રહેલા વિનાશ અને જીવાશ્મિ બળતણ તથા શુદ્ધ પાણી સહિતના કીમતી ખનિજ સ્રોતોના ઝડપી બગાડ પછી આપણે એ દિશામાં આગળ વધવું પડશે. અમને આશા છે કે આપણું આંતરરાષ્ટ્રીય સહકારિતા મિશન પૃથ્વીને જીવન માટે અનુકૂળ બનાવવાના કાર્યમાં ઉદ્દીપકની ભૂમિકા ભજવશે અને જેના કારણે રાષ્ટ્રો વચ્ચે અને રાષ્ટ્રોની અંદર પણ શાંતિમય સંબંધો અને સમૃદ્ધિને પ્રોત્સાહન મળશે.

૨૪

બ્રહ્માંડનો સ્રોત પરમેશ્વર છે

'જ્યાં તમારી પ્રતિભા અને વિશ્વની જરૂરિયાતો એકબીજાને
મળે છે, ત્યાં તમારા જીવનનો હેતુ રહેલો છે.'
– ઍરિસ્ટોટલ
ઈસુ પૂર્વેના ગ્રીક દાર્શનિક અને વિજ્ઞાની

કોઈક ક્ષણે વિશ્વના તમામ પદાર્થ તત્ત્વ એક જ બિંદુએ કેન્દ્રિત થયાં અને તે ક્ષણે સૃષ્ટિની ઉત્પત્તિ થઈ. બિગબેંગની ઘટનાથી ઊર્જાનો પ્રસાર થયો અને તેનું પદાર્થ તત્ત્વમાં રૂપાંતર થયું. બિગબેંગ દ્વારા જે અણુ ઉત્પન્ન થયા તેમાં સૌથી વધુ અણુઓ હાઈડ્રોજનના હતા. થોડા હિલિયમ અને થોડા લિથિયમના પણ હતા. આધુનિક ગણતરીઓ મુજબ આ ઘટના આશરે ૧૩.૮૨ અબજ વર્ષ પૂર્વે બની હોવાનો અંદાજ છે. ભગવાન એક અજોડ શક્તિ છે. તેમણે બિગબેંગ સર્જ્યું અને કોઈ હેતુથી સૃષ્ટિની રચના કરી. પરમેશ્વર એ કોઈ ધાર્મિક વિચાર નથી, પરંતુ સૃષ્ટિમાં જે કાંઈ વિદ્યમાન છે તે તમામની પાછળનું સર્વોચ્ચ બળ છે. આપણે બીજું કંઈ નહીં પણ આપણી સમજની બહાર એવી પ્રચંડ ગતિશીલ સૃષ્ટિનો એક અંશમાત્ર છીએ, અને પરમેશ્વર આ સૃષ્ટિની પણ પેલે પાર છે.

ઋગ્વેદની સૃષ્ટિસર્જન અંગેની એક ઋચામાં હિરણ્યગર્ભની વાત આવે છે :

હિરણ્યગર્ભ સમવર્તતાગ્રે ભૂતસ્ય જાતસ્ય જાતઃ પતિરેક આસીત્।
સ દાધાર પૃથિવીં ધ્યામુતેમાં કસ્મૈ દેવાય હવિષા વિધેમ॥

જે ગર્ભમાંથી જ અગ્નિ સાથે જન્મ્યા. અહીં અને ત્યાં ઉપર-નીચે બધે જ સમુદ્ર હતો. પાણીના લિસોટાની જેમ માત્ર જીવન હતું. એ જીવન તરીકે જાગી ઊઠ્યા, કયા દેવને બલિ અર્પણ કરીએ?

અબુ ધારની સત્તા વિશે એક હદીસ છે, જેમાં તેઓ પયગંબર મોહંમદ(સ.અ.વ.)ને પૂછે છે:

તમે ખુદાને જોયા છે?

પયગંબર સાહેબે કહ્યું : 'તે એક પ્રકાશ છે. હું તેને કેવી રીતે જોઈ શકું?'[૮૪]

વૈજ્ઞાનિક દૃષ્ટિએ વાત કરીએ તો બિગબેંગ પછી પ્રારંભિક વિસ્તૃતીકરણ થયું, તેમાં વિસ્ફોટ સાથે પ્રકાશ રેલાયો હશે. એ પછી પૃથ્વી ધીરે ધીરે ઠરવા માંડી અને એટલી હદે ઠંડી પડી કે જેથી પ્રોટોન, ન્યૂટ્રોન અને ઈલેક્ટ્રોન સહિતના પરમાણુ કણોની રચના થઈ શકે. ગુરુત્વાકર્ષણ બળ અને આંતરિક ગૅસના દબાણ વચ્ચે બહુ તીવ્ર અને જટિલ સંઘર્ષ રચાયો, તેમાંથી અવકાશી વાયુનાં વાદળાં રચાયાં અને તેમાંથી તારાનો જન્મ થયો. આ વમળમાં પોતાના જ ગુરુત્વાકર્ષણ બળને કારણે ગૅસની ઘનતામાં વધારો થયો. દબાણ વધવાના પરિણામે ગૅસ વધુ ગરમ થયો અને કોમ્પ્રેસન પ્રક્રિયા અટકી ગઈ. જો ગૅસ આ પ્રક્રિયાના પરિણામરૂપે સર્જાયેલી થર્મલ ઊર્જાને નાથી શક્યો હોત, તો કૉમ્પ્રેસન પ્રક્રિયા ચાલુ રહેત અને એક નવા તારાનો જન્મ થયો હોત.[૮૫]

બિગબેંગ પછી લગભગ નવ અબજ વર્ષે એટલે કે આશરે ૪.૬ અબજ વર્ષ પહેલાં સૂર્યમંડળની રચના શરૂ થઈ હતી. મોટા ભાગે હાઈડ્રોજનનું બનેલું અને અન્ય કેટલાંક અલ્પાંશ તત્ત્વો પણ ધરાવતા એક આણ્વિક વાદળનું ખંડન શરૂ થયું અને તેણે કેન્દ્રમાં એક વિશાળ ગોળો રચ્યો જેણે છેવટે સૂર્યનું સ્વરૂપ ધારણ કર્યું તેની સાથે તેની ફરતે ડિસ્ક જેવી ગોળાકાર રચના પણ થઈ. આ ગોળાકાર ડિસ્ક વૃદ્ધિ પામતી ગઈ અને એકમેક સાથે સંયોજન દ્વારા તેમાંથી નાના પદાર્થો અસ્તિત્વમાં આવ્યા જે કાળક્રમે ગ્રહો, ધૂમકેતુ અને લઘુગ્રહો બન્યા. અન્ય તારાની સરખામણીએ સૂર્યની રચના પછીથી થઈ. આપણી સૂર્યમાળા અન્ય આગલી પેઢીના તારાઓએ રચેલા પદાર્થતત્ત્વનો પણ સમાવેશ ધરાવે છે. ૧૯૮૩માં ઈન્ડિયન અમેરિકન ઍસ્ટ્રોફિઝિસિસ્ટ સુબ્રમણ્યમ્ ચંદ્રશેખરને ફિઝિક્સ વિષયમાં નોબલ પુરસ્કાર મળ્યો હતો. તેમને આ પુરસ્કાર વિરાટ તારાઓના

ક્રમિક વિકાસ તબક્કાની હાલની સ્વીકૃત થિયરી તરફ દોરી જતી તેમની ગાણિતિક થિયરી માટે મળ્યો હતો.

જેની શરૂઆત થાય છે તેનો અંત નક્કી છે. આ વાત બ્રહ્માંડ, પૃથ્વી સહિતની આપણી સૂર્યમાળાને પણ લાગુ પડે છે. તો પછી આપણી સૃષ્ટિનું શું થશે? સૃષ્ટિનું કોઈ એક ચોક્કસ મૉડલ છે જ નહીં. હું આલ્બર્ટ આઇન્સ્ટાઇનના એ સિદ્ધાંતમાં માનું છું કે સૃષ્ટિ સતત એક શાશ્વત લોલકને અનુસરે છે. દર વખતે તેની શરૂઆત બિગબેંગથી થાય છે અને દરેકનો અંત બિગ ક્રંચ(મહાસંકોચન, સમગ્ર સૃષ્ટિ બિગબેંગના વિસ્તરણથી વિપરીત રીતે સંકોચન પામશે અને બ્લેક હૉલમાં સમાઈ જશે તેવી થિયરી)થી થાય છે. આ થિયરી મુજબ વિશ્વ ત્યાં સુધી વિસ્તરવાનું ચાલુ રાખશે જ્યાં સુધી પદાર્થોનું ગુરુત્વાકર્ષણ તેને અંદરની તરફ ખેંચીને તેનું મહાસંકોચન ન સર્જે અને તે ફરી તીવ્રતાથી પાછું ફરશે. આ કયા સમયે થશે તેની કલ્પના પણ કરવાનું આપણા માટે શક્ય નથી.

સૃષ્ટિ વિશે ઊંડાણપૂર્વક વિચાર કરતી આપણી જાત કેટલી સૂક્ષ્માતિસૂક્ષ્મ છે એ જાણવું બહુ જરૂરી છે. આપણું અસ્તિત્વ તદ્દન નગણ્ય અને તુચ્છ છે! આપણે આપણી આસપાસ જે જોઈ રહ્યા છીએ તે તો આ મહાવિરાટ વાસ્તવિકતાનો એક નાનકડો અલ્પાંશ માત્ર છે. આ સૃષ્ટિમાં આપણું સ્થાન થરપાકરના રણમાં રેતીના એક કણ જેટલું છે. આપણે આ મહાન રચના વિશે ઊંડો વિચાર કરતાં પહેલાં આ સૃષ્ટિની વિશાળતાનો ખ્યાલ મેળવીએ. પ્રકાશ એક સેકન્ડના દસમા ભાગના સમયમાં આપણી પૃથ્વી ફરતે એક ચક્ર પૂર્ણ કરી લે છે, પરંતુ સૃષ્ટિનો અંદાજિત વ્યાસ કદાચ ૫૦૦ અબજ પ્રકાશવર્ષ જેટલો છે.

આપણો સૂર્ય તો અવકાશના અન્ય તારાઓની સરખામણીએ બહુ નાનો છે, પરંતુ આમ છતાં તેની ફરતે ૧૩ લાખ પૃથ્વીઓ સમાઈ શકે છે. આપણી પૃથ્વીથી આશરે ૬૪૦ પ્રકાશવર્ષ દૂર આવેલો બિટલજ્યૂઝ નામનો વિશાળ લાલ તારો તેના ફરતે આપણા સૂર્ય જેવા ૧,૦૦૦ સૂર્ય સમાવી શકે તેટલો મોટો વ્યાસ ધરાવે છે. સમજવા માટે જો આપણે ધારીએ કે સૂર્યનું કદ એક નારંગી જેટલું છે તો આપણી પૃથ્વી તેનાથી ૧૦ મીટર દૂરના અંતરેથી રેતીના એક કણ જેટલા કદમાં ફરતી દેખાય. જો આ જ ગણતરી આગળ ધપાવીએ તો આપણા સૂર્યથી સૌથી નજીકનો આલ્ફા સેન્ટોરી તારો નારંગી કદના સૂર્યથી ૨,૦૦૦ કિમીના અંતરે છે. ફરીથી તે જ અંતર અને કદ પ્રમાણે ગણતરી કરીએ અને માત્ર એક

આકાશગંગાને નારંગીઓના ઝૂમખા તરીકે નિહાળીએ (જે ખરેખર ૩ કરોડ કિલોમીટરનો વ્યાસ ધરાવે છે), તો દરેક નારંગી, બીજી નારંગીથી સરેરાશ ૩,૦૦૦ કિમીના અંતરે ગોઠવવી પડે.

દરેક મુખ્ય ધાર્મિક પરંપરામાં સૂર્યને તમામ જીવનનો સ્રોત માનવામાં આવે છે, એ સાચું પણ છે કારણ કે સૂર્યનું અસ્તિત્વ છે એટલે જ પૃથ્વીનું અસ્તિત્વ છે. પૃથ્વી પર અસ્તિત્વ ધરાવતો દરેક જીવ સૂર્યમાંથી પ્રસરતી પ્રકાશ-ઊર્જામાંથી પોતાનું જીવન ટકાવી રાખવાની શક્તિ મેળવે છે. સૂર્યના ગર્ભમાં પ્લાઝમા વાયુ રહેલો છે. આ વાયુ એટલો ગરમ છે કે તેનું સંપૂર્ણપણે અયનમાં રૂપાંતર થઈ જાય છે અને તેના અણુમાંથી તેના ઇલેક્ટ્રોનનું વિઘટન થઈ જાય છે. આટલી પ્રચંડ ગરમીમાં તેના હાઇડ્રોજનના કેન્દ્રમાંથી પ્રોટોન એટલા ઝડપથી ગતિ કરે છે કે તેઓ તેમની પરસ્પરની તીવ્ર ગતિથી છૂટા પડવાની ક્રિયાને અતિક્રમી જઈ ટકરાય છે અને હિલિયમનું કેન્દ્ર સર્જે છે. આ પ્રકારની પ્રતિ-ક્રિયાને ન્યુક્લિયર ફ્યુઝન કહે છે. સૂર્યની અંદર દર સેકન્ડે હાઇડ્રોજનના ૬૦ કરોડ ટન અણુઓ હિલિયમમાં રૂપાંતર પામે છે. જે ૪×૧૦^{૨૨} મેગાવૉટ જેટલી ઊર્જાનો પ્રકાશ ઉત્પન્ન કરે છે.

ભવિષ્યનું અનુમાન લગાવીએ તો આજથી ૧.૧ અબજ વર્ષ સુધીમાં સૂર્ય આજના કરતાં ૧૦ ગણો વધુ તેજસ્વી બનશે. આ વધારાની ગરમી ભેજ ધરાવતી ગ્રીનહાઉસ ઇફેક્ટ ઊભી કરશે. તેના કારણે પૃથ્વી પરનું વાતાવરણ સુકાવા લાગશે અને પાણીની બાષ્પ અવકાશમાં ઊડી જશે અને તે ક્યારેય પાછી નહીં આવે. આજથી ૩.૫ અબજ વર્ષ સુધીમાં સૂર્ય અત્યારે છે તેના કરતાં ૪૦ ગણો વધુ તેજસ્વી બની જશે. તેનાથી તો એટલી ગરમી વધશે કે સમુદ્રો ઊકળવા લાગશે અને તેના પરિણામે સમુદ્રોનું પાણી પણ વરાળ રૂપે અવકાશમાં ઊડી જશે. હિમશિલાઓ કાયમ માટે પીગળી ગઈ હશે અને બરફ કોઈ પ્રાચીન ઇતિહાસની જ વાત બની જશે. પૃથ્વીની સપાટી પર ગમે ત્યાં જીવન અસંભવ બની જશે. પૃથ્વી શુક્રના ગ્રહ જેવી ગરમ અને સૂકી બની જશે.[૮૬]

આગામી છ અબજ વર્ષ સુધીમાં સૂર્યના ગર્ભમાંથી હાઇડ્રોજન વિલીન થઈ જશે. કોઈ ક્રિયા વિનાની હિલિયમની રાખ ગર્ભમાં જમા થશે અને તે અસ્થિર થઈ પોતાના જ ભાર હેઠળ તૂટી પડશે. આથી ,ગર્ભ ગરમ બની જશે અને વધુ ઘટ્ટ બની જશે. સૂર્યનું કદ વધી જશે અને તે તેની ઉત્ક્રાંતિના લાલ વિરાટ

સ્વરૂપના તબક્કામાં પ્રવેશશે. વધુ વિસ્તરણ પામેલો સૂર્ય બુધ અને શુક્ર ગ્રહોની ભ્રમણકક્ષાનું ભક્ષણ કરી જશે અને કદાચ તે પૃથ્વીને પણ ગળી જશે. અને જો કદાચ પૃથ્વી બચી પણ જાય તો લાલ વિકરાળ સૂર્યમાંથી નીકળનારી પ્રચંડ દાહક ગરમી આપણી પૃથ્વીને જાણે તે કોઈ ભઠ્ઠીમાં ધકેલાઈ ગઈ હોય એ રીતે શેકી નાખશે અને પૃથ્વી પર કોઈ પણ પ્રકારના જીવનસ્વરૂપ માટે ટકી રહેવું અશક્ય બની જશે.

બાદમાં સૂર્યનો સળગી રહેલો હિલિયમ કાર્બન રચશે. આ તબક્કો જ્યાં સુધી આ બળતણનો સ્રોત ખલાસ ન થઈ જાય ત્યાં સુધી આશરે ૧૦ કરોડ વર્ષ સુધી ચાલશે. આખરે હિલિયમ એટલું અસ્થિર બની જશે કે તેના કારણે સૂર્ય બહુ તીવ્ર રીતે ધબકવા લાગશે. આવા કેટલાક ધબકાર દરમ્યાન તે તેના વાતાવરણનો બહુ વિશાળ હિસ્સો અવકાશમાં વિસ્ફોટ સાથે છોડશે. જ્યારે સૂર્યમાં તેની બહારની સપાટીનો વિસ્ફોટ થશે, ત્યારે તેના કેન્દ્રીય ગર્ભમાં માત્ર કાર્બન જ રહ્યો હશે. વાસ્તવમાં તે પૃથ્વીના કદનો એક હીરો બની જશે. તેનું દળ માત્ર એક તારા જેવું જ રહી જશે. પછી તેની ઠરવાની પ્રક્રિયા અબજોના અબજો વર્ષ સુધી ચાલશે.

સુબ્રમણ્યન ચન્દ્રશેખરના અંદાજ અનુસાર એક સ્થિર સફેદ ભારે ઘનત્વવાળા નાનકડા તારાનું મહત્તમ કદ અંદાજે ૩ X $૧૦^{૩૦}$ કિલોગ્રામ હોય છે. આ કદ સૂર્યના દળ કરતાં ૧.૪ ગણું વધારે છે. ચન્દ્રશેખરે જે મર્યાદા કહી છે તેના કરતાં વધુ દળ ધરાવતા તારા છેવટે પોતાના જ વજન હેઠળ ભાંગી પડે છે અને છેવટે ન્યૂટ્રોન તારા અથવા તો બ્લેક હૉલમાં પરિવર્તિત થઈ જાય છે. આનાથી ઓછું દળ ધરાવતા તારા તેમના ઈલેક્ટ્રોન્સની નબળી દશાના દબાણને કારણે ભાંગી પડતાં અટકે છે.

સૃષ્ટિનો અભ્યાસ એ પરમેશ્વરનો અભ્યાસ કરવા જેવો જ મહાવિસ્મયકારક, અતિ અદ્ભુત તથા ગહન અનુભવ છે. સૃષ્ટિને સમજવા આપણે પરમેશ્વરના કાર્યને સમજવું પડે છે. અને પરમેશ્વરનો અભ્યાસ કરવો એ ખરેખર બહુ સંતુલન સાધવાનું કામ છે. એક પરમેશ્વરવાદીએ ગહન સત્યની શોધ માટે ઘણી વખત પોતાના શ્વાસ જ્યાં હોય ત્યાં અટકાવીને અને દિવ્ય વિશેની પોતાની સમજને સ્થિર કરવી પડે છે. તેમણે પરમેશ્વરનાં લક્ષણોનો અભ્યાસ કરતી વખતે, ઘૂંટણિયે પડીને શરીરથી અને મનથી પરમેશ્વરની હાજરીનો દિવ્ય આનંદ માણવા પુષ્કળ ધીરજ ધરવી પડે. વિશ્વમાં ભગવાને વધુ સારું અને સુંદર બનાવ્યું

હોય તેનાં અનેકાનેક ઉદાહરણો આપણને દિગ્મૂઢ કરી દે તેવાં છે. સૃષ્ટિની ઝીણામાં ઝીણી બાબતમાં આપણે પરમેશ્વરની હાજરીના પુરાવા જોઈ શકીએ છીએ. ભૌતિક વસ્તુઓના તાર્કિક પૃથક્કરણ માટે પણ આધ્યાત્મિક રીતે શ્વાસ સ્થિર કરવો જરૂરી બને છે.[૮૭]

માનવજીવનનાં ગૂઢ રહસ્યોને ફ્રાંસિસ કોલિન્સ કરતાં વધારે સારી રીતે કોણ જાણી શકે? તેઓ 'નેશનલ હ્યુમન જીનોમ રિસર્ચ ઇન્સ્ટિટ્યૂટ'ના પ્રથમ નિયામક બન્યા હતા અને હાલ તેઓ અમેરિકાની 'નેશનલ ઇન્સ્ટિટ્યૂટ ઑફ હેલ્થના નિયામક' છે. તેમણે માનવીય DNAના સંકેતોનો કોયડો ઉકેલવાના વૈજ્ઞાનિક પ્રયાસોનું નેતૃત્વ કર્યું અને આ પ્રક્રિયા દરમ્યાન રોગોની તપાસ માટે જિન્સની ચકાસણીની ક્રાંતિકારી પદ્ધતિ વિકસાવી.

ફ્રાંસિસ કોલિન્સ બહુ અસ્ખલિત રીતે કહે છે કે "ભગવાન, એ એવા ભગવાન છે જેમણે આ સૃષ્ટિની રચના પણ કરી અને મને એક માણસ બનાવવાનું આયોજન એવાં બંને કામ કર્યાં છે. તમામ સજીવોની ઉત્પત્તિ એક જ પૂર્વજમાંથી થઈ છે એવા ખ્યાલને ટેકો આપતા પુરાવા ખરેખર ભાવવિભોર કરી મૂકે તેવા છે."[૮૮]

'ધ લેંગ્વેજ ઑફ ગૉડ : અ સાયન્ટિસ્ટ પ્રેઝન્ટસ ઍવિડન્સ ફૉર બિલીફ' પુસ્તકમાં ફ્રાંસિસ કોલિન્સ લખે છે કે –

> *"જો ભગવાને મને અને તમને કુદરતી તેમજ આધ્યાત્મિક વ્યક્તિ તરીકે જન્મ આપવાનું પસંદ કર્યું હોય અને આ ધ્યેયને પૂર્ણ કરવા માટે ઉત્ક્રાંતિની કાર્યપ્રણાલીને અપનાવી હોય તો મને લાગે છે કે આ બહુ અદ્‌ભુત તથા ભવ્ય બાબત છે. ભગવાન પોતે આકાશ અને સમય બંનેથી પર હોવાથી તેઓ સૃષ્ટિના આરંભ પહેલાંથી જાણતા હતા કે શું પરિણામ આવવાનું છે. આ કામ પાર પડશે કે નહીં તેવી કોઈ અનિશ્ચિતતા હતી જ નહીં. તો લોકોને વિજ્ઞાન અને અધ્યાત્મનાં મંતવ્યો પરસ્પર વિરોધી લાગે એવું ક્યાં કશું છે જ? મારા મતે તો આ બંને અસ્તિત્વ ધરાવે છે. તે બંને એક જ દિવસે એક જ ક્ષણે એકસાથે પ્રવર્તે છે. તેમાં કોઈ વિભાજન નથી. તેઓ સંપૂર્ણપણે સુસંગત છે અને હું જે છું તેના તેઓ ભાગરૂપ છે."[૮૯]*

આમ છતાં, આ કુદરતી દુનિયાને સમજવા માટે વિજ્ઞાન એકમાત્ર

વિશ્વાસપાત્ર ઉપાય છે અને જ્યારે વિજ્ઞાનનાં સાધનોનો યોગ્ય રીતે ઉપયોગ કરવામાં આવે તો તે ભૌતિક અસ્તિત્વની બાબતમાં ચકિત કરી દે તેવી માહિતી પૂરી પાડે છે, પરંતુ વિજ્ઞાન એવા પ્રશ્નોનો જવાબ નથી આપી શકતું કે 'આ સૃષ્ટિ શા માટે અસ્તિત્વમાં આવી? માનવના અસ્તિત્વનો અર્થ શો છે? મૃત્યુ પછી આપણું શું થાય છે?' આ ગૂઢ પ્રશ્નોના ઉત્તર મેળવવાની આકાંક્ષા માનવજાત માટે સૌથી મોટી પ્રેરણા છે. જે કંઈ સાદૃશ છે કે પછી અદૃશ્ય છે તેની સમજણ પ્રાપ્ત કરવા માટે આપણને વૈજ્ઞાનિક અને આધ્યાત્મિક બંને દૃષ્ટિકોણોની તમામ શક્તિઓની જરૂર પડશે.

એક પ્રખર વિજ્ઞાની હોવું અને આપણામાંના દરેકમાં અંગત રસ લેનારા પરમેશ્વરમાં શ્રદ્ધા ધરાવવી એ બે વચ્ચે કોઈ સંઘર્ષ નથી. વિજ્ઞાનનું લક્ષ્ય કુદરત વિશે સંશોધનો કરવાનું છે. ભગવાનનું કાર્યક્ષેત્ર આધ્યાત્મિક દુનિયા છે. આ ક્ષેત્રને વિજ્ઞાનનાં સાધનો અને ભાષાથી સમજી શકાય નહીં, તેના માટે હૃદય, મન અને આત્મા દ્વારા જ પરીક્ષણ કરવું પડે અને મન આ વિજ્ઞાન અને અધ્યાત્મ એ બંને ક્ષેત્રોને અપનાવવા માટે તૈયાર હોવું જ જોઈએ.

મેં વિવિધ ધર્મમાં માનતા હોય એવા અનેક વિજ્ઞાનીઓ સાથે કામ કર્યું છે. મારા કેટલાક સાથીદારો નિરીશ્વરવાદમાં પણ માને છે. મારી લાગણી એવી છે કે જો તમે ભગવાનનું અસ્તિત્વ સ્વીકારી રહ્યા હો તો તમારે એક તબક્કે નિયંત્રણ છોડી દેવું પડે અને તમારે જે કરવું હોય તે ન કરી શકો, કારણ કે તમને ત્યારે તે કરવું ગમતું હોય છે. જોકે, મને નિયંત્રણમાં રહેવાનું ગમે છે. જ્યારે કોઈ વ્યક્તિ ભગવાન સાથે સંબંધ જોડવાની ઇચ્છા વ્યક્ત કરે, ત્યારે તે વ્યક્તિએ પોતાની અનેક અપૂર્ણતાઓનો સામનો કરવાની તૈયારી પણ રાખવી પડે છે. જો તમે ભગવાનને તમારી પ્રતિકૃતિની જેમ નિહાળશો તો તમને તમે પોતાના માટે ગર્વ લઈ શકો એવી કેટલીય બાબતોની તમારામાં ઊણપ છે તેનો અહેસાસ થશે. અને શરૂઆતમાં કોઈ પણ વ્યક્તિ માટે આ અતિશય હતાશાપ્રેરક અનુભવ પણ હોઈ શકે છે.

ભગવાને એવા સજીવોનું સર્જન કરવાનું વિચાર્યું કે જેમનો સંગાથ તે પોતે માણી શકે, તે પોતે જેમનામાં નૈતિક કાયદાનું સિંચન કરી શકે, જેમના આત્મામાં તે પોતે સમાઈ શકે અને જેમને તે પોતે તેમના પોતાના વર્તાવ અંગે નિર્ણયો કરવાની સ્વતંત્ર ઇચ્છા આપી શકે. પરમેશ્વરની આ ભેટ એવી છે જેનો ઘણી

વખત દુરુપયોગ થાય છે. પરમેશ્વર બહુ અજોડ રીતે તેનાં સંગાથી સર્જનોને મિત્રતા આપવા ઇચ્છે છે, તેમને ભગવાને કેટલો સમર્થ અને દયાળુ છે તેના સાક્ષી બનવા અને તે યાદ અપાવતા રહેવા ઇચ્છે છે. મેં સ્વીકારેલું પ્રમુખસ્વામીનું શિષ્યપદ આ વાતનું પ્રમાણ છે.

આ પુસ્તકના સમાપનમાં ચોથા ભાગમાં હું પરિવર્તનના એન્જિન તરીકે સર્જનાત્મક નેતૃત્વ વિશે ચર્ચા કરીશ. સર્જનાત્મક નેતાઓ જન્મથી જ નેતા નથી હોતા. તેઓ ચોક્કસ સંજોગો અને પરિસ્થિતિઓમાંથી બહાર આવે છે. તેઓ વધુ સારી પરિસ્થિતિ સર્જવા માટે પરિવર્તન લાવવાની દિશામાં આગળ વધે છે. મેં સર્જનાત્મક નેતૃત્વનાં આઠ પાસાં વિચાર્યાં છે. આ પાસાં છે : નીડરતા, સાહસ, નૈતિક આચરણ, અહિંસા, ક્ષમા, અનુકંપા, દૂરદર્શિતા અને સહકાર. જેમનામાં આ ગુણો મહત્તમ રૂપે વ્યક્ત થયા છે તેવા નચિકેતા, અબ્દુલ કાદિર, અબ્રાહમ લિંકન, તિરૂવલ્લુવર, મહાત્મા ગાંધી, નેલ્સન મંડેલા, દલાઈ લામા, વિક્રમ સારાભાઈ અને વર્ગિસ કુરિયનની વાતો પણ હું જણાવીશ.

ભાગ : ૪

રચનાત્મક નેતૃત્વનો વિકાસ

‘શ્રેષ્ઠ નેતા એને કહેવાય જેની હાજરીની લોકોને ભાગ્યે જ જાણ હોય. જ્યારે તેનું કાર્ય પૂર્ણ થાય, ધ્યેય સિદ્ધ થાય, ત્યારે લોકો એવું કહે કે આ તો અમારી જાતે કર્યું છે.’

– લાઓ ત્ઝુ

પ્રાચીન ચીનના દાર્શનિક અને કવિ

૨૫

તમામ હકીકતોના ચહેરામાં નિર્ભયતાની દૃષ્ટિ

'સાચા, સૌમ્ય અને નિર્ભય બનો.'

– મહાત્મા ગાંધી

આ પુસ્તકનું સમાપન કરતા ચોથા ભાગમાં હું પ્રમુખસ્વામીજીના સંગમાં રહીને નેતૃત્વ વિશે જે શીખ્યો તેની વાત રજૂ કરીશ. તેઓ મહાન આધ્યાત્મિક નેતા છે અને સમગ્ર વિશ્વમાં બી.એ.પી.એસ.ની કામગીરીનું તેઓ જે રીતે નેતૃત્વ કરી રહ્યા છે તેનું નિરીક્ષણ કરતી વખતે, મહાન નેતાઓ કેવી રીતે તેમનાં નેતૃત્વ અને વ્યક્તિત્વનો વિકાસ સાધે છે તેના વિશે એક વિશેષ અંતર્દૃષ્ટિ મળી. નેતૃત્વની વ્યાખ્યા ક્યાં અને કેવા સંગઠનમાં અસ્તિત્વ ધરાવે છે તે સંદર્ભમાં ઘણી બધી રીતે કરી છે. આ સંદર્ભ રાજકીય, લશ્કરી, વ્યાપારી, આધ્યાત્મિક, બૌદ્ધિક, સાહસિક, રમત-ગમત, કલા અથવા તો માનવીય પ્રયત્નના કોઈ પણ અન્ય ક્ષેત્રને લાગુ પડી શકે છે. પુસ્તકોમાં ઉપલબ્ધ આ તમામ વ્યાખ્યાઓમાંથી હું એક સર્જનાત્મક નેતૃત્વ પ્રક્રિયાની સારરૂપ વિગત આપીશ. આવું સર્જનાત્મક નેતૃત્વ સહિયારા ધ્યેયની કાર્યસિદ્ધિ માટે લોકોને તમારું અનુસરણ કરતા કરવાની ક્ષમતા રૂપે પ્રગટ થાય છે.

આપણે આપણો વેપાર-ઉદ્યોગ ચલાવવા ગમે તેટલાં નાણાં, ટૅક્નોલૉજી

અથવા વ્યૂહરચના અપનાવીએ પણ છેવટે તેનું કેવું ફળ મળે છે તે તો લોકોના હાથમાં જ હોય છે. હવે એ વધુ ને વધુ પ્રસ્થાપિત થઈ રહ્યું છે કે લોકો તમને અનુસરે અને તમે નિર્ધારિત કરેલું પરિણામ લાવી આપે એવું નેતૃત્વ પ્રદાન કરવું, એ બહુ જ અગત્યનું વ્યવસ્થાપન છે. આ ભાગનાં આઠ પ્રકરણ દ્વારા તમને સાચું નેતૃત્વ કોને કહેવાય તેનો નિચોડ મળે અને તમને એક અસરકારક નેતા બનાવવામાં મદદ કરે તેવાં જરૂરી ગુણો અને કૌશલ્યો અંગે જાણકારી મળશે. સૌથી પ્રથમ હું નિર્ભયતાના ગુણ વિશે જણાવીશ. હું માનું છું કે નિર્ભયતાના પાયા પર જ નેતૃત્વની બુલંદ ઈમારત રચાય છે. જેમ નબળો પાયો ધરાવતી ઈમારત પૂર, ભૂકંપ કે વાવાઝોડા વખતે તૂટી પડે છે, તેમ જો નેતા નિર્ભય ન હોય તો તેની લડત કે પ્રવૃત્તિ સંકટના સમયે ભાંગી પડે છે.

નચિકેતા આત્મા અને બ્રહ્મને લગતી હિંદુ બોધકથાનો બાળનાયક છે. કઠોપનિષદમાં આ કથા આવે છે. નચિકેતાના સમયમાં, યજ્ઞ પૂરો થયા પછી મંદિરમાં ગાયોનું દાન કરવાની પ્રથા હતી. નચિકેતાએ જોયું કે તેના કંજૂસ પિતા દાનમાં ઘરડી, વસૂકી ગયેલી, આંધળી અને લંગડી ગાયો આપી રહ્યા છે. જેમાંથી કોઈ પણ ગાય દૂધ આપતી ન હતી. આથી, નચિકેતા વ્યથિત બન્યો. તેણે પિતાને પૂછ્યું : ''હું પણ તમારો જ છું, તમે મને કયા દેવને દાનમાં આપશો ?'' આથી, તેના પિતાને ગુસ્સો આવ્યો, પણ તેમણે નક્કી કર્યું કે નચિકેતાને કોઈ જવાબ આપવો નથી. નચિકેતાએ ફરીથી તે પ્રશ્ન કર્યો. પુત્રના વર્તનથી પિતા ચિડાઈ ગયા અને ગુસ્સાથી કહ્યું : 'તને હું મૃત્યુના દેવતા યમને દાનમાં આપું છું.'

આજ્ઞાંકિત પુત્ર નચિકેતાએ પિતાના આદેશનો અમલ કર્યો અને તે યમના દ્વારે પહોંચી ગયો; પરંતુ યમદેવ ત્યારે ત્યાં હાજર ન હતા. નચિકેતા તેમનાં દ્વાર આગળ ત્રણ દિવસ સુધી કાંઈ પણ ખાધા-પીધા વગર તેમની રાહ જોતો બેસી રહ્યો. યમ પાછા આવ્યા ત્યારે તેમના દરવાજે એક બાળકે કોઈ આતિથ્યના અભાવે, ત્રણ દિવસ સુધી કાંઈ ખાધા-પીધા વગર રાહ જોતાં બેસી રહેવું પડ્યું, તે જાણીને તેઓ બહુ વ્યથિત થયા. નચિકેતાએ ભોગવવી પડેલી હેરાનગતિનું વળતર ભરપાઈ કરી આપવા તેમણે નચિકેતાને ત્રણ વરદાન આપ્યાં. નચિકેતાએ પ્રથમ વરદાન એવું માગ્યું કે મારા પિતા અને મને શાંતિ પ્રાપ્ત થાય. યમ તે માટે સંમત થયા. દ્વિતીય વરદાન પેટે નચિકેતાએ પોતાને પવિત્ર યજ્ઞની વિધિ શિખવાડવા કહ્યું. યમ તે માટે પણ સંમત થયા. ત્રીજા વરદાનમાં નચિકેતાએ

મૃત્યુ પછી શું થાય છે તેનું રહસ્ય જાણવાની ઇચ્છા દર્શાવી.

યમ આ વરદાન આપવા જરાય ઇચ્છુક ન હતા, કારણ કે આ રહસ્ય તો અન્ય દેવતાઓ સમક્ષ પણ ક્યારેય પ્રગટ કરવામાં આવ્યું ન હતું. તેમણે નચિકેતાને અન્ય કોઈ વરદાન માગવા કહ્યું. તેમણે તેને બીજી ભૌતિક સુખ-સુવિધાઓનાં પ્રલોભનો આપ્યાં. યમે તેને સ્વર્ગીય સુખની પણ લાલચ આપી. પણ, નચિકેતાએ પોતાની માગણી પડતી મૂકવાનો ઇનકાર કર્યો. તેણે યમને કહ્યું કે ભૌતિક સુખો તો ક્ષણભંગુર હોય છે અને સાક્ષાત્ મૃત્યુનો જે અનુભવ કરી રહ્યો હોય તે બીજું કેવી રીતે ઇચ્છે? છેવટે, નચિકેતાની નીડરતા અને આધ્યાત્મિક જ્ઞાન મેળવવાના અડગ નિર્ધારથી યમ પ્રસન્ન થયા અને તેને મૃત્યુ પછી પણ અસ્તિત્વ ધરાવતા આત્મા વિશે વિસ્તૃત માહિતી આપી. તેમણે નચિકેતાને સમજાવ્યું કે દરેકનો આત્મા સૃષ્ટિના ચાલક બળ એવા બ્રહ્મથી ક્યારેય અલગ પાડી શકાતો નથી.

સ્વામી વિવેકાનંદનું પ્રખ્યાત કથન છે : જો મને નચિકેતા જેવી આસ્થા ધરાવતા ૧૦ થી ૧૨ યુવાનો મળી જાય, તો હું આ દેશનાં ચિંતન અને ધ્યેયોનો પ્રવાહ બદલી નાખું. પ્રમુખસ્વામીજી નચિકેતાની આ નીડરતાને એક બાળકનો સૌથી મોટો ગુણ માને છે. ગાંધીનગરના 'સ્વામિનારાયણ અક્ષરધામ' સંકુલમાં દરરોજ સાંજે મુલાકાતીઓને નચિકેતાની આ વાર્તા-આધારિત વૉટર-લેસર શૉ 'સત્-ચિત્-આનંદ' દર્શાવવામાં આવે છે. મેં જ્યારે આ શૉ જોયો ત્યારે મને ગુરુદેવ રવીન્દ્રનાથ ટાગોરની સુંદર પંક્તિઓ યાદ આવી ગઈ :

હું જોખમો સામે આશ્રય શોધવા પ્રાર્થના ન કરું,
પરંતુ તેનો સામનો કરવાની નિર્ભયતા કેળવું;
હું મારાં દુઃખ હરવા માટે આજીજી ન કરું,
પરંતુ તેને જીતી લે તેવા હૃદય માટે પ્રાર્થના કરું.[૯૦]

આવો બીજો બહાદુર આત્મા એટલે નવ વર્ષનો અબ્દુલ કાદિર. ચૌદમી સદીના ઇરાકના એક અંતરિયાળ વિસ્તારમાં રહેતો અબ્દુલ કાદિર ભરઉનાળામાં વિધવા માતાને મૂકીને અભ્યાસ કરવા, બગદાદ જતા એક કાફલામાં જોડાઈ ગયો હતો. આ કાફલો હમદાન શહેર સુધી તો સલામત પહોંચી ગયો, પરંતુ અહીંથી કાફલો આગળ વધીને પર્વતીય પ્રદેશ તરફ જઈ રહ્યો હતો ત્યારે ૬૦ ડાકુએ આ કાફલા પર હુમલો કર્યો. આ ડાકુઓનો સરદાર એહમદ બડવી હતો. આ

કાફલાના લોકોમાં ડાકુઓનો સામનો કરી શકવાની તાકાત ન હતી. આથી, ડાકુઓએ તેમની બધી કીમતી ચીજો અને સામાન લૂંટી લીધાં. ડાકુઓ ત્યાં જ લૂંટનો માલ અંદરોઅંદર વહેંચવા બેઠા. અબ્દુલ કાદિર એક બાજુ શાંતિથી ઊભો હતો. એક લૂંટારુએ તેને પૂછ્યું કે તારી પાસે કોઈ કીમતી વસ્તુ છે કે કેમ? અબ્દુલ કાદિરે તેને હિંમતપૂર્વક જવાબ આપ્યો : ''હા, મારી પાસે ચાલીસ દિનાર છે.'' લૂંટારુને તેની વાત ઉપર વિશ્વાસ બેઠો નહીં અને આગળ ચાલ્યો ગયો. બીજા એક લૂંટારુએ પણ તેને એ જ સવાલ પૂછ્યો અને અબ્દુલ કાદિરે પણ એ જ જવાબ આપ્યો. આ લૂંટારુને પણ તેની વાતમાં વિશ્વાસ બેઠો નહીં અને હસતો હસતો આગળ જતો રહ્યો.

બીજો લૂંટારુ એહમદ બડવી પાસે ગયો અને તે પોતે જે લૂંટીને લાવ્યો હતો તે વસ્તુઓ તેને બતાવી. તેણે બડવીને અબ્દુલ કાદિરની પણ વાત કરી અને કાદિરે શો જવાબ આપ્યો હતો તે પણ કહ્યું. બડવીએ એ બાળકને પોતાની પાસે લઈ આવવા હુકમ કર્યો. અબ્દુલ કાદિરને ડાકુઓના સરદાર બડવી સમક્ષ લઈ જવામાં આવ્યો. અહેમદ બડવીએ તેને પૂછ્યું : ''મારી પાસે સાચું બોલજે, શું ખરેખર તારી પાસે કોઈ કીમતી વસ્તુ છે?'' અબ્દુલ કાદિરે જવાબ આપ્યો કે ''હા, મેં પહેલાં પણ તમારી ટોળીના લોકોને જણાવ્યું છે કે મારી પાસે ચાલીસ દિનાર છે.'' લૂંટારુઓના સરદારે પૂછ્યું : ''ક્યાં છે તે?'' અબ્દુલ કાદિરે કહ્યું : ''મારી બાંયની અંદર સિલાઈ કરીને ત્યાં રાખ્યા છે.'' ડાકુના સરદારે તપાસી જોયું તો ત્યાંથી ખરેખર દિનાર મળ્યા. આ બાળકની નિર્ભયતા અને સાહસથી ડાકુના સરદારે આંચકો અનુભવ્યો. આ બાળક કોઈ ડર વિના અને એકદમ વિશ્વાસપૂર્વક તેને સાચી વાત જે રીતે જણાવી રહ્યો હતો તે જોઈને ડાકુનો સરદાર દંગ રહી ગયો.

અહેમદ બડવીએ અબ્દુલ કાદિરને પ્રશ્ન કર્યો : ''તને આવો બહાદુર કોણે બનાવ્યો?'' અબ્દુલ કાદિરે કહ્યું : ''જ્યારે હું ઘર છોડીને નીકળી રહ્યો હતો ત્યારે મારી વહાલી માતાએ મને સલાહ આપી હતી કે હંમેશાં સાચું બોલજે અને ક્યારેય ખોટું બોલીશ નહીં. ચાલીસ દિનાર માટે થઈને હું મારી માતાએ આપેલી સલાહની અવગણના કેમ કરું?'' અહેમદ બડવી ઉપર આ શબ્દોની ઘેરી અસર થઈ. તેનું કઠોર હૃદય પીગળી ગયું અને તેની આંખમાંથી આંસુ વહેવા લાગ્યાં. તેના હૃદયમાંથી અજ્ઞાન અને આસુરીભાવ ધોવાઈ ગયાં. તેણે કહ્યું : ''હે

બાળક ! તું તારી માતાની સલાહ અને તેનાં વચનોનો આટલો આજ્ઞાંકિત રીતે અમલ કરી રહ્યો છે અને હું કેટલા લાંબા સમયથી ખુદાના ફરમાનની અવગણના કરી રહ્યો છું.'' આટલું બોલી તે એટલો બધો રડી પડ્યો કે કોઈ તેને છાનો ન રાખી શકે. અહેમદ બડવી અબ્દુલ કાદિરના પગમાં પડી ગયો અને લૂંટ તથા અત્યાચારભરી પોતાની જિંદગી માટે પશ્ચાત્તાપ વ્યક્ત કર્યો. પોતાના સરદારને આ રીતે અબ્દુલ કાદિરના પગમાં પડેલા જોઈ તેની ટોળીના બીજા ડાકુઓ પણ અબ્દુલ કાદિરના પગમાં પડ્યા અને તેમના સરદારને કહેવા લાગ્યા : ''અમે જ્યારે લોકોને લૂંટી રહ્યા હતા ત્યારે તમે અમારા સરદાર હતા, હવે આ પસ્તાવામાં પણ તમે અમારા નેતા બનો.'' આ નિર્ભય બાળક અબ્દુલ કાદિર મોટો થઈને અલ-કુત્બ-અલ રબ્બાની, હઝરત શેખ અબ્દુલ કાદિર જિલાની બન્યો. રબિઅલ્લાહુ અન્હુ (અલ્લાહ સદા તેમના પર મહેરબાન રહે).[૯૧]

જીવનમાં કોઈનાથી પણ ડરવાનું હોતું નથી. તેને માત્ર સમજવાનું જ હોય છે. નેપોલિયન હિલે ૧૯૩૭માં તેમના પ્રશિષ્ટ પુસ્તક *'થિંક ઍન્ડ ગ્રો રીચ'*માં બીક અથવા ડરના છ મૂળભૂત પ્રકારનું વર્ણન કર્યું છે. આ દરેક ડર એવા છે જે દરેક વ્યક્તિ પોતાની જિંદગીમાં કોઈ ને કોઈ સમયે અનુભવે જ છે. જો કોઈએ આ છમાંથી એક પણ પ્રકારના ડરનો અનુભવ ન કર્યો હોય તો તે બહુ નસીબદાર ગણાય. સૌથી વધારે અનુભવાતા ડર કયા કયા છે ? તે જણાવતાં કહેવાયું છે કે લોકોને અનુક્રમે સૌથી વધારે ગરીબીનો ડર, ટીકાનો ડર, માંદગીનો ડર, કોઈનો પ્રેમ ગુમાવવાનો ડર, વૃદ્ધાવસ્થાનો ડર અને મૃત્યુનો ડર લાગે છે. નેપોલિયન હિલ કહે છે કે ''બાકીના અન્ય તમામ ડર ઓછા મહત્ત્વના છે. તેમને આ છ પ્રકારના ડરના જ કોઈ પેટાજૂથમાં ગોઠવી શકાય છે.[૯૨]

આ છ ડર સ્વયંસ્પષ્ટ છે. ઉત્તરોત્તર અનુભૂતિની દૃષ્ટિએ આ તમામ અરસપરસ પરોવાયેલા છે. સૌથી પહેલાં ગરીબીના ડરની વાત કરીએ. નેપોલિયન હિલના મતે છ મૂળભૂત ડરમાંથી ગરીબીનો ડર સૌથી વિનાશકારી છે. ગરીબીના ડરને કારણે તર્કશક્તિ અવરોધાય છે, કલ્પનાશક્તિનો નાશ થાય છે, ઉત્સાહ મંદ પડે છે, હેતુ વિશેની અનિશ્ચિતતા ઉદ્‌ભવે છે, વ્યક્તિ પોતાનાં કામોને ટાળતો થઈ જાય છે અને છેલ્લે તેના પ્રયાસો અન્યત્ર ફંટાઈ જાય છે. આ ડર પ્રેમ અને અન્ય કુમળી લાગણીઓને પણ ખલાસ કરી નાખે છે, તેનાથી દોસ્તી ખતમ થઈ જાય છે અને આ ડર અનિદ્રા, વ્યથા અને વધારે વ્યગ્રતા તરફ

દોરી જાય છે.

ડર માત્ર એક મનોભાવ કે મનઃસ્થિતિ જ છે. દરેક વ્યક્તિ પોતાના મનોભાવ પર નિયંત્રણ લાવી શકે છે અને તેને દિશા આપી શકે છે. વ્યક્તિને જ્યાં સુધી ખ્યાલ રૂપે કોઈ વિચાર સ્ફુરે નહીં ત્યાં સુધી તે જાતે કશું જ સર્જી શકે નહીં. આ જ વિધાન પછી બીજું મહત્ત્વનું વિધાન એ આવે છે કે વ્યક્તિના વિચારસ્પંદનો સ્વૈચ્છિક હોય કે ન હોય, પણ તે તરત જ પોતાને પોતાની સમકક્ષ શારીરિક પ્રતિક્રિયામાં પરિવર્તિત કરવાનું શરૂ કરી દે છે. અનાયાસે જ પસંદ થઈ ગયેલા વિચાર અથવા તો અન્ય લોકોના મન દ્વારા પ્રગટ થયેલા વિચારો કે પછી કોઈ વ્યક્તિએ ઇરાદા અને યોજના સાથે કરેલા વિચારો, બંને એકસરખી રીતે જ જે-તે વ્યક્તિના નાણાકીય, ધંધાકીય, વ્યાવસાયિક અથવા તો સામાજિક સંજોગોને ઘડે છે એ સુનિશ્ચિત છે.

આપણે આપણો ડર દૂર કરવા માટે સભાનતાપૂર્વક કે આયાસપૂર્વક કેટલાક નિર્ણયો કરવા જરૂરી હોય છે. ગરીબીના ડરમાંથી બહાર નીકળવા તમે ચિંતા કર્યા વગર, જેટલી સંપત્તિ પ્રાપ્ત કરી શકો તેમ હો તેટલી જ સંપત્તિમાં સંતુષ્ટ રહેવું જોઈએ. એનો અર્થ એ નથી કે તમે સખત મહેનત ન કરો, પરંતુ તેનો મતલબ છે કે તમે અવિચારી રીતે પૈસા પાછળ ભાગશો નહીં, સંપત્તિ જમા કરવા ગમે તેવા પ્રયાસો ન કરો કે તેને સંઘરી ન રાખો. ટીકાના ડરથી બચવા માટે તમારે એ નક્કી કરી લેવું પડે કે અન્ય લોકો તમારા નિર્ણયો વિશે જે કાંઈ કહે તેનાથી તમે ડરશો નહીં. તમે તમારી અંતઃસ્ફુરણા મુજબ જ કામ કરો. તમારા ઉચ્ચ હેતુઓથી જ પ્રેરિત થતા રહો. વૃદ્ધાવસ્થા તમને અપંગ બનાવી દેશે એવા વિચારને ફગાવી દેજો. તેને બદલે તમારા પાકટ શાણપણ, અનુભવો અને અંતર્દષ્ટિનો સફળતા માટે ઉપયોગ કરો. તમારું ધ્યાન સ્વસ્થતા માટે કેન્દ્રિત કરો. તમારા આરોગ્ય વિશે બેબાકળા ન બની જશો, પરંતુ તમારા શરીરની સક્રિય સંભાળ રાખજો. તમારો કોઈ સાથીદાર ન હોય તોપણ આરામથી રહો. કોઈ પ્રિયજન તમારી સાથે ન હોય તોપણ શાંતિથી રહો. તમે એકલા હોઈ શકો પણ એકલવાયા નથી. તમારા દિવસોને વિવિધ સત્પ્રવૃત્તિઓથી વ્યસ્ત બનાવી દો. અને સૌથી વિશેષ તો એ કે મૃત્યુ અનિવાર્ય છે એવું સ્વીકારી લો. જો મૃત્યુ પછી તમે એક સ્વરૂપમાંથી બદલાઈને બીજું સ્વરૂપ જ ધારણ કરી રહ્યા હો, તો પછી મૃત્યુથી ડરવાની જરૂર ક્યાં છે? રવીન્દ્રનાથ ટાગોરે આ વાતને કેટલા સુંદર

શબ્દોમાં સારરૂપ રજૂ કરી છે: ''મૃત્યુ એટલે પ્રકાશ બુઝાઈ જવો એમ નહીં. એ તો માત્ર પરોઢ થાય એટલે દીવો બંધ કરી દેવા જેવી ઘટના છે.''[૯૩]

ડરને દૂર કરવા તમારી જાતને પ્રશ્ન પૂછો : ''હું કેવા પ્રકારનો નેતા બનીશ? એવો નેતા જે મોટી સંખ્યામાં લોકોને એકઠા કરીને તેમનામાં નવું જોમ રેડી શકે અને અનિશ્ચિત સમયમાં પણ સંગઠનને આગળ દોરી જાય; કે પછી એવો નેતા જે ભય અને અનિશ્ચિતતાથી કુંઠિત થઈ જાય, તકો વેડફાઈ જવા દે અને જોખમોને તાબે થઈ જાય?'' તમે કેવા પ્રકારના નેતા છો એ તમે કઈ રીતે કહી શકશો? તમારી જાતને આ ત્રણ પ્રશ્ન પૂછો. પ્રથમ પ્રશ્ન છે : તમારી પાસે વાસ્તવિકતાની વિશ્વસનીય ચકાસણી છે? નિર્ભય નેતાઓને કોઈ એવી વ્યક્તિ કે એવા પરિબળની જરૂર હોય છે, જે તેમને કોઈ વાતની જવાબદારીમાંથી હાથ ખંખેરતા કે કોઈ વાતનો રદિયો આપતાં અટકાવે.

ઘણી વાર કેટલાક લોકો પોતે કશું જાણતા નથી એવો ડોળ કરે છે. ક્યારેક તેઓ એવી વાર્તા ઘડી કાઢે છે કે જેનો સત્ય સાથે કોઈ સંબંધ ન હોય અથવા તો કોઈ અપ્રિય સત્યને તેઓ તાર્કિકતાનો ઢોળ ચઢાવવા પ્રયાસ કરે છે. આવા લોકો પોતાના ઉદ્દેશ કે યોજનાઓમાં બહુ આગળ વધી શકતા નથી. એક વાર સત્ય તમારી સામે આવે, તે પછી તમારે તેના પ્રત્યાઘાત રૂપે કોઈ કાર્યવાહી કરવા માટે સક્ષમ બનવું જ પડે. તમારી સત્યની ફેરચકાસણી, તમને માત્ર સાચી વાત શી છે એટલું જ બતાવે તેવી ન હોવી જોઈએ, પરંતુ તેમાં એવો પણ સવાલ સર્જાવો જોઈએ કે 'આ બાબતમાં તમે શું કરશો?'

બીજો પ્રશ્ન એ છે: ગમે તેવી અસુવિધાજનક પરિસ્થિતિમાં પણ શું તમે ઝડપી અને નિર્ણાયક પગલું ભરી શકો? સારા નેતાઓ બહુ ઝડપી કાર્યવાહી કરતા હોય છે. ગમે તેવી અગવડ છતાં કેવી રીતે કાર્ય કરવું એ તમારે શીખવું જોઈએ. મોટા ભાગના નેતાઓ સુવિધાપૂર્ણ હોવાનો અર્થ 'બધું બરાબર છે' એવો કરે છે, પરંતુ અમારા માટે સુખ-સગવડ અને સુવિધાનો અર્થ જુદો જ છે. જો બધું બરાબર સુખસુવિધાપૂર્ણ અને આરામદાયક લાગતું હોય તો પછી તમારે તમારી જાતને એવું પૂછવાનું શરૂ કરવું જોઈએ કે 'આ પ્રોજેક્ટને આગળ વધારવા માટે હું સંતુષ્ટિ અને આરામની ભૂમિકામાંથી બહાર નીકળી શકું એવાં બીજાં કયાં કાર્યક્ષેત્ર છે?'

ત્રીજો પ્રશ્ન છે: જ્યારે પાસાં અવળાં પડે ત્યારે તમે આત્મગ્લાનિ કે

દોષારોપણ કર્યા સિવાય જવાબદારી તમારા શિરે લઈ લેશો ? એવા નેતાઓ પણ હોય છે જેઓ દરેક સમસ્યા માટે કોઈનો ને કોઈનો વાંક કાઢવા માટે હંમેશાં તત્પર હોય છે. તેમાં કર્મચારીઓનો વાંક હતો, કામગીરી બરાબર ન હતી, બજાર બરાબર ન હતું, એવાં અનેક કારણો આગળ ધરશે. એવા પણ કેટલાક નેતા હોય છે, જે અન્યોની ભૂલ હોવા છતાં તેમનો વાંક નહીં કાઢે અને પોતાની જાત પર જ દોષનો ટોપલો ઓઢી લેશે. શરમ આત્મટીકાની કુંઠિતતા તરફ દોરી જઈ શકે છે. સાચો ઉપાય તો એ છે કે કોઈ પર દોષારોપણ પણ ન કરવું જોઈએ કે જાતે જ દોષનો ટોપલો પણ ન ઓઢી લેવો જોઈએ. નીડર નેતા અન્યનો દોષ બતાવવાને બદલે કે સ્વયં આરોપી બનવાને બદલે પ્રશ્નને સમજવાનો પ્રયાસ કરશે. તેના બદલે તેઓ પોતાની જાતને કહેશે કે 'મેં કોઈક રીતે આટલું પ્રદાન આપ્યું છે અને તેથી હવે હું આ સમસ્યાને દૂર કરવા પ્રયાસ કરીશ.'

અથર્વવેદ(XIX, ૧૫:૬)માં એક પ્રાર્થના આવે છે, જે નિર્ભયતાની એકદમ સર્વગ્રાહી વ્યાખ્યા આપે છે :

अभयं   मित्रादभयममित्रादभयं   ज्ञातादभयं   परो   यः ।
अभयं नक्तमभयं दिवा नः सर्वा आशा मम मित्रं भवन्तु ॥
'અમે મિત્રોથી કે દુશ્મનોથી, જ્ઞાત કે અજ્ઞાતથી, દિવસથી કે રાતથી ભય ન અનુભવીએ, સર્વ દિશાઓ અમારી સાથી બનો.'

એક સારો નેતા જાણે છે કે સત્ય બોલતી વખતે, તીવ્ર પણ અલ્પજીવી ડર અનુભવવો, તે જૂઠું બોલ્યા પછી અનુભવાતા કાયમી અજંપા કરતાં વધારે સારું છે. મેં જ્યારે પ્રમુખસ્વામીજીના જીવનનો ઊંડાણપૂર્વક અભ્યાસ કર્યો ત્યારે મને લાગ્યું કે તેઓ પોતાનાં હૃદય, મન અને આત્માના સ્વામી છે. તેમણે પોતાની જાતને આભાસી સત્યના કિનારાથી વેગળી રાખી, પોતાના આંતરિક સત્યનું ઊંડાણ ખેડવાનું, સાચકલા બનવાનું અને પોતાના સ્વસ્વરૂપને સ્વીકારવાનું પસંદ કર્યું છે. તેમણે અન્યની અપેક્ષાઓ અનુસાર જીવવાના આડંબરને ત્યાગી, સાચા અને સંપૂર્ણ ગુણાતીત હોવાને મૂર્તિમંત કર્યું છે.

૨૬

મારા આદેશ છતાં તને સાષ્ટાંગ પ્રણામ કરતાં કોણે અટકાવ્યો ?

'અભિમાન દેવને દાનવ બનાવી દે છે, નમ્રતા માનવને દેવ બનાવે છે.'

– સંત ઑગસ્ટિન

ચોથી શતાબ્દીના ખ્રિસ્તી ધર્મગુરુ અને દાર્શનિક

યુરોપમાં મધ્યયુગ પહેલાંના પ્રાચીન પ્રશિષ્ટ કાળમાં જ્યારે ગ્રીસ અને રોમની પ્રાચીન સંસ્કૃતિઓ સાથે સાથે પાંગરી હતી એ સમયમાં દેવતાઓ દ્વારા પ્રેરણા મેળવતા અને ભવિષ્ય વિશેની વિશિષ્ટ દિવ્ય આગાહીઓ કરનારા એક વ્યક્તિની પસંદગી કરવામાં આવતી હતી. આ વ્યક્તિ ઑરેકલ એટલે કે દેવતાઓની વાણી ઉચ્ચારનાર તરીકે ઓળખાતો હતો. તે એવું માધ્યમ મનાતો હતો જેના દ્વારા દેવતાઓ લોકો સાથે સીધી વાતચીત કરતા હતા. ડેલ્ફીના એપોલો મંદિરના ઇતિહાસમાં કોઈ પણ પૂજારણને ફિસિયા નામ અપાતું હતું.

ગ્રીસની પારનેસુસ પર્વતમાળાની નૈઋર્ત્ય દિશાએ ફોસિક ખીણમાં આવેલું ડેલ્ફી એક પવિત્ર સ્થાન હતું. દંતકથા એવી છે કે દેવતાઓના રાજા ઝૂસ પૃથ્વીની દેવી જીઆના કેન્દ્ર તરીકે સ્થળ શોધી રહ્યો હતો ત્યારે તેણે ડેલ્ફીની પસંદગી કરી હતી. તેણે પૂર્વ અને પશ્ચિમનાં અંતિમ બિંદુઓ પરથી બે ગરુડ પક્ષી રવાના કર્યાં

હતાં. આ બંને પક્ષીઓનો માર્ગ બરાબર ડેલ્ફી ખાતે એકબીજાને છેદતો હતો. ત્યાં જીઆનું નાભિકેન્દ્ર હોવાનું જણાયું હતું.

સૉક્રેટિસના મિત્ર કેરેફોન એપોલોના મંદિર ખાતે આવ્યા ત્યારે તેમણે ડેલ્ફી ખાતે દેવોની વાણી ઉચ્ચારતાં ઑરેકલને પૂછ્યું કે શું સૉક્રેટિસ કરતાં પણ વધારે શાણપણ ધરાવતું હોય તેવું કોઈ છે ખરું? ઑરેકલે જવાબ આપ્યો કે તેના કરતાં શાણી વ્યક્તિ કોઈ નથી. ઍથેન્સ પાછા ફરીને કેરેફોને દરેક વ્યક્તિને આ વાત જણાવી. જોકે, સૉક્રેટિસે ઑરેકલની આ વાતને વિરોધાભાસી ગણાવી હતી, કારણ કે તેઓ માનતા હતા કે પોતે શાણપણ ધરાવતા જ નથી, પરંતુ ઑરેકલની જાહેરાતને રદિયો આપવાનું સરળ ન હતું.

સૉક્રેટિસે ઑરેકલની આ ઘોષણાને ફગાવી દેવાના ઉદ્દેશથી ઍથેન્સના લોકો દ્વારા જેમની શાણા વ્યક્તિઓ તરીકે ગણના થતી હતી તેવા રાજદ્વારીઓ, કવિઓ અને કલાકારોને આ કોયડાનો ઉકેલ લાવવા જણાવ્યું. તમામને પ્રશ્ન પૂછ્યા બાદ સૉક્રેટિસ એવા તારણ પર આવ્યા કે દરેક વ્યક્તિને લાગતું હતું કે તેઓ ઘણું બધું જાણે છે અને બહુ શાણપણ ધરાવે છે, પરંતુ વાસ્તવમાં એ બધા બહુ ઓછું જાણતા હતા અને તેમનામાં કશું શાણપણ તો હતું જ નહીં. સૉક્રેટિસને પ્રતીતિ થઈ કે ઑરેકલની વાત સાચી હતી. કહેવાતા શાણા પુરુષો પોતાને શાણા માનતા હતા પણ તેમ છતાં તેઓ શાણા તો હતા જ નહીં. સૉક્રેટિસ પોતે પણ જાણતા હતા કે પોતે શાણા છે જ નહીં. આ બધાથી વિરુદ્ધ તેઓ પોતે જ સૌથી શાણા વ્યક્તિ ઠરતા હતા, કારણ કે તેઓ એકમાત્ર એવી વ્યક્તિ હતા જેઓ પોતાના અજ્ઞાનથી જ્ઞાત હતા. ત્યારબાદ સૉક્રેટિસે જાહેર કર્યું કે નૈતિક શ્રેષ્ઠતા દૈવી વારસાથી જ સાંપડે છે.[૯૪]

સૉક્રેટિસના ડહાપણનો જીવતો-જાગતો દાખલો પ્રમુખસ્વામી મહારાજ છે. તેમની પાસેથી હું શીખ્યો કે આપણા શરીરની પાંચ જ્ઞાનેન્દ્રિય – શબ્દ, સ્પર્શ, રૂપ, રસ અને ગંધ – છે એ ખરું, પણ આપણે આપણા આત્માના પાંચ ગુણધર્મો – અંતઃસ્ફુરણા, શાંતિ, દૂરદર્શિતા, વિશ્વાસ અને દયાને નજરઅંદાજ ન કરવા જોઈએ. એક વ્યક્તિ અન્ય વ્યક્તિ કરતાં અલગ કઈ રીતે પડે છે તેનો આધાર, તે આ ગુણોનો ઉપયોગ કઈ રીતે કરે છે તેના પર છે. મોટા ભાગના લોકો આત્માની આ શક્તિઓ વિશે કંઈ જાણતા જ નથી હોતા, જ્યારે કેટલાક લોકો જેટલો આધાર શારીરિક ઇન્દ્રિયો પર રાખે છે તેટલો જ અને વાસ્તવમાં તેના

કરતાં પણ વધારે આધાર આત્માના આ ગુણો પર રાખે છે.

હું નાનપણથી જ સત્યના માર્ગે ચાલવાનું મહત્ત્વ સમજી ગયો હતો. કોઈ પણ વ્યક્તિ માટે સત્યના માર્ગે ચાલવામાં બે પ્રકારે જ ચૂક થઈ શકે છે : એક તો હંમેશાં આ માર્ગને વળગી ન રહેવું અને બીજું, આ માર્ગ પર ચાલવાની શરૂઆત જ ન કરવી. બાળપણમાં અરબીના વર્ગમાં મને ઇબ્લિસ અથવા તો શેતાન વિશે જાણવા મળ્યું. માનવ સામે શેતાનની ભૂમિકા શી છે? શું શેતાન માનવ પર એવી વિજયી સત્તા પ્રાપ્ત કરી લે છે કે માનવ પરમેશ્વરની ઇચ્છાને સમર્પણ અને તેની સાથે સુસંગતતાનો માર્ગ નથી અપનાવી શકતો?

પવિત્ર કુરાનમાં થયેલા ઉલ્લેખ મુજબ ઇબ્લિસ અગ્નિમાંથી બન્યો હતો. સ્વભાવે તે બંડખોર હોવાનું વર્ણવવામાં આવ્યું છે. તે પોતે જે પદાર્થમાંથી બન્યો હતો તેનાથી અભિમાનમાં રાચીને, માટીના બનેલા માનવ તરફ તુચ્છકાર દર્શાવતો હતો. ઇબ્લિસને માણસ માટે આ પૂર્વગ્રહ બંધાઈ ગયો હતો. તેણે ખુદા પાસે પોતાને અમરતા બક્ષવાની માગણી કરી, જેથી તે માનવ સામે બદલો લેવામાં ધ્યાન કેન્દ્રિત કરી શકે. આમાં તેનો હેતુ ખુદાએ માનવને જે ઉચ્ચ આસને બેસાડ્યો હતો ત્યાંથી તેને પછાડવાનો અને તેનામાં સારા અને ખરાબ વચ્ચેનું દ્વંદ્વ જગાવવાનો હતો. છેવટે તેણે માણસનું અસ્તિત્વ જોખમાઈ જાય તે માટે માણસના આત્માનું પતન કરાવી, ખુદા સમક્ષ તેનું સ્થાન નબળું બને તે માટે તેને એ દિશામાં લલચાવવા માટે કોઈ કસર ન છોડી.

ખુદાએ ઇબ્લિસની ઇચ્છા માન્ય રાખતી વખતે તેને અને આપણને એટલે કે મનુષ્યોને પણ સ્પષ્ટપણે જણાવી દેવામાં આવ્યું હતું કે ઇબ્લિસની સત્તાની સીમા આપણને ખુદાની અવજ્ઞા કરાવવા અને અધમ કૃત્યો કરાવવાથી આગળ નહીં જાય. આ રીતે ઇબ્લિસને માનવ પર બળ, જબરદસ્તી, દમન કરવાનો અધિકાર આપે એવી કોઈ સીધી સત્તાઓ પ્રદાન કરવામાં આવી નથી. વાસ્તવમાં, કેટલાક મનુષ્ય જ એવા છે જેઓ નાસ્તિક બનવા, મનમોજી થવા, પોતાના ધર્મનું અવમૂલ્યન કરવા અને ઇબ્લિસ માટે શત્રુતા નહીં અનુભવવાનું પોતાની જાતે જ પસંદ કરે છે અને તે રીતે ઇબ્લિસને પોતાના પર સવાર થઈ જવા દે છે. તેનાથી વિરુદ્ધ રીતે, જે વ્યક્તિ આસ્થાનો માર્ગ અપનાવે છે તે તેની શ્રદ્ધાની તાકાતને કારણે, તેના માર્ગ પરથી ભટકાવી દેવાનો ઇબ્લિસને કોઈ મોકો આપતી નથી.

إِنَّ عِبَادِي لَيْسَ لَكَ عَلَيْهِمْ سُلْطَانٌ وَكَفَى بِرَبِّكَ وَكِيلاً

મારા બંદાઓ પર તારો કોઈ હુકમ ચાલશે નહીં, તારો ખુદા તેમનો સઘળો નિર્વાહ કરશે. (પવિત્ર કુરાન : ૧૭.૬૫)

ઈબ્લિસ અદૃશ્ય વસ્તુ છે અને ખુદાએ તેના પયગંબરો સમક્ષ જે કાંઈ પ્રગટ કર્યું તેના દ્વારા આપણને તેની જાણકારી મળી છે. ઈબ્લિસ પાસે માણસને દુષ્ટ કર્મ આચરવા માટે લલચાવતી પરિસ્થિતિ સર્જવા અને શેતાની વૃત્તિઓ દ્વારા તેને ગેરમાર્ગે દોરવાનો પ્રયાસ કરવાની શક્તિ સિવાય માણસો પર બીજી કોઈ સત્તા આપવામાં આવી નથી. બીજી તરફ મનુષ્યને એક વિવેકબુદ્ધિ પ્રદાન કરવામાં આવી છે, જેના દ્વારા તે સારા અને ખરાબ વચ્ચેનો ભેદ પારખી શકે છે અને દિવ્ય સંદેશાઓની સ્પષ્ટતા સાથે ઈન્દ્રિયબોધ પામી શકે છે. તેનાથી પરમેશ્વરના માર્ગ તરફ લઈ જતું તમામ જરૂરી જ્ઞાન પ્રાપ્ત કરવા માટેના તમામ માર્ગો નિર્વિઘ્ન બને છે. મનુષ્યને મજબૂત મનોબળની કૃપા પણ પ્રાપ્ત થઈ છે, જેના થકી તેને દૃઢ નિર્ણય કરીને યોગ્ય રાહે અડગ રીતે ચાલવામાં મદદ મળે છે.

આ હકીકત મનુષ્ય અને ઈબ્લિસ વચ્ચેની લડાઈને બરોબરની લડાઈ બનાવે છે. આ લડાઈમાં મનુષ્ય પાસે દુષ્ટ વલણો, લલચામણા સંજોગો અને શેતાની લાલચો વચ્ચે પણ સાચી પસંદગી કરી શકવાની સ્વતંત્રતા છે. અને તેની પાસે આ લડાઈમાં નબળાઈ કે નિષ્ફળતાને શરણે ગયા વિના વિજયી બનવા માટે મનોબળ, બુદ્ધિ અને દૃઢતાનાં આયુધો છે. વધુમાં પવિત્ર કુરાન શ્રદ્ધાળુઓમાં દૃઢતાનું એવું બળ પૂરે છે કે તેનાથી તમામ દુષ્ટ પરિબળો મહાત થાય છે. જે લોકો ઈબ્લિસની લાલચોના શિકાર બની જાય છે. તેમની નિષ્ફળતાનું કારણ તેમની મૂળભૂત નબળાઈ નથી હોતી, પરંતુ તેઓએ તેમને અપાયેલી ક્ષમતાઓને કુંઠિત કરી અને તે રીતે નકામી બનાવી દેવામાં ફાળો આપ્યો હોય છે.

આ સંદર્ભમાં આપણે હવે એ જાણી લેવું જોઈએ કે, કયામતના દિવસ સુધી શેતાનની સત્તા લંબાવીને અને તેને મનુષ્યને લલચાવવાની સ્વતંત્રતા આપીને પણ સામે પક્ષે મનુષ્યને એક મક્કમ લડાઈ લડવા માટે તમામ જરૂરી આયુધોથી સજ્જ કરવામાં આવ્યો છે તે ખુદાએ મનુષ્ય પર મૂકેલા ભરોસાની નિશાની છે. આવું એટલા માટે છે કે જેથી મનુષ્ય તેનું નસીબ બળજબરી કે દમન દ્વારા નહીં, પરંતુ પોતાના મનોબળ અને ક્ષમતા દ્વારા નક્કી કરી શકે તેવું

હોવું જોઈએ, કારણ કે બળજબરી કે દમનના કારણે તેનો નિર્ધાર નબળો પડી શકે છે અને તે તેની પકડમાં આવી જઈ શકે છે. વધુમાં, મનુષ્યને તેનું મનોબળ અને ક્ષમતાઓનો ઉપયોગ કરવાની ક્ષમતા પ્રદાન કરીને તેને વધુ શક્તિશાળી બનાવાયો છે. આ મનોબળ અને ક્ષમતાનો વિવેકસર સદ્‌ઉપયોગ પોતાના ભાગ્યના સ્વામી અને સંજોગોને પોતાના મનોબળ અને પસંદગીને આધીન બનાવનારાની નિશાની છે.

અબ્રાહમ લિંકનનું જીવન નૈતિક સંઘર્ષના સમયમાં પરમેશ્વર દ્વારા પ્રેરિત સદ્‌વિવેકનું ઉદાહરણ પૂરું પાડે છે. અબ્રાહમ લિંકન બહુ પ્રગાઢ રીતે આધ્યાત્મિક વ્યક્તિ હતા, પરંતુ તેમણે કોઈ ધર્મસંસ્થાનું અનુયાયીપદ સ્વીકાર્યું ન હતું. તેઓ અંધવિશ્વાસમાં માનતા ન હતા. તેઓ પોતાની શ્રદ્ધાનું રટણ કરવા કરતાં તેને જીવી બતાવવામાં માનતા હતા. મેં વૉશિંગ્ટન ડીસીના નેશનલ કૅથેડ્રલમાં અબ્રાહમ લિંકનની એક પગ ઘૂંટણથી વાળીને નમન કરતી મૂર્તિ જોઈ છે. આ ઝૂકેલી પ્રતિમા સાચકલી ધર્મનિષ્ઠાને બહુ સ્પષ્ટ રીતે દર્શાવે છે અને હૃદયને સ્પર્શી જાય છે. આ અદા નૈતિક નેતૃત્વના સૌથી સાચા સ્વરૂપનું પ્રતિનિધિત્વ કરે છે.

૧૮૬૨માં લિંકનના જીવનમાં નાટ્યાત્મક વળાંક આવ્યો. ગૃહયુદ્ધમાં અમેરિકી સંઘની હાલત ખરાબ બનતી જતી હતી. અમેરિકી સંઘના અને કોન્ફેડરેટ એટલે કે સંઘથી ત્યારે છૂટાં પડેલાં રાજ્યોના એમ બંનેનાં અખબારોમાં લિંકનની બહુ આકરી ટીકાઓ થઈ રહી હતી. તેમના પુત્ર વિલીનું એકાએક મૃત્યુ થયું. તેમનાં પત્ની માનસિક બીમારી અને તીવ્ર ડિપ્રેશનથી પીડાઈ રહ્યાં હતાં. આટલું પૂરતું ન હોય તેમ માનાસાસની દ્વિતીય લડાઈમાં યુનિયનની કારમી હાર થતાં ભલભલાનું ખમીર ભાંગી પડ્યું હતું. સંજોગો બહુ જટિલ હતા. તેમને એવી ખાતરી થઈ કે લડાઈ માટે બંને પક્ષ દોષિત છે. તેમનું પરમેશ્વરીય શ્રદ્ધા ધરાવતું વારસાગત શાણપણ તેમને લડાઈમાં હાર સ્વીકારતાં કે પછી સૈન્ય પાછું ખેંચતાં અટકાવતું હતું. તેમણે તેમના એક મિત્રને કહ્યું હતું: ‘‘જ્યારે પણ પરિસ્થિતિ બહુ ડરામણી લાગી રહી હતી, ત્યારે હું સર્વોપરી પરમેશ્વર સમક્ષ ઘૂંટણિયે પડી પ્રાર્થના કરતો હતો. તે વખતે તરત જ એક મધુર શાંતિ મારા આત્માને વીંટળાઈ વળતી હતી.’’[૯૫]

લિંકનને પોતાની જન્મજાત નાસ્તિકતા પસંદ ન હતી. તેમણે લખ્યું હતું કે, ‘‘હું જેવો છું તેના કરતાં વધારે આસ્તિક હતો.’’ તેઓ કોઈ પરંપરાગત

ધર્મમાં શ્રદ્ધા ધરાવતા ન હતા, પરંતુ તેના કારણે તેઓ આસ્થાનો અનાદર કરતા ન હતા. ગૂઢ અજ્ઞાત તત્ત્વ સાથેના સંઘર્ષને પરિણામે જ લિંકન પોતાના દૃષ્ટિકોણમાં અડગ રહી શક્યા હતા. લિંકન પરંપરાગત રીતે ચર્ચમાં જવાથી અળગા રહેતા હતા, પરંતુ તેમ છતાં તેઓ બહુ ખાતરીપૂર્વક એવું માનતા હતા કે માનવીય ઘટનાઓ સર્જાવા પાછળ કોઈ દિવ્ય હેતુ રહેલો છે. બાઈબલ તેમનું પ્રિય પુસ્તક હતું. તેમનાં પ્રવચનો અને પત્રો બાઈબલનાં અવતરણો અને ઉલ્લેખોથી સમૃદ્ધ રહેતાં હતાં.

અમેરિકાના રાષ્ટ્રપ્રમુખ હોદ્દાના શપથ લે ત્યારે પ્રવચન આપે છે. બીજી વખત પ્રમુખ ચૂંટાયા બાદ ભારે થાકેલા છતાં પણ અડગ એવા લિંકને ૪ માર્ચ, ૧૮૬૫ના દિવસે તેમના દ્વિતીય ઈનોગ્યૂરલ પ્રવચનમાં શાંતિ માટેની ઝંખના વ્યક્ત કરી હતી. તેમણે કહ્યું હતું કે ''આપણે આનંદ સાથે આશા રાખીએ, ઉત્સાહ સાથે પ્રાર્થના કરીએ કે આ ભીષણ યુદ્ધની યાતના ઝડપભેર ખતમ થાય.'' તેઓ આ યુદ્ધ આટલું લાંબું શા માટે ચાલે છે અને આટલી ઘાતકી રીતે શા માટે લડાય છે? તે અંગે હંમેશાં આશ્ચર્ય વ્યક્ત કરતા હતા. લિંકને આ યુદ્ધમાં બંને પક્ષો પરમેશ્વરને પોતાનાં દળોને દિવ્ય સહાય કરવા માટે પ્રાર્થના કરી રહ્યા હોવાના વિરોધાભાસની નોંધ લીધી હતી. જોકે, ન્યાયપ્રિય પરમેશ્વર ગેરમાર્ગે નહીં દોરવાય કે ન્યાય માટે ઈનકાર નહીં કરે તેમ જણાવી, લિંકને ઘોષણા કરી હતી :

> *જો ભગવાને ઈચ્છ્યું હોય કે લોહીના છેલ્લા બુંદ સુધી યુદ્ધ ચાલુ રહે તો તલવારના દરેક ઝાટકા સાથે લોહી વહેતું રહેશે, ૩,૦૦૦ વર્ષ પહેલાં પણ આમ કહેવાયું હતું, આથી અત્યારે પણ એમ કહી શકાય કે પરમેશ્વરના ચુકાદા હંમેશાં સાચા અને ન્યાયી જ હોય છે.*[૯૬]

રાલ્ફ વાલ્ડો ઈમર્સને આ વાત બહુ સુંદર રીતે રજૂ કરી છે :

> *જો રક્તિમ કતલ કરનાર એમ માને છે કે તે કતલ કરે છે અથવા જો વધ કરનારો એમ માને છે કે તે વધ કરે છે તો તેઓ સૂક્ષ્મ માર્ગોને જાણતા નથી, હું સાચવું છું, પસાર થાઉં છું અને ફરી પાછો આવું છું.*[૯૭]

અબ્રાહમ લિંકનની જેમ આપણે બધા સંશયવાદ અને આધ્યાત્મિક અવઢવમાં ફસાયેલા છીએ. આપણે શંકાઓ અને બાહ્ય તથા આંતરિક

સમસ્યાઓથી ઘેરાયેલા છીએ. આથી, આપણે સતત માનસિક ખ્યાલોની ઈમારતો બાંધીએ છીએ અને તેને તોડી પાડીએ છીએ, પરંતુ આપણે માનસિક તાણમાં આવી જઈને આપણા પોતાના જ માનસિક ખ્યાલોની ઈમારતોને રચવા અને તોડવાને બદલે અબ્રાહમ લિંકને તેમના ભારે કપરા સમયમાં જેમ કર્યું તેમ સર્વશક્તિમાન પરમેશ્વર સમક્ષ ઘૂંટણિયે પડીને પ્રાર્થના કરવી જોઈએ. જો આપણે આપણું મન શાંત અને ખાલી રાખીશું, તો ભગવાનના રસ્તા આપણી સમક્ષ આપોઆપ ખૂલી જશે. પરમેશ્વરની ઈચ્છા જાણવાનો સૌથી સરળ ઉપાય કારીગર બનવાનો નહીં, પરંતુ ભગવાનના સાધન બનવાનો છે. જો આપણે ભગવાનની યોજના પાર પાડવાનું માત્ર સાધન બનીશું, તો પરમેશ્વરની ઈચ્છા આપણામાં અને આપણા દ્વારા સક્રિય બનવાનું શરૂ કરી દેશે. ભગવાન કાર્ય કરે છે અને તે જ કાર્ય છે. સઘળું તે જ છે. આપણે માત્ર તેને જોવાનું છે. જો આપણે અહીં નિષ્ફળ જઈશું તો આપણે પણ કયામતના દિવસે એ પ્રશ્નનો સામનો કરવો પડશે જે ઇબ્લિસે સૃષ્ટિના પ્રારંભે કર્યો હતો, મારા આદેશનું પાલન કરતાં તને કોણે અટકાવ્યો હતો ?

તમને કેવી રીતે ખબર પડશે કે તમે ભગવાનની ઈચ્છાને પૂર્ણ કરી રહ્યા છો કે પછી તમારા પોતાના અહમ્‌ને સંતોષી રહ્યા છો ? જો તમે તમારા અહમ્‌ની માગણી મુજબ કામ કરતા હશો, તો તમારામાં અભિમાન છલકાતું હશે. જ્યારે અહમ્ સંતોષાય છે ત્યારે હંમેશાં ગુરુતાગ્રંથિની લાગણી અનુભવાય છે, પરંતુ જ્યારે તમે ભગવાનની ઈચ્છાનો અમલ કરી રહ્યા હશો, ત્યારે ગુરુતાગ્રંથિ કે લઘુતાગ્રંથિનો પ્રશ્ન જ ઉપસ્થિત નહીં થાય. એ સમયે તમે માત્ર તમારું એકત્વ અનુભવશો. તમને અનુભવ થશે કે ભગવાને તમારી નિમણૂક કરી છે અથવા ભગવાને તમને તેની પસંદગીના સાધન બનાવ્યા છે અને તમારી અંદર અને તમારી મારફતે ભગવાન જ કાર્ય કરી રહ્યા છે. તમને શું પ્રાપ્ત થયું તે મહત્ત્વનું નહીં હોય, તમે જે પ્રાપ્ત કર્યું હોય તે ગમે તેટલું ભવ્ય, સવિશેષ અથવા તો અસામાન્ય હશે તોપણ તમારામાં વ્યક્તિગત અભિમાનની કોઈ લાગણી નહીં હોય. એથી ઊલટું તમે ભગવાન પ્રત્યે એવી કૃતજ્ઞતા અનુભવશો કે તેમણે તમારી અંદર રહીને અને તમારા દ્વારા કાર્ય પાર પાડવા માટે તમારી પસંદગી કરી. ત્યારે કોઈ અભિમાનની લાગણી નહીં હોય પણ માત્ર વ્યાપકતા જ અનુભવાશે.

પરમેશ્વરની ઈચ્છાને જાતનું સમર્પણ
એ, નિષ્ફળતા વિના
ધીમેથી પાકી રહેલું
પરંતુ અત્યંત સ્વાદિષ્ટ ફળ છે

આઈરીશ લેખક સી. એસ. લુઈસે તેમના પુસ્તક *'ધ પ્રૉબ્લેમ ઑફ પેઈન'*માં લખ્યું છે કે ''તમે કોઈ પણ પ્રકારે કામ કરો, પરંતુ તેનાથી ભગવાનનો હેતુ જ પાર પડવાનો છે. જોકે, ફરક એ જ પડશે કે તમે તે જુડાસ તરીકે કરશો કે જહોન તરીકે.[૯૮]

પ્રમુખસ્વામીજીના સાંનિધ્યમાં મને ખ્યાલ આવ્યો છે કે કેવી રીતે કોઈ વ્યક્તિની પવિત્ર વર્તણૂકમાં અન્યોનું પરિવર્તન કરી દેવાની તાકાત રહેલી છે. એક પવિત્ર વર્તણૂક દ્વારા અન્યમાં શક્તિના હસ્તાંતરણનો અનુભવ થયો. સ્વામીજી ભાગ્યે જ કોઈને આદેશ કરે છે, તેઓ કોઈ હુકમ આપતા નથી, દલીલ કરતા નથી, ઠપકો આપતા નથી કે સમજાવટ કરતા નથી. તેઓ દિવ્યતામાં એકરૂપ થઈને રહે છે. તેમના લાખો ભક્તો અને શુભેચ્છકો તેમની વાત માને છે. જેમ સૂર્યનો ઉદય થયો એવું માનીએ છીએ તે એટલા જ માટે નહીં કે આપણે તેને નિહાળ્યો છે, પરંતુ એટલા માટે માનીએ છીએ કે આપણને સૂર્યોદયના કારણે બધું દેખાવા લાગે છે.

એક દાયકાથી વધુ સમયથી હું પ્રમુખસ્વામીજી સાથે
ચર્ચા-ગોષ્ઠિ અને વિચારોની આપ-લેનો આનંદ લઈ રહ્યો છું,
પછી તે આમને-સામને હોય કે ફોન પર, જેને કારણે
અમારી વચ્ચે પ્રગાઢ અને જીવનભરની મૈત્રી સ્થપાઈ.
આ મુલાકાતોએ મારાં અંતર-મનનાં દ્વાર ખોલી નાંખ્યાં અને
બહારના વિશ્વની નવી ક્ષિતિજો ઉઘાડી આપી છે.

(સ્વામિનારાયણ અક્ષરધામ,
નવી દિલ્હી, ૬ નવેમ્બર ૨૦૦૫)

જ્યારે છેલ્લે હું
પ્રમુખસ્વામીજીને સારંગપુરમાં મળ્યો
ત્યારે તેમની ઉંમર ૯૪ વર્ષની હતી.
પ્રતિકૂળ સ્વાસ્થ્યને કારણે તેઓ
અશક્ત અને મૌન હતા.
તેઓએ ખૂબ જ આત્મીય પ્રેમથી મારો હાથ
દૃઢતાપૂર્વક પકડ્યો અને સ્મિત કર્યું.
એ જ ક્ષણે આ પુસ્તકના
આરંભ અને અંતને જન્મ મળ્યો.

(સારંગપુર, ગુજરાત,
૧૧ માર્ચ, ૨૦૧૪)

૫,૦૦૦ ભક્તોની ઉપસ્થિતિમાં સત્સંગલાભ આપતા પ્રમુખસ્વામી મહારાજ.

(બી.એ.પી.એસ. સ્વામિનારાયણ મંદિર, લંડન, ૨૫ એપ્રિલ, ૨૦૦૪)

પ્રમુખસ્વામીજી સાથે મારી પ્રથમ મુલાકાતમાં
જ્યારે મેં તેમની સમક્ષ
'ભારત ૨૦૨૦' યોજનાની રજૂઆત કરી
ત્યારે તેઓએ કહ્યું :
'ભારતના ઉત્થાન માટે
તમે જે પાંચ ક્ષેત્રો નક્કી કર્યાં છે,
એમાં છઠ્ઠું ક્ષેત્ર ઉમેરજો –
ભગવાનમાં શ્રદ્ધાનું.'

...અને તેમણે મને આધ્યાત્મિકતા દ્વારા
લોકોનો વિકાસ કરવાનો રાહ ચીંધ્યો.
તેમની સાદગી, સહજતા,
સચ્ચાઈ અને સ્પષ્ટતાએ
મને ખૂબ જ પ્રેરણા આપી.

(ડૉ. કલામ અને વાય.એસ. રાજન પ્રમુખસ્વામી મહારાજ
સાથે, નવી દિલ્હી, ૩૦ જૂન, ૨૦૦૧)

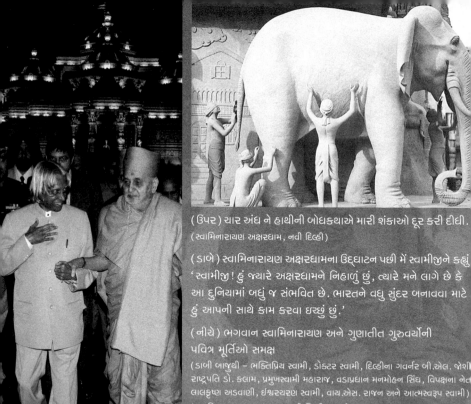

(ઉપર) ચાર અંધ ને હાથીની બોધકથાએ મારી શંકાઓ દૂર કરી દીધી.
(સ્વામિનારાયણ અક્ષરધામ, નવી દિલ્હી)

(ડાબે) સ્વામિનારાયણ અક્ષરધામના ઉદ્‌ઘાટન પછી મેં સ્વામીજીને કહ્યું 'સ્વામીજી! હું જ્યારે અક્ષરધામને નિહાળું છું, ત્યારે મને લાગે છે કે આ દુનિયામાં બધું જ સંભવિત છે. ભારતને વધુ સુંદર બનાવવા માટે હું આપની સાથે કામ કરવા ઇચ્છું છું.'

(નીચે) ભગવાન સ્વામિનારાયણ અને ગુણાતીત ગુરુવર્યોની પવિત્ર મૂર્તિઓ સમક્ષ
(ડાબી બાજુથી – ભક્તિપ્રિય સ્વામી, ડૉક્ટર સ્વામી, દિલ્હીના ગવર્નર બી.એલ. જોશી રાષ્ટ્રપતિ ડૉ. કલામ, પ્રમુખસ્વામી મહારાજ, વડાપ્રધાન મનમોહન સિંઘ, વિપક્ષના નેત લાલકૃષ્ણ અડવાણી, ઈશ્વરચરણ સ્વામી, વાય.એસ. રાજન અને આત્મસ્વરૂપ સ્વામી)
(સ્વામિનારાયણ અક્ષરધામ, નવી દિલ્હી, ૬ નવેમ્બર, ૨૦૦૫)

સુવર્ણ બાળ મહોત્સવના સમારોહ વખતે અમે
૨૦,૦૦૦ બાળકોના સાગર વચ્ચેથી પસાર થયા.
મને અપાર આનંદ થયો જ્યારે એક બાળકે આવીને
મને પૂછ્યું : 'આપને પ્રમુખસ્વામી મહારાજ વિશેની
કઈ બાબત સૌથી વધારે સ્પર્શે છે ?'

(સ્વામિનારાયણ અક્ષરધામ, ગાંધીનગર, ગુજરાત,
૮ ફેબ્રુઆરી, ૨૦૦૪)

લંડનમાં નિઝડન ખાતે
બી.એ.પી.એસ.
સ્વામિનારાયણ મંદિરમાં
બાળકોને મળીને
હું ખૂબ જ પ્રભાવિત થયો.
(૨૧ ઑક્ટોબર, ૨૦૦૭)

મેં વ્યક્તિગત રીતે બી.એ.પી.એસ. સંસ્થા દ્વારા હાથ ધરાયેલા
વ્યસનમુક્તિ અભિયાનનું બહુમાન કર્યું. ૨૩,૦૦૦ બાળકોએ
૨૧ લાખ લોકોનો સંપર્ક કર્યો અને ૬,૩૦,૦૦૦ લોકોને વ્યસનમુક્ત કર્યા.
(રાષ્ટ્રપતિ ભવન, નવી દિલ્હી, ૫ જુલાઈ, ૨૦૦૭)

શિકાગોના બી.એ.પી.એસ. સ્વામિનારાયણ મંદિરમાં
મેં અનુભવ્યું કે ભવિષ્યનું નેતૃત્વ કરનારાઓને તૈયાર કરવામાં
મંદિર અત્યંત મહત્ત્વની ભૂમિકા ભજવે છે.

(૨૧ એપ્રિલ, ૨૦૧૧)

ગુજરાતમાં ભૂકંપ અને
કોમી રમખાણ પછી,
રાષ્ટ્રપતિ તરીકેની મારી
પ્રથમ યાત્રામાં
પ્રમુખસ્વામીજીએ
વિકાસ અને
સામાજિક સમરસતા
માટે આશીર્વાદ આપ્યા.

(બી.એ.પી.એસ. સ્વામિનારાયણ મંદિર,
અમદાવાદ, ૧૩ ઓગસ્ટ, ૨૦૦૨)

– મેં યુરોપિયન પાર્લમિેન્ટને સંબોધી,
એક પ્રબુદ્ધ સમાજની રચના માટે
આહ્‌વાન કર્યું.
સુંદર માનવજીવનને પ્રોત્સાહિત કરવા માટે મેં
આધ્યાત્મિક મૂલ્યોની જરૂરિયાત પર
ભાર મૂક્યો ત્યારે મેં અનુભવ્યું કે જાણે
પ્રમુખસ્વામીજી જ મારા દ્વારા બોલી રહ્યા છે.

(યુરોપિયન સંસદ, સ્ટ્રેસબર્ગ,
૨૫ એપ્રિલ, ૨૦૦૭)

પ્રમુખસ્વામીજીએ યુનોમાં
મિલેનિયમ વિશ્વશાંતિ પરિષદમાં
પ્રવચન આપતાં કહ્યું કે
'માનવ-ઇતિહાસની આ ક્ષણે આપણે ધર્મગુરુઓએ
વિશ્વમાં ફક્ત એક જ ધર્મનો ખ્યાલ ન સેવવો જોઈએ,
પરંતુ એવા એક વિશ્વનો ખ્યાલ સેવવો જોઈએ કે
જયાં બધા જ ધર્મોમાં એકતા હોય.
વિવિધતામાં એકતા એ જ જીવનનો સાચો પાઠ છે.
વિશ્વશાંતિનું રહસ્ય તેમાં જ છૂપાયેલું છે.'

(સંયુક્ત રાષ્ટ્રસંઘ, ન્યૂયોર્ક, ૨૯ ઓગસ્ટ, ૨૦૦૦)

મૂળઅક્ષર મૂર્તિ શ્રી ગુણાતીતાનંદ સ્વામી
પરબ્રહ્મ પુરુષોત્તમ શ્રી સહજાનંદ સ્વામી

બી.એ.પી.એસ.ના અક્ષર-પુરુષોત્તમનાં તત્ત્વજ્ઞાનના મૂર્તિમંત સ્વરૂપો : પરબ્રહ્મ ભગવાન સ્વામિનારાયણ (જમણે) અને તેમના પ્રથમ આધ્યાત્મિક અનુગામી અક્ષરબ્રહ્મ ગુણાતીતાનંદ સ્વામી (ડાબે).

એક બાળક સમગ્ર વિશ્વને બદલી શકે છે – બાળયોગી નીલકંઠ(ભગવાન સ્વામિનારાયણ)ના ચરિત્રને નીલકંઠ યાત્રા ફિલ્મમાં ખૂબ સુંદર રીતે દર્શાવવામાં આવ્યું છે.

ગુણાતીત ગુરુઓ: ગુરુ શાસ્ત્રીજી મહારાજ (જમણે), યોગીજી મહારાજ (ડાબે) અને વચ્ચે ઊભેલા યુવાન વયના પ્રમુખસ્વામી મહારાજ.

૨૭

દિવ્યતાનું નારી-સ્વરૂપ પવિત્રતા, સત્ય એનું પુરુષ-સ્વરૂપ છે

'દિવ્ય પદ સુધી પહોંચવા વાણી, મન, ઇન્દ્રિયોની પવિત્રતા અને કરુણાસભર હૃદય હોવું જરૂરી છે.'

– ચાણક્ય

ભારતીય ઉપદ્વીપના દક્ષિણ છેડે આવેલું કન્યાકુમારી બે સમુદ્ર – બંગાળનો ઉપસાગર અને અરેબિયન સમુદ્ર તથા એક મહાસાગર – હિંદ મહાસાગરનું સંગમસ્થાન છે. ત્યાંના એક નાનકડા ટાપુ ઉપર તામિલ તત્ત્વજ્ઞાની અને કવિ તેમજ તિરુક્કુરલના રચયિતા તિરૂવલ્લુવરની ૪૦ મીટર ઊંચી પાષાણ પ્રતિમા સ્થાપવામાં આવી છે. તામિલ ભાષામાં તિરુ માનવાચક પૂર્વસંજ્ઞા છે. ઈસુ પૂર્વે બીજી શતાબ્દીમાં રચાયેલા તેમના ગ્રંથ અને તેના કવિ વલ્લુવરને આ બહુમાન આપવામાં આવ્યું છે.

લોકસાહિત્યને બાદ કરતાં તિરૂવલ્લુવરના જીવન વિશે બીજી કોઈ માહિતી ઉપલબ્ધ નથી. તેઓ એક સદાચારી સંત-પ્રકૃતિના ગૃહસ્થ તરીકે જાણીતા હતા. વણાટકામ સાથે સંકળાયેલા લોકોને વલ્લુવર તરીકે ઓળખવામાં આવે છે. આ ઉપરાંત, રાજાના હુકમની ઘોષણા કરનારા અધિકારીઓને પણ વલ્લુવર તરીકે સંબોધવામાં આવતા. તેઓ હાથી ઉપર બેસીને નગારું વગાડીને રાજાના

આદેશની ઘોષણા લોકો સમક્ષ કરતા હતા. તિરૂવલ્લુવર તેમની કુશાગ્ર બુદ્ધિ, સાહિત્યમાં નિપુણતા અને અસામાન્ય કૌશલ્યને કારણે માનવીય સ્વભાવની મુશ્કેલીઓ પારખવાની શક્તિ ધરાવતા હતા. તેઓ માનસશાસ્ત્રના આધારે કોઈ પણ વિષયનો માનવીય હલ શોધી કાઢતા.

તિરુક્કુરલ તામિલ ભાષાનો એક સૌથી મહત્ત્વપૂર્ણ ગ્રંથ છે. તેને અપાયેલાં અન્ય કેટલાંક નામ પણ તેની મહત્તા પુરવાર કરે છે. જેમ કે, તામિલ મરાઈ, તામિલવેદાસ, પોય્યામોઝી (જે ક્યારેય નિષ્ફળ જતા નથી તેવા શબ્દો) અને દૈવા નૂલ (દિવ્ય પાઠ). આ પુસ્તકમાં એરામ (સદાચાર), પોરુલ (સંપત્તિ) અને ઈન્બામ (પ્રેમ) એમ ત્રણ ભાગનાં ૧૩૩ પ્રકરણમાં ૧૩૩૦ દોહા જેવી કાવ્ય-કણિકાઓ છે. એરામ અને ઈન્બામમાં માનવીય જીવનમાં સદાચાર વિશે ચર્ચા કરવામાં આવી છે, જ્યારે પોરુલમાં જાહેર બાબતોની ચર્ચા છે. તેની દરેક કંડિકામાં સાદગી અને સત્યનો ઉપદેશ આપવામાં આવ્યો છે.

તિરુક્કુરલમાં ઉચ્ચારાયેલાં નૈતિક મૂલ્યો એકદમ વ્યવહારુ અને વૈશ્વિક છે. તેની મુખ્ય નિસબત આપણા તમામની દુનિયા સાથે છે. માનવજીવન અંગે તે વાસ્તવદર્શી અભિગમ ધરાવે છે અને વલ્લુવરે કોઈ પણ પ્રકારના જાતિ કે વર્ગનો ભેદભાવ કર્યો નથી. જોકે, તેમની માન્યતા પ્રમાણે બે વર્ગ છે – એક વર્ગ છે ઉમદા લોકોનો અને બીજો વર્ગ છે અધમ. વલ્લુવર કહે છે કે જન્મથી આવો કોઈ ભેદ હોતો નથી. તેઓ કહે છે કે ઉમદા વ્યક્તિ પોતાના જીવના ભોગે પણ અન્યની મદદ કરવા તત્પર હોય છે, જ્યારે ભય અને લાલચથી દોરવાતી અધમ વ્યક્તિઓ સમાજ માટે બિલકુલ બિનઉપયોગી લોકો છે. તેઓ તો સંકટ સમયે પોતાની જાતને પણ વેચી શકે છે. (કુરાલ ૧૦૮૦)

எற்றிற் குரியர் கயபரொன்று உற்றக்கால்
விற்றற்கு உரியர் விரைந்து

વલ્લુવર સદ્‌ગુણને સૌથી વધુ મહત્ત્વ આપે છે. તેઓ ભારપૂર્વક કહે છે કે માનવજીવનને દરેક તબક્કો અને દરેક પાસું સદાચારની દોરવણી જ ધરાવતાં હોવાં જોઈએ. વલ્લુવરે વિકસાવવાલાયક સકારાત્મક સદ્‌ગુણ અને ત્યજી દેવા જેવા અનેક નકારાત્મક ગુણોની વ્યાપક શ્રેણીનો ઉલ્લેખ કર્યો છે. વલ્લુવર બે બાબતો તરફ બહુ કઠોર વલણ ધરાવે છે. પ્રથમ છે કૃતઘ્નતા. તેઓ કહે છે : ‘‘અન્ય બધાં પાપ કદાચ માફ કરી શકાય, પરંતુ કૃતઘ્નતા ક્યારેય નહીં.’’ બીજી

વસ્તુ છે માંસાહાર. તેઓ કહે છે : કોઈ વ્યક્તિ અન્ય કોઈની ચરબી ખાઈને પોતે ચરબી જમાવે તેવું કેવી રીતે બની શકે? હત્યા કલંકિત બાબત છે અને માંસ ખાવું તે બેવકૂફી છે. (કુરાલ ૨૫૪)

அருளல்ல தியாதெனிற் கொல்லாமை கோறல்
பொருளல்ல தவ்வூன் தினல்

એવી જ રીતે વલ્લુવર મદ્યપાનનો પણ બહુ આકરો વિરોધ કરે છે. તેઓ કહે છે : "દારૂ અને ઝેરમાં કોઈ ફરક નથી." (કુરાલ ૯૨૬)

துஞ்சினார் செத்தாரின் வேறல்லர் எஞ்ஞான்றும்
நஞ்சுண்பார் கள்ளுண் பவர்

વલ્લુવર સદાચારી જીવન પર સૌથી વધુ ભાર આપે છે. તેઓ જણાવે છે કે સારી વર્તણૂક અને ઉચ્ચ ચારિત્ર્ય, પૂર્ણતાનો રાજમાર્ગ છે. તેના પર ચાલનારી વ્યક્તિ લોકો તરફથી આદર અને પ્રશંસા મેળવે છે. વળી, તેનાથી હૃદયનું શુદ્ધીકરણ થાય છે જે ઉચ્ચ આધ્યાત્મિક પ્રાપ્તિ માટે અનિવાર્ય છે. બીજી તરફ દુરાચાર નામોશી નોતરે છે, કારણ કે તે તમામ બૂરાઈઓનો સ્રોત છે અને તે અંતહીન દુઃખ અને પતન નોતરે છે. (કુરાલ ૧૩૭)

**ஒழுக்கத்தின் எய்துவர் மேன்மை இழுக்கத்தின்
எய்துவர் எய்தாப் பழி**

મૂલ્યો, સદ્ગુણો, સદાચાર અને પવિત્રતા જ માણસને પશુઓ કરતાં જુદો પાડે છે. પ્રમુખસ્વામીજી કહે છે : "આપણે શુદ્ધ રહેવું જ જોઈએ. હું માત્ર ઇન્દ્રિયોની શુદ્ધતાની વાત કરતો નથી. આપણે આપણી તમામ ઇચ્છાઓ, આપણા તમામ ઇરાદા અને આપણાં તમામ કર્મોમાં પણ ઉચ્ચ શુદ્ધિ જાળવવી જ જોઈએ." હું જ્યારે પ્રમુખસ્વામીજીની સાથે હોઉં છું ત્યારે અઢારમી સદીના અંગ્રેજ કવિ લોર્ડ બાયરને લખેલી આ પ્રસિદ્ધ પંક્તિઓ જાણે તેમના માટે જ લખી છે કે શું તેવું આશ્ચર્ય અનુભવું છું :

પ્રેમનો પ્રકાશ, સદ્વર્તનની શુદ્ધતા,
મન, ચહેરા પર શ્વાસ-ઉચ્છ્વાસમાંથી સર્જાતું સંગીત,
હૃદય, જેની મૃદુતા સર્વત્ર સંવાદિતા સર્જે,
અને, અરે એ આંખો જ જાણે આત્મા હોય ![૯૯]

પ્રમુખસ્વામીજી નૈતિક જીવનના સમર્થક છે. તેઓ દૈનિક જીવનમાં

વ્યવહારુ નિર્ણયો લેતી વખતે નૈતિકતા અને ઉચ્ચ આદર્શોને ખ્યાલમાં રાખવાનું તત્ત્વજ્ઞાન શિખવાડે છે. તેમનું સાદગીપૂર્ણ શિક્ષણ સાહજિક રીતે જ સૌને ટકાવી રાખે તેવાં વિકાસ, પર્યાવરણ, વન્ય જીવનનું સંરક્ષણ અને પ્રાણીકલ્યાણની ભાવનાની શીખ આપે છે. તેઓ કોઈ ઉપદેશ અથવા તો ધર્મસિદ્ધાંત તરીકે નહીં પણ વ્યક્તિગત પસંદગીના ભાગ રૂપે આ નૈતિક અને ઉચ્ચ આદર્શો રજૂ કરે છે. રોજબરોજના જીવનમાં આપણી સામે આવતા પ્રશ્નોના નિરાકરણમાં આ નૈતિકતા વણાયેલી હોવી જોઈએ, એવું તેઓ સહજતાથી સમજાવે છે.

નૈતિક જીવન મુખ્યત્વે આપણા વર્તનનાં આંતરવૈયક્તિક પાસાં સાથે જોડાયેલી બાબત છે. આપણે કોઈની સાથે વ્યક્તિગત રીતે અથવા જૂથમાં કેવો વર્તાવ કરીએ છીએ અને તેનાથી આગળ સૃષ્ટિના અન્ય સજીવો સાથેનો આપણો વ્યવહાર કેવો છે? અહીં મુખ્ય હાર્દરૂપ બાબત એ છે કે નૈતિકતા આપણને અન્યો સાથે સંપર્કમાં લાવે છે અને આપણને તે સંપર્કમાં આવનારા વ્યક્તિ કે સજીવના સદ્‌ગુણોને ખ્યાલમાં લેવા કહે છે. આપણે આપણી જાતને પૂછવા માંડીએ છીએ : 'શું અન્ય સાથેનો વર્તાવ આવો જ હોવો જોઈએ?' 'શું આ જ રીતે અન્યોએ મારી સાથે વર્તાવ કરવો જોઈએ?' આપણામાં આપણા વૈયક્તિક વર્તાવ અને પ્રાણીઓ સાથેના આપણા વર્તાવની કડક સમીક્ષા કરવાની ક્ષમતા છે એટલે આપણે તે વર્તાવ અને વ્યવહારની દોરવણી માટે આચારસંહિતા અને ધોરણો ઘડવાની ક્ષમતા પણ ધરાવીએ છીએ. આપણે જે નૈતિકતા વિશે વાત કરીએ છીએ તે વિવિધ સદ્‌ગુણોનાં લક્ષણો ઉપરાંત આ નૈતિક ધોરણો અને આચારસંહિતા પણ છે.

નૈતિકતા આપણી સમક્ષ પ્રશ્ન ઉપસ્થિત કરે છે કે આપણે સંબંધોમાં કેવી રીતે વર્તવું જોઈએ અને અન્યો સાથે કેવી રીતે રહેવું જોઈએ. આપણી વર્તણૂક યોગ્ય છે કે અયોગ્ય તે વિશે વિચાર કરવાનું આપણને નૈતિકતા જણાવે છે. તે આપણને એ પણ જણાવે છે કે તે સદ્‌ગુણો (સત્યનિષ્ઠા, પ્રામાણિકતા, વફાદારી અને દયા) કેવી રીતે માણસોને રોજબરોજના જીવનમાં પ્રસન્નતાપૂર્વક પાંગરવામાં મદદ કરે છે. સુપ્રતિષ્ઠિત શાણા લોકોએ માનવીય સંબંધો અને માણસો એકબીજા સાથે કેવી શ્રેષ્ઠ રીતે વ્યવહાર કરી શકે તે વિશે વિચાર્યું તેના આધારે જુદી જુદી સંસ્કૃતિઓમાં સુદીર્ઘ ચિંતન બાદ આ નૈતિક ધોરણો અને સિદ્ધાંતો વિકસ્યાં છે.

પ્રમુખસ્વામીજીની જીવનપદ્ધતિ અને કાર્યોનો અભ્યાસ કર્યા પછી જ્યારે મેં ફરીથી તિરુક્કુરલનો અભ્યાસ કર્યો ત્યારે મારા મનમાં એક સુગ્રથિત અભિગમ ઉદ્ભવ્યો. એવા પાંચ પ્રશ્નો છે, જે દરરોજ આપણે આપણી જાતને પૂછીએ તો રોજબરોજનાં કાર્યોમાં સદાચાર અને નીતિમત્તા જાળવી રાખવામાં મદદ મળે છે.

પ્રથમ પ્રશ્ન છે : ''શું આજે મેં મારા સદ્ગુણોનો અમલ કર્યો ?'' સદ્ગુણો એ હૃદય સાથે જોડાયેલી ટેવો છે, જેનું શિક્ષણ આપણને આપણાં માતા-પિતા અને પ્રાથમિક શાળાના શિક્ષકો દ્વારા મળે છે. આ સદ્ગુણો ખરેખર આપણા જીવનનો શ્રેષ્ઠ ભાગ છે. શું આજે મેં મર્યાદા ઓળંગી અને આમાંના કોઈ સદ્ગુણને ત્યજી દીધો ? અથવા આજે ભલે થોડા સમય માટે પણ હું બાળપણમાં જે શીખ્યો હતો તેવા નીતિમત્તા, વિશ્વસનીયતા, પ્રામાણિકતા, દયા અથવા તો અન્ય કોઈ સદ્ગુણ ધરાવતો માણસ બન્યો હતો ખરો ?

બીજો પ્રશ્ન છે : 'આજે મેં કોઈ ખરાબ કરતાં સારું કામ વધારે કર્યું હોય એવું બન્યું છે ? અથવા આજે મેં શું એવો પ્રયાસ પણ કર્યો ?' તમારા કાર્યનાં ટૂંકા ગાળાનાં અને લાંબા ગાળાનાં પરિણામો વિશે વિચારો.

ત્રીજો પ્રશ્ન છે : 'આજે મેં લોકો સાથે તેમનું માન અને ગૌરવ જળવાય તેવો વ્યવહાર કર્યો ?' બધા જ માનવો સાથે તેમનું ગૌરવ જાળવીને વ્યવહાર માત્ર એ કારણસર કરવો જ જોઈએ કે તેઓ બધા જ માણસ છે. લોકોને એવો નૈતિક હક્ક છે, ખાસ કરીને એવો મૂળભૂત અધિકાર છે કે તેમની સાથે તેમને ભ્રમિત કરે કે ગેરમાર્ગે દોરે અથવા તો તેમના પર કાબૂ જમાવવા પ્રયાસ થાય કે તેમને તિરસ્કારવામાં આવે તેવો વ્યવહાર નહીં, પરંતુ સ્વતંત્ર અને સમાન માનવો તરીકેનો વ્યવહાર થવો જોઈએ. આજનું મારું વર્તન દરેક વ્યક્તિ જેનો અધિકારી છે તેવાં આ નૈતિક મૂલ્યો અને તેમનું ગૌરવ કેવી રીતે જાળવતું હતું ?

ચોથો પ્રશ્ન છે : 'શું આજે હું નિષ્પક્ષ અને ન્યાયી રહ્યો હતો ? કોઈ વ્યક્તિ સાથે કોઈ પ્રાસંગિક નૈતિક કારણસર અલગ વ્યવહાર કરવો પડ્યો હોય તેને બાદ કરતાં શું આજે મેં દરેક વ્યક્તિ સાથે સમાન વ્યવહાર કર્યો છે ?' ન્યાય માટે એ આવશ્યક છે કે આપણે લાભ અને બોજની જે રીતે વહેંચણી કરીએ છીએ તેમાં નિષ્પક્ષ રહીએ. મેં કોને લાભ અપાવ્યો અને કોના માટે હું બોજરૂપ બન્યો ? મેં નિર્ણય કેવી રીતે કર્યો ?

પાંચમો પ્રશ્ન છે : ''શું મારો સમુદાય એટલા માટે સારો બન્યો કે હું તેના

એક ભાગરૂપ છું? શું હું વધારે સારો એટલા માટે હતો કે હું મારા સમુદાયમાં હતો? તમે તમારા પ્રાથમિક સમુદાયની જે રીતે વ્યાખ્યા કરતા હો તેના આધારે તમારો પ્રાથમિક સમુદાય નક્કી કરો. એ તમારા પડોશીઓ હોઈ શકે, તમારા ઍપાર્ટમેન્ટમાં રહેતા લોકો, પરિવારના સભ્યો, કંપનીમાં સાથે કામ કરતા લોકો કોઈ પણ હોઈ શકે. શું હું મારા સમુદાયને વધુ મજબૂત બનાવવા મારાં અંગત હિતોને બાજુ પર મૂકીને પણ કાંઈ કરવા સક્ષમ હતો? હું મારી જાતને વધુ સારી વ્યક્તિ બનાવવાની પ્રક્રિયામાં મારા સમુદાયની તાકાતનો ઉપયોગ કરી શક્યો હતો?''

આપણે બહુ મોટા સ્તરના નૈતિક પ્રશ્નોનો અસરકારક રીતે સામનો કરીએ તે પહેલા દરરોજ આવા નૈતિક પ્રતિભાવો વિશે જરૂરથી વિચારવું જોઈએ. જે વ્યક્તિ વૈશ્વિક મુદ્દા પર નૈતિક નેતૃત્વ કરવાની ઇચ્છા ધરાવતી હોય તેણે પહેલા સ્વમૂલ્યાંકન કરવું જોઈએ અને પોતાના માનસમાં કે પોતાની ચેતનામાં શું ચાલી રહ્યું છે તેની સ્વયં સમીક્ષા કરવી જોઈએ. જો આવું નહીં થાય તો એ નેતૃત્વ લાભ કરતાં નુકસાન વધારે કરાવશે. આપણે સૌ શુભ પરિણામો સર્જે તેવા નેતાઓ બની શકીએ તેમ છીએ. પસંદગી આપણા હાથમાં છે. આપણી બહારની દુનિયા સર્જવાની જવાબદારી પણ આપણી સૌની સહિયારી જવાબદારી છે, કારણ કે આપણા સિવાયની બાબતો પર આપણે જ પ્રકાશ પાથરીએ છીએ કે અંધકારને દર્શાવીએ છીએ. આપણે જ આશાનો જુસ્સો અથવા તો નિરાશાનો જુસ્સો રજૂ કરી શકીએ છીએ. શું દર્શાવવું કે શું રજૂ કરવું તે તો આપણા જ હાથમાં છે અને એની પસંદગી દ્વારા જ આપણે દુનિયા જેવી છે તેવી સર્જીએ છીએ.

ઍરિસ્ટોટલે લખ્યું છે કે સદ્‌ગુણથી કામ સારું થાય છે એટલું જ નહીં, પરંતુ તે કામ કરનાર વ્યક્તિ પણ સારી બને છે.[૧૦૦] વારંવાર સદ્‌ગુણો દ્વારા સારું કામ કરતા રહીને સારા બનવું એ આપણા માનવસ્વભાવનું મૂળ કારણ અને નિયતિ છે, કારણ કે સારપ થકી જ આપણે આપણા અસ્તિત્વની ગૂઢતાને ભેદી શકીએ છીએ અને એક પૂર્ણ માનવીય જીવન ધરાવી શકીએ છીએ. સુયોગ્ય રીતે રચાયેલી ચેતના ધરાવતો શુદ્ધ માનવ સમજે છે કે સત્ય પોતાને કોઈ પણ ભોગે અનુસરવાની ફરજ પાડે છે. પ્રમુખસ્વામીજી કહે છે કે આપણે સત્યના સાધકો છીએ, કારણ કે પરમેશ્વરે બહુ પ્રેમથી એ રીતે જ આપણું સર્જન કર્યું છે.

સત્યની શોધનો ચોક્કસ અર્થ શો છે? કોઈ વ્યક્તિ કેવી રીતે સત્યનો

સાધક બની શકે ? આપણે સૌએ શાંતિ લાવવા માટે એક થવાની જરૂર છે. આને જ આપણે સત્યની શોધ કહી શકીએ. કોઈ પણ દૃષ્ટિએ આ કામ સહેલું નહીં હોય. આપણે એટલા લાંબા સમય સુધી અંધકાર અને ભયમાં જીવ્યા છીએ કે અવિશ્વાસ આપણો બીજો સ્વભાવ બની ગયો છે. હિંસા સર્વત્ર છે. ગુના અપેક્ષિત છે, દુષ્ટતા સહન કરી લેવામાં આવે છે, પરંતુ આ બધું બદલાવું જ પડશે. ધીમા, પરંતુ સભાન પ્રયાસથી આપણે જરૂર સત્ય પામીશું. આપણે આપણો ભય ગુમાવી શકીએ છીએ અને આપણામાંની દરેક વ્યક્તિ પોતાની પૂર્ણતાના પ્રકાશમાં આગળ વધી શકે છે. પ્રમુખસ્વામીજીએ આ કાર્ય કર્યું છે અને તેમના શિષ્યો તથા ભક્તો દ્વારા પણ તેમ કરાવી રહ્યા છે. પ્રમુખસ્વામીજીમાં મને આ અજોડ વિશેષતા જોવા મળી છે અને તે બાબત આપણા શિષ્યત્વ માટેનો પાયો બની છે.

આપણી માન્યતા છે કે, આ વિશ્વ વધુ સુંદર સ્થાન બને તે માટે પરિવર્તનની પ્રક્રિયા દરેક વ્યક્તિથી જ શરૂ થવી જોઈએ. આ જ એક સાચો રસ્તો છે. દરેક વ્યક્તિએ ખોટા સામે સાચું પસંદ કરવું પડશે. માત્ર સારા માટે જ સારું કામ કરવું પડશે, તિરસ્કારને બદલે પ્રેમ પસંદ કરવો પડશે, તમામ ચીજોમાં રહેલી સંભવિત સારી બાબતો નિહાળવી પડશે, અનિષ્ટ અને વિનાશકારી હોય તે તમામનો વિરોધ કરવો પડશે, કોઈ પણ સજીવને આઘાત ન પહોંચે તેની કાળજી રાખવી પડશે અને બીજાં અનેક સારાં કામ કરવાં પડશે. જો આપણે જીવન જીવવાનો એક સાચો રાહ જાણી લઈએ તો કશું જ હાંસલ કરવું અશક્ય નથી. તે પછી જિંદગીમાં નિરંતર સ્વાસ્થ્ય, ફળદ્રુપતા, આનંદ, નિશ્ચિત બચાવ અને સંપત્તિ સહિત એવી કોઈ બાબત નહીં રહે કે જે આપણને ઉપલબ્ધ ન થાય. (કુરાલ ૭૩૮)

பிணியின்மை செல்வம் விளைவின்பம் ஏமம்
அணியென்ப நாடடிவ் வைந்து

લોકોના મનની અંદર એક ખોટી વાત વાઈરસની જેમ ઘૂસી ગઈ છે. આ ખોટી વાત એ છે કે આપણી આસપાસ બહુ સારી વસ્તુઓ કે શુભ બાબતો છે જ નહીં. સારપની અછત છે, તે પૂરતા પ્રમાણમાં નથી અને તે બહુ મર્યાદિત છે. ખરેખર તો સાચી બાબત એ છે કે આપણી આસપાસ અનેક સારી બાબતો રહેલી છે. આપણી આસપાસ જરૂર કરતાં પણ વધારે અનેક સર્જનાત્મક ખ્યાલો

રહેલા છે. જરૂર કરતાં વધારે શક્તિઓ છે. જરૂર કરતાં વધારે પ્રેમ છે. જોઈએ તેના કરતાં વધુ ઉત્સાહ છે. જે વ્યક્તિ આ બધું અખૂટ હોવાનું સમજે તેના મનમાં તે આપોઆપ આવવા માંડે છે. દરેક માટે પૂરતી સારી બાબતો છે. જો તમે તેમાં માનશો, જો તમે તેને નિહાળી શકશો, જો તમે તે પ્રમાણે કાર્ય કરશો, તો તે તમારી સમક્ષ પ્રગટ થશે. આ જ સત્ય છે.

૨૮

અહિંસાના માર્ગે હાર હોતી નથી

'તમામ ઉત્ક્રાંતિઓનું ધ્યેય ઉદ્દાત્ત નૈતિકતા છે અને અહિંસા તમને એ તરફ લઈ જાય છે. આપણે અન્ય જીવોને હાનિ પહોંચાડવાનું બંધ નહીં કરીએ ત્યાં સુધી અસભ્ય જ રહીશું.'

– થોમસ એ ઍડિસન

ઓગણીસમી સદીના મહાન સંશોધક

શું આધ્યાત્મિકતા માત્ર મંદિરો કે મઠો પૂરતી જ સીમિત થયેલી છે અથવા તો શું આધ્યાત્મિક અભિગમ રોજ-બ-રોજના જીવનમાં અપનાવી શકાય ખરો અને શું તે વૈશ્વિક જીવનનો સિદ્ધાંત બની શકે ખરો? ઘણા યુવાનો મને આવો પ્રશ્ન કરે છે. સામાન્ય રીતે હું તેમને મહાત્મા ગાંધીનો દાખલો આપું છું, જેમણે ભારતના સ્વાતંત્ર્ય સંગ્રામને સામાન્ય લોકોની આધ્યાત્મિક સાધનાના દરજ્જે પહોંચાડ્યો હતો. તેમણે એક શક્તિશાળી સામ્રાજ્ય સામે અહિંસક ચળવળ આદરી હતી. માનવજાતના ઇતિહાસમાં આ અજોડ દાખલો છે. અન્ય કેટલાય લોકોની જેમ મેં પણ મારા સમગ્ર જીવન દરમ્યાન અહિંસા અપનાવી છે અને કોઈ પણ પ્રકારનું માંસ નહીં ખાઈને તેને અમલમાં મૂકી છે, પરંતુ તેનો સાચો અર્થ હું પ્રમુખસ્વામીજીને મળ્યા પછી જ સમજી શક્યો. મેં અનુભવ્યું કે પ્રમુખ-સ્વામીજી અહિંસાનું સ્વરૂપ છે. તેઓ ભરપૂર અનુકંપા ધરાવે છે અને પોતાના નિશ્ચયનું અડગ પાલન કરે છે. આ બંને બાબત ઉચ્ચ ચેતનાનાં પ્રમાણચિહ્ન છે.

તેમના સાંનિધ્ય દ્વારા મને સમજાયું કે આ ઉચ્ચ ચેતના પ્રાપ્ત કરવી એ જ માનવીય વિકાસનો હેતુ છે અને અહિંસા તે ઉચ્ચ ચેતના પ્રાપ્ત કરવાનું સાધન છે. વળી, અહિંસા ઉચ્ચ નૈતિકતા પ્રાપ્ત કરવાથી જ મળે છે. અહિંસાને હું કાવ્યાત્મક દૃષ્ટાંત દ્વારા સમજાવવા ઇચ્છું છું :

ગુણાતીત સાધુ આગળ વધે છે
એક એવી મધમાખીની જેમ જ, જે ફૂલ, તેના રંગ કે
સુગંધને નુકસાન પહોંચાડ્યા વગર માત્ર સુધા
લઈને ઊડી જાય છે અને મધ બનાવે છે.

આ પ્રકરણમાં હું આપણા જીવનને મહત્તમ સાર્થક બનાવવાની અત્યંત શક્તિશાળી વ્યૂહરચના તરીકે અહિંસાના આદર્શો રજૂ કરીશ. આપણે તેની શરૂઆત બુદ્ધથી કરીએ. બુદ્ધનો માર્ગ એ પ્રતિજ્ઞાથી શરૂ થાય છે કે હું હત્યા કરીશ નહીં, પરંતુ આ માર્ગની છેવટની પ્રતીતિ એ છે કે અહિંસા હૃદય અને મનને તિરસ્કાર, ભય અને સ્વસર્જિત ભ્રમથી મુક્તિ અપાવતી સારરૂપ બાબત છે. બુદ્ધે જે કાંઈ પાઠ આપ્યો તેનો સાર અહિંસા છે. અહિંસા મુક્તિ અપાવે છે, કારણ કે તે જે દરેક ક્ષણે કોઈ વ્યક્તિના મનમાં પ્રવેશે છે ત્યારે તે મનને કરુણા, ઉદારતા અને અન્ય જીવો સાથે તાદાત્મ્યની લાગણીથી ભરી દે છે. બુદ્ધ માટે અહિંસા એવો ખ્યાલ છે જે સ્વના મૂળભૂત અર્થનો અનુભવ કરવાની યાત્રાને શક્ય બનાવે છે. પ્રારંભમાં શિષ્ય અહિંસાના નિર્દેશનું પાલન કરે છે, પણ છેવટે તે અહિંસાને જિંદગીના માણવાલાયક અંગભૂત તત્ત્વ તરીકે વણી લે છે.

વર્ધમાન મહાવીર જૈન ધર્મના ચોવીસમા અને છેલ્લા તીર્થંકર ગણાય છે. તીર્થંકર એટલે એવા આધ્યાત્મિક પ્રણેતા જેઓ ભૌતિક જિંદગીના શાશ્વત પ્રવાહને પાર કરી જવા શક્તિમાન છે. મહાવીર આત્માનુભૂતિનાં આઠ પગલાં બતાવે છે. જેમાંથી ત્રણ વ્યક્તિના અભિગમને લગતાં છે, જ્યારે બાકીનાં પાંચ જીવનમાં ખરેખર આચરણમાં મૂકવા સંબંધિત છે. મહાવીરે જે ત્રણ ઉચિત અભિગમ દર્શાવ્યા છે તેમાં ઉચિત જ્ઞાન, ઉચિત તત્ત્વજ્ઞાન અને ઉચિત વર્તાવનો સમાવેશ થાય છે. ઉચિત જ્ઞાન એટલે સમ્યક્ જ્ઞાન. સમ્યક્ જ્ઞાન એ વ્યક્તિને તેની જિંદગી દરમ્યાન વિશ્વ અને માનવજાત વિશે ઉચિત જ્ઞાન પ્રાપ્ત કરવાની સોંપવામાં આવેલી ફરજ છે. ઉચિત તત્ત્વજ્ઞાન એટલે સમ્યક્ દર્શન. સમ્યક્ દર્શનમાં વ્યક્તિ સાર્થક જિંદગી અને તંદુરસ્ત દૃષ્ટિકોણ ધરાવતો થાય એ જરૂરી

ગણાવાયું છે. ઉચિત વર્તણૂક એટલે સમ્યક્ ચરિત્ર. સમ્યક્ ચરિત્ર ધરાવતી વ્યક્તિ પોતાની વર્તણૂક નૈતિક અને અન્યોને હિતકારી હોય તેવી કાળજી રાખે તે જરૂરી છે. મહાવીરે તેમના અનુયાયીઓને સમ્યક્ ચરિત્ર જાળવી રાખવા પાંચ મહાન વ્રતને અનુસરવા જણાવ્યું છે. આ પાંચ વ્રત છે - અહિંસા, સત્ય, અસ્તેય (ચોરી નહીં કરવી તે), બ્રહ્મચર્ય અને અપરિગ્રહ.[૧૦૧]

વર્ધમાન મહાવીરના સમયની ત્રણ સદી પછી સમગ્ર પ્રાચીન ભારતમાં અહિંસાનો સૌથી વ્યાપક પ્રસાર થયો, પરંતુ આ પ્રસારનું નિમિત્ત ઇતિહાસમાં સૌથી લોહિયાળ યુદ્ધોમાંના એક તરીકે નોંધાયેલું યુદ્ધ બન્યું. મૌર્ય સામ્રાજ્ય ભારતીય ઉપખંડમાં ભૌગોલિક રીતે સૌથી વધુ વિસ્તાર પામેલું સામ્રાજ્ય હતું. ઈ.સ. પૂર્વે ૩૦૦ વર્ષ દરમ્યાન, તેનું સામ્રાજ્ય આજના તામિલનાડુ અને કેરળના કેટલાક ભાગો ઉપરાંત, હાલના ઓડિશા અને ઉત્તરીય આંધ્રપ્રદેશના બંગાળના અખાતને કિનારે આવેલા સામંતશાહી કલિંગ પ્રદેશ તરીકે ઓળખાતા રાજ્યને બાદ કરતાં સમગ્ર ભારતીય ઉપખંડમાં ફેલાઈ ચૂક્યું હતું. અશોકના પૂર્વજો કલિંગના સમૃદ્ધ પ્રદેશ પર કબજો જમાવી લેવાની લાલસા સેવતા હતા. ઈ.સ. પૂર્વે ૨૬૦ના અરસામાં અશોકે મૌર્ય સામ્રાજ્યનો વિસ્તાર કરવાની બહુ લાંબા સમયની મહત્ત્વાકાંક્ષા સાકાર કરવા માટે બહુ વિરાટ સેના સાથે કલિંગ પર આક્રમણ કર્યું. આ સેનાનું નેતૃત્વ સમ્રાટ અશોકે સ્વયં સંભાળ્યું.

તે સમયનાં આયુધો તલવાર, ભાલા અને તીર વડે થયેલા આ મહાભયંકર લોહિયાળ યુદ્ધમાં અતિશય ખુવારી થઈ હતી. વીસમી સદીના સૌથી ભીષણ યુદ્ધોની હરોળમાં બેસે તેવા આ ભયાનક યુદ્ધમાં કલિંગ અને મૌર્ય સેનાના ૨,૫૦,૦૦૦ જેટલા સૈનિકોની ખુવારી થઈ હતી. મૌર્ય સૈન્ય સામે સંખ્યાબળમાં તદ્દન પાંગળા એવા કલિંગના સૈન્યે ભારે વીરતા દર્શાવી લડત આપી, પરંતુ મહાભયાનક લડાઈમાં છેવટે કલિંગના તમામ સૈનિકો ખુવાર થઈ ગયા. પ્રાચીન દંતકથાઓ કહે છે કે આ લડાઈમાં એવો રક્તપાત થયો હતો કે દયા નદીમાં પાણીને બદલે લોહી વહેવા લાગ્યું હતું. યુદ્ધમાં અસંખ્ય મનુષ્યોને હણાયેલા જોઈને તથા મિલકતોની ખુવારી જોઈ સમ્રાટ અશોકના આઘાત અને પસ્તાવાનો કોઈ પાર ન રહ્યો. તેને પોતાના લશ્કરી આક્રમણ માટે ભારે પશ્ચાત્તાપ થયો. તેણે અહિંસાનો માર્ગ અપનાવી લીધો. તેણે તેના સામ્રાજ્યના ખૂણે ખૂણે શિલા અને સ્તંભ ઉપર અહિંસાનો સંદેશ કોતરાવી તેનો પ્રસાર કર્યો.

અહિંસાનો આ પ્રચાર રાજકીય રીતે ભારે લાભદાયી પુરવાર થયો. અશોકે અહિંસા અંગીકાર કરતાં તેના બહુ વિશાળ અને વૈવિધ્યસભર સામ્રાજ્યમાં કોઈ પણ પ્રકારના બંડની શક્યતા નિર્મૂળ થઈ ગઈ. પરાજિત તમામ રાજાઓ, રાજકુમારો, ઉમરાવો, અમલદારો, સેનાપતિઓ અને અન્ય લોકોએ પણ અહિંસા અને સમાધાન અપનાવી લીધાં. સમ્રાટ અશોકે અપનાવેલી અહિંસાને કારણે વિશાળ મૌર્ય સામ્રાજ્યની સરહદોને સ્પર્શતાં પડોશી રાજ્યો સાથે પણ શાંતિ સ્થાપવામાં મદદ મળી. અહિંસાએ તેના બહુકેન્દ્રીય સામ્રાજ્યના પાયા મજબૂત બનાવ્યા અને ત્યારબાદ તેના માટે આટલા વિશાળ સામ્રાજ્યની દેખરેખ પહેલાં કરતાં પણ વધુ સરળ થઈ ગઈ.

આ સમયગાળાના આશરે બે હજાર વર્ષથી વધુ સમય પછી ગાંધીજીએ જ્યારે અહિંસા ઉપર ભાર મૂક્યો ત્યારે શરૂઆતમાં તો તેમના બ્રિટિશ અને ભારતીય ટીકાકારો પ્રભાવિત થયા નહોતા. બ્રિટિશ શાસકોને લાગતું હતું કે અહિંસા તો બંડને ઢાંકવા માટેનું એક છળ જ છે. ગાંધીજીના રાજકીય વિરોધીઓને અહિંસાની વાતો પોચટ લાગતી હતી. બ્રિટિશ શાસકો ભારતીય સ્વતંત્રતા સંગ્રામને પણ યુરોપના ભારે હિંસક અને રાજકીય ઊથલપાથલો ધરાવતા ઈતિહાસનાં ચશ્માંથી જ જોઈ રહ્યા હતા, એટલે, તેમના માટે ગાંધીજીના એકદમ શાંત આંદોલનને સમજવાનું મુશ્કેલ હતું. ફ્રેન્ચ અને રશિયન ક્રાંતિઓ કે પછી ઈટાલિયન અને આઈરિશ રાષ્ટ્રવાદી લડતો વિશે જાણતા ભારતના કેટલાક ઉદ્દામવાદી રાજકારણીઓને રાજકીયને બદલે નૈતિકતા સાથે વધુ સંબંધ ધરાવતાં હોય તેવાં કારણો ખાતર તકો કે પછી વ્યૂહાત્મક લાભો જતા કરવા એ મૂર્ખામી હોવાનું લાગતું હતું.

બ્રિટનના ધાર્મિક શિક્ષક હોરેસ ઍલેક્ઝાંડર ગાંધીજીના સારા મિત્ર હતા. તેમણે ગાંધીજીને કામ કરતા જોયા હતા. તેમણે તેમના વિરોધીઓને અહિંસાના આંદોલનના અભિગમને ચિત્રાત્મક ઢંગથી રજૂ કરતાં કહ્યું કે –

તમારા પક્ષે તમારી પાસે આધુનિક રાષ્ટ્ર પાસે હોય તેવી તમામ તાકાત – આધુનિક શસ્ત્રો, પૈસા, અખબારો પર નિયંત્રણ અને અન્ય ઘણું બધું છે. મારા પક્ષે, મારી પાસે સાચા અને સત્ય માટેની અચળ શ્રદ્ધા તથા તમારાં જુલમી દળો સામે ઝૂકી જવાને બદલે પોતાની શ્રદ્ધા ખાતર મૃત્યુને વહોરવા સજ્જ એવા મનુષ્યના અદમ્ય જુસ્સા

સિવાય બીજું કશું નથી. મારી પાસે નિઃશસ્ત્ર સાથીઓ છે. અહીં અમે ઊભા છીએ અને જો જરૂર પડશે તો અમે અહીં જ પડીશું.[૧૦૨]

મુશ્કેલીઓ અને જોખમો સામે ડરપોક બનીને પીછેહઠ કરવાને બદલે અહિંસક આંદોલન માટે ઉચ્ચ કક્ષાની હિંમત જોઈએ. કોઈની સાથે દ્વેષ વગર અન્યાયનો સામનો કરવાની, સંપૂર્ણ દૃઢતાને સંપૂર્ણ સજ્જનતા સાથે જોડવાની, સંઘર્ષ વેઠવાની પણ કોઈ પર હુમલો નહીં કરવાની, કોઈને મારવાની નહીં, પરંતુ મરવા માટે તૈયાર રહેવાની હિંમત જોઈએ.[૧૦૩]

ગાંધીજીએ સારા માણસો અને ખરાબ માણસો એવા ભાગલા પાડવાનો આસાન રસ્તો અપનાવ્યો ન હતો. તેઓ માનતા હતા કે દરેક વ્યક્તિમાં પછી ભલે તે આપણો દુશ્મન હોય તોપણ તેમાં શાલીનતાના અંશો તો રહેલા હોય જ છે. તેમના મતે કોઈ વ્યક્તિ આખેઆખો ખરાબ હોતો નથી, તેનું કૃત્ય જ ખરાબ હોય છે. ગાંધીજીના સત્યાગ્રહમાં વિરોધીને દબાવવા કે બળજબરીથી કશું કરાવવાને બદલે તે હૃદયપરિવર્તન માટે મજબૂર બને તેવી કાર્યશૈલીનો સમાવેશ થતો હતો. ગાંધીજીની પદ્ધતિઓનો આધાર સમજાવટ અને સમજૂતી પર હતો. તેમની આ પદ્ધતિથી હંમેશાં ઝડપી પરિણામો મળતાં ન હતાં, પરંતુ જ્યારે પણ પરિણામ મળતું હતું તે શાંતિપૂર્ણ રીતે આવ્યું હોવાથી બહુ લાંબા સમય માટે ટકાઉ બનતું હતું. ગાંધીજીએ ભારપૂર્વક ઉચ્ચાર્યું હતું કે, ''હિંસાના પાયા પર કોઈ ટકાઉ ચીજનું નિર્માણ કરી શકાય નહીં.'' હિંસક પદ્ધતિઓથી લાવવામાં આવતાં સામાજિક પરિવર્તનોની સરખામણીએ અહિંસક રીતે લાવવામાં આવેલાં સામાજિક પરિવર્તનોની ગતિ બહુ ધીમી પણ ન હતી. યથાવત્ સ્થિતિને જ જાળવી રાખી તેને જડ બનાવી દેવા માટે ટેવાયેલી સામાન્ય શૈલીથી કામ કરતી સંસ્થાઓની સરખામણીએ તો અહિંસાથી સામાજિક પરિવર્તનનો દર ખરેખર બહુ વધારે ઝડપી હતો.[૧૦૪]

ગાંધીજીને ખ્યાલ હતો કે સમાજના માળખામાં રાતોરાત ક્રાંતિકારી પરિવર્તન લાવવાનું શક્ય નથી. તેમને એવો ભ્રમ પણ ન હતો કે માત્ર પવિત્ર આશાઓ અને સારા શબ્દોથી આ નવા માર્ગનો રસ્તો સરળતાથી તૈયાર થઈ જશે. માત્ર વિરોધીઓ પર દોષારોપણ કરવાથી સંતોષ મળે તેમ ન હતો અથવા તો પોતે આ કેવા સમયમાં જન્મ્યા છે તેનો અફસોસ કરવાનો પણ અર્થ ન હતો. જોકે, ગમે તેવો કપરો માર્ગ હોય તોપણ ક્યારેય લાચારી ન અનુભવવી એ

સત્યાગ્રહીની ફરજ હતી. તેમના માટે ઓછામાં ઓછી કોઈ બાબત શક્ય હોય તો તે હતી પોતાની જાતથી જ શરૂઆત કરવી.

મહાત્માએ જો ખેતીમાં નવા પ્રયોગો માટે ઝુંબેશ ચલાવી હોય તો તેઓ પહેલાં એક ગામડામાં જઈ ત્યાં રહેવા માંડે. જો તેઓ કોઈ અશાંત વિસ્તારમાં શાંતિ સ્થપાય તેવું ઇચ્છતા હોય તો તે વિસ્તારમાં પગપાળા પહોંચી જાય અને યાતનામાંથી પસાર થઈ રહેલા લોકોનાં હૃદય અને મનમાં સ્થાન મેળવે. જો અસ્પૃશ્યતા જેવા યુગો જૂના દૂષણને ડામવું હોય તો એક સુધારક માટે પ્રતિકાર દર્શાવવા એક અસ્પૃશ્ય બાળકને દત્તક લેવાથી શ્રેષ્ઠ બીજું શું હોઈ શકે? જો વિદેશી સત્તાને પડકારવાનો જ હેતુ હોય તો શા માટે દેશ ખરેખર સ્વતંત્ર થઈ ચૂક્યો છે તેવી ધારણા દર્શાવી, વિદેશી સરકારની અવગણના કરી, લોકોના સ્વયંભૂ, રચનાત્મક અને સહકારી પ્રયાસોને કાર્યાન્વિત કરવા શા માટે વૈકલ્પિક સંસ્થાઓ ઊભી ન કરવી? જો વિશ્વશાંતિનું ધ્યેય હોય તો શા માટે આજથી જ તેની શરૂઆત ન કરવી, સાખપડોશી સાથે શાંતિપૂર્ણ વર્તાવ દાખવી તેમનો વિશ્વાસ સંપાદન કરવા તેમને સમજવા માટે એક ડગલું આગળ વધીને પ્રયાસો કેમ ન કરી શકાય?

કેટલાક લોકો ભલે ગાંધીજીને વેવલા આદર્શવાદી માનતા હોય, પરંતુ ખરેખર સામાજિક અને રાજકીય પ્રશ્નો ઉકેલવા માટે તેમણે અપનાવેલો અભિગમ એકદમ વ્યવહારુ હતો. તેમના સ્વભાવમાં આધ્યાત્મિક ગૂઢતાનાં કેટલાંક લક્ષણો આછાં આછાં કળાતાં હતાં, પરંતુ તે છતાં આ ગૂઢતામાં અલૌકિકતાનો અંશમાત્ર ન હતો. તેઓ કોઈ સ્વર્ગીય સપનાં નહોતાં જોતા કે પછી તેઓ ભાવસમાધિમાં સરી જઈ અવર્ણનીય વસ્તુઓ પણ જોતા ન હતા. જો કોઈ 'નક્કર પણ પાતળો અવાજ' (અંતરાત્માનો અવાજ)[૧૦૫] તેમની સાથે વાત કરે તોપણ તે હંમેશાં એવું જ કહેતો હતો કે તેઓ કોઈ સામાજિક દૂષણ સામે કેવી રીતે લડશે કે પછી બે ઝઘડતા સમુદાયો વચ્ચેની ખાઈ કેવી રીતે સાંધશે. તેઓ સ્વર્ગનાં સપનાં જોતાં નહોતા. બધાને એવું થતું કે ગાંધીજી સામાજિક દૂષણો સામે કેવી રીતે લડશે અથવા બે ઝઘડતી કોમ વચ્ચે કેવી રીતે સુલેહ કરાવશે? ગાંધીજીની આધ્યાત્મિક સાધનાએ જાહેરજીવનમાં તેમની ભૂમિકાથી વિમુખ કરવાને બદલે ઊલટાનું તેમને એ ભૂમિકા વધુ અસરકારક રીતે ભજવવાની તાકાત પૂરી પાડી. ગાંધીજીના મતે સાચો ધર્મ એટલે ધર્મગ્રંથોનું વાંચન, પ્રાચીન શાસ્ત્રોનું મંથન અથવા તો

સમાજથી દૂર રહી એકાંતવાસ સેવવો એ નથી, પરંતુ તેને સામાજિક અને રાજકીય જીવનના પડકારરૂપ સંદર્ભોમાં જીવી બતાવવો જોઈએ.

ગાંધીજીએ દક્ષિણ આફ્રિકા અને ભારતમાં તેમના અનુયાયીઓના સહકારથી અહિંસક આંદોલન ચલાવ્યું, પરંતુ તેઓ અહિંસક વિરોધને માત્ર ભારતીય રાષ્ટ્રવાદના શસ્ત્રાગારનું જ એક જ આયુધ ગણતા ન હતા. બલકે, તેમણે તેનો ઉપયોગ વિરોધી જૂથો, જાતિઓ અને રાષ્ટ્રો વચ્ચેના સંઘર્ષના ઉકેલ માટે અને ખોટી બાબતોને સત્ય તરફ લઈ જવા માટેના સાધન તરીકે પણ કર્યો. ગાંધીજીએ છેક ૧૯૨૪માં જાહેર કર્યું હતું કે, વિશ્વના શાણા લોકો એવું ઇચ્છે કે એકબીજા સાથે માત્ર ટકરાતાં હોય એવાં સ્વતંત્ર રાજ્યો નહીં, પરંતુ સ્વતંત્ર રાજ્યોનું મૈત્રીસભર રીતે આંતરઅવલંબન ધરાવતાં રાજ્યોનું એક ફૅડરેશન હોય એ સમયનો તકાદો છે. સમગ્ર વિશ્વ એક વિશાળ પરિવાર બને એવું ગાંધીજીનું સ્વપ્ન હતું.[૧૦૬]

આફ્રિકન-અમેરિકન નાગરિક હક્કોની લડતના નેતા અને પાદરી માર્ટિન લ્યુથર કિંગ(જુનિયર)ને અહિંસાના માર્ગે વંશીય ભેદભાવ સામે લડવા બદલ ૧૯૬૪માં નોબલ શાંતિ પારિતોષિક મળ્યું હતું. તેમનું બહુ જાણીતું વિધાન છે : આ લડત માટેનો જુસ્સો અને પ્રેરણા ઈસુ તરફથી મળ્યાં, પરંતુ લડતની પદ્ધતિ ગાંધીજી પાસેથી પ્રાપ્ત થઈ. ફેબ્રુઆરી ૧૯૬૮માં તેમની હત્યા થઈ તેના બે જ મહિના પહેલાં તેમણે પોતાને મૃત્યુ બાદ લોકો કેવી રીતે યાદ રાખે તે અંગેની ઈચ્છા પ્રગટ કરતાં કહ્યું હતું કે –

> *"મારી ઈચ્છા છે કે તે દિવસે કોઈ એવું કહે કે માર્ટિન લ્યુથર કિંગ જુનિયરે અન્યોની સેવા માટે પોતાનું જીવન ન્યોછાવર કરવાનો પ્રયાસ કર્યો હતો. મારી ઈચ્છા છે કે કોઈ તે દિવસે એવું કહે કે માર્ટિન લ્યુથર કિંગ જુનિયરે કોઈને પ્રેમ કરવાનો પ્રયાસ કર્યો હતો. હું સદાચારી જીવન માટેનો ઉદ્‌ઘોષક હતો. અને અન્ય તમામ ક્ષુદ્ર બાબતોનો કોઈ અર્થ નહીં રહે. મારી પાસે પાછળ છોડી જવા માટે કશાં નાણાં નહીં હોય. મારી પાસે પાછળ છોડી જવા માટે જિંદગીની સુંદર અને વૈભવી ચીજો નહીં હોય, પરંતુ હું એક સમર્પિત જિંદગી છોડી જવા ઈચ્છીશ."*[૧૦૭]

આ અહિંસાનો સાચો સાર છે. તમે જેટલું કરો છો તે બધાની અસર લોકો

ઉપર, આ ધરતી ઉપર તેમ જ આ દુનિયા જેમની અને આપણી સહિયારી છે તેવાં આપણી આસપાસનાં તમામ પ્રાણીઓ ઉપર પણ થાય છે. એક જીવનશૈલી તરીકે અહિંસા અપનાવવામાં સાચાં જોડાણો સાધવાનો પણ સમાવેશ થાય છે. તેમાં ઉચિત પસંદગીઓ કરવાનું પણ સામેલ છે, જેથી કરીને તમે તમારાં નૈતિક મૂલ્યો સાથે તમારાં કર્મોને એકરૂપ બનાવી શકો. આજના વિશ્વના મોટાભાગની સમસ્યાઓ એ હકીકતમાંથી જ સર્જાઈ છે કે લોકો પોતે ખરેખર કોણ છે તે ભૂલી ગયા છે. અહિંસા તમને યોગ્ય દિશાનિર્દેશ આપે છે, જેથી તમને, તમે કોણ છો તે યાદ રહે અને ફરી જોડાણ સાધવાની દિશામાં તમે આગળ વધી શકો. આ તમામે તમામ લોકો માટે સર્વ રીતે લાભદાયી જીવનશૈલી છે. તમે તમારી જિંદગીને તો બહેતર બનાવશો જ પણ સાથે સાથે તમે દરેક વ્યક્તિ માટે પણ દુનિયાને બહેતર બનાવશો. તમારાં નૈતિક મૂલ્યો વિશે સભાન રહેવું અને તેની સાથે એકરૂપ રહેવું એ તમને સચેત, પૂર્ણ અને વધુ શક્તિશાળી બનાવે છે. અને જ્યારે લાખો સચેત, શક્તિશાળી લોકો અહિંસા દ્વારા એકબીજા સાથે જોડાશે ત્યારે તેનાથી એક એવું આંદોલન પેદા થશે જે આ વિશ્વે અગાઉ ક્યારેય જોયું નહીં હોય.

'વસુધૈવ કુટુમ્બકમ્'નો અર્થ થાય છે કે સમગ્ર વિશ્વ એક જ પરિવાર છે. આવો જ ખ્યાલ ઈ.સ. પૂર્વે ૩૦૦-૧૦૦ના સંગમકાળ વખતે રચાયેલા તામિલ કાવ્ય પુરાનાનુરુમાં પણ જોવા મળે છે. તેમાં

'யாதும் ஊரே யாவரும் கேளிர்',

ઉપરોક્ત વિધાનનો અર્થ એ છે કે, 'દરેક દેશ મારો પોતાનો છે અને તમામ લોકો મારા સ્વજનો છે.' અહમદિયા મુસ્લિમ સમુદાય એકતાનો ધર્મ-સિદ્ધાંત 'તૌહીદ' ત્રણ શ્રેણીમાં આપે છે, એક તો પરમેશ્વરની એકતા, બીજી ધર્મની એકતા અને ત્રીજી માનવજાતની એકતા. બહાઈ પંથના સ્થાપક બહાઉલ્લાહ તેમના ગ્રંથ 'ટૅબ્લેટ ઑફ મક્સદ'માં કહે છે કે પૃથ્વી એ એક દેશ જ છે અને સમગ્ર માનવજાત તેની નાગરિક છે. દક્ષિણ આફ્રિકાના એક પ્રખ્યાત તત્ત્વજ્ઞાનનું નામ 'ઉબુન્ટુ' છે. તેનો શાબ્દિક અર્થ માનવતા થાય છે. તેનો અનુવાદ હંમેશાં 'અન્યો માટેની માનવતા' એ રીતે કરાય છે અને તેનો અર્થ થાય છે 'સમગ્ર માનવતાને જોડતા વૈશ્વિક સંબંધમાં શ્રદ્ધા'.[૧૦૮]

પ્રમુખસ્વામીજીમાં કોઈ પ્રકારના જાતિ કે વર્ગના ભેદભાવ વિના અન્ય

પ્રત્યેની અખૂટ માનવતા જોવા મળે છે. હું જ્યારે પ્રમુખસ્વામીજીના સાંનિધ્યમાં હોઉં છું ત્યારે મને એવું લાગે છે કે જાણે તેમનાં ચક્ષુઓ દ્વારા સમગ્ર વિશ્વ સ્વયંને નિહાળી રહ્યું છે અને તેમના કાન દ્વારા જાણે સમગ્ર વિશ્વ સંવાદિતાના સૂર સાંભળે છે. પ્રમુખસ્વામીજીના સાક્ષીપણામાં આ વિશ્વ તેની ભવ્યતા અને વ્યાપકતા વિશે સભાન થઈ રહ્યું છે. હું જ્યારે તેમની સાથે બેસું છું ત્યારે એવું લાગે છે કે જાણે બધું જ પરસ્પર જોડાયેલું છે. સંક્ષેપમાં કહીએ તો અહિંસા આ બધાં જ આંતરજોડાણોની અભિવ્યક્તિ છે. વૃક્ષનાં પાંદડાં પવનની દિશાને અને પરાગરજ કઈ દિશામાં જશે તેના પર અસર કરે છે. સ્વામીજીની આંખોની ચમક વાસ્તવિકતાનું પ્રતિબિંબ પાડે છે. આ સઘળું પૂર્ણતાના ભાગરૂપ છે. આ પૂર્ણતામાં મને અહેસાસ થયો છે કે અહિંસા વધુ સુંદર વિશ્વ બનાવવા માટેનો કાર્યક્ષમ અને શક્તિશાળી માર્ગ છે. તેમાં આ મૂળભૂત સમજ સંકળાયેલી છે કે સઘળું અને આપણે બધાં જ એકમેક સાથે જોડાયેલાં છીએ. અહિંસાનો મતલબ છે આ જોડાણોને ગંભીરતાથી ટેકો આપીને જિંદગી જીવવી. અહીં કોઈ હાર નથી કારણ કે કોઈ લડાઈ જ નથી. અહીં તો ખરેખર જે સૃષ્ટિના ભાગરૂપ છે તે તમામ સાથે એકત્વ સાધવાનો વિજય જ છે.

૨૯

છીએ તેના કરતાં પર થવાની પ્રેરણા આપે છે ક્ષમા

'અંધકાર કદી અંધકારને હટાવી શકે નહીં. અંધકારને પ્રકાશ જ હટાવી શકે. દ્વેષથી દ્વેષને દૂર ન થાય, માત્ર પ્રેમથી જ દ્વેષ હટે.'

– માર્ટિન લ્યુથર કિંગ જુનિયર
આફ્રિકન - અમેરિકન નાગરિક અધિકાર ચળવળના નેતા

આપણે જાણીએ છીએ કે જીવન નદીની જેમ સરળ રીતે વહેતું નથી. અન્ય કોઈ પણ લોકો સાથે સંકળાઈએ – પછી તે મિત્ર હોય, અજાણી વ્યક્તિ કે કુટુંબના સભ્ય હોય – ત્યારે હંમેશાં કોઈને ખોટું લાગવાનું જોખમ રહેતું જ હોય છે અને આવું મનદુઃખ સમયાંતરે થતું જ રહેતું હોય છે. આપણાં માતા-પિતા કદાચ આપણી સાથે વધારે કઠોર હોય, શાળાના કે કૉલેજના આપણા શિક્ષકો કદાચ આપણાથી નાખુશ હોય, આપણે જે પ્રોજેક્ટ્સ પર કામ કરી રહ્યા હોઈએ તેમાં આપણા સાથી કર્મચારીઓ જ કોઈ અડચણો સર્જે તેવું પણ બની શકે છે. લાગી આવવું કે પછી કોઈનાથી દુઃખ પહોંચવું એ માનવજીવનનો એક ભાગ છે. કોઈ આપણને દુઃખ પહોંચાડે ત્યારે સૌથી સામાન્ય પ્રત્યાઘાત ગુસ્સે થવાનો હોય છે, તેની સાથે સાથે આપણી લાગણી જેમના કારણે ઘવાઈ હોય તેમની સાથે

બદલો લેવા તેમને પણ ઉતારી પાડવાની ઇચ્છા થઈ જતી હોય છે. તેમણે આપણને જે રીતે દુઃખ પહોંચાડ્યું હોય તે જ રીતે આપણે પણ તેમને દુઃખ પહોંચાડવા ઇચ્છતા હોઈએ છીએ. આપણે ઇચ્છીએ છીએ કે તેઓ પણ પીડા અનુભવે. કમનસીબે મોટા ભાગના લોકો આ પ્રકારે અંધકારમાં રહેતા હોય છે. આ પરિસ્થિતિ કેદ જેવી બની જાય છે.

વ્યક્તિઓ, જૂથો, મંડળો, સંસ્થાઓ કે સમાજ ત્યારે જ આગળ વધી શકે જ્યારે લોકો ભૂતકાળની અપમાન કે ઘૃણાની ઘટનાઓ ભૂલી જવા તૈયાર હોય. સાધારણ નેતાઓ અને ખરેખર સુધારક નેતાઓને અલગ તારવતાં પરિબળોમાંનું એક પરિબળ એ છે કે ખરેખર સુધારક નેતાઓ રોષ, કડવાશ અને દોષની લાગણીઓને રચનાત્મક અને સુધારાત્મક માર્ગે વાળવામાં કુશળ હોય છે. જ્યારે નેતા બધું ભૂલી જઈ ક્ષમા આપવા તૈયાર થાય, ત્યારે ક્ષમાના માધ્યમથી સામા પક્ષે જમા થયેલાં ગુસ્સા, કડવાશ અને દુશ્મનાવટની ભાવનાને વિખેરી નાખે છે. પરિણામે, આક્રોશનાં રૂપમાં સંચિત થયેલી ઊર્જાનો વધુ સારા રચનાત્મક માર્ગે ઉપયોગ થઈ શકે છે. ક્ષમા વ્યક્તિને જોખમ લેવાની, રચનાત્મક બનવાની, કંઈક શીખવાની અને પોતાની નેતૃત્વશક્તિની ક્ષમતા વિકસાવવાની તક પૂરી પાડે છે. સાચા સુધારક નેતાઓ ક્ષમાના ગુણ દ્વારા તેમના અનુયાયીઓમાં ગૌરવ, આદર અને વિશ્વાસની ભાવના પ્રગટાવે છે અને આ રીતે કટિબદ્ધતા, આત્મસમર્પણ, પ્રેરણા અને દેખાવને વધુ ઉચ્ચ સ્તરે લઈ જાય છે. આવા કોઈ આદર્શ નેતા છે ખરા ? તેને માટે કોઈ શ્રેષ્ઠ ઉદાહરણ છે ?

હું નેલ્સન મંડેલાને આપણા યુગના આવા સૌથી સન્માનનીય નેતા ગણું છું. દક્ષિણ આફ્રિકાના પૂર્વીય સાગરતટે એક નાનકડા ગામમાં ૧૮ જુલાઈ, ૧૯૧૮ના રોજ મંડેલાનો જન્મ થયો હતો. તેમના પિતા આદિવાસીઓના મુખી હતા, પરંતુ એક ગોરા મૅજિસ્ટ્રેટ દ્વારા તેમના પર અવજ્ઞાનું આળ મૂકીને તેમના આદિવાસી સત્તાધિકારને છીનવી લેવાયો હતો. તેમના પિતા મૃત્યુ પામ્યા ત્યારે નેલ્સનની વય માત્ર નવ જ વર્ષની હતી. તેમને કૌસા લોકોના આદિવાસી નેતાના ઘરે રાખવામાં આવ્યા. તેમણે નેલ્સન મંડેલાને મુત્સદ્દીગીરી અને સત્તાના પાઠ શિખવાડ્યા. તેમના સમુદાયનાં વિવિધ જૂથોને સાથે રાખવા માટે આ પાઠ શીખવા જરૂરી હતા. જે તે સમયનાં જુદાં જુદાં જૂથોને એકત્ર કરવા માટે જરૂરી હતા. તેમના ઉછેરમાં આ બહુ અગત્યનો તબક્કો હતો. આ પાઠની તેમની

નેતૃત્વ શૈલી અને તેમની એક નાયક તરીકેની રીતભાત પર ક્યારેય ન ભૂંસાય તેવી અસર પડી.

મંડેલા વિદ્યાર્થીકાળમાં જ આફ્રિકન નેશનલ કોંગ્રેસ(ANC)માં જોડાયા હતા. પ્રારંભમાં, આ પક્ષ સમાનતા માટે ગાંધીવાદી ઢબે અહિંસક ચળવળમાં માનતો હતો, પરંતુ ૧૯૬૦માં શાર્પવીલે ખાતે સલામતી દળો દ્વારા ૬૯ દેખાવકારોની સામૂહિક હત્યા બાદ ANCએ નક્કી કર્યું કે હવે સશસ્ત્ર સંઘર્ષ જ એકમાત્ર કાર્યસાધક ઉપાય છે. ૧૯૬૩માં મંડેલા અને તેમના સાથીઓએ લશ્કરી અને સરકારી સંસ્થાઓને નિશાન બનાવી અને તેના પરિણામે સશસ્ત્ર જૂથમાં સામેલ થવા બદલ તેમની ધરપકડ કરવામાં આવી. રિવોનિયા ખટલા દરમ્યાન દક્ષિણ આફ્રિકાના તમામ નાગરિકો માટે સમાન હક્કો અને લોકશાહીનું તેમણે જે વિઝન દર્શાવ્યું તેના કારણે સૌનું ધ્યાન તેમના તરફ ખેંચાયું. મંડેલાને સરકારને ઉથલાવવાના ષડયંત્રમાં દોષિત ઠરાવી આજીવન કેદની સજા કરવામાં આવી.

મંડેલાએ શરૂઆતમાં રોબેન ટાપુ ઉપર અને ત્યારબાદ પોલ્સમૂર જેલ અને વિક્ટર વેરસ્ટર જેલમાં એમ કુલ ૨૭ વર્ષ જેલવાસ ભોગવ્યો. રોબેન ટાપુ જેલમાં મંડેલા પાસે અન્ય કેદીઓ સાથે પથ્થર તોડવા સહિતની શારીરિક મજૂરીનું કામ કરાવાયું હતું. લંડન અને વિશ્વમાં અન્યત્ર મંડેલાની મુક્તિ માટે અને રંગભેદની નાબૂદીની માગણી સાથે ચળવળકારોએ કૂચ યોજી. ‘ફ્રી નેલ્સન મંડેલા’ એ ગીત જાણે એક આખી પેઢીનું રાષ્ટ્રગીત બની ગયું. ૧૯૯૦માં મંડેલાને જેલમાંથી મુક્ત કરવામાં આવ્યા.

તેમની મુક્તિ પછી તરત જ તેમણે દક્ષિણ આફ્રિકાના લોકોને આહ્‌વાન આપ્યું, ‘જે ગયું, તે જવા દો’ અને આ નારાને પરિણામે દક્ષિણ આફ્રિકા હિંસાથી દૂર થયું અને શાંતિપૂર્ણ લોકશાહીના માર્ગે વળ્યું. આ વિઝન અને ઉદારતાને કારણે તેમની જિંદગીનો એ તબક્કો શરૂ થયો જ્યારે તેઓ એક રાજપુરુષ બન્યા. મંડેલાને રાજકીય નેતા તરીકેની સત્તા તેમની પોલાદી ઇચ્છાશક્તિ દ્વારા પ્રાપ્ત થઈ, પરંતુ આ સફળતામાં તેમનું દયાળુ હૃદય અને તમામ લોકો વચ્ચે પરસ્પર માન વધે અને ભાઈચારાથી રહે તેવી તેમની અંતરની લાગણી પણ એટલી જ કારણભૂત હતી. તેમના વ્યક્તિત્વનાં આ પાસાં ૧૯૬૪માં જ્યારે તેમને મૃત્યુદંડની સજા ફરમાવાય તેવી સંભાવના હતી ત્યારે તેમણે આપેલા પ્રવચનમાં ઉજાગર થાય છે. તેમણે કોર્ટને જણાવ્યું હતું :

"મારા જીવનકાળ દરમ્યાન આફ્રિકન લોકો માટેના આ સંઘર્ષમાં મેં મારી જાત સમર્પિત કરી દીધી છે. મેં ગોરા લોકોના પ્રભુત્વ સામે પણ લડત આપી છે અને કાળા લોકોના પ્રભુત્વ સામે પણ. મેં જેમાં તમામ લોકો સુમેળથી રહેતા હોય અને સૌને સમાન તક હોય તેવા એક લોકશાહી અને મુક્ત સમાજનો આદર્શ સેવ્યો છે. મને આશા છે કે હું આ આદર્શ માટે જીવીશ અને તે હાંસલ કરીશ, પરંતુ જો જરૂર પડે તો આ એવો આદર્શ છે જેના માટે હું શહીદી વહોરી લેવા પણ તૈયાર છું."૧૦૯

તેમની આ ઘોષણાને કારણે તેઓ તેમની પેઢીના અન્ય અશ્વેત નેતાઓથી અલગ તરી આવ્યા અને રંગભેદ સામેની લડતના એક વિશિષ્ટ નેતા તરીકે ઓળખાયા. તેમને અને તેમના સાથીઓને ફાંસી થતી બચી ગઈ. તેના કારણે દક્ષિણ આફ્રિકાના અશ્વેત લોકોને તેમનો વારસો પ્રાપ્ત થયો. તેમને ફાંસીએ ચઢાવી દેવાને બદલે હાથમાં બેડીઓ પહેરાવી ટાપુ પરની જેલમાં ખસેડી દેવાયા. તમે કલ્પી શકો છો કે જે વ્યક્તિ ૨૭ વર્ષ પછી જેલમાંથી બહાર આવે તેના દિલમાં કેટલો ગુસ્સો, કટુતા અને વેર વાળવાની પિપાસા હોય, પરંતુ તેના બદલે મંડેલાએ સમજૂતી, ક્ષમા અને સહનશીલતાનો ઉપદેશ આપ્યો. રંગભેદમાંથી સંપૂર્ણ અને સમાન હક્કો તરફના પરિવર્તનને જેઓ ઘસારો પહોંચાડવા માગતા હતા તેમનામાંથી વેરભાવના નાબૂદ કરી.

મેં સપ્ટેમ્બર ૨૦૦૪માં દક્ષિણ આફ્રિકાની મુલાકાત લીધી હતી. તે સમયે હું નેલ્સન મંડેલાને મળ્યો હતો. હું તેમના ઘરમાં દાખલ થયો ત્યારે તેઓ બહુ જ પ્રફુલ્લિત દેખાતા હતા. આ વામન કદના, પરંતુ બહુ ઊંચા ગજાના મહાનુભાવે મને જીતી લીધો. આ મહાન વ્યક્તિએ દક્ષિણ આફ્રિકા માટે રંગભેદના જુલ્મો સાથે શાંતિપૂર્ણ રીતે વિજય મેળવ્યો હતો. હું જ્યારે તેમના ઘરેથી નીકળી રહ્યો હતો, ત્યારે તેઓ બહાર પરસાળ સુધી મને વિદાય આપવા આવ્યા હતા. તેમણે પોતાની ચાલવાની લાકડી છોડી દીધી અને હું તેમના ચાલવામાં ટેકારૂપ બન્યો. મેં તેમને પૂછ્યું, "ડૉ. મંડેલા, તમે સત્યાવીસ વર્ષ પછી જેલમાંથી બહાર પ્રથમ પગ મૂક્યો ત્યારે કેવી લાગણી થઈ હતી?" તેમણે કહ્યું કે, "હું મુક્તિ તરફ દોરી જતા દરવાજામાંથી બહાર આવી રહ્યો હતો ત્યારે અંદરથી અહેસાસ હતો કે જો હું તિરસ્કાર અને કટુતા મારી પાછળ છોડીને ન આવ્યો હોત તો હું હજુ

પણ જેલમાં જ હોત.''

મેં તેમને કહ્યું કે કોઈ સંદેશો આપો, ત્યારે તેમણે કહ્યું, ''હું તમને શું કહી શકું, મિ. પ્રેસિડન્ટ? તમે મહાત્મા ગાંધીના દેશમાંથી આવો છો. તેઓ દક્ષિણ આફ્રિકાની આઝાદીની લડતના સૌથી મહાન પ્રણેતાઓમાંના એક છે. તેમની પાસેથી અમે શીખ્યા છીએ કે વ્યક્તિએ સૌથી પહેલાં તો પોતાની જાત સાથે જ પ્રામાણિક બનવું પડે. જો તમે તમારી જાતમાં પરિવર્તન ન આણ્યું હોય, તો તમે ક્યારેય સમાજ પર કોઈ પ્રભાવ છોડી શકો નહીં. તમામ મહાન શાંતિસ્થાપકો નીતિમત્તા, પ્રામાણિકતા અને વિનમ્રતા ધરાવતા લોકો હોય છે.''

નેલ્સન મંડેલાની સિદ્ધાંતનિષ્ઠ અને ક્ષમાશીલ નેતાગીરી તથા પડોશી દેશ ઝિમ્બાબ્વેની નેતાગીરી વચ્ચેની સરખામણી આંખો ઉઘાડી દે તેવી છે. ઝિમ્બાબ્વેના નેતાઓએ ઉદારતા, સંયમ અને ક્ષમાને બદલે તિરસ્કાર, વેર, ગુસ્સો અને કડવાશને ઉત્તેજન આપ્યું. ત્યાંના નેતાઓએ અગાઉના શ્વેત શાસક-વર્ગ માટે જ નહીં, પરંતુ સરકારથી વિરોધી મંતવ્યો ધરાવતા અશ્વેત દેશવાસીઓ સહિતના સ્થાનિક લોકો માટે પણ વેરભાવના દાખવી. આજે ઝિમ્બાબ્વેનું અર્થ-તંત્ર બેહાલ છે અને તેના નાગરિકો ભારે ભય અને યાતનાઓભર્યું જીવન જીવી રહ્યા છે.

મહાત્મા ગાંધીએ ચેતવણી આપી હતી : ''નબળી વ્યક્તિ ક્યારેય ક્ષમા આપી શકે નહીં, ક્ષમા તો વીરનું આભૂષણ છે.''[૧૧૦] આપણી સાથે જે બન્યું તે આપણે બદલી શકવાના નથી. ભૂતકાળ માટે કોઈ ડિલિટ બટન નથી. ત્યાં જે કંઈ અનિચ્છનીય પ્રવેશી ચૂક્યું છે, તે હવે કાયમ માટે આપણી સાથે જ રહેવાનું છે. આથી અગત્યનો પ્રશ્ન એ છે કે આપણે આપણી જિંદગીમાં પ્રવેશી ગયેલી એ અનિચ્છનીય સ્મૃતિઓ સાથે કેવો વ્યવહાર કરીએ છીએ અને કેવી રીતે આપણે આપણા મનના ઘાને પચાવી શકીએ છીએ.

મોટા ભાગના લોકો માટે આ દુ:ખદ સ્મૃતિઓ તેમના મગજમાં કાયમી રીતે સ્થાપિત કરી દેવાયેલા વીડિયો રેકોર્ડિંગ જેવી બની જાય છે અને જેટલી વાર આ વીડિયો રેકોર્ડિંગ પ્લે થાય છે ત્યારે ત્યારે તેઓ એ દુ:ખ અનુભવતા રહે છે. તેમને આ રેકોર્ડિંગ પ્લે કરતા કેમ અટકાવી શકાય? કોઈ આ દુ:ખમાંથી છુટકારો કેવી રીતે મેળવી શકે? જવાબ છે આત્મનિરીક્ષણ, આત્મસમજ અને આત્માભિવ્યક્તિ. હું આ બાબત પ્રમુખસ્વામીજી પાસેથી શીખ્યો છું. તેમણે

અક્ષરધામ સ્વામિનારાયણ મંદિર પર થયેલા આતંકવાદી હુમલા પછી અનુકરણીય પ્રશાંતિ અને ક્ષમાભાવના દર્શાવ્યાં હતાં. દુનિયાને હૃદયની વિશાળતાનાં આવાં વિરાટ પગલાં દ્વારા આ પ્રકારના પાઠ શીખવા મળે છે; જ્યારે વ્યક્તિગત સ્તરે, લોકો પ્રમુખસ્વામીજીનાં નાનાં, પરંતુ અપ્રગટ કાર્યો દ્વારા પ્રેરણા મેળવતા રહે છે. તેમની સમક્ષ કબૂલાત કરવા અથવા તો માર્ગદર્શન મેળવવા માટે તેમને મળી ચૂકેલા લાખો લોકોને તેમના આ સૌ માટે કરુણા અને બિનશરતી ક્ષમા તથા સ્વીકારનો અનુભવ થઈ ચૂક્યો છે. તેમનું હૃદય એટલું વિશાળ છે કે જ્યાં સમગ્ર વિશ્વ સમાઈ જાય અને ક્ષમા મેળવી શકે તેમ છે.

ક્ષમાશીલતાની પ્રક્રિયાનાં પાંચ પગલાં છે. ક્ષમાશીલતા તરફના પ્રયાણના પ્રથમ પગલામાં આપણે એ યાદ રાખવાનું છે કે મનમાં અંટસને ટકાવી રાખવામાં આપણી એટલી બધી ઊર્જા ખર્ચાઈ જશે કે છેવટે આપણી જ જીવનશક્તિ નબળી પડી જશે. આપણે એ બાબતે જાગ્રત રહેવું જોઈએ કે બદલાની ભાવના આપણા અંતરમનને ભ્રષ્ટ કરે છે અને છેવટે તેના કારણે આપણે પોતે આપણને દુઃખ પહોંચાડનારી વ્યક્તિ જેટલા જ ઘાતકી બની જઈશું. આપણે એ પણ સ્વીકારવું જોઈએ કે આપણી જિંદગીમાંથી આનંદ હરી લેતા જૂના ઘાનો બોજ સાથે લઈને ચાલવા કરતાં ક્ષમા વધુ સ્વસ્થ વિકલ્પ છે. અન્યો તરફ વિધેયાત્મક રીતે વર્તવા માટે અને સામાજિક આદાનપ્રદાન તથા સંબંધોને મોકળાશ પૂરી પાડવા માટે આત્મનિરીક્ષણની ક્ષમતા બહુ અગત્યની છે. તિરૂવલ્લુવરે આ સંદર્ભમાં સુંદર વાત કરી છે (કુરાલ ૧૫૬) :

> ஒறுத்தார்க்கு ஒருநாளை இன்பம் பொறுத்தார்க்கு
> பொன்றுந் துணையும் புகழ்
>
> *'જેઓ પોતાના રોષનો બદલો લે છે, તેમનો આનંદ એક દિવસ ટકે છે, જેઓ સહનશીલ છે તેમની પ્રશંસા પૃથ્વી રહેશે ત્યાં સુધી ટકશે.'*

બીજું પગલું આત્મનિરીક્ષણનું છે. આત્મનિરીક્ષણ હાથ ધરતી વખતે સૌ પહેલાં તો આવું બન્યું જ શા માટે, તે સમજવું અનિવાર્ય છે. ફરી એક વાર માનસિક સ્વસ્થતા માટે આપણે સ્પષ્ટતાઓ મેળવવી જરૂરી છે. અહીં સાચા અર્થમાં ગુણાતીત બનવાની ક્ષમતા કામ લાગે છે. આપણને દુઃખ પહોંચાડનારા વ્યક્તિની જગ્યાએ આપણી જાતને મૂકવાની ક્ષમતા ખરેખર શું બન્યું હશે તે સમજવાની પહેલી અને અનિવાર્ય શરત છે. આવું કરતી વખતે કદાચ આપણે

આપણી સાથે ઘટેલી અઘટિત ઘટના માટે જવાબદાર, કારણ કે દલીલ સાથે સંમત નહીં થઈએ, પરંતુ તે ઘટના બની જ શા માટે તેની ઊંડી સમજ ચોક્કસ મળશે.

ત્રીજું પગલું છે કે દુઃખ સાથે જોડાયેલી લાગણીઓની અભિવ્યક્તિ જરૂરી છે. આ લાગણી અભિવ્યક્ત કર્યા વિના માફ કરવાનું બહુ મુશ્કેલ બનશે. જો આ અનિચ્છનીય ઘટનાને કારણે ગુસ્સો જન્મ્યો હોય અથવા તો ઉદાસ થઈ જવાયું હોય, તો આ લાગણીઓ બહુ ઊંડી રીતે અનુભવાઈ હોય તે અને તે વ્યક્ત કરવામાં આવી હોય તે બહુ જરૂરી છે. એ બહુ સાહજિક છે કે આ લાગણીઓ તમને દુઃખ પહોંચાડનારી વ્યક્તિ સમક્ષ જ વ્યક્ત કરવામાં આવે તે શ્રેષ્ઠ વિકલ્પ છે, કારણ કે કદાચ એવું પણ બની શકે કે તેમણે પોતે તમને કેવું દુઃખ પહોંચાડ્યું છે તેની જાણકારી જ ન હોય. તમે જે વ્યક્તિને માફ કરી દેવાનો પ્રયાસ કરી રહ્યા છો તેની સાથે જો તમે સંબંધ જાળવી રાખવા માગતા હો તો તમારે તમે શા માટે ગુસ્સે છો અને એક ઉકેલ લાવવા માટે શું કરવું જરૂરી છે તે સામેની વ્યક્તિને કહી દેવું જરૂરી છે. ગમે તે દુઃખકારક ઘટના બની હોય, પરંતુ માફી આપનારે પોતાને તેનાથી કેવું લાગ્યું તે સંપૂર્ણપણે વ્યક્ત કરી દેવું જરૂરી જ છે. તમારા માટે તે ભૂલી જવું તદ્દન સરળ નહીં હોય, કારણ કે લાગણીઓને બાજુ પર મૂકી દેવામાત્રથી સાચી ક્ષમાભાવના આવતી નથી.

ચોથું પગલું એ છે કે સાચી ક્ષમાભાવના જન્મે તે માટે માફી આપનારે પોતાને દુઃખ પહોંચાડનારી ઘટના કોઈ શરતને આધીન હોવાની તાર્કિક સમજણ મેળવવી જરૂરી છે. ક્ષમાભાવના કેળવવાનું હંમેશાં સરળ હોતું નથી. ક્યારેક કોઈ અનિચ્છનીય ઘટનામાંથી પસાર થવાના દુઃખ કરતાં તે ઘટના સર્જનારને માફ કરી દેવાનું વધારે પીડાદાયક હોઈ શકે છે. અને તેમ છતાં પણ માફ કર્યા સિવાય શાંતિ પ્રાપ્ત થતી નથી. આથી, ક્ષમાભાવના બિનશરતી જ હોવી જોઈએ.

છેલ્લી વાત, એ માફી આપવાની પ્રક્રિયા ત્યારે જ પૂર્ણ થાય છે જ્યારે જતું કરવામાં આવે અને આ કદાચ સૌથી અઘરું પગલું હોઈ શકે છે. હવે પછી આ મુદ્દે મનમાં કોઈ અંટસ નહીં રાખવામાં આવે તેવું વચન આપવાનું સરળ નથી. અંટસને જતી કરવાનો અર્થ એ છે કે તે વાતને ક્યારેય વાગોળવામાં પણ ન આવે, પોતાને અન્યાય થયો હોવાનું મનોમંથન પણ ક્યારેય ન થાય અને એવી મક્કમ ખાતરી આપવામાં આવે કે ભવિષ્યમાં ક્યારેય આ દુઃખદ ઘટનાનો ઉલ્લેખ કરવામાં આવશે નહીં. આવું કરી શકવું હોય તો તેનો અર્થ એ પણ છે કે

એ સમયે પોતાનો હોદ્દો કે સત્તા ભૂલી જવાં પડે. જ્યારે માફી આપનાર પોતે સામેની વ્યક્તિ કરતાં વધુ પ્રભાવશાળી કે સત્તાશાળી છે તેવું ભૂલી જાય ત્યારે જ માફી આપનાર અને માફી મેળવનાર એકબીજા સાથે સમાન ભૂમિકાએ આવી શકે છે. ઘણા બધા લોકોના કિસ્સામાં આ જ કારણોસર આ પગલું એક બહુ મોટા પડકાર સમાન બની રહે છે.

ક્ષમાશીલતાનો પંથ આસાન નથી. ઘણા લોકો આ યાત્રામાં અધવચ્ચે જ અટવાઈ જાય છે, કારણ કે તેમને નકારાત્મક લાગણીઓને વાગોળ્યા કરવાનું, છોડવાનું કે કટુતાનો ત્યાગ કરવાનું બહુ મુશ્કેલ લાગે છે, પરંતુ આ લોકોને યાદ અપાવવું જોઈએ કે તેમની પાસે પસંદગીનો અવકાશ છે જ. તેઓ જે કાંઈ બન્યું તેનો ખેદ વ્યક્ત કરવાનો વિકલ્પ અજમાવી શકે છે અથવા તો તેઓ એવું વલણ પણ અપનાવી શકે છે કે જે કાંઈ બન્યું તે કોઈ કારણસર જ બન્યું હશે અને તેઓ કદાચ એ અનુભવમાંથી શીખવાનો લાભ મેળવી શકશે. આવી સમજણ તેમને કહી શકશે કે તેઓ આવો દુઃખદ બનાવ બનતો જ અટકે તે માટે કઈ કઈ બાબતોને જુદી રીતે કરી શકે તેમ હતા. તેમણે એ પણ અહેસાસ મેળવવો જરૂરી છે કે જિંદગીમાં માત્ર આપણને આઘાત પહોંચાડનારા લોકોને માફી આપતાં શીખવાનું જ મહત્ત્વનું હોતું નથી. જિંદગીમાં એ મહત્ત્વનું છે કે આપણે એ સ્વીકારવું જોઈએ કે આપણે સૌ માણસ છીએ અને માણસમાત્ર ભૂલને પાત્ર હોય છે. એ વાતનો અહેસાસ થવો બહુ જ જરૂરી છે કે છેવટે ક્ષમાશીલતા આપણને પ્રાપ્ત થયેલી એક સુંદર ભેટ છે. માત્ર ક્ષમાશીલતા દ્વારા જ ઘા રૂઝાય છે.

આપણે જ્યારે આપણી અંટસનો ત્યાગ કરીએ છીએ ત્યારબાદ આપણી જિંદગીમાં શી રીતે ઠેસ પહોંચી હતી, તેનું પિષ્ટપેષણ કરતા નથી. સાચી વાત એ છે કે જ્યાં સુધી તમે કોઈ વાત જતી ન કરો, જ્યાં સુધી તમે તમારી જાતને માફ ન કરો, જ્યાં સુધી તમે સંજોગોને માફ ન કરો અને જ્યાં સુધી તમે એ પરિસ્થિતિ જતી રહી હોવાનો અહેસાસ ન કરો, ત્યાં સુધી તમે આગળ વધી શકતા નથી.

૩૦

પરમેશ્વરનું શ્રેષ્ઠ નામ છે કરુણા

'માનવજીવનનો હેતુ સેવા કરવાનો, કરુણા દાખવાનો બીજાને મદદ કરવાની ઇચ્છા રાખવાનો છે.'

– આલ્બર્ટ શ્વાઈત્ઝર

નોબલ શાંતિ પુરસ્કાર વિજેતા, દાર્શનિક

૧૪મા દલાઈ લામાનું ધાર્મિક નામ છે તેન્ઝિન ગ્યાત્સો. તેઓ ભારતના હિમાચલપ્રદેશમાં ધર્મશાળા ખાતે રહે છે. ૧૯૫૯માં તેમણે પિપલ્સ રિપબ્લિક ઑફ ચાઈનાની સત્તાનો અસ્વીકાર કર્યો અને તિબેટની નિવાસી સરકારની સ્થાપના કરી, ત્યારથી તેઓ અહીં જ વસવાટ કરે છે. જોકે, સાથે સાથે આ તમામ વર્ષોથી તેઓ સમગ્ર વિશ્વમાં પ્રવાસ ખેડતા રહે છે. દલાઈ લામા તિબેટિયનોના કલ્યાણનો પ્રચાર કરે છે, તિબેટિયન બૌદ્ધધર્મનું શિક્ષણ આપતા રહે છે તથા સુખી જીવનના સ્રોત તરીકે કરુણાનું મહત્ત્વ સમજાવતા રહે છે. હું અને પ્રમુખસ્વામીજી બંને દલાઈ લામાને એકસાથે નહીં, પરંતુ અલગ અલગ ઘણી વાર મળ્યા છીએ અને અમે બંને તેઓ માનસિક શાંતિને જે મહત્તા આપે છે તેના પ્રશંસક છીએ. દલાઈ લામાનું એક પ્રસિદ્ધ કથન છે :

"તંદુરસ્ત વ્યક્તિ, તંદુરસ્ત કુટુંબ અને તંદુરસ્ત સમાજ માટે સુહૃદભાવ ચાવીરૂપ પરિબળ છે. વિજ્ઞાનીઓ કહે છે કે સ્વસ્થ શરીર માટે સ્વસ્થ મન બહુ અગત્યનું પરિબળ છે. જો તમે તમારા સ્વાસ્થ્ય

અંગે ખરેખર ગંભીર હો તો મનની શાંતિ વિશે વિચારો અને તેની સૌથી વધુ કાળજી રાખો. આ ખૂબ જ અગત્યનું છે.''[૧૧૧]

પિપલ્સ લિબરેશન આર્મી(PLA)એ ૬ ઑક્ટોબર ૧૯૫૦ના રોજ જિન્સા નદી ઓળંગી અને તિબેટિયન લશ્કરને હરાવ્યું. ચીને લશ્કરી કાર્યવાહી ચાલુ રાખવાના બદલે તિબેટને બીજિંગમાં યુદ્ધવિરામ અંગે મંત્રણા માટે પ્રતિનિધિને મોકલવા જણાવ્યું. ૧૯૫૧માં તિબેટિયન પ્રતિનિધિમંડળના સભ્યો પાસે બળજબરીથી એક કરાર પર સહીઓ કરાવી લેવામાં આવી જેમાં તિબેટ પર ચીનનું સાર્વભૌમત્વ હોવાનો હક્કદાવો સ્વીકારી લેવામાં આવ્યો. ચીનની સરકારે તિબેટિયન પ્રતિનિધિઓને લ્હાસા દલાઈ લામાનો સંપર્ક સાધવાની મનાઈ ફરમાવી દીધી. ચીને લશ્કરી તાકાતથી તિબેટને પોતાનામાં વિલીન કરી દીધું અને દલાઈ લામાના પૅલેસ તેમજ અન્ય મઠોની આસપાસ લશ્કર ગોઠવી દીધું.[૧૧૨]

માર્ચ ૧૯૫૯માં પિપલ્સ લિબરેશન આર્મીએ ભારે તોપમારો કરીને લ્હાસાના મહત્ત્વના ત્રણ મઠ સેરા, ગાન્દેન અને દ્રેપુંગને ભારે નુકસાન પહોંચાડ્યું. દલાઈ લામાના અંગરક્ષકદળના સૈનિકોને નિઃશસ્ત્ર બનાવી જાહેરમાં ફાંસી આપી દેવામાં આવી. હજારો તિબેટિયન સાધુઓનો વધ કરાયો અથવા કેદ કરી લેવામાં આવ્યા. શહેરની આસપાસ આવેલાં મંદિરો અને મઠોમાં તોડફોડ કરી લૂંટ ચલાવવામાં આવી. ચાઈનીઝ દળો દ્વારા હત્યા અથવા તો પકડાઈ જવાનું જોખમ વધતાં દલાઈ લામાએ લ્હાસાથી હિમાલયના અતિશય જોખમી અને વિકટ પર્વતીય રસ્તે પ્રયાણ કર્યું અને પંદર દિવસનો અતિશય મુશ્કેલ પ્રવાસ ખેડીને તેઓ ભારતીય હદમાં પ્રવેશ્યા. ૧૮ એપ્રિલ ૧૯૫૯ના દિવસે દલાઈ લામા અને છ કૅબિનેટ પ્રધાનો તેમજ અન્ય સહાયકો સહિત વીસ લોકો આસામના તેઝપુર ખાતે પહોંચ્યા.

થોડા મહિનામાં જ દલાઈ લામાએ ધર્મશાળામાં તિબેટની નિવાસી સરકારની રચના કરી. દલાઈ લામાએ પોતાને અનુસરીને દેશ ત્યજીને આવી પહોંચેલા ૮૦,૦૦૦ જેટલા તિબેટિયન શરણાર્થીઓનું પુનઃસ્થાપન કરાવ્યું અને તેમની પાસે ખેતી શરૂ કરાવી. તેમણે તિબેટિયન બાળકો તેમની ભાષા, ઈતિહાસ, ધર્મ અને સંસ્કૃતિનું શિક્ષણ મેળવી શકે એ હેતુથી તિબેટિયન શિક્ષણપદ્ધતિની રચના કરી. ૧૯૫૯માં તિબેટિયન ઇન્સ્ટિટ્યૂટ ઑફ પર્ફોર્મિંગ આર્ટ્સની સ્થાપના થઈ અને ભારતમાં વસતા તિબેટિયનો માટે મુખ્ય યુનિવર્સિટી

તરીકે સેન્ટ્રલ ઇન્સ્ટિટ્યૂટ ઑફ હાયર તિબેટિયન સ્ટડીઝ અસ્તિત્વમાં આવી. તિબેટિયન બૌદ્ધ શિક્ષણ અને તિબેટિયન જીવનશૈલીના જતન માટે દલાઈ લામાએ સાધુ અને સાધ્વીઓના ૨૦૦થી વધુ મઠને સહાય પૂરી પાડી.[૧૧૩]

આ દસકાઓમાં દલાઈ લામા સમગ્ર વિશ્વમાં ભારતના અહિંસા અને ધાર્મિક એખલાસના સંદેશાને ફેલાવવા માટે બહુ સક્રિય રહ્યા છે. તેઓ જણાવતા રહ્યા છે કે, ''હું ભારતના પ્રાચીન વિચારોને દુનિયાભરમાં પ્રસરાવનારો સંદેશા-વાહક છું.'' દલાઈ લામાએ કહ્યું છે કે ભારતમાં લોકશાહીનાં મૂળ ઘણાં ઊંડાં છે. આઠમી સદીમાં ભારતના નાલંદાથી વિદ્વાન નાગાર્જુન તિબેટમાં બૌદ્ધ ધર્મનો પ્રચાર કરવા આવ્યા હતા, તે સંદર્ભમાં દલાઈ લામા માને છે કે ભારત ગુરુ છે અને તિબેટ તેનું શિષ્ય છે. તેઓ કહે છે કે વીસમી સદીમાં થયેલી લડાઈઓને કારણે અનેક દેશોનું અર્થતંત્ર પાયમાલ થઈ ગયું છે અને હિંસાને કારણે લાખો લોકોએ જીવ ગુમાવ્યા છે. આ સંદર્ભમાં દલાઈ લામાએ એવી ઘોષણા કરી છે કે, ''ચાલો, એકવીસમી સદીને સહિષ્ણુતા અને સંવાદની સદી બનાવીએ.''[૧૧૪]

આ સદીમાં કરુણા વિના સહિષ્ણુતા અને સંવાદ ટકી શક્યા હોત એવી કલ્પના પણ ન થઈ શકે. હિંદુ શાસ્ત્રો અને પ્રાચીન ગ્રંથોમાં કરુણાની અનેક અર્થછાયાઓ છે અને દરેક અર્થછાયા વિશેષાર્થ ધરાવે છે. ચાર સૌથી પ્રચલિત અર્થછાયા છે : દયા, કરુણા, કૃપા અને અનુકંપા. આમાંના કેટલાક શબ્દો કરુણાનો ખ્યાલ, તેના સ્રોતો, તેનાં પરિણામો અને તેનું સ્વરૂપ કે પ્રકૃતિ સમજાવવા માટે પારસ્પરિક રીતે ઉપયોગમાં લેવાય છે. કરુણાનો અર્થ છે, એક વ્યક્તિના મનને બીજી વ્યક્તિના મનની તરફેણમાં કેન્દ્રિત કરવું અને એ રીતે સામેની વ્યક્તિના દૃષ્ટિકોણને સમજવા પ્રયાસ કરવો. કૃપા એટલે દયા અથવા તો પીડિત વ્યક્તિ માટે અનુભવાતો ખેદ છે. તે ધુત્કારના કારણે નાશ પામે છે. અનુકંપા એટલે બીજા કોઈની પીડા અને યાતના સમજ્યા પછી અનુભવાતી સ્થિતિ. દયા એટલે તમામ સજીવો માટેની કરુણા. દયા હિંદુ તત્ત્વજ્ઞાનનો કેન્દ્રવર્તી ખ્યાલ છે.

દયા એટલે અન્ય વ્યક્તિનાં દુઃખ તથા તકલીફોને ઓછી કરવાની શુભ ઇચ્છા. આ માટે જે કાંઈ પ્રયાસ જરૂરી હોય તે હાથ ધરીને આ ઇચ્છા વ્યક્ત કરવામાં આવે છે. દયા એટલે એવું મૂલ્ય જેમાં તમામ સજીવોને પોતાની જ જાત તરીકે નિહાળવામાં આવે છે અને જેમાં અન્ય તમામ જીવોનું કલ્યાણ અને લાભ સર્વોપરી હોય છે. આવી કરુણા એ સદા પ્રસન્ન રહેવા માટેનો એક જરૂરી

ઉપાય છે. દયા કોઈ અજાણી વ્યક્તિને, મિત્રને, સ્વજનને અથવા તો દુશ્મનને પણ સ્વયંના એક હિસ્સા તરીકે જ ગણે છે. દયા એટલે અસ્તિત્વની એક એવી સ્થિતિ જેમાં દરેક સજીવને સ્વયંનું જ સ્વરૂપ ગણવામાં આવે છે અને જ્યારે અન્ય કોઈ વ્યક્તિ પીડા વેઠી રહી હોય ત્યારે તેને પોતાની જ પીડા તરીકે ગણવામાં આવે છે. દયાનો વિરોધી ભાવ અભિમાન છે. અભિમાન એટલે કોઈ માટે અહંકાર અને તિરસ્કારની લાગણી. કરુણા કે દયા ધાર્મિક જીવનનો સ્રોત છે, જ્યારે ઘમંડ પાપનું મૂળ છે.

તિરૂવલ્લુવરે જાહેર કર્યું છે કે દરેક વ્યક્તિએ કરુણાનો જ પંથ જીવનમાં અનુસરવો જોઈએ. તમામ સજીવો પ્રેમના અધિકારી છે અને કરુણા વિનાનું દાન નિરર્થક તથા અકલ્પનીય છે. (કુરાલ ૨૪૩)

அருள்சேர்ந்த நெஞ்சினார்க் கில்லை இருள்சேர்ந்த
இன்னா உலகம் புகல்

જેઓનાં હૃદય દયા તરફ વહે છે,
તેઓ ક્યારેય અંધકાર અથવા દુઃખમય દુનિયા તરફ વહી જતા નથી.

મુસ્લિમ પરંપરામાં, ખુદાની સૌથી ખાસ લાક્ષણિકતાઓમાં કૃપા અને દયાનો સમાવેશ થાય છે. અરેબિકમાં એ રહેમાન અને રહીમ છે. કુરાનનું દરેક પ્રકરણ આ પંક્તિથી શરૂ થાય છે :

ٱلرَّحِيمِ ٱلرَّحْمَٰنِ ٱللَّهِ بِسْمِ

કૃપાળુ અને દયાવાન અલ્લાહના નામે

લાંબા સમય સુધી દલાઈ લામાના અંગ્રેજી ભાષાંતરકાર રહેલા પ્રખ્યાત તિબેટિયન વિદ્વાન થુપ્ટન જિન્પા કરુણાની વ્યાખ્યા કરતાં કહે છે કે કરુણા એટલે એવી માનસિક સ્થિતિ જે અન્યોની પીડાઓ માટે ચિંતાની લાગણી અનુભવે અને તે યાતનાઓ દૂર થાય તે જોવાની આકાંક્ષા ધરાવે છે. વધુ સ્પષ્ટતા કરતાં તેઓ કરુણાની લાગણીને ત્રણ ભાગમાં કે ત્રણ પ્રકારમાં વહેંચે છે. પહેલો ભાગ વૈચારિક કે બૌદ્ધિક છે : 'હું તમને સમજું છું.' બીજો ભાગ ભાવનાત્મક છે : 'મને તમારા માટે લાગણી થાય છે.' ત્રીજો ભાગ પ્રેરક છે: 'હું તમારી મદદ કરવા ઇચ્છું છું.'

કામગીરીના સંદર્ભમાં કરુણાનો ચોક્કસ ફાયદો એ થાય છે કે કરુણા ઉચ્ચ

કક્ષાના અને બહુ અસરકારક નેતાઓ સર્જે છે. જો તમારે ઉચ્ચ અસરકારક નેતા બનવું હોય, તો તમારે એક મહત્ત્વના પરિવર્તનમાંથી પસાર થવું પડશે. સારા નેતાઓએ 'હું'માંથી નીકળી 'અમે'માં પરિવર્તિત થવું જ પડશે. કરુણા દાખવવી એટલે સ્વથી અન્ય તરફની ગતિ. એ અર્થમાં કરુણાનો અર્થ છે 'હું'માંથી 'અમે' તરફનું પ્રયાણ. જો 'હું'માંથી 'અમે'નું રૂપાંતર એક વિશ્વાસુ નેતા બનવા માટેની સૌથી મહત્ત્વની પ્રક્રિયા હોય તો જેઓ પહેલેથી કરુણા દાખવી રહ્યા છે તેઓ તો આ જાણતા જ હોય છે અને એટલે તેઓ બહુ ઉચ્ચ સ્તરેથી જ પ્રગતિ માટે શરૂઆત કરી શકે છે.૧૧૫

પ્રમુખસ્વામીજી કરુણાથી દોરવાતી નેતાગીરીનું જીવંત ઉદાહરણ છે. તેઓ બહુ જ ઉચ્ચ ક્ષમતા ધરાવતા નેતા તો છે જ, પરંતુ સાથે સાથે બે બહુ મહત્ત્વના પરંતુ પરસ્પર વિરોધી જણાતા બે ગુણધર્મો - મહાન પ્રેરણા અને વ્યક્તિગત વિનમ્રતાનું વિરોધાભાસી લાગે તેવું મિશ્રણ ધરાવે છે. તેઓ દૃઢનિશ્ચયી છે, પરંતુ તેમની મહત્ત્વાકાંક્ષાનું લક્ષ્ય તેમની પોતાની જાત નથી, તેને બદલે તેઓ માનવ-જાતની ઉચ્ચ ભલાઈ માટેનું વિઝન ધરાવે છે. તેમનું ધ્યાન સમગ્ર માનવજાતના સાર્વત્રિક કલ્યાણ પર કેન્દ્રિત હોવાથી તેમને પોતાની સ્વ-પ્રતિભા ઉપસાવવાની કોઈ જરૂરિયાત વર્તાતી જ નથી. આ પાસાના કારણે પ્રમુખસ્વામીજી બહુ ઉચ્ચ પ્રભાવશાળી અને પ્રેરક નેતા બન્યા છે.

આદરણીય દલાઈ લામાએ ૧૯૮૫માં અમદાવાદ ખાતે અક્ષરબ્રહ્મ ગુણાતીતાનંદ સ્વામી દ્વિશતાબ્દી મહોત્સવ પ્રસંગે સત્તાવાર મુલાકાત દરમ્યાન આપેલા પ્રવચનના અંશ :

> તમારી સંસ્થા ભલાઈ અને આનંદનો સંદેશો પ્રસરાવીને માનવજગતની મહાન સેવા કરી રહી છે, એ ખૂબ જ પ્રશંસનીય છે કે સ્વામિનારાયણ સંપ્રદાયે તેની કામગીરી માત્ર પોતાના સંપ્રદાય પૂરતી સીમિત નથી રાખી, પરંતુ સમાજ સુધી પણ પહોંચીને ઘરે-ઘરે સામાજિક દૂષણો દૂર કરવા તેમજ શાંતિ અને સંવાદિતાને ઉત્તેજન આપવા માટે ચળવળ ચલાવી છે. આ પ્રવૃત્તિઓમાં યુવાનો બહુ જ સક્રિય ભૂમિકા ભજવી રહ્યા છે એ જાણીને હું બહુ જ પ્રભાવિત થયો છું.

જો આપણે પ્રમુખસ્વામીજીના વ્યક્તિત્વનાં બે વિશિષ્ટ પાસાં - મહાન

પ્રેરણા અને વ્યક્તિગત નમ્રતાને કરુણાના ત્રણ ભાગના સંદર્ભમાં નિહાળીએ (બૌદ્ધિક, ભાવનાત્મક અને પ્રેરક) તો આપણને જણાય છે કે લોકોને સમજવા તથા તેમની સાથે સહૃદયતા અનુભવવાનો સમાવેશ ધરાવતા કરુણતાના બૌદ્ધિક અને ભાવનાત્મક પાસાને કારણે આપણી અંદર રહેલો સ્વ-લગાવનો અતિરેક તદ્દન ઓછો થઈ જાય છે અને તે રીતે નમ્રતાની સ્થિતિ સર્જાય છે. કરુણાનો ત્રીજો પ્રેરણાત્મક ભાગ જેમાં લોકોને મદદ કરવાની લાગણીનો સમાવેશ થાય છે તેના કારણે સર્વ માનવીઓની ભલાઈ સાધવાની આકાંક્ષા સર્જાય છે. બીજા શબ્દોમાં કહીએ તો કરુણાના ત્રણેય ભાગનો ઉપયોગ કરુણાથી દોરવાતી નેતાગીરીની બે વિશિષ્ટ લાક્ષણિકતાઓને કેળવવામાં કરી શકાય છે.

બે બહુ મોટી સંસ્થાઓ 'ઇસરો(ISRO) અને ડીઆરડીઓ(DRDO)'માં કામ કરતી વખતે અને ત્યારબાદ રાષ્ટ્રપતિ તરીકે મને જુદા જુદા સ્તરના નેતાઓના સંપર્કમાં આવવાની તક મળી હતી. આ રીતે નેતાગીરીની પ્રક્રિયા વિશે કેટલીક ઊંડી માહિતી મને સાંપડી હતી. અને હું વિશ્વાસથી કહું છું કે આપણે જ્યારે સંપૂર્ણ સ્વયંશિસ્તમાં હોઈએ, શાંત હોઈએ અને આશાવાદી હોઈએ ત્યારે એ આપણા શ્રેષ્ઠ દિવસો હોય છે અને આપણે ત્યારે સૌથી અસરકારક નેતા હોઈએ છીએ. તે વખતે આપણે આપણું કામ સૌથી સારી રીતે કરી શકવા માટે જરૂરી સંબંધો અને પ્રતિચેષ્ટા દાખવવા માટે સક્ષમ હોઈએ છીએ, પરંતુ આ સંતુલન વારંવાર ખોરવાઈ જાય છે. આપણે જેવા ઇચ્છીએ છીએ તેવા આપણા સંબંધો રહેતા નથી. આપણું શરીર થાક, માંદગી અથવા ઉપેક્ષાથી પીડા અનુભવે છે અને આપણી નિર્ણયશક્તિ પાંગળી બની જાય છે.

આપણે મોટા ભાગના સમય દરમ્યાન શ્રેષ્ઠ કામગીરી કરી શકીએ તે માટે શું ચાલી રહ્યું છે અને આપણે આપણી જાતની મદદ કેવી રીતે કરી શકીએ? નેતા તરીકેનું કામ માનસિક તાણ સર્જે છે અને તાણને કારણે આપણા મગજના જમણી તરફના આગળના ભાગમાં વિદ્યુતપ્રક્રિયામાં વધારો થતાં હોર્મોન્સનો સ્રાવ થાય છે, જેના વડે આપણી માનસિક-શારીરિક પ્રક્રિયાઓ *'ફાઈટ ઓર ફ્લાઈટ'* એટલે કે કાં તો આ પરિસ્થિતિ સામે લડી લો અથવા તો તેને છોડી દો – એવો પ્રતિભાવ સર્જે છે. આપણું શરીર એકદમ સતર્ક બની જાય છે અને યોગ્ય પ્રતિભાવ સર્જે છે. વાસ્તવમાં આદર્શ સ્થિતિ એ છે કે આપણા શરીરને આ માનસિક તાણને લગતા હોર્મોન્સ તથા શારીરિક પ્રતિભાવોને પચાવી લેવા

માટે તથા આરામ કરવા માટે સમયની જરૂર હોય છે, પરંતુ આજની સ્થિતિમાં નેતાઓને આવો સમય મળતો નથી અને માનસિક તાણ સતત રહે જ છે. આથી, નેતાઓએ પોતાની જાતે સભાન રીતે અનુકૂલન સાધી આ તણાવ પર કાબૂ મેળવવા અને પોતાનામાં નવી તાજગી મેળવવાનો રસ્તો શોધવો જોઈએ.

મગજના જે ભાગ માનસિક તાણને કારણે ઉત્તેજિત થઈ ગયા હોય તેને શમાવવા માટે મગજના જુદા ભાગમાં આવેલી લિમ્બિક સિસ્ટમ (ભાવનાઓ પર નિયમન કરતી મગજની સિસ્ટમ) સક્રિય થાય એટલે તાજગી ઉદ્ભવે છે. માનસિક ક્ષતિવાળાં બાળકો તેમનાં રોજિંદાં કાર્યો વધુ સારી રીતે કરી શકે તે દિશામાં અન્ના યુનિવર્સિટીમાં પીએચ.ડી. કરી રહેલા ફાધર જહૉનને હું માર્ગદર્શન આપી રહ્યો હતો, ત્યારે મને જાણવા મળ્યું કે જ્યારે પેરા સિમ્પેથેટિક નર્વસ સિસ્ટમ(PSNS)ની સક્રિયતામાં વધારો થાય છે ત્યારે સિમ્પેથેટિક નર્વસ સિસ્ટમ(SNS)માં ઘટાડો થાય છે. PSNS કેટલાક હોર્મોન્સને સક્રિય કરે છે, જે લોહીનું દબાણ નીચું લાવે છે અને રોગપ્રતિકારક શક્તિને વધુ મજબૂત બનાવે છે. નેતૃત્વમાં જે પ્રકારનાં દબાણો અને પડકારોનો સામનો કરવાનો હોય છે, તે જોતાં માનસિક તાણનું તાજગી દ્વારા સંતુલન સાધીને સુદૃઢ અને પ્રભાવક અસરો છોડતું નેતૃત્વ લાંબા સમય માટે કરી શકાય છે. અને આ તાજગી PSNSની કામગીરીને અનિવાર્યપણે સક્રિય કરે છે અને વેગ આપે છે.

તાજગીનો આધાર એવાં ત્રણ ચાવીરૂપ તત્ત્વો ઉપર છે કે જે નેતાગીરી જેવા કઠોર કર્તવ્ય માટે કદાચ પ્રમાણમાં બહુ 'નાજુક' જણાય, પરંતુ વાસ્તવમાં જો નેતાએ લાંબા સમય સુધી અસરકર્તા રહેવું હોય, તો આ તત્ત્વો બહુ જ અનિવાર્ય છે. પહેલું તત્ત્વ છે સભાનતા અથવા તો પોતાની સમગ્ર જાત, અન્ય લોકો તથા આપણે જેમાં રહીએ છીએ અને કામ કરીએ છીએ તેના સંદર્ભ વિશે સતત સંપૂર્ણ જાગૃતિ. વાસ્તવમાં અહીં સભાનતાનો અર્થ છે આપણા પોતાના તરફ અને આપણી આસપાસની દુનિયા અંગે સતત જાગ્રત અને સભાન રહેવું તથા તેની સતત દરકાર કરતા રહેવું. બીજું તત્ત્વ છે આશા. આશા આપણને એવું માનવા માટે સક્ષમ બનાવે છે કે ભવિષ્ય વિશેનું આપણું વિઝન સાકાર થઈ શકે તેવું છે. સાથે સાથે આશા આપણને આપણાં ધ્યેય તરફ આગળ વધવા તેમજ અન્યોને પણ તેમનાં સપનાં સાકાર કરવાની દિશામાં પ્રેરિત કરવા માટે સક્ષમ બનાવે છે. આપણે જ્યારે તાજગી માટેના ત્રીજા તત્ત્વ કરુણાની અનુભૂતિ

કરીએ છીએ ત્યારે આપણે લોકોની ઇચ્છાઓ અને જરૂરિયાતો સમજીએ છીએ અને આપણને લાગે છે કે આપણે તેમની ચિંતા સ્વીકારી તેમના માટે કામ કરવા પ્રેરિત થયા હોવાનું અનુભવીએ છીએ.

સભાનતાનો પ્રારંભ સ્વજાગૃતિથી થાય છે. પોતાની જાતને ઓળખવાથી તમે લોકો તથા પરિસ્થિતિઓ પ્રત્યે કેવો પ્રતિભાવ આપશો તેની પસંદગી કરી શકવાની ક્ષમતા પ્રાપ્ત થાય છે. તમારી જાત વિશેનું ઊંડું જ્ઞાન તમને નિશ્ચયી બનવા માટે અને તમારી જાતને અધિકૃત રીતે રજૂ કરવા માટે સક્ષમ બનાવે છે. એટલું જ મહત્ત્વનું એ છે કે સભાનતા તમને તમારી જાતની, અન્યોની તથા આસપાસના વાતાવરણની કાળજીપૂર્વક દરકાર લેવાના સૂક્ષ્મ સંકેતો પર ધ્યાન આપવાની ક્ષમતા આપે છે. પ્રમુખસ્વામીજીએ આ કરી બતાવ્યું. તેઓ પોતે જે અનુભવે છે અને લોકો તેમને જે રીતે પ્રતિભાવ આપે છે તેમાં થયેલા ઝીણામાં ઝીણા ફેરફારોને પણ પ્રમુખસ્વામીજીએ આબાદ પારખ્યા છે. આ ઝીણા ઝીણા ફેરફારોને નિહાળી શકવાથી થોડા સુધારાવધારા કરવાની તક મળી છે અને તેનાથી તેમના ઉદ્દેશને સાકાર કરવામાં પ્રગતિમાં મદદ મળી છે.

મારે અહીં ખાસ નોંધવું જોઈએ કે પ્રમુખસ્વામીજી કોઈ ભય કે પછી કોઈ નિષ્ફળતા તોળાઈ રહી હોવાનું માનીને આ ફેરફારો લાવવા પ્રેરાતા નથી, પરંતુ તેમની ક્ષમતાને આધારે જ આગળ વધે છે. અને ક્યારે પરિવર્તન લાવવું કે ક્યારે સુધારા-વધારા કરવા તેની જાણકારી જ તો એક નેતા તરીકે તમારી શક્તિઓના નિર્માણનો નિચોડ છે. વધુમાં, સારા બનવું અને અન્યો માટે કલ્યાણનાં કાર્યો કરવાં એવી ઇચ્છા એ પરિવર્તન માટેની પ્રમુખસ્વામીજીની કટિબદ્ધતાને પ્રજ્વલિત કરતો તણખો છે. તેઓ માત્ર બી.એ.પી.એસ. સંસ્થા અને તેમના ભક્તોનું જ કલ્યાણ અને પ્રગતિ નહીં, પરંતુ સમગ્ર વિશ્વના કલ્યાણ માટે પ્રાર્થના કરે છે ને ખંતપૂર્વક કાર્યો કરે છે. આ તેમની સફળ નેતાગીરીની આધારશિલા છે.

પ્રમુખસ્વામીજી આ સંસ્થાના 'હેડ' એટલે કે મુખ્ય વ્યક્તિ છે, છતાં તેઓ 'હાર્ટ' - દિલ દઈને કામ કરે છે. પ્રમુખસ્વામીજીએ પ્રેમ અને સ્વતંત્રતાનું એવું વાતાવરણ સર્જ્યું છે જ્યાં કોઈ પણ વ્યક્તિ તેમને મળી શકે છે અને તેમની સાથે વાતો કરી શકે છે. તેઓ અન્યોની વાત સાંભળે છે, સમજે છે અને અન્યોને વિચાર કરવા માટે પ્રોત્સાહિત કરે છે. તેઓ દુરાગ્રહી નથી બલકે અન્યોનાં સૂચનો માટે તેમનું મન સદા ખુલ્લું હોય છે. તેઓ નવા વિચારોને આવકારે છે.

આથી જ એમાં કોઈ નવાઈની વાત નથી કે તેમણે યુવા નેતાઓ, સમર્પિત ટીમ તથા કટિબદ્ધ સ્વયંસેવકોની નવી પેઢી સર્જી છે. પ્રમુખસ્વામીજી નેતાઓના પણ નેતા છે. તેઓ આધ્યાત્મિકતાનું હાર્દ બદલ્યા વિના પરિવર્તનને આવકારે છે.

બૌદ્ધ ધર્મની એક પ્રસિદ્ધ કહેવત છે કે, 'નદીને પાર કરી લઈએ પછી હોડી છોડી દેવી જોઈએ.' હોડી પ્રવાહને ઓળંગવા પૂરતી જ ઉપયોગી છે. હોડીમાંથી ઊતર્યા પછી આગળના રસ્તા પર આપણે પગપાળા જ ચાલવું પડે છે. એવી જ રીતે પ્રમુખસ્વામીજી એક ધ્યેયથી બીજા ધ્યેય તરફ બહુ સહજતાથી ગતિ કરે છે અને ક્યારેક અન્ય લોકોને પોતાની સાથે રાખવા પોતે જાણી જોઈને ધીમા પડી જાય છે. તેઓ પોતાનાં ધ્યેય અને પોતે જેમનું નેતૃત્વ કરી રહ્યા છે એ લોકો – બંનેને ક્યારેય પોતાની દૃષ્ટિથી ઓઝલ થવા દેતા નથી. જીવનભર સભાનતાને એક ટેવ તરીકે કેળવવા માટે આપણા આંતરિક અને બાહ્ય પર્યાવરણ સાથે આવું અતૂટ જોડાણ બહુ અનિવાર્ય છે.

સભાનતા અને અન્ય સકારાત્મક લાગણીઓની જેમ આશાની પણ આપણાં મગજ અને હોર્મોન્સ પર સકારાત્મક અસર પડે છે. તેની આપણી આસપાસની ઘટનાઓ અંગેની આપણી ધારણાઓ ઉપર પણ અસર પડે છે અને તેનાથી આપણે તે બાબતોને સકારાત્મક રીતે જોવા લાગીએ છીએ. આવું ચિંતન આપણા શ્વાસોચ્છ્વાસને ધીમા પાડે છે, લોહીનું દબાણ નીચું લાવે છે, રોગ પ્રતિકારક શક્તિમાં વધારો કરે છે અને સમગ્ર પેરાસિમ્પેથેટિક સિસ્ટમને સક્રિય બનાવે છે. આપણે શાંતિ, ખુશી, આનંદ અને આશાની લાગણી અનુભવીએ છીએ. આપણે આગામી પડકારો માટે સજ્જ બનીએ છીએ.

આશા સંક્રામક છે - ચેપી છે : જે નેતાઓ ભવિષ્ય બાબતે આશાવાદી છે તેઓ તેમના સહ-કાર્યકરોને પણ ઉત્સાહિત કરે છે. આથી, મુશ્કેલ પરિસ્થિતિઓ આવે ત્યારે પણ ટકી રહેવા માટેનું વાતાવરણ તૈયાર થાય છે. સંકટ વખતે આવું વાતાવરણ બહુ ઉપયોગી બને છે, કારણ કે આશાવાદી લોકો શારીરિક અને માનસિક એમ બંને રીતે પડકારોનો સામનો કરવા માટે વધુ સક્ષમ હોય છે. પ્રમુખસ્વામીજી બહુ ઊંડા આધ્યાત્મિક માર્ગે આશા પ્રેરે છે. માત્ર શબ્દો, લાગણીઓ કે કાર્યો દ્વારા જ નહીં, પરંતુ પરમેશ્વર જ કર્તાહર્તા છે તેવી પ્રતીતિ કરાવીને તેઓ આશાનો સંચાર કરે છે. જેઓ ભગવાનના હાથમાંથી પડે છે તેને પરમેશ્વર પોતાની ગોદમાં જ ઝીલી લે છે એવો વિશ્વાસ તેઓ લોકોને અપાવે છે.

પરમેશ્વર સદા આપણી સાથે છે અને ક્યારેય આપણને છોડી દેતા નથી તેવો વિશ્વાસ સંકટના સમયે પણ આપણી આશાઓ જીવંત રાખે છે. આ કારણે બી.એ.પી.એસ. અનેક દેખીતા કે પ્રચ્છન્ન તમામ સંઘર્ષમાંથી બહાર આવ્યું છે અને નવી ચેતના મેળવતું રહ્યું છે તથા વિકસતું રહ્યું છે અને સાથે સાથે અન્ય સેવાકીય સંગઠનોને પણ આશા અને માર્ગદર્શન પૂરું પાડતું રહ્યું છે.

એક સકારાત્મક, આશાવાદી અભિગમ સાથે સતત પ્રવૃત્ત રહેવું અને સ્વયંની તથા અન્યોની કાળજી લેવી એ શારીરિક અને માનસિક બંને રીતે નવચેતન પ્રાપ્ત કરવાના બે રસ્તા છે. અને નવચેતન માટેનું વધુ એક તત્ત્વ છે કરુણા. નેતાગીરીના એક મહત્ત્વના પરિબળ તરીકે કરુણાની ક્યારેય ગણતરી નથી થતી, પરંતુ વાસ્તવમાં તે કામકાજ અને નેતૃત્વમાં બહુ મહત્ત્વની બાબત છે. કરુણા એ એક મૂળભૂત માનવ અનુભૂતિ છે. તેનાથી વ્યક્તિગત નવચેતન અને સંસ્થાકીય પ્રભાવ એ બંને પ્રજ્વલિત થાય છે.

નવચેતનની આ સફર જે ખેડવા માટે તૈયાર હોય તે સૌ કોઈ માટે ઉપલબ્ધ છે, પરંતુ આ રીતે આંતરિક પરિવર્તન કરવું સહેલું નથી. ઘણા લોકો નેતાગીરીની સાથે અંતર્ગત રીતે જોડાયેલાં દબાણોના પ્રતિભાવ રૂપે ઊંડા વિચાર વિના વધુ કપરી મહેનત કરે છે અને બીબાંઢાળ રીતે જ કામ કરતા રહે છે. આ તો ઊભરો આવી જવાના જોખમ છતાં કીટલીને ગરમ કરતા રહેવા જેવું છે. ખરો ઉકેલ તો નવચેતન છે. આ નવચેતન આપણી સભાનતા, આશા અને કરુણાની વ્યક્તિગત ક્ષમતાનું કાર્ય છે.

વધુમાં, પોતાની જાત સાથે પ્રામાણિક બનવું એ નવચેતનની દિશામાં સૌથી પહેલું અને સૌથી કપરું ડગલું છે. સભાનતા દ્વારા આપણે આપણી અંદરથી આવતા શાંત સ્વર અને આપણને અન્યો તરફથી તથા આપણી આસપાસના વાતાવરણમાંથી સાંપડતા સૂક્ષ્મ સંકેતો પર વિચાર કરતા અને તે સંદર્ભમાં સાચાં પગલાં ભરતાં શીખીએ છીએ. તે રીતે આપણે ઉચિત દિશામાં આગળ વધી શકીએ છીએ. આશા દ્વારા આપણે આપણી જાતને નવોન્મેષથી ભરી દઈએ છીએ અને અન્યોને પ્રેરિત કરીએ છીએ. કરુણા દ્વારા આપણે શારીરિક અને માનસિક નવચેતનને પ્રજ્વલિત કરીએ છીએ અને તેની સાથે મજબૂત, વિશ્વાસપૂર્ણ તથા સાર્થક સંબંધોનું નિર્માણ કરીએ છીએ. આપણી જાતની તથા આપણે જ્યાં કામ કરીએ છીએ કે જીવન માણીએ છીએ તે સમુદાય સહિતના

આપણી આસપાસના સૌની સતત કાળજી સેવીને આપણે આપણા પોતાના માટે, આપણા સંબંધો માટે અને જ્યાં આપણે ફરજ બજાવીએ છીએ તે સંસ્થાઓ માટે બહુ અગત્યનાં સારાં ફળ પ્રાપ્ત કરી શકીએ છીએ. પ્રમુખસ્વામીજીએ એક વાર મને કહ્યું હતું, ''હું માત્ર ત્રણ જ બાબતો શીખવું છું : સરળતા, ધીરજ અને કરુણા. આ ત્રણ બાબતો તમારો સૌથી મહાન ખજાનો છે.'' મને એવો અચંબો થાય છે કે કોઈને આનાથી વધારે જોઈએ પણ શું !

૩૧

ક્રિયાત્મક કલ્પનાશક્તિથી દુનિયા બદલી શકાય છે

'અંતરમાં દૃષ્ટિ કરશો તો જ તમારું વિઝન સ્પષ્ટ થશે. બહાર દૃષ્ટિ કરનારો ખાલી સ્વપ્ન જુએ છે, અંતરમાં જોનારો જાગી ઊઠે છે.'

– **કાર્લ યંગ**

માનસશાસ્ત્રી અને લેખક

ઈ.સ. ૧૯૬૨માં મારી પસંદગી 'ઇન્ડિયન કમિટી ફૉર સ્પેસ રિસર્ચ' (INCOSPAR) સંસ્થામાં રૉકેટ એન્જિનિયર તરીકે થઈ હતી. 'ટાટા ઇન્સ્ટિટ્યૂટ ઑફ ફન્ડામેન્ટલ રિસર્ચ', મુંબઈ (TIFR) ખાતે પ્રતિભાસંપન્ન લોકોમાંથી પસંદગી દ્વારા ભારતમાં અવકાશ ક્ષેત્રે સંશોધનો આગળ વધારવા માટે આ સંસ્થા સ્થપાઈ હતી. ડૉ. વિક્રમ સારાભાઈના વડપણ હેઠળના બોર્ડ દ્વારા મારો ઇન્ટરવ્યૂ લેવાયો હતો. હું જ્યારે ઇન્ટરવ્યૂ માટે રૂમમાં દાખલ થયો ત્યારે મને ડૉ. સારાભાઈની આસપાસ સૌમ્ય આભા પથરાયેલી હોવાની અને તેમાંથી સકારાત્મક ઊર્જા પ્રસરી રહી હોવાની પ્રતીતિ થઈ હતી. તેઓ તો તે સમયે પહેલેથી જ ખ્યાતનામ બની ચૂક્યા હતા, પરંતુ હું પ્રથમ વાર જ તેમને મળી રહ્યો હતો. ડૉ. સારાભાઈએ મને મારા પ્રવર્તમાન જ્ઞાન અથવા કુશળતા અંગે કોઈ પ્રશ્ન કર્યો નહીં. તેને બદલે

તેઓ જાણે મારામાં કેવી સંભાવનાઓ રહેલી છે તે તપાસી રહ્યા હતા. તેઓએ મારી સામે એવી રીતે જોયું કે જાણે તેઓ કોઈ વિશાળ સમગ્રતાના સંદર્ભમાં મને જોઈ રહ્યા હોય. આ સમગ્ર મુલાકાત મારા માટે કોઈ સત્યની સંપૂર્ણ ક્ષણ જેવી હતી, જેમાં મારું સપનું એક વધુ વિરાટ સપનામાં ભળી રહ્યું હતું.

મેં એક વાર એક અખબારમાં આફ્રિકન-અમેરિકન મહિલા રમતવીર વિલ્મા રુડોલ્ફનું એક કથન વાંચ્યું હતું. વિલ્મા રુડોલ્ફને ૧૯૬૦ના વર્ષમાં રોમમાં યોજાયેલી ઓલિમ્પિક સ્પર્ધામાં એથ્લેટિક્સમાં ત્રણ સુવર્ણ ચંદ્રક મળ્યા હતા. તેઓ તે સમયે વિશ્વના સૌથી ઝડપી મહિલા દોડવીર મનાતાં હતાં. મારા પર તેમના આ વિધાનની બહુ ઊંડી છાપ પડી હતી : 'સ્વપ્નની શક્તિને અને માનવીય જુસ્સાના પ્રભાવને ક્યારેય નજરઅંદાજ કરશો નહીં. આ ધારણામાં આપણે સૌ એકસમાન છીએ. આપણા સૌમાં મહાનતાની સંભાવનાઓ રહેલી છે.' મેં મહાન દીર્ઘદ્રષ્ટા ડૉ. વિક્રમ સારાભાઈ અવકાશ સંશોધનના ભારતના સાહસિક સ્વપ્નને અનુસરવાનું નક્કી કર્યું. સમય જતાં 'ઇન્ડિયન કમિટી ફૉર સ્પેસ રિસર્ચ'(INCOSPAR)નું રૂપાંતર 'ઇન્ડિયન સ્પેસ રિસર્ચ ઓર્ગેનાઇઝેશન'(ISRO)માં થયું. ડૉ. વિક્રમ સારાભાઈએ ભારતીય અવકાશ કાર્યક્રમનો પ્રારંભ કર્યો અને ભારતના પ્રથમ સેટેલાઇટ લોંચ વ્હિકલ પ્રૉજેક્ટના ડિરેક્ટર તરીકે મારી નિમણૂક થઈ. આ પ્રૉજેક્ટમાં રોહિણી ઉપગ્રહ અવકાશમાં તરતો મૂકવાનો હતો.

ડૉ. વિક્રમ સારાભાઈનો જન્મ ૧૨ ઑગસ્ટ, ૧૯૧૯ના રોજ અમદાવાદમાં થયો હતો. સારાભાઈ કુટુંબ પ્રભાવશાળી અને ધનવાન જૈન વેપારી કુટુંબ હતું. તેમના પિતા અંબાલાલ સારાભાઈ એક ધનાઢ્ય ઉદ્યોગપતિ હતા અને તેઓ ગુજરાતમાં અનેક કાપડ-મિલોના માલિક હતા. બાળપણમાં વિક્રમ સારાભાઈએ અનેક નામાંકિત મહાનુભાવો – ગુરુદેવ રવીન્દ્રનાથ ટાગોર, જે. કૃષ્ણમૂર્તિ, જવાહરલાલ નેહરુ અને મૌલાના અબુલ કલામ આઝાદને તેમના ઘરે આવતા જોયા હતા. છતાં ક્યારેય તેમનું ધ્યાન અભ્યાસમાંથી અન્ય બાબતો તરફ ફંટાયું નહીં અને તેમણે ઉજ્જ્વળ શૈક્ષણિક કારકિર્દી પ્રાપ્ત કરી. વિક્રમ સારાભાઈએ ૧૯૪૭માં કેમ્બ્રિજ યુનિવર્સિટીમાંથી ફિઝિક્સમાં પીએચ.ડી.ની ડિગ્રી મેળવ્યા પહેલાં ઇન્ડિયન ઇન્સ્ટિટ્યૂટ ઑફ સાયન્સ, બેંગલોર (હવે બેંગલુરુ) ખાતે નોબલ પારિતોષિક વિજેતા સી. વી. રામનના વડપણ હેઠળ કામ કર્યું હતું. વિક્રમ સારાભાઈ અગાધ ઊર્જા અને બહુમુખી પ્રતિભાશાળી વ્યક્તિત્વ ધરાવતા હતા

અને સાથે સાથે તેમને એવી બક્ષિસ હતી કે તેઓ ઉત્તમ બુદ્ધિપ્રતિભા ધરાવતી વ્યક્તિઓને શોધી કાઢતા હતા અને પોતાના વિઝનને સાકાર કરવાના કામ માટે તેમનું સંવર્ધન કરતા હતા.[૧૧૬]

વિક્રમ સારાભાઈ વૈશ્વિક સ્તરે નામના ધરાવતા હતા. તેમણે 'સેટેલાઇટ ઇન્સ્ટ્રક્શનલ ટેલિવિઝન એક્સપેરિમેન્ટ' (SITE) માટે નાસા – 'નેશનલ એરોનોટિકલ સ્પેસ એડમિનિસ્ટ્રેશન' પાસેથી સહકાર મળી રહે એ સુનિશ્ચિત કર્યું હતું અને બીજી તરફ ૧૯૭૫માં ભારતનો પ્રથમ ઉપગ્રહ આર્યભટ્ટ રશિયાના સેટેલાઇટ લોન્ચ મથકથી અવકાશમાં તરતો મુકાવ્યો હતો.

વિક્રમ સારાભાઈની દીર્ઘદૃષ્ટિને કારણે 'ઇન્ડિયન સ્પેસ રિસર્ચ ઓર્ગેનાઇઝેશન'(ISRO) નો જન્મ થયો. ૪ ઑક્ટોબર ૧૯૫૭ના દિવસે રશિયાએ સ્પુટનિક અવકાશમાં છોડ્યો, ત્યારબાદ તેઓ ભારતમાં પણ અવકાશ કાર્યક્રમ માટે એક ઇન્સ્ટિટ્યૂટ સ્થાપવાની જરૂર હોવાનું ભારપૂર્વક જણાવતા રહીને તેઓ આ વાત સરકારને ગળે ઉતારવામાં સફળ રહ્યા હતા. ડૉ. સારાભાઈએ આ પ્રભાવશાળી શબ્દો દ્વારા અવકાશ કાર્યક્રમના મહત્ત્વ પર ભાર મૂક્યો હતો :

> *એક વિકાસશીલ દેશ અવકાશને લગતી પ્રવૃત્તિ શરૂ કરે તે કેટલું વાજબી તેવો સવાલ કેટલાક લોકો ઉઠાવી રહ્યા છે, પણ આપણો હેતુ આ બાબતમાં સ્પષ્ટ છે. આપણે આર્થિક સમૃદ્ધ દેશોની સાથે ચંદ્ર કે અન્ય કોઈ ગ્રહ ઉપર ખેડાણ કરવામાં અથવા તો અવકાશમાં સ-માનવયાન મોકલવામાં સ્પર્ધામાં ઊતરવાની કોઈ કલ્પનામાં રાચતા નથી, પરંતુ આપણને એવી દૃઢ ખાતરી છે કે આપણે જો રાષ્ટ્રીય રીતે અને રાષ્ટ્રોના સમુદાય વચ્ચે પણ સાર્થક ભૂમિકા ભજવવી હશે તો આપણે લોકો અને સમાજના વાસ્તવિક પ્રશ્નોના ઉકેલમાં અત્યાધુનિક ટેક્નોલોજીના ઉપયોગમાં પ્રથમ સ્થાને રહેવું જ પડશે.*[૧૧૭]

વિક્રમ સારાભાઈ સાચા દીર્ઘદ્રષ્ટા તરીકે તેમના સમય કરતાં ઘણું આગળનું વિચારતા હતા. કદાચ એવું ભાખનારા તેઓ પ્રથમ ભારતીય હતા કે બદલાતા વિશ્વમાં અને તેનાથી પણ વધુ ઝડપે બદલાઈ રહેલી આધુનિક ટેક્નોલોજીના વાતાવરણમાં વ્યક્તિઓની જરૂરિયાતો અને એક સંસ્થાની પણ મહત્ત્વની જરૂરિયાતો વચ્ચે સંતુલન સાધતાં શીખવાનું સર્વોચ્ચ મહત્ત્વ છે. ભારતમાં ઉચ્ચ

શિક્ષણ-વ્યવસ્થાની ત્યારે જે ડિઝાઈન હતી અને જે રીતે યુનિવર્સિટીઓનાં માળખાં રચાયાં હતાં તેમાં વૈશ્વિક કક્ષાના ભાવિ બિઝનેસ સુકાનીઓ તૈયાર થઈ શકે તેવી કોઈ સંભાવના જ ન હતી. કોઈ એક સિદ્ધાંતની તરફેણ કરવી એ બહુ સારી બાબત છે, પરંતુ તે થિયરીને બિઝનેસના વિશાળ માળખામાં લાગુ ન પાડવામાં આવે તો આ બધી થિયરી છેવટે નકામી સાબિત થાય છે. આ બાબતને ધ્યાનમાં રાખીને વિક્રમ સારાભાઈએ અમદાવાદમાં 'ઇન્ડિયન ઇન્સ્ટિટ્યૂટ ઑફ મૅનેજમૅન્ટ'(IIM)ની સ્થાપના કરી અને ૧૯૬૧થી ૧૯૬૪ સુધી તેના પ્રથમ ડિરેક્ટર તરીકે સેવા આપી. તેમણે ડિરેક્ટરપદે પોતાના અનુગામી તરીકે ઑક્સફર્ડ યુનિવર્સિટીમાંથી બી.એ. ઓનર્સ થયેલા અને તે સમયે માત્ર આડત્રીસ વર્ષના યુવાન રવિ મથાઈની નિમણૂક કરી. ત્યારબાદ 'ઇન્ડિયન ઇન્સ્ટિટ્યૂટ ઑફ મૅનેજમૅન્ટ'નો ઇતિહાસ સંસ્થાકીય સર્વોત્કૃષ્ટતાની એક ભવ્ય ગાથા સમાન રહ્યો છે.

વિક્રમ સારાભાઈનો આ વારસો આજે પણ વધુ મહત્ત્વનો શા માટે છે? આધુનિક વિશ્વને તેમના જેવા દીર્ઘદ્રષ્ટાની જરૂર છે. હવે વધુ વૈશ્વિક જોડાણો ધરાવતું અને ઇન્ટરનેટથી અતિશય ગાઢ રીતે સંકળાયેલું વિશ્વ જુદા જુદા દેશો વચ્ચે વધતા જતા પરાવલંબનનું સાક્ષી બની રહ્યું છે. વેપારજગત અને લોકો બંનેનાં ભાવિ વધુ ગાઢ રીતે જોડાયેલાં બનતાં હવે શાંતિ સ્થાપવા, સહકાર ઇચ્છવા અને વિકાસને ઉત્તેજન આપવા તરફ આંતરરાષ્ટ્રીય સંબંધોનો ઝોક વધ્યો છે.

પ્રમુખસ્વામીજીએ મારી સાથેની વાતચીત દરમ્યાન અનેક વાર વિશ્વમાં શાંતિ, વિકાસ, સલામતી અને સમૃદ્ધિ પ્રસરે તેવી તેમની ઇચ્છા વ્યક્ત કરી છે. તેઓનું માનવું છે કે દયા, મોકળું મન, અન્ય દેશોના લોકો સાથે સહિષ્ણુતા તથા સંવાદ જાળવી રાખવાની તત્પરતા જેવા ભારતીય પ્રજાના ગુણો ખરેખર આપણી ભારતીય સંસ્કૃતિના વારસામાં વણાઈ ગયેલા છે. ઉપરાંત સ્વામીજી એવું માને છે કે ભારતીય લોકો દ્વિપક્ષી લાભ, સહકાર અને અન્ય તમામ દેશો માટે કલ્યાણની પરિસ્થિતિ હેઠળ જ્યાં કાયમી શાંતિ અને સહિયારી સમૃદ્ધિ હોય તેવો સુમેળ ધરાવતી દુનિયાની સહરચના કરી શકવાની તમામ સંભાવ્ય શક્તિઓ ધરાવે છે. શાંતિ અને સમૃદ્ધિનાં મૂલ્યોનું સંવર્ધન કરતી ભારતીય સંસ્કૃતિની સાચી ભાવના તથા વૈશ્વિક કલ્યાણની સર્વોપરી ઇચ્છા સેવવાના ભારતીય અભિગમને વિશ્વને

સમજાવવામાં મદદ કરવાની ભૂમિકા ધરાવતી બી.એ.પી.એસ. માટે આ બહુ મહત્ત્વની બાબત છે.

सर्वे भवन्तु सुखिनः सर्वे सन्तु निरामया।
सर्वे भद्राणि पश्यन्तु मां कश्चिद् दुःखभाग्भवेत् ॥

ચાલો, આપણે બધા સુખી થઈએ,
આપણે બધા તંદુરસ્ત રહીએ,
આપણે બધા સલામત રહીએ,
આપણામાંથી કોઈ ક્યારેય દુ:ખ ન અનુભવે.

ભારતની વિશિષ્ટ સાંસ્કૃતિક પરંપરામાં શાંતિમય વિકાસ ઊંડાં મૂળિયાં ધરાવે છે. ભારતના લોકોની એ ઐતિહાસિક પસંદગી છે કે અન્યની ધરતી પર આક્રમણ કરવું નહીં, પરંતુ શાંતિપૂર્ણ સહઅસ્તિત્વ અને સામુદાયિક વિકાસના પથ પર આગળ વધવું. ભારતીયો શાંતિ અને વિકાસનાં મૂલ્યોને સારી રીતે સમજે છે. આથી તેઓ શાંત જીવન અને વિકાસની આકાંક્ષા રાખે છે. ગઈ શતાબ્દીનાં બે વિશ્વયુદ્ધમાં ભારત સહિત દુનિયાભરના લોકોએ અગણિત ખુવારી અને યાતના વેઠવા પડ્યાં હતાં. જ્યારે પણ આપણી ઉપર બાહ્ય આક્રમણ થયું છે, ત્યારે આપણે આપણા રક્ષણ માટે તેમનો સામનો જરૂર કર્યો છે, પરંતુ આપણે સામે ચાલીને પહેલપૂર્વક કોઈના ઉપર ચઢાઈ કરી નથી, કારણ કે આપણે એ હકીકત સારી રીતે જાણીએ છીએ કે માત્ર શાંતિ દ્વારા જ વિકાસ થાય છે અને વિકાસ દ્વારા જ વધુ સારી શાંતિની ખાતરી મળે છે. ભારતીય સમાજ અને આપણાથી વિખૂટા પડેલા ભાઈઓની હાલની પરિસ્થિતિમાં જોવા મળતા વિરોધાભાસે ભારતની ગૌરવશાળી સાંસ્કૃતિક પરંપરાની શાંતિપૂર્ણ ભાવનાને યથાર્થ પુરવાર કરી બતાવી છે.

ભારતીય સંસ્કૃતિ અને દર્શનમાં અહિંસા મૂળભૂત સિદ્ધાંત તરીકે હજારો વર્ષોથી અસ્તિત્વમાં છે. શાંતિ માટેનો પ્રેમ અને શાંતિ માટેની ઝંખના ભારતીય સંસ્કૃતિના પાયામાં મૂર્તિમંત થયેલી છે. માનવ ઇતિહાસમાં કદાચ ભારતીયોએ જ સંવાદિતાનો ખ્યાલ સૌ પ્રથમ વાર અપનાવ્યો છે અને કદાચ તે ભારતમાં બહુ પ્રચુર માત્રામાં અભિવ્યક્ત થતો પણ જોવા મળ્યો છે અને વિશ્વનાં અન્ય કોઈ પણ રાષ્ટ્રની સરખામણીએ અહીં તેનો બહુ પ્રભાવ જોવા મળ્યો છે. ભારતમાં ઓછામાં ઓછાં ૨,૫૦૦ વર્ષ પહેલાં પતંજલિએ અહિંસાની વ્યાખ્યા

સમજાવી છે:

अहिंसाप्रतिष्ठायं तत्सन्निंधौ वैरत्यागः

દઢતાપૂર્વક સ્થપાયેલી અહિંસા શત્રુતાને સમાપ્ત કરે છે.

(યોગસૂત્ર - ૨.૩૫)

આ સિદ્ધાંતે ભારતના મહાન શાસકો અને વિચારકોમાં ઉદારમતવાદની ભાવના દઢ બનાવી. તેઓએ હંમેશાં અહિંસાને અપનાવી, શાંતિનું મૂલ્ય સમજ્યા અને મોટા ભાગના સમય દરમ્યાન વિદેશોમાં તેમના સમકક્ષ શાસકો અને વિચારકો સાથે તેમના સંબંધો મધુર જ રહ્યા. આપણા પ્રાચીન ઋષિઓની આ મહામૂલી ભેટના સાંસ્કૃતિક વારસાની અગાઉ ક્યારેય નહોતી એટલી જરૂર આજના વૈશ્વિક, પરંતુ સંવાદિતાનો વધારે અભાવ ધરાવતા જગતને ઊભી થઈ છે. તાજેતરમાં બી.એ.પી.એસ.ના કેટલાક પ્રબુદ્ધ સંતોને મેં પૂછ્યું : આગામી સો વર્ષમાં ભારત વિશ્વ માટે કયું એક સ્વપ્ન સેવી શકે? અમારી આ ચર્ચા દ્વારા એવું વિઝન ઊભરી આવ્યું કે વિકાસયાત્રા આગળ ધપાવવાની સાથે પર્યાવરણીય ફેરફારો(ક્લાઈમેટ ચેન્જ)ની સમસ્યાના ઉકેલ લાવવાની કવાયત રૂપે ભારતે સમગ્ર વિશ્વને અહિંસાનો માર્ગ બતાવવો જોઈએ.

ભારતના લોકો તથા સમગ્ર માનવજાતનાં સહિયારાં અંતિમ હિતોને ધ્યાને રાખતાં ભારત ગ્લોબલ ક્લાઈમેટ ચૅન્જની સમસ્યા દૂર કરવામાં અસરકારક અને સાર્થક યોગદાન આપી શકે છે. આપણે પર્યાવરણનું હિત સેવાતું હોય તેવાં ઔદ્યોગિક માળખાંનો અમલ ઝડપી બનાવવો જોઈએ અને પ્રદૂષણ ફેલાવતી જૂની થઈ ગયેલી અને નકામી ઉત્પાદન સુવિધાઓ બંધ કરી દેવા માટે ઝડપી પગલાં ભરવાં જોઈએ. તેની સાથોસાથ ઉદ્યોગો, સરકારી પ્રૉજેક્ટ્સ અને સાહસિક એકમો જેવાં ચાવીરૂપ ક્ષેત્રોમાં ઊર્જા-બચતને પ્રોત્સાહન આપી ઊર્જા-વપરાશની કાર્યક્ષમતાને સમાન રીતે વધારવી જોઈએ. અને સૌથી અગત્યનું એ છે કે વિશ્વે પૃથ્વી પર તથા અવકાશમાં પણ સૌર ઊર્જાનો વધુ ને વધુ વપરાશ કરતા જઈ વૈકલ્પિક ઊર્જા પરનું અવલંબન વધારતા જવું જોઈએ.

વધુમાં, આપણે રિસાઇકલિંગનું અર્થતંત્ર તથા ઊર્જાની બચત કરતા અને પર્યાવરણનું સંરક્ષણ કરતા ઉદ્યોગોને સક્રિય રીતે વિકસાવવા માટે શ્રેષ્ઠ પ્રયાસો અમલી બનાવવા જ જોઈએ. શ્રેષ્ઠ પરિણામ મેળવવા માટે ઊર્જા-જતન અને કાર્યક્ષમતાને વેગ આપવા માટે અનેકવિધ ઉપાયો હાથ ધરવા પડશે. આપણે જળ

પ્રદૂષણ અટકાવવા અને આપણી પ્રદૂષિત થઈ ચૂકેલી નદીઓને સ્વચ્છ કરવા માટે સતત પ્રયાસો પર ધ્યાન કેન્દ્રિત કરવું જ પડશે. તે માટે સુએઝ ટ્રીટમેન્ટ અને કચરાના નિકાલની સુવિધાઓનું ઝડપી નિર્માણ કરવું પડશે. જળપ્રદૂષણનો જે રીતે નિકાલ થઈ શકે છે તેવી રીતે વાયુપ્રદૂષણનો નિકાલ કરી શકાતો નથી. આથી તેના ઉકેલ માટે આપણે બહુ મોટા પાયે ડિ-સલ્ફરાઇઝેશન ફરજિયાત બનાવવું જોઈએ તથા તેના અમલમાં મદદ કરવી જોઈએ, તથા હીટ એન્જિન પ્લાન્ટ્સના પ્રૉજેક્ટ્સનું નવનિર્માણ કરવું જોઈએ. એમાં કોઈ શંકા નથી કે ભારત એક મોટો વિકાસશીલ દેશ છે અને તેની જનસંખ્યા ૧.૨૫ અબજ થવાને આરે છે – એ જોતાં અહીં હજુ થોડા સમય સુધી સામાજિક સમાનતા નજીવા પ્રમાણમાં જ રહેશે. આથી, ભારતમાં વિકાસની પ્રક્રિયા આગળ વધારવામાં સામાજિક અસમાનતાના અભાવના કારણે જે વિરોધાભાસો અને પડકારોનો સામનો કરવો પડશે તે વિશ્વભરમાં તેનાં કદ અને જટિલતા એ બંને રીતે અજોડ હશે. અને જો સાંપ્રત ભારતે એક અનિવાર્ય જરૂરિયાત તરીકે વિકાસનો માર્ગ જાળવી રાખવો હશે તો તેણે આ દેશમાં હજારો વર્ષોથી ટકી રહેલા પ્રાચીન આધ્યાત્મિક સિદ્ધાંતોમાં ભારપૂર્વક જણાવાયેલા સુદીર્ઘ વિકાસના માર્ગને શ્રદ્ધાપૂર્વક અનુસરવો પડશે.

જેને વિશાળ અર્થમાં સંવાદિતાભર્યો વિકાસ કહી શકાય તેવો વિકાસ હાંસલ કરવા માટે આપણે વૈજ્ઞાનિક અભિગમ, શાંતિપૂર્ણ અમલ અને ન્યાયી વિકાસ માટે દૃઢ આગ્રહ સેવવો જ પડશે. વધુમાં, આપણે આર્થિક માળખાંની વ્યૂહાત્મક ગોઠવણને આપણું પ્રાથમિક લક્ષ્ય બનાવી તેની સાથે ટેક્નોલોજિકલ પ્રગતિ અને ઈનોવેશનને આપણા પ્રયાસોના અનિવાર્ય આધાર તરીકે નિહાળવાં પડશે. આપણે લોકોને ગુજરાનની ખાતરી તથા તેમાં સુધારાથી શરૂઆત કરીને છેવટે સ્રોતોના જતન તથા એક પર્યાવરણીય અનુકૂળ સમાજની રચના માટેના ધ્યેયને ધ્યાનમાં લેવાં પડશે. આપણે વિકાસની ગતિ સુધારા સાથે ઝડપી બનાવવી પડશે અને આપણા દેશને બાકીની દુનિયા માટે ખુલ્લો મૂકવો પડશે. આમ કરીને આપણે ભારતીય અર્થતંત્રનો સંપૂર્ણ, સંવાદિતાપૂર્ણ અને સુદીર્ઘ વિકાસ સાધી શકીશું અને તેના દ્વારા વિશ્વના અર્થતંત્રના વિકાસનું વધુ વ્યાપક અને વિશાળ ક્ષેત્ર સાંપડશે.

આંતરરાષ્ટ્રીય નાણાકીય કટોકટીઓની સામે આવી રહેલી ગાથાઓ

આંતરરાષ્ટ્રીય નાણાવ્યવસ્થામાં રહેલી ગંભીર ખામીઓ પ્રગટ કરે છે. આ કટોકટીનાં સંખ્યાબંધ પ્રકરણોએ વૈશ્વિક આર્થિક વિકાસના વર્તમાન સ્વરૂપમાં રહેલા ટકાઉપણાના અજંપાજનક અભાવને ઉજાગર કર્યો છે. વિશ્વે સતત વધી રહેલા આર્થિક વૈશ્વીકરણના માહોલમાં સતત ઉમેરાતા ગયેલા આંતરરાષ્ટ્રીય આર્થિક વ્યવસ્થાના માળખાગત વિરોધાભાસોનો સામનો કરવાનો છે એટલું જ નહીં, પણ સાથે સાથે તે ક્લાઈમેટ ચેન્જ, અન્ન સલામતી, ઊર્જા અને સ્રોતોની સલામતી, જાહેર સ્વચ્છતા, સુરક્ષા અને અતિશય ભીષણ કુદરતી આફતોના વધતા જતા પ્રમાણ જેવી વૈશ્વિક સમસ્યાઓ પહોંચની બહાર નીકળી રહી હોવાના પડકારોનો સામનો પણ કરી રહ્યું છે. આ બધાના કારણે આર્થિક અને સામાજિક વિકાસને બહુ માઠી અસરો થઈ છે અને સૌથી વધુ તમામ દેશોમાં લોકોના જીવન પર વિપરીત અસરો થઈ છે અને તેનાથી કદાચ વિશ્વના લાંબા ગાળાના વિકાસમાં બહુ ગંભીર અવરોધો સર્જાવાની ભીતિ છે.

વૈશ્વિક પડકારોને પહોંચી વળવા માટે સંયુક્ત વૈશ્વિક પ્રતિભાવોની જરૂર હોય છે. વર્તમાનમાં આપણે વૈશ્વિક સંદર્ભમાં અસંતુલિત વિકાસની સમસ્યાનો ઉકેલ લાવવાની દિશામાં આપણી જાતને કામે લગાડવી જોઈએ. તે માટે વિકાસના જુદા જુદા તબક્કામાંથી પસાર થઈ રહેલા દેશોને તેમની સ્થાનિક પરિસ્થિતિઓને અનુકૂળ હોય તેવાં માર્ગ અને ગતિ પસંદ કરવા દેવાં જોઈએ. કોઈ પણ દેશ વિકાસના પથ પર તેની ગતિ ઉતાવળી બનાવે તે બિલકુલ સલાહભર્યું નહીં હોય. અનાજની સલામતીની સંયુક્ત ખાતરી માટે સહકારને મજબૂત બનાવી સહિયારા પ્રયાસો થવા જોઈએ. આપણે ઊર્જાની કિંમતો સ્થિર કરવી જોઈએ, ઊર્જા-માળખાને કાર્યક્ષમ બનાવવું જોઈએ, ઊર્જા-ટેક્નોલોજીની આપ-લે માટે તત્પર રહેવું જોઈએ અને ઊર્જાની અછત ઘટાડવી જોઈએ. આપણે આફતોને અટકાવવા તથા રાહત બચાવ કામગીરીના ક્ષેત્રમાં આંતરરાષ્ટ્રીય સહકારને ઉત્તેજન આપવું જોઈએ.

આંતરરાષ્ટ્રીય નાણાકીય કટોકટીને કારણે વિશ્વભરમાં રોકાણો અને વેપારને બચાવવાના નામે વિવિધ પ્રતિબંધો લાદવાના સંરક્ષણવાદનાં વિવિધ સ્વરૂપો ફરીથી ઊભરી આવ્યાં છે. આ વલણ સંબંધિત દેશને આર્થિક કટોકટીની અસરોમાંથી મુક્ત કરાવવા માટે બિનઉપયોગી છે, એટલું જ નહીં, તેના કારણે વૈશ્વિક અર્થતંત્રના સહેજે રોળાઈ શકે તેવા પુનરુત્થાન માટે પણ બહુ મોટા

જોખમ સમાન પુરવાર થાય છે. ભારતે વેપાર અને રોકાણોમાં સ્વાતંત્ર્ય, વ્યવહારુ અભિગમ અને સુવિધાને મક્કમ ટેકો આપ્યો છે અને તે કોઈ પણ પ્રકારના વેપાર-ઉદ્યોગના સંરક્ષણવાદનો વિરોધ કરે છે. ભારત ક્યારેય બહારની દુનિયા માટે તેનાં દ્વાર બંધ કરશે નહીં. તેનો એકમાત્ર અભિગમ આ દ્વાર વધુ ખુલ્લાં મૂકવાનો રહેશે.

કોઈ પણ દેશ માટે વેપાર બહુ મહત્ત્વની બાબત છે અને વેપારમાં પ્રગતિ ભારતના વિકાસને ઝડપી બનાવી શકે છે. અહીં આપણે એ ધ્યાનમાં રાખવું જ જોઈએ કે ભારત માટે હજુ પણ વિકાસ એ જ સૌથી મહત્ત્વનું કાર્ય છે અને તે દેશની ઘણી બધી સમસ્યાઓ ઉકેલવા માટેનો આધાર અને ચાવી છે, પરંતુ ભારતનો વિકાસ દેશના ગૌરવશાળી આધ્યાત્મિક અને સાંસ્કૃતિક વારસાને સુસંગત હોય તે રીતે જ ઝળહળવો જોઈએ અને આગળ વધવો જોઈએ. તેણે આધુનિક વિજ્ઞાનની ચેતના અને આધ્યાત્મિક શાણપણ સાથે વિકસિત વિશ્વની ભૂલોને સુધારી લેવી જોઈએ અને આમ કરીને તે સચેત અને સર્વને સમાવતા વિકાસનું અનુકરણીય ઉદાહરણ બની જશે અને પૃથ્વી પરનાં અન્ય રાષ્ટ્રો માટે ઝળહળતી દીવાદાંડી બની જશે.

નવું ભારત ઊભરી રહ્યું છે. આપણું ભવિષ્ય અને ભાગ્ય બાકીના વિશ્વ સાથે વધુ ને વધુ જોડાઈ રહ્યું છે. ભારતને તેના વિકાસ માટે એક શાંતિપૂર્ણ, સ્થિર, સંવાદિતા ધરાવતું અને સહકારી આંતરરાષ્ટ્રીય વાતાવરણ જોઈએ છીએ. અને ભારત તેના શ્રેષ્ઠ માનવબળ દ્વારા આવું વાતાવરણ રચવામાં તેની શક્તિઓનું પ્રદાન કરવા માટે ઈચ્છુક છે. કાર્ય વિનાનું વિઝન માત્ર એક સપનું જ રહી જાય છે; વિઝન વિનાનું કાર્ય માત્ર સમય પસાર કરવા જેવું હોય છે, પરંતુ વિઝન સાથેનું કાર્ય દુનિયા બદલી શકે છે. ૨૦૫૦ના વર્ષ સુધીમાં વિશ્વનું દરેક રાષ્ટ્ર વૈશ્વિક સંવાદિતાના અભયારણ્યમાં હશે અને શાંતિપૂર્ણ સહઅસ્તિત્વ તથા સામાજિક આમૂલ પરિવર્તનની દીવાદાંડીનો ઝળહળતો પ્રકાશ ધરાવતું હશે.

૩૨

ધરતી પરનું સૌથી શક્તિશાળી બળ છે માનવીય સહકાર

'માનવજાતને ઉગારે એવું એક જ તત્ત્વ છે – સહકાર.'
– બર્ટ્રાન્ડ રસેલ
દાર્શનિક અને લેખક

આ પુસ્તકનું સમાપન આ અંતિમ પ્રકરણમાં થાય છે. અહીં હું વ્યક્તિની પોતાની આસપાસના લોકોનો સહકાર પ્રાપ્ત કરી શકે તેવી નેતાગીરીના સારરૂપ શક્તિની ચર્ચા કરીશ. આપણે જ્યારે સહકારથી કામ કરીએ ત્યારે વધુ સારું કામ કરી શકીએ છીએ. આપણા મતભેદો પણ અગત્યના હોય છે, પરંતુ આપણી સમાન માનવતા વધુ અગત્યની છે. આપણે નવેસરથી આપણી જાતને એ સમજાવવું પડશે કે હરીફાઈ કરતાં સહકારનો સિદ્ધાંત વધુ ઉચ્ચ છે, પરંતુ આવું બને તે દિશામાં પ્રથમ પગલા તરીકે આપણે જોડાણ સાધવાના હેતુને એક 'ચોક્કસ ધ્યેય' તરીકે અપનાવવો જોઈએ. જોડાણ માટે એવા લોકોની પસંદગી કરવી જોઈએ જેમના શિક્ષણ, અનુભવ અને પ્રભાવ એવાં હોય જે આ હેતુને પાર પાડવા માટે સર્વાધિક ઉપયોગી બની શકે તેમ હોય. દરેક વ્યક્તિના જીવનમાં કોઈ તબક્કે એક આંતરિક અગ્નિ પ્રગટતો હોય છે. જ્યારે અન્ય વ્યક્તિના સંપર્ક કે સંઘર્ષમાં આવવાનું થાય ત્યારે ભડકો થાય છે.

મહાત્મા ગાંધી જાન્યુઆરી ૧૯૧૫માં દક્ષિણ આફ્રિકાથી પરત આવ્યા ત્યારે તેમના ત્યાંના સત્યાગ્રહ અને વિજયના અહેવાલો વિશ્વભરનાં અખબારોમાં પ્રસિદ્ધ થઈ ચૂક્યા હતા અને તેઓ ત્યારથી જ રાષ્ટ્રીય નાયક બની ચૂક્યા હતા.

તેઓ ભારતમાં પણ સુધારા શરૂ કરવા આતુર હતા, પરંતુ તે પહેલાં પોતે ભારતના લોકો અને તેમની કારમી સમસ્યાઓથી પરિચિત થવા માટે ભારત-ભરમાં ભ્રમણ કરવું જોઈએ તેવું તેમણે નક્કી કર્યું હતું. અત્યંત દયનીય હાલતમાં જીવતા લાખો ગરીબોનાં દુઃખોથી વ્યથિત થઈને તેમણે મોટા ભાગના લોકો પહેરે છે તેમ એક ધોતી અને ચપ્પલ જ પહેરવાનું નક્કી કર્યું. ક્યારેક ઠંડી હોય તો તેઓ ખભા પર શાલ રાખતા. ત્યાર પછી, જીવનભર તેમની પાસે આટલાં જ વસ્ત્રો રહ્યાં હતાં.

બ્રિટિશરો સામે લડવાને બદલે ગાંધીજીએ ભારતીયોમાં પ્રવર્તતી અસમાનતાને દૂર કરવા જીવનપર્યંત પ્રયાસ કરવાનો સંકલ્પ કર્યો. તેમણે જમીનદારોને તેમના ગણોતિયા ખેડૂતોને અતિશય ઉચ્ચ દરોએ ગણોતની રકમ ભરવાની ફરજ પાડવાનું બંધ કરવા સમજાવ્યા અને મિલમાલિકોને હડતાલનો શાંતિપૂર્વક અંત લાવવા અનુરોધ કર્યો. ગાંધીજીએ જમીનદારોના અંતરાત્માને ઢંઢોળવા માટે પોતાની પ્રસિદ્ધિ અને નિષ્ઠાનો ઉપયોગ કર્યો તો કામદારોને રાહત અપાવવા મિલમાલિકો પર ફરજ પાડવાના એક સાધન તરીકે ઉપવાસનો પ્રયોગ કર્યો. ગાંધીજીની પ્રતિષ્ઠા અને કીર્તિ એટલી ઉચ્ચ કક્ષાએ વધી ગયાં હતાં કે ઉપવાસ દરમ્યાન ગાંધીજીનું મૃત્યુ થશે તો પોતાને અપયશ મળશે એ વાતે લોકો ગભરાતા હતા. ઉપવાસને કારણે ગાંધીજીની તબિયત પર માઠી અસર પડી. તેમની સતત કથળી રહેલી તબિયતે તેમના મૃત્યુની શક્યતા વધારે છે તેવા ભયને ટકાવી રાખ્યો. ગાંધીજીએ ભારત માટે જોયેલા વિઝનમાં એક મુખ્ય બાબત ગામડું સર્વોચ્ચ પ્રગતિના શિખર પર હોય તે હતી. તેમનું વિઝન એવું હતું કે દરેક ગામ એક સ્વતંત્ર પ્રજાસત્તાક હોય અને બાજુના પડોશી ગામડા કરતાં સ્વતંત્ર હોય, પરંતુ તેમ છતાં જ્યાં અવલંબનની જરૂર પડે ત્યાં અન્ય ગામો સાથે આંતરઅવલંબન ધરાવતું હોય.

વર્ષો પછી વર્ગિસ કુરિયને બતાવી આપ્યું કે ટેક્નોલોજીના વપરાશ દ્વારા ગામડાંમાં બિનખેતી સ્વરૂપની રોજગારીની તક પેદા કરીને ભારતમાં બેરોજગારી અને અસમાનતાની સમસ્યા કેવી રીતે દૂર કરી શકાય છે. મેં મારા પુસ્તક *'ગાઈડિંગ સોલ્સ'*માં વર્ગિસ કુરિયનને મારા પ્રેરણાસ્રોતો પૈકીના એક ગણાવ્યા છે. તેઓ મારાથી દસ વર્ષ સિનિયર હતા. ૧૯૯૨માં અમદાવાદમાં મારી તેમની સાથે પ્રથમ મુલાકાત થઈ અને ત્યાર બાદ આણંદમાં તેમણે ૧૯૭૯માં સ્થાપેલા

ઇન્સ્ટિટ્યૂટ ઑફ રૂરલ મૅનેજમૅન્ટ ખાતે અમે મળ્યા હતા. કેરળના કોઝીકોડ ખાતે જન્મેલા કુરિયન ડેરી એન્જિનિયરિંગમાં નિપુણતા ધરાવતા મિકેનિકલ ઇજનેર હતા. ૧૯૪૯માં તત્કાલીન કેન્દ્રીય ગૃહપ્રધાન સરદાર વલ્લભભાઈ પટેલના નિર્દેશથી સ્થાનિક ખેડૂતોની કેટલીક સમસ્યાઓના ઉકેલ માટે તેઓ આણંદ આવ્યા હતા. તેમણે અસરકારક રીતે અને ઝડપથી આ પ્રશ્નો ઉકેલી નાખ્યા, પરંતુ તે પછી તેમણે ક્યારેય આણંદ છોડ્યું નહીં અને આજીવન ત્યાં જ વસવાટ કર્યો.

હું મહાત્મા ગાંધીને ક્યારેય મળી શક્યો ન હતો, પરંતુ મેં વર્ગિસ કુરિયનમાં એ જ મહાનતાને મૂર્તિમંત સ્વરૂપે જોઈ હતી. એક દૂધ પ્રૉજેક્ટમાંથી વધુ વિશાળ દૂધ પ્રૉજેક્ટ્સના સિલસિલા સાથે આ ‘મિલ્કમૅન ઑફ ઇન્ડિયા’એ એક સમયે દૂધની ખેંચ અનુભવતા ભારતને દુનિયાનો સૌથી મોટો દૂધ ઉત્પાદક દેશ બનાવ્યો. વર્ગિસ કુરિયનના પ્રયાસોથી આજે ભારત વિશ્વના કુલ દૂધ ઉત્પાદનમાં ૧૭ ટકા જેટલો હિસ્સો ધરાવે છે. એક નાનકડા ગામમાં થોડા ખેડૂતો સાથે શરૂ કરેલી અમૂલ બ્રાન્ડનું ટર્નઓવર વર્ષ ૨૦૧૩-૧૪માં ૩ અબજ અમેરિકન ડૉલર હતું. તેના તમામ સહયોગીઓની સાથે મળીને આજે દરરોજ અઢી કરોડ લિટર દૂધનું પ્રોસેસિંગ કરવાની ક્ષમતા છે. વાર્ષિક ૫૫ અબજ અમેરિકન ડૉલર ફાર્મ ગેટ વેલ્યૂ (ખેતર છોડતી વખતે ઉત્પાદનની કિંમત) સાથે દૂધ હવે ભારતની સૌથી વધુ મૂલ્ય ધરાવતી ખેતપેદાશ ગણાય છે. ૧૯૪૭માં ભારતીયોનું સરેરાશ આયુષ્ય ૩૨ વર્ષ હતું તે અત્યારે લગભગ બમણું વધીને ૬૭.૩ વર્ષ થયું છે તેમાં ઘણો હિસ્સો દૂધના માથા દીઠ વપરાશમાં થયેલા વધારાનો પણ છે.[૧૧૮] વર્ગિસ કુરિયન સાથેની મારી ત્રણ મુલાકાતની સ્મૃતિઓને હું વાગોળું છું.[૧૧૯]

વર્ગિસ કુરિયન અને મહાત્મા ગાંધી બંનેની કથામાં ગામડાંને સ્વનિર્ભર બનાવવાં અને ટકાવી રાખવાં એક શિક્ષિત વ્યક્તિની આધુનિક પદ્ધતિ સાથે ઉપયોગની એકસરખી રીત જોવા મળે છે. ગાંધીજીએ ન્યાયક્ષેત્રમાં તેમની કામગીરી અને શહેરી આધુનિક વર્ગની જીવનશૈલીના પરિચયના તેમના અનુભવોનો ઉપયોગ કરી ભારતીય ખેડૂતો તથા સામાન્ય લોકોમાં એક સ્વતંત્ર દેશમાં રહેવાની આકાંક્ષા પ્રજ્વલિત કરી. વર્ગિસ કુરિયને એવું શહેરીકેન્દ્રી બિઝનેસ મોડલ વિકસાવ્યું જેમાં ગામડાંના લોકો પોતાની વસ્તુઓનું ઉત્પાદન કરે, તેના માલિક પણ તેઓ પોતે જ હોય, પરંતુ આ ચીજનું તેઓ શહેરના

રહેવાસીઓને વેચાણ કરે. તેમણે દૂધ ઉત્પાદકોને દૂધનું એકત્રીકરણ, પ્રોસેસિંગ અને માર્કેટિંગનો અંકુશ આપ્યો અને બિઝનેસની બાબતો સંભાળવા માટે વ્યાવસાયિક મૅનેજર્સને કામે રાખ્યા. તેમણે વિદેશી બહુરાષ્ટ્રીય ડેરી કંપનીઓની બાજી ઊંધી વાળી દીધી અને વિરાટ સ્તરના અર્થતંત્રનો લાભ ગામડાંના ગરીબ ખેડૂત ઉત્પાદકોને પહોંચાડ્યો.[૧૨૦]

ડૉ. કુરિયન પોતે અતિવિશિષ્ટ નેતાગીરી ધરાવતા હતા તેમ છતાં તેઓ પ્રમુખસ્વામીજીનાં સહજ અને સાચકલાં કાર્યોથી ભારે પ્રભાવિત હતા. ૧૯૮૫માં એક ભવ્ય સમારંભમાં તેમણે કહ્યું હતું, ‘‘સ્વામીજીની મહાન સિદ્ધિઓ જોયા પછી મને એમ થાય છે કે અત્યાર સુધી મેં જે હાંસલ કર્યું છે તે સાવ નગણ્ય છે. આપણે અગાઉ ભાગ્યે જ એ જાણતા હતા કે આવી કરુણા શું પરિણામ લાવી શકે અને આવો સમર્પણ ભાવ શું સિદ્ધ કરી શકે.’’ આ ઉપરાંત, ૧૯૯૨માં યોગીજી મહારાજ જન્મશતાબ્દી ઉજવણી પ્રસંગે ગાંધીનગરમાં ડૉ. કુરિયને સવિસ્તર જણાવ્યું હતું કે :

> *‘‘હું ધર્મે ખ્રિસ્તી છું તેમ છતાં મને અહીં આમંત્રણ આપવામાં આવ્યું અને મારું સન્માન કરવામાં આવ્યું તેનાથી હું આનંદ અનુભવું છું. આ દર્શાવે છે કે આ સંગઠનમાં ધર્મોની બાબતમાં કોઈ ભેદભાવ કરવામાં આવતો નથી. માનવને માનવની વધુ નજીક લાવે તે ધર્મ. અહીં જે ત્યાગ અને સંગઠનની શક્તિ જોવા મળી તે અદ્વિતીય છે.’’*[૧૨૧]

સર્જનાત્મક નેતાઓના ક્રમિક વિકાસ અંગેની ચર્ચાનું હવે આપણે સમાપન કરીએ છીએ. આ ચર્ચાનો નિષ્કર્ષ શો? આ નેતાઓ વિશેના મારા અભ્યાસ અને પ્રમુખસ્વામીજી સાથેની ચર્ચાઓના આધારે હું મારા વાચકો સમક્ષ દૃઢતાપૂર્વક કહેવા માગું છું કે દુનિયામાં આ અંગે માત્ર બે જાણીતાં તત્ત્વો છે: ઊર્જા અને પદાર્થ. ઊર્જા એટલે કુદરતી વૈશ્વિક નિર્માણ ઘટકોનું માળખું; સામગ્રીનો એવો એકમ જેમાંથી કુદરત માનવ, દરેક પ્રાણી, દરેક વનસ્પતિ સહિતના તમામ ભૌતિક પદાર્થોનું નિર્માણ કરે છે. તે જે પ્રક્રિયા દ્વારા આ સર્જન કરે છે તેની સંપૂર્ણ જાણકારી માત્ર કુદરત પાસે જ છે. તે ઊર્જાનું પદાર્થમાં રૂપાંતર કરે છે.

માનવજાતિમાં કુદરતના આ નિર્માણ-ઘટકો વિચારમાં સંકળાયેલી ઊર્જા

સ્વરૂપે અસ્તિત્વ ધરાવે છે. માનવમગજની રચના અને કાર્યને ઇલેક્ટ્રિક બૅટરી સાથે સરખાવી શકાય. તે બ્રહ્માંડમાંથી ઊર્જા શોષે છે. ઊર્જા પદાર્થના દરેકેદરેક અણુમાંથી પ્રસરે છે અને સમગ્ર બ્રહ્માંડમાં પથરાય છે. 'અન્ય કોઈ સિદ્ધાંત વિના મહાન શક્તિ એકત્ર થઈ શકે છે.' અહીં મારી પાસે આઇન્સ્ટાઇનનું કથન રજૂ કરવા સિવાય છૂટકો નથી : "દરરોજ હું મારી જાતને એ યાદ કરાવું છું કે મારું આંતરિક અને બાહ્ય જીવન, અન્ય જીવંત અને દિવંગત માનવીઓના પરિશ્રમના આધારે ટકી રહ્યું છે. અને મારે પણ મેં અત્યાર સુધી જે કાંઈ પ્રાપ્ત કર્યું છે અને હજુ પણ હું પ્રાપ્ત કરી રહ્યો છું તેટલા જ પ્રમાણમાં પાછું વાળી આપવા માટે ખંતપૂર્વક પ્રયાસ કરવા જોઈએ."[૧૨૨]

એ જાણીતી હકીકત છે કે પદાર્થનું વિભાજન પરમાણુ, અણુ અને ઇલેક્ટ્રોનમાં થાય છે. એવા પદાર્થના એકમો છે. તેને છૂટા પાડી શકાય છે, અલગ તારવી શકાય છે અને તેનું પૃથક્કરણ કરી શકાય છે. એવી જ રીતે ઊર્જાના પણ એકમો છે. માનવમગજ એ ઊર્જાનું એક સ્વરૂપ છે. તેનો એક ભાગ ગૂઢ કે આધ્યાત્મિક છે. જ્યારે બે વ્યક્તિનાં હૃદય સંવાદિતાની ભાવનાથી જોડાય છે, ત્યારે દરેક મગજની ઊર્જાના આધ્યાત્મિક એકમો એક સંબંધ રચે છે. તે સર્જનાત્મક મગજની આત્મિક ગૂઢ શક્તિ રચે છે. બે મગજનું જોડાણ બે રાસાયણિક દ્રવ્યોના જોડાણ જેવું છે. આ જોડાણપ્રક્રિયામાં જો કોઈ પ્રતિક્રિયા સર્જાય તો તેના કારણે બંનેનું રૂપાંતર થઈ જાય છે.

એક સ્વતંત્ર બૅટરી તેની સાથે જોડાયેલા સેલની સંખ્યા અને ક્ષમતાના આધારે ઊર્જા પૂરી પાડે છે, જ્યારે એકસાથે જોડાયેલી અનેક બૅટરીઓનું જૂથ એક જ બૅટરીની સરખામણીએ ઘણી વધારે ઊર્જા પૂરી પાડે છે. મગજ પણ આ જ રીતે કામ કરે છે. કેટલાંક મગજ અન્યની સરખામણીમાં વધારે કાર્યક્ષમ હોય છે તેની પાછળનું આ કારણ છે. અને આ જ કારણ વધુ નોંધપાત્ર હકીકત તરફ પણ દોરી જાય છે કે સંવાદિતાની ભાવનાથી સંયોજિત કે સંકલિત વિવિધ મગજનું જૂથ એક જ મગજ કરતાં વધુ વિચારઊર્જા સર્જે છે. આ રૂપક દ્વારા એ તરત સ્પષ્ટ થાય છે કે સર્જનાત્મક મગજનો સિદ્ધાંત કેવી રીતે અન્ય મગજો સાથે પોતાની જાતને જોડતા લોકો, વધારે શક્તિઓ ધરાવે છે તે રહસ્યને ઉજાગર કરે છે. જ્યારે વ્યક્તિગત મગજોનું એક જૂથ સંકલન સાધે છે અને સંવાદિતાથી કાર્ય કરે છે, ત્યારે આ જોડાણથી સર્જાયેલી વધારાની ઊર્જા આ જૂથના દરેક

વ્યક્તિગત મગજને પ્રાપ્ત થાય છે. આ વિશ્વ કદાચ માત્ર પ્રેમના કારણે જ નથી ચાલતું, પરંતુ તેના દ્વારા ચાલે છે જેના દ્વારા આ પ્રેમના સહભાગીઓ સહિયારાં અને અંગત ધ્યેયોની સિદ્ધિ માટે એકબીજા પરનાં અવલંબનને ઓળખે છે.

પ્રમુખસ્વામીજીના શિષ્ય તરીકે તેમના નેતૃત્વ હેઠળ બી.એ.પી.એસ. સંસ્થાએ મેળવેલી મહાન સફળતામાંથી મેં આ નિષ્કર્ષ મેળવ્યો છે. તેઓ તેમની આસપાસ સર્વશ્રેષ્ઠ મગજ ધરાવતા લોકોથી જોડાયેલા રહે છે અને તેમની વચ્ચે શ્રેષ્ઠ સંવાદિતા સર્જે છે. આ મહાન વ્યક્તિઓ સાથે જોડાઈને તેમનાં વિચાર-સ્પંદનો તેઓ પોતે ઝીલે છે અને પોતાની આસપાસના મહાન લોકોને એકબીજા સાથે એકરૂપ બનાવીને બુદ્ધિપ્રતિભાનું પ્રમાણ અને તત્ત્વ, અનુભવ, જ્ઞાન તથા આ સચેત લોકોના આધ્યાત્મિક બળ એ બધાનો ગુણાકાર સર્જે છે.

પ્રમુખસ્વામીજીની ઉચ્ચ સર્જનાત્મક અને પવિત્ર નેતાગીરીને કારણે બી.એ.પી.એસ.ને આંતરિક ઘર્ષણો સામે પણ રક્ષાકવચ પ્રાપ્ત થયેલું છે. પ્રમુખસ્વામીજીએ તેમની આગેવાની દ્વારા સંગઠનની વૃદ્ધિ એકતા દ્વારા જ થઈ શકે છે તેનું શ્રેષ્ઠ ઉદાહરણ પૂરું પાડ્યું છે. આથી જ્યારે વિશ્વાસ અને સહકાર આંતરિક રીતે જોડાય છે ત્યારે આપણે બધા સાથે પ્રયાસ કરીને સંગઠનને વધુ વ્યાપક અને વધુ મજબૂત બનાવી શકીએ છીએ. બિઝનેસ સાથે જોડાયેલી દરેક વ્યક્તિ જાણે છે કે સંવાદિતાથી ભાગ્યે જ સમાનતા ધરાવતી હોય તેવી ભાવના ધરાવતા કર્મચારીઓમાં સાથે મળીને કામ કરવા માટેની એકતા સાધવી એ ખરેખર મુશ્કેલ છે. મેં આ પુસ્તકમાં સર્વત્ર ચર્ચા કરી છે તેમ આ શક્તિ જેમની પાસેથી પ્રાપ્ત કરી શકાય તેવા મુખ્ય સ્રોતોનું નેતૃત્વ આ સૃષ્ટિનું સંચાલન કરતી એક અનંત પ્રજ્ઞા કરે છે. જ્યારે બે કે વધુ વ્યક્તિઓ સંવાદિતાની ભાવના સાથે પરસ્પર જોડાણ સાધે અને એક ચોક્કસ હેતુ માટે સાથે મળીને કામ કરે ત્યારે તેઓ પોતાની જાતને એ જોડાણ દ્વારા એવી સ્થિતિમાં મૂકે છે જ્યાં તેઓ અનંત પ્રજ્ઞાના વૈશ્વિક ઊર્જાસંપુટમાંથી શક્તિનું સીધેસીધું ગ્રહણ કરે છે. આ અનંત પ્રજ્ઞા તમામ શક્તિસ્રોતોમાં સૌથી મહાન છે. આ એ સ્રોત છે જેની તરફ પ્રખર બુદ્ધિશાળી માણસ વળે છે. આ એ સ્રોત છે જેના તરફ દરેક મહાન નેતા જાણ્યે-અજાણ્યે વળે જ છે.

શક્તિના સંગ્રહ માટે જરૂરી જ્ઞાન જેમાંથી મળે છે તેવા મહત્ત્વના અન્ય બે સ્રોતો માનવીની પાંચ જ્ઞાનેન્દ્રિયોથી વધારે વિશ્વસનીય નથી. અને આ

જ્ઞાનેન્દ્રિયો પણ હંમેશાં વિશ્વસનીય હોતી નથી. અનંત પ્રજ્ઞાથી ભૂલ થતી નથી. લાંબા સમય માટે મનન-ચિંતન, કડક નિયમપાલન અને સાદગીભરી જિંદગી, ગરીબો, વંચિતો, બિનલાભાર્થીઓ અને વિકલાંગોને કોઈ પણ સ્થળે કરાયેલી સાદી મદદ તથા પ્રાણીઓ અને પર્યાવરણની સહાય એવી પદ્ધતિઓ છે, જેના દ્વારા અનંત પ્રજ્ઞા સાથે યોગ્ય જોડાણ સાધી શકાય છે.

હવે, આ પુસ્તકનો નિષ્કર્ષ આવે છે. મેં આ પુસ્તક પ્રમુખસ્વામીજી સાથેના મારા અનુભવો, તેમનાં કાર્યો અંગેનું મારું ચિંતન તથા તેમના સંસર્ગ દરમ્યાન મેં અનુભવેલા રૂપાંતરણને નોંધવા માટે લખ્યું છે. મેં પ્રમુખસ્વામીજીમાં ગુણાતીત સ્વરૂપ મૂર્તિમંત નિહાળ્યું છે. આ પુસ્તકના સમાપન માટે આલ્બર્ટ આઈન્સ્ટાઈનના નીચેના શબ્દોથી વધારે સારા શબ્દો મને મળતા નથી :

> *આ પૃથ્વી પર આપણી સ્થિતિ બહુ વિચિત્ર છે. આપણામાંના દરેક અહીં ટૂંકી મુસાફરી માટે આવ્યા છીએ, શા માટે એ આપણે જાણતા નથી, આમ છતાં, ક્યારેક આ મુસાફરી પાછળના દિવ્ય હેતુની પ્રતીતિ થાય છે. જોકે રોજિંદા જીવનના બિંદુએથી એક વાત આપણે જાણીએ છીએ : આપણે અહીં અન્ય લોકો માટે આવ્યા છીએ... સહાનુભૂતિની સંવેદનાથી આપણે જે અગણિત અજાણ્યા આત્માઓ સાથે જોડાયેલા છીએ તેમના માટે આપણે આવ્યા છીએ. દિવસમાં હું ઘણી વાર અનુભવું છું કે મારું આંતરિક અને બાહ્ય જીવન, અન્ય જીવંત અને દિવંગત માનવીઓના પરિશ્રમના આધારે ટકી રહ્યું છે. અને મારે પણ મેં અત્યાર સુધી જે કાંઈ પ્રાપ્ત કર્યું છે અને હજુ પણ હું પ્રાપ્ત કરી રહ્યો છું તેટલા જ પ્રમાણમાં પાછું વાળી આપવા માટે ખંતપૂર્વક પ્રયાસ કરવા જોઈએ...*[૧૨૩]

પ્રમુખસ્વામીજીના જીવન અને સંદેશામાં આ શબ્દોનો સાર કેવી સુંદર રીતે સમાયેલો છે તે જોઈને હું ગદ્ગદ થઈ ગયો છું. આ શબ્દો જાણે કે આધ્યાત્મિકતાની વૈજ્ઞાનિક ફૉર્મ્યુલા છે :

> *બીજાના ભલામાં આપણું ભલું છે,*
> *બીજાના ઉત્કર્ષમાં આપણો ઉત્કર્ષ છે,*
> *બીજાના સુખમાં આપણું સુખ છે.*

આ પુસ્તક ધર્મ કે આધ્યાત્મિકતા પરની વિષયચર્ચા નથી. આ પુસ્તકમાં

દર્શાવાયેલા કોઈ પણ મૂળભૂત સિદ્ધાંતનું કોઈ પણ વ્યક્તિની ધાર્મિક શ્રદ્ધાઓ અથવા તો સામાજિક ટેવોમાં સીધી કે આડકતરી રીતે દખલ દેવાના હેતુ તરીકે અર્થઘટન કરવું જોઈએ નહીં. આપણે સૌ તેજસ્વી નિરીશ્વરવાદીઓ કે પછી પ્રતિબદ્ધ આસ્થાળુઓએ હવે જાગી જવાની અને પૃથ્વીનો સાદ સાંભળવાની જરૂર છે. આપણને પ્રેમ સૂચવે છે તેમ દરેકને કશુંક પ્રદાન કરવાની અને દરેક પાસેથી કશુંક પ્રાપ્ત કરવાની જરૂર છે. દરેક યાત્રાળુ સાથે સત્યની શોધમાં જોડાવાનું છે, પીડિતોનો પોકાર સાંભળવાનો છે, આપણા અંતરાત્માને ન્યાય સાથે આપણા માર્ગદર્શક તરીકે જાગ્રત કરવાનો છે અને આપણી કાળજી દ્વારા રૂપાંતર પામેલી પૃથ્વીની દિશામાં આપણે કામ કરવાનું છે. માત્ર ન્યાય, પ્રામાણિક વ્યવહાર, સંભાળ અને સહિયારાં ધ્યેયો જ માનવજાતને શાશ્વત શાંતિના પરોઢ તરફ દોરી જશે. માનવજાતને ઉગારી શકે તેવી કોઈ બાબત હોય તો તે માત્ર સહકાર છે. ચાલો, આપણે આપણી પૃથ્વીને વધુ જીવવાલાયક બનાવીએ.

ઉપસંહાર

દિલ્હીમાં ૬ જૂન, ૨૦૧૪નો બળબળતા ઉનાળાનો એ દિવસ હતો. રાજધાનીનું તાપમાન ૪૫° સેલ્શિયસને સ્પર્શી ચૂક્યું હતું. રોજની આદત મુજબ હું બગીચામાં મોડી રાત્રે ટહેલતો હતો. બગીચાનું વિશાળ અર્જુનવૃક્ષ શાંત હતું. પાંદડાંઓ ખખડાટ કરે એવા પવનની એક લહેરખી પણ નહોતી. મધ્યરાત્રિના લગભગ ૧૨.૩૦ વાગ્યે સુદ આઠમનો ચંદ્ર ઊગ્યો હતો.

મેં મારા સ્ટાફને અહીં ખુલ્લામાં એક ખુરશી મૂકી વિદાય લેવા કહ્યું. થોડી વારમાં એક હળવું હવાનું ઝોકું આવ્યું અને મારી આંખો મીંચાઈ ગઈ.

મને એવું લાગ્યું કે પ્રમુખસ્વામીજી સાથે હું અંતરિક્ષમાં ચાલી રહ્યો છું. અમને ભગવાનના સાંનિધ્યમાં બોલાવવામાં આવ્યા હતા. અમે મહાન દેવદૂતોને અને દિવ્ય આત્માઓને મળ્યા. તેઓને અત્યંત આદરથી પ્રણામ કર્યાં. અમે સ્વર્ગ અને નરક પણ જોયાં. સ્વર્ગની શાંતિ અને નરકની પીડા જોઈ. ત્યાં જ એક દિવ્ય તેજે અમને આવૃત્ત કરી લીધા. મને પ્રમુખસ્વામીજી દેખાતા બંધ થઈ ગયા. એમણે મારો હાથ પકડી રાખ્યો હતો, માત્ર એ હું અનુભવી શકતો હતો.

મે પૂછ્યું : 'આપણે ક્યાં છીએ? અત્યારે કેટલા વાગ્યા?'

'તમે અત્યારે અનંતમાં છો. અહીં સમય કે સ્થળનું કોઈ આવરણ કે બંધન નથી.' મેં માત્ર જવાબ સાંભળ્યો.

'પણ એ શક્ય કેવી રીતે બને?' મેં પૂછ્યું.

'તો પછી એ બીજી કેવી રીતે હોય? એવો કયો સમય હતો જ્યારે ભગવાન તમારી સાથે નહોતા? એવું કયું સ્થળ છે જ્યાં ભગવાન ન હોય? ભગવાન હંમેશાં તમારી સાથે જ છે.'

'પરંતુ પ્રમુખસ્વામીજી તો સારંગપુરમાં છે, મારાથી હજારો માઈલ દૂર! તો તેઓ મારો હાથ કેવી રીતે પકડી શકે?'

'જે અનંત છે, તેને તમે માઈલ્સ અને મિનિટ્સના વાડામાં શા માટે પૂરો છો, કલામ? જે અનંત છે, તેને શા માટે કલાકો અને ઋતુઓની સાંકળથી બાંધો

છો ? તેને સ્થૂળ અંતર અને સ્થાનથી શા માટે વિભાજિત કરો છો ?'

'પરંતુ હું કશું જ જોઈ શકતો નથી.'

'શું જોવું છે તમારે ?'

'મારે તમને જોવા છે.'

'તમારી આંખોમાં જે પ્રકાશ છે, તે માત્ર તમારા એકલાનો પ્રકાશ નથી. તે મારો પ્રકાશ છે, જે તમારી આંખોમાં મને જુએ છે. હું તમારી આંખોનો પ્રકાશ છું.'

'પરંતુ હું શ્વાસ લઉં છું ! હું તો અહીં અંતરિક્ષમાં છું, અને છતાંય કેવી રીતે શ્વાસ લઈ શકું છું ?'

'તમારી છાતીમાં જે શ્વાસ છે, તે શ્વાસ માત્ર તમારા એકલાનો નથી. એ તમામ શ્વાસ, અને તમે શ્વાસમાં લીધેલી હવા પણ હું તમારી છાતીમાં શ્વસું છું. હું જ તમારી છાતીનો શ્વાસ છું.'

'હું આ કશું જ વિચારી શકતો નથી. શું ચાલી રહ્યું છે ?'

'તમારા વિચારો, માત્ર તમારા એકલાના નથી. હું જ એ વિચાર છું, જે તમારામાં વિચારે છે.'

'શું આ સ્વપ્ન છે ?'

'તમારાં સ્વપ્ન માત્ર તમારા એકલાનાં સ્વપ્ન નથી. સમગ્ર બ્રહ્માંડ તમારાં સ્વપ્નમાં સ્વપ્ન જુએ છે. હું જ એ સ્વપ્ન છું, જે તમને સ્વપ્નાવસ્થાનો અનુભવ કરાવું છું.'

'હું અહીં શા માટે છું ? પ્રમુખસ્વામીજી શા માટે અહીં છે ?'

'તમે દૈત્યને માર્યો છે, જેણે માનવજાત પર આધિપત્ય જમાવવાનો ઢંઢેરો પીટ્યો હતો. તમે તેનાં પ્રલોભનોથી પર પહોંચી ચૂક્યા છો. તમે તેના અવરોધથી પાર નીકળી ગયા છો.'

'તો હવે શું કરીએ ?'

'જાઓ અને જગતને કહો કે દરેક જીવ-પ્રાણીમાત્ર ભગવાનથી અભિન્ન છે, કારણ કે ભગવાન સર્વત્ર છે, બધી વસ્તુઓમાં અને બધી જ વ્યક્તિઓમાં છે.'

અને મારી આંખો ખૂલી ગઈ, મેં આથમતી રાત્રે આકાશમાં સવારનો તારો અર્જુનવૃક્ષની ઉપર મુકુટમણિની જેમ ઝળકી રહેલો જોયો.

ઓહ, કેવું અદ્ભુત એ સ્વપ્ન હતું ! મેં વિચાર્યું.

કે પછી આ જ સ્વપ્ન છે, જેમાં હું જાગી ચૂક્યો છું ?

નોંધ

૧. યોગીજી મહારાજ (૧૮૯૨-૧૯૭૧) ભગવાન સ્વામિનારાયણના ચતુર્થ આધ્યાત્મિક અનુગામી હતા જેમણે બી.એ.પી.એસ.માં બાળકો અને યુવાવર્ગની પ્રવૃત્તિઓ તેમજ સત્સંગ કેન્દ્રોની સ્થાપના કરી.

૨. *સલાત-એ-ઈસ્તિખારા* એવી વિશેષ પ્રાર્થના છે, જેના દ્વારા કોઈ વ્યક્તિને શું કરવું તે અંગે નિર્ણય લેવામાં ભગવાનની મદદ સ્નાન કરીને લેવામાં આવે છે. તે વ્યક્તિએ રાત્રે સૂતાં પહેલાં જે પ્રશ્ન હોય તે અંગે પ્રાર્થના કરીને સૂઈ જવાનું હોય છે. રાત્રે સ્વપ્નમાં જો તે વ્યક્તિને સફેદ અથવા લીલો રંગ દેખાય તો તે નિર્ણય લઈ શકે છે. જો લાલ અથવા કાળો રંગ દેખાય તો તે પ્રશ્ન પડતો મૂકવાનો હોય છે. જો સાત દિવસ સુધી તેને કોઈ સ્વપ્ન આવે નહીં અથવા સ્વપ્ન યાદ ન રહે તો તેના આત્માના અવાજ મુજબ નિર્ણય લઈ શકે છે.

૩. એ.પી.જે. અબ્દુલ કલામ અને અરુણ તિવારી લિખિત *ગાઈડિંગ સોલ્સ : ડાયલોગ્સ ઓન ધ પર્પઝ ઑફ લાઈફ,* ઓસન બુક્સ, ૨૦૦૫.

૪. ૨૬ જાન્યુઆરી, ૨૦૦૧, ૫૨મા પ્રજાસત્તાક દિનના સ્થાનિક સમય મુજબ સવારે ૮-૪૬ વાગ્યે ગુજરાતમાં આવેલો વિનાશક ભૂકંપ જે બે મિનિટ સુધી નોંધાયો હતો. આ ભૂકંપમાં ૨૦,૦૦૦ લોકો મૃત્યુ પામ્યા અને ૧,૭૦,૦૦૦ ઈજાગ્રસ્ત થયા તેમજ અંદાજે ૪,૦૦,૦૦૦ મકાનો નાશ પામ્યાં.

૫. સ્થિતપ્રજ્ઞ સંસ્કૃત શબ્દ છે, જે પ્રાચીન ભારતીય સંસ્કૃતિના સૌથી જૂના ગ્રંથમાં આવે છે. જેનો અર્થ એક એવી વ્યક્તિ જે સતત માનસિક અને ભાવનાત્મક સ્થિરતા રાખીને તેની આજુબાજુ બનતી ઘટનાઓ પ્રત્યે તટસ્થ ભાવ રાખી શકે.

૬. ભગવાન સ્વામિનારાયણના પ્રથમ આધ્યાત્મિક અનુગામી ગુણાતીતાનંદ સ્વામી (૧૭૮૫-૧૮૬૭), જે અક્ષરબ્રહ્મ હતા.

૭. ભગતજી મહારાજ (૧૮૨૯-૧૮૯૭) ભગવાન સ્વામિનારાયણના દ્વિતીય આધ્યાત્મિક અનુગામી.

૮. શાસ્ત્રીજી મહારાજ (૧૮૬૫-૧૯૫૧) ભગવાન સ્વામિનારાયણના તૃતીય આધ્યાત્મિક અનુગામી – જેમણે બી.એ.પી.એસ. સ્વામિનારાયણ સંસ્થાની સ્થાપના કરી અને ૧૯૦૭માં બી.એ.પી.એસ. સંસ્થાનો પાયો નાંખ્યો.

૯. જુઓ ફૂટનોંધ-૧

૧૦. હિંદુ શાસ્ત્રો પ્રમાણે આત્માની શુદ્ધતા હોય તે મુજબ ભગવાનની હાજરીનો ઓછા-વત્તા અંશે અનુભવ થાય છે. દાખલા તરીકે રંગીન બલ્બ અથવા પ્રતિબિંબિત બલ્બ કરતાં પારદર્શક બલ્બ દ્વારા વધુ પ્રકાશ નજરે પડે છે. એવી જ રીતે હિંદુ શાસ્ત્રો કહે છે કે આત્માની શુદ્ધતા વધારે હોય તો સત્પુરુષમાં અને મંદિરની મૂર્તિમાં ભગવાનનાં સંપૂર્ણ દર્શન થઈ શકે છે.

૧૧. એ.પી.જે. અબ્દુલ કલામ અને અરુણ તિવારી લિખિત *યુ આર બોર્ન ટુ બ્લોસમ : ટેઈક માય જર્ની બિયોન્ડ...* ઓસન બુક્સ, ૨૦૦૮

૧૨. મારો જન્મ ૧૯૩૧માં રામેશ્વરમ્‌ના મહાન શિવમંદિરના દૃષ્ટિપથમાં થયો હતો.

૧૩. રામાનંદ સ્વામી (૧૭૩૮-૧૮૦૧) સૌરાષ્ટ્ર પ્રદેશના અત્યંત આદરણીય સંત હતા. નીલકંઠવર્ણીએ તેમની ઉચ્ચ ભક્તિ અને શુદ્ધતા જોઈને તેમને ગુરુ બનાવ્યા હતા.

૧૪. મુકુંદ સ્વામી (૧૭૫૮-૧૮૩૦) રામાનંદ સ્વામીના આશ્રમના સૌથી વરિષ્ઠ સંત હતા અને ભગવાન સ્વામિનારાયણ કરતાં ૨૩ વર્ષ મોટા હોવા છતાં, જીવનના છેલ્લા શ્વાસ સુધી તેમણે ભગવાનની સેવા કરી હતી.

૧૫. એ.પી.જે. અબ્દુલ કલામ લિખિત *ઈન્ડોમિટેબલ સ્પિરિટ,* રાજપાલ ઍન્ડ સન્સ, ૨૦૧૩

૧૬. સાધુ બ્રહ્મવિહારીદાસ લિખિત *સત્સંગ : મોમેન્ટ્સ વિથ પ્રમુખસ્વામી મહારાજ,* સ્વામિનારાયણ અક્ષરપીઠ, અમદાવાદ, ૧૯૯૫

૧૭. ગુલામપ્રથા નાબૂદ થયા પછી મજૂરોને કામ ઉપર રાખવા કરારનામા દ્વારા કામ પર રાખવાની પ્રથા અમલમાં આવી હતી અને આવા દાસ મજૂરોની ભરતી કરીને તેમને ખાંડ, કપાસ અને ચાના બગીચાઓમાં તેમજ રેલવેના નિર્માણમાં વેસ્ટ ઈન્ડીઝ, આફ્રિકા, દક્ષિણ-પૂર્વ એશિયામાં, બ્રિટિશ કોલોનીઓમાં કામ પર રાખવામાં આવ્યા હતા. ૧૮૩૪થી પ્રથમ વિશ્વયુદ્ધના અંત સુધી બ્રિટન દ્વારા રાખવામાં આવતા હતા. બ્રિટન દ્વારા વીસ લાખ જેટલા ભારતીય કરાર-આધારિત મજૂરોને તેની ફિજી, મોરેશિયસ, સિલોન (હવે શ્રીલંકા), ટ્રિનિદાદ, ગયાના, મલેશિયા, યુગાન્ડા, કેન્યા અને દક્ષિણ આફ્રિકા સહિત ૧૯ જેટલી કોલોનીઓમાં મોકલવામાં આવ્યા હતા.

૧૮. સુમન ક્વાત્રા, *સત્યાગ્રહ ઍન્ડ સોશિયલ ચૅન્જ,* દીપ એન્ડ દીપ પબ્લિકેશન્સ, ૨૦૦૧.

૧૯. નેડ બેટ્ર્ઝ, *આફ્રિકા ઍન્ડ ઇટ્સ આઉટસાઇડર્સ : નેશનાલિઝમ, રેસ ઍન્ડ ધ*

પ્રૉબ્લેમ ઑફ ધ ઈન્ડિયન ડાયસ્પોરા ઈન આફ્રિકન હિસ્ટરી, સેન્ટર ફૉર આફ્રિકન સ્ટડીઝ, યુનિવર્સિટી ઑફ મુંબઈ, ૨૦૧૧

૨૦. http://www.enlightened–spirituality.org/Mahatma_Gandhi.html

૨૧. રેમન્ડ બ્રેડી વિલિયમ્સ, *એન ઈન્ટ્રોડક્શન ટુ સ્વામિનારાયણ હિંદુઈઝમ,* કેમ્બ્રિજ યુનિવર્સિટી પ્રેસ, ૨૦૦૧

૨૨. હેન્રી કેમ્બ, *સ્ટેટ ઑફ બ્લડ : ધ ઈન્સાઈડ સ્ટોરી ઑફ ઈદી અમીન,* પૂતનમ પબ્લિકેશન્સ ગ્રુપ, ૧૯૭૭

૨૩. એચ. ટી. દવે, *લાઈફ એન્ડ ફિલૉસૉફી ઑફ ધ સ્વામિનારાયણ,* જ્યોર્જ એલેન એન્ડ ઉનવીન લિ., લંડન, ૧૯૭૪

૨૪. સામ સેપર્ડ, *બરીડ ચાઈલ્ડ,* નોફ ડબલેડી પબ્લિશિંગ ગ્રૂપ, ૨૦૦૯

૨૫. લિયો ટોલ્સટોય, *ધ કિંગડમ ઑફ ગૉડ ઈઝ વિથિન યુ; એનોટેટેડ વિથ બાયૉગ્રાફી એન્ડ ક્રિટિકલ એસે,* ગોલગોથ પ્રેસ, ૨૦૧૩

૨૬. http://www.gutenberg.org./files/6157/6157/6157–1.html/

૨૭. અમીર કે. બેન્નીસન, *ધ ગ્રેટ ખલીફા,* આઈ.બી. ટોરિસ, ૨૦૧૧

૨૮. હગ કેનેડી, *ધ ગ્રેટ આરબ કોન્કવેસ્ટ્સ : હાઉ ધ સ્પ્રેડ ઑફ ઈસ્લામ ચેઈન્જડ ધ વર્લ્ડ વી લિવ ઈન,* ફોઈનિક્સ ૨૦૦૮

૨૯. અબ્દુલ કાદિર અલ-જિલાની, ભાષાંતર ટોસુન બારાક, *ધ સિક્રેટ ઑફ સિક્રેટ્સ,* ઈસ્લામિક ટેક્ટ્સ સોસાયટી, ૧૯૯૨

૩૦. શેખ મોહમ્મદ ઈબ્ન યાહ્યા અલ-તદીફી એન્ડ શેખ મોહમ્મદ ઈબ્ન યાહ્યા અત્તદીફી ભાષાંતર - મોહતાર હોલાન્ડ, *નેક્લેસિસ ઑફ જેમ્સ (ક્વાદા ઈદ અલ-જવાહિર) : એ બાયૉગ્રાફી ઑફ શેખ અબ્દ અલ-કાદિર અલ-જિલાની,* અલ-બાઝ પબ્લિશિંગ, ૧૯૯૫

૩૧. રીટા કાર્ટર, *ધ હ્યુમન બ્રેઈન બુક,* ડી. કે. પબ્લિશિંગ, ૨૦૦૯

૩૨. દાનહ જોહર, *ધ ક્વોન્ટમ સેલ્ફ,* વિલિયમ મોરોવ પેપરબેક્સ, ૧૯૯૧

૩૩. મિચિઓ કાકુ, *ધ ફ્યુચર ઑફ માઈન્ડ : ધ સાયન્ટિફિક ક્વેસ્ટ ટુ અન્ડરસ્ટેન્ડ એનહેન્સ ઍન્ડ એમ્પાવર ધ માઈન્ડ,* ડબલડે, ૨૦૧૪

૩૪. મિચિઓ કાકુ, *ફિઝિક્સ ઑફ ઇમ્પોસિબલ : એ સાયન્ટિફિક એક્સપ્લોરેશન ઈન ટુ ધ વર્લ્ડ ઑફ ફેઝર્સ, ફોર્સ ફિલ્ડ્સ, ટેલિપોર્ટેશન ઍન્ડ ટાઈમ ટ્રાવેલ,* એન્કર, પુનઃમુદ્રણ, ૨૦૦૯

૩૫. સ્ટીવન વેઈનબર્ગ, *લેઈક વ્યૂઝ : ધીસ વર્લ્ડ એન્ડ યુનિવર્સ,* બેલ્કનેપ પ્રેસ, પુનઃમુદ્રણ, ૨૦૧૧

૩૬. રેડીન ડિન, *ધ કોન્શિયસ યુનિવર્સ : ધ સાયન્ટિફિક ટ્રુથ ઑફ સાઈકિક ફિનોમીન,* હાર્પર વન, પુનઃમુદ્રણ, ૨૦૦૯

૩૭. ડેવિડ વ્હીટે, *ક્રોસિંગ ધ અનનોન સી : વર્ક એઝ એ પિલગ્રીમેજ ઑફ આઈડેન્ટિટી,* રિવરહેડ ટ્રેડ, પુનઃમુદ્રણ, ૨૦૦૨

૩૮. રોજર વોલ્સ એન્ડ ફ્રાન્સિસ વોવઘાન, *પાથ્સ બિયોન્ડ ઈગો : ન્યૂ કોન્શિયસનેસ,* રીડર ટેરચર, ૧૯૯૩

૩૯. થેરા મહાનામા -સ્થવીર એન્ડ ડગલાસ બુલીસ, *મહાવમસ : ધ ગ્રેટ ક્રોનિકલ ઑફ શ્રીલંકા,* એશિયન લ્યુમેનિટિલ પ્રેસ, ૨૦૧૨

૪૦. નીરા વિક્રમસિંઘે, *શ્રીલંકા ઈન ધ મોડર્ન એજ : એ હિસ્ટરી ઑફ કોન્ટેસ્ટેડ આઈડેન્ટિટીઝ,* યુનિવર્સિટી ઑફ હવાઈ પ્રેસ, ૨૦૧૨

૪૧. જોનાથન સફરન ફ્રોઈર, *એવરીથિંગ ઈઝ ઈલ્યુમિનેટેડ,* હાર્પર પેરેનિયલ, ૨૦૦૧

૪૨. ટોલેમી, ભાષાંતર જી.જે. તુમેર, *ટોલેમી'સ એલ્માગેસ્ટ,* પ્રિન્સીટોન યુનિવર્સિટી પ્રેસ, ૧૯૯૮

૪૩. રિચાર્ડ ડોવકીન્સ, *ધ મેજિક ઑફ રિયલ્ટી : હાઉ વી નો વોટ્સ રિયલી ટ્રુ, ફ્રી પ્રેસ,* પુનઃમુદ્રણ, ૨૦૧૨

૪૪. ફિલીપ ઝીગલેર, *ધ બ્લેક ડેથ,* ધ હિસ્ટરી પ્રેસ, ન્યૂ ઍડિશન, ૨૦૧૦

૪૫. રોબર્ટ સ્ટીવન ગોટફ્રાઈડ, *ધ બ્લેકડેથ : નેચરલ ઍન્ડ હ્યુમન ડિઝાસ્ટર ઈન મેડિવેલ યુરોપ,* ફ્રી પ્રેસ, ૧૯૮૫

૪૬. સિરઈસી, *મેડિવેલ ઍન્ડ અર્લિ રિનેશન્સ મેડિસિન : ઈન્ટ્રોડક્શન ટુ નોલેજ ઍન્ડ પ્રૅક્ટિસ,* યુનિવર્સિટી ઑફ શિકાગો પ્રેસ, બીજી આવૃત્તિ, ૧૯૯૦

૪૭. આલ્ફ્રેડ ડબલ્યુ ક્રોસબી, *ધ મેઝર ઑફ રિયાલિટી : ક્વોન્ટિફિકેશન ઈન વેસ્ટર્ન યુરોપ,* ૧૨૫૦-૧૬૦૦, કેમ્બ્રિજ યુનિવર્સિટી પ્રેસ, નવી આવૃત્તિ, ૧૯૯૭

૪૮. http://en.wikipedia.org./wiki/The_Assayer

૪૯. કુલિન મર્ફિ, *ગૉડસ જ્યુરી : ધ ઈન્ક્વિઝિશન ઍન્ડ ધ મેઈકિંગ ઑફ ધ મોડર્ન વર્લ્ડ,* પેગ્વિન, ૨૦૧૩

૫૦. પી. થોમસ સ્ટેનલી, *પાયથાગોરસ : હિઝ લાઈફ એન્ડ ટીચિંગ્સ,* ઈબિસ પ્રેસ, ૨૦૧૦

૫૧. કેનિથ સિલ્વન ગુથરી, *ધ પાયથાગોરિયન સોર્સબુક ઍન્ડ લાઈબ્રેરી : એન એન્થોલૉજી ઑફ એન્શિયન્ટ રાઈટિંગ્સ વિચ રિલેટ ટુ પાયથાગોરસ એન્ડ પાયથાગોરિયન ફિલૉસૉફી,* ફેનેસ પ્રેસ, નવી આવૃત્તિ, ૧૯૮૭

૫૨. કોનરાડ રુડનીકિ, *ધ કોસ્મોલોજિસ્ટ્સ સેકન્ડ,* સ્ટીમર બુક્સ, ૧૯૯૧

૫૩. http://download.sunnionlineclass.com/ya_nabi/files/al–isra_wal-miraaj_english.pdf
૫૪. નિગેલ કેલડર, *આઈન્સ્ટાઈન્સ યુનિવર્સ,* ગ્રામરસી, ૧૯૮૮
૫૫. વૉલ્ટર ઈસાકશન, *આઈન્સ્ટાઈન : હિઝ લાઈફ ઍન્ડ યુનિવર્સ, સિમોન એન્ડ સુસ્ટર,* પુનઃમુદ્રણ, ૨૦૦૮
૫૬. જોસેફ રેટ્ઝિંગર, *ઈસ્ચેટોલોજી : ડેથ ઍન્ડ ઈટર્નલ લાઈફ,* કૅથલિક યુનિવર્સિટી ઑફ અમેરિકા પ્રેસ, બીજી આવૃત્તિ, ૨૦૦૭
૫૭. જોસેફ કાર્ડિનલ રેટ્ઝિંગર ઍન્ડ બોનીફેસ રામસે, *ઈન ધ બિગિનિંગ... : એ કૅથલિક અન્ડરસ્ટેન્ડિંગ ઑફ ધ સ્ટોરી ઑફ ક્રિયેશન ઍન્ડ ધ ફોલ (રિસોર્સમેન્ટ : રિટ્રાઈવલ ઍન્ડ રિન્યુઅલ ઈન કેથલિક થોટ),* વિલિયમ બી. એડર્મન્સ પબ્લિશિંગ કંપની, પુનઃમુદ્રણ, ૧૯૯૫
૫૮. ક્લિફર્ડ ગિર્ટ્ઝ, *ધ ઈન્ટરપ્રિટેશન ઑફ કલ્ચર્સ,* બેઝિક, બુક્સ ક્લાસિક્સ ૧૯૭૭
૫૯. પરમહંસ યોગાનંદ, *વ્હેર ધેર ઈઝ લાઈટ : ઈનસાઈટ ઍન્ડ ઈન્સ્પિરેશન ફૉર મિટિંગ લાઈફ્સ ચેલેન્જિસ,* સેલ્ફ રિયલાઈઝેશન ફેલોશિપ, ૧૯૮૯
૬૦. મેક્સ પ્લાંક, *સાયન્ટિફિક ઓટોબાયોગ્રાફી ઍન્ડ અધર પેપર્સ,* ફિલોસોફિક્સ લાઈબ્રેરી, ૧૯૬૮
૬૧. જે. એલ. હેઈલબ્રોન, *ડાઈલેમાસ ઑફ એન અપરાઈટ મેન : મેક્સ પ્લાંક ઍન્ડ ધ ફોર્ચ્યુન્સ ઑફ જર્મન સાયન્સ,* હાર્વર્ડ યુનિવર્સિટી પ્રેસ, પુનઃમુદ્રણ, ૨૦૦૦
૬૨. ઈમકે બોક-મોબીઅસ, *ક્વીગોંગ મીટસ ક્વોન્ટમ ફિઝિક્સ : એક્સપીરિયન્સિંગ કોસ્મિક વનનેસ,* થ્રી પ્રિન્સ પ્રેસ, ૨૦૧૨
૬૩. ઈવાન હેરીસ વૉકર, *ધ ફિઝિક્સ ઑફ કોન્શિયસનેસ : ધ ક્વોન્ટમ માઈન્ડ એન્ડ ધ મિનિંગ ઑફ લાઈફ,* બેઝિક બુક્સ, પુનઃમુદ્રણ, ૨૦૦૦
૬૪. ફ્રાન્સિસ એસ. કોલિન્સ, *ધ લેંગ્વેજ ઑફ ગૉડ : અ સાયન્ટિસ્ટ પ્રેઝન્ટ્સ ઍવિડન્સ ફૉર બિલીફ,* ફ્રી પ્રેસ, પુનઃમુદ્રણ, ૨૦૦૭
૬૫. રોબીન મેરેન્ટ્ઝ હેનિગ, *ધ મોન્ક ઈન ધ ગાર્ડન : ધ લોસ્ટ ઍન્ડ ફાઉન્ડ જિનિયસ ઑફ ગ્રેગોર મેન્ડેલ, ધ ફાધર ઑફ જિનેટિક્સ,* મેટિનર બુક્સ, ૨૦૦૧
૬૬. ઍડવર્ડ એડલ્સન, *ગ્રેગોર મેન્ડેલ : ઍન્ડ ધ રૂટ્સ ઑફ જિનેટિક્સ,* ઑક્સફર્ડ પોર્ટ્રેઈટ્સ ઈન સાયન્સ, ઑક્સફર્ડ યુનિવર્સિટી પ્રેસ, ૧૯૯૯
૬૭. બ્રુસ એચ. લિપ્ટન, *ધ બાયૉલૉજી ઑફ બિલીફ : અનલિઝિંગ ધ પાવર ઑફ કોન્શિયસનેસ, મેટર એન્ડ મિરેકલ્સ,* હેય હાઉસ, ૨૦૦૭

૬૮. સ્ટીવન નેડલર, *સ્પિનોઝા : એ લાઈફ,* કેમ્બ્રિજ યુનિવર્સિટી પ્રેસ, પુનઃમુદ્રણ, ૨૦૦૧

૬૯. બેનિડિક્ટ દ સ્પિનોઝા ઍન્ડ માઈકલ એલ. મોરગન, *સ્પિનોઝા : કમ્પ્લિટ વર્ક્સ,* હેકેટ પબ્લિ. ક., ૨૦૦૨

૭૦. બેનીડિક્ટ દ સ્પિનોઝા ઍન્ડ ઍડ્વિન કર્લી, *એથિક્સ,* પેંગ્વિન ક્લાસિક્સ, ૨૦૦૫

૭૧. https://www.physicsforums.com/threads/given–spinozas–insistence–on–a–completely–ordered–world.363878/

૭૨. થિયોડોર ગોલ્ડસ્ટકર, *લિટરલી રિમેઈન્સ ઑફ ધ લેટ પ્રૉફેસર થિયોડોર ગોલ્ડસ્ટકર,* ડબલ્યુ. એચ. એલન, ૧૮૭૯, pantheist.weebly.com/vedanta.html

૭૩. એચ. પી. બ્લાવટ્સ્કી, *ક્લેક્ટેડ રાઈટિંગ્સ,* ભાગ-૧૩, pp. ૩૦૮-૩૧૦, ક્વેસ્ટ બુક્સ, pantheist.weebly.com/vedanta.html

૭૪. http://www.einsteinandreligion.com/spinoza2.html

૭૫. *Stanford Encyclopedia of Philosophy,* planto.stanford.edu/entries/Spinoza/

૭૬. લોરેન્સ મેકલેયલન, ધ ટ્રાયલ્સ ઑફ ગિયોર્ડાનો બ્રુનો : ૧૫૯૨ અને ૧૬૦૦, http://law2.umkc.edu/faculty/projects/ftrials/brunolinks.html

૭૭. આર્થર મિડલ્ટન યંગ, *ધ રિફ્લેક્સિવ યુનિવર્સ : ઈવોલ્યુશન ઑફ કોન્શિયસનેસ,* ઍનોડોસ ફાઉન્ડેશન, પુનઃમુદ્રણ, ૧૯૯૯.

૭૮. http://www.songlyrics.com/the–other–two/the–grave–lyrics/

૭૯. વી. એ. શેફર્ડ, એટ ધ રૂટ્સ ઑફ પ્લાન્ટ ન્યૂરોબાયોલોજી : એ બ્રીફ હિસ્ટરી ઑફ ધ બાયોલોજિકલ રિસર્ચ ઑફ જે. સી. બોઝ, www.scienceandculture–isna.org

૮૦. એલવુડ બેબ્બીટ એન્ડ ચાર્લ્સ હેપગુડ, *વોઈસીસ ઑફ સ્પિરિટ,* લાઈટ ટેક્નોલોજી પબ્લિશિંગ, ૧૯૯૨

૮૧. http://www.pantheism.net/paul/gaia.html

૮૨. http://dlsusa.blogspot.in/2014/06/june–242014–spiritual–message–for–day.htm

૮૩. પોલ હેરીસન, સાયન્ટિફિક પેન્થેઇઝમ : બેઝિક પ્રિન્સિપલ્સ, www.Pantheism.net/paul/basic–principles.html

૮૪. http://www.answering-islam.org/shamoun/allah_seen.htm

૮૫. http://www.uni-heidelberg.de/presse/new2011/pm20110203_sterne_en.html

૮૬. http://www.universetoday.com/18847/life-of-the-sun/

૮૭. http://scienceandbelief.org/tag/aquinas/

૮૮. ફ્રાન્સિસ એસ. કોલિન્સ, *બિલીફ : રીડિંગ્સ ઑન ધ રીઝન ફૉર ફેઈથ,* હાર્પર વન, ૨૦૧૦.

૮૯. ફ્રાન્સિસ એસ. કોલિન્સ, *ધ લેંગ્વેજ ઑફ ગૉડ : એ સાયન્ટિસ્ટ પ્રેઝન્ટ્સ ઍવિડન્સ ફૉર બિલીફ,* ફ્રી પ્રેસ, પુનઃમુદ્રણ, ૨૦૦૭

૯૦. http://thinkexit.com//quotation/let_me_not_pray_to_be_sheltered_from_dangers_but/144033.html

૯૧. http://sunnitv.com/biography–ghawth-al-azam-as-shaykh-abdal-qadir-al-jilani/

૯૨. નેપોલિયન હિલ, *થિંક એન્ડ ગ્રો રીચ,* સંપૂર્ણ પ્રત, રેન્ડમ હાઉસ, પબ્લિશિંગ ગ્રૂપ, ૨૦૧૨

૯૩. http://en.thinkexitst.com/quatotion/death_is_not_extiguishing_the_light-it_is_only/144007.html

૯૪. બેટની હગીસ, *ધ હેમલોક કપ : સૉક્રેટિસ, એથેન્સ ઍન્ડ ધ સર્ચ ફૉર ધ ગૂડ લાઈફ,* નોફ, ૨૦૧૧.

૯૫. અબ્રાહમ લિંકન, *ઈન લિન્કન્સ હેન્ડ : હિસ ઓરિજિનલ મેન્યુસ્ક્રીપ્ટ્સ,* બેન્ટમ ડેલ, ૨૦૦૯.

૯૬. http://www.abrahamlincolnonline.org/lincoln/speeches/inaug2.htm

૯૭. http://www.poetryfoundation.org/ poem/175138

૯૮. સી. એસ. લેવીસ, *ધ પ્રોબ્લેમ ઑફ પેઈન,* હાર્પર કોલિન્સ પબ્લિશર્સ, ૨૦૦૯

૯૯. http://en.wikiquote.org/wiki/Lord_Byron

૧૦૦. http://www.truthandcharityforum.org/purity-and-clearness-of-the-intellect/

૧૦૧. જયંતીલાલ એસ. સંઘવી, *એ ટ્રીટીઝ ઓન જૈનીઝમ,* ફૉરગોટન બુક્સ, ૨૦૦૮.

૧૦૨. મોહિત ચક્રવર્તી, *ફાયર સેન્સ આઈર : એ ક્રિટિકલ સ્ટડી ઑફ ગાંધીયન નોન-વાયોલન્સ,* કન્સેપ્ટ પબ્લિશિંગ કંપની, ૨૦૦૫.

૧૦૩. જ્યોફ્રિ કર્નલ ઍન્ડ ફિલીપ ગ્રેગોરી, *ગાંધીઝ ઈન્ટરપ્રીટર : એ લાઈફ ઑફ હોરેસ એલેક્ઝાન્ડર,* એડિનબર્ગ યુનિવર્સિટી પ્રેસ, ૨૦૧૦.

૧૦૪. એકનાથ ઈશ્વરન, *ગાંધી ધ મેન : હાઉ વન મેન ચૅઈન્જ્ડ હિમસેલ્ફ ટુ ચેઈન્જ ધ વર્લ્ડ,* નીલગીરી પ્રેસ, ચતુર્થ આવૃત્તિ, ૨૦૧૧.

૧૦૫. http://www.gotquestions.org/still-small-voice.html

૧૦૬. લુઈસ ફિચેર, *ગાંધી : હિઝ લાઈફ ઍન્ડ મૅસેજ ફૉર ધ વર્લ્ડ,* સિગ્નેટ ક્લાસિક્સ, પુનઃમુદ્રણ, ૨૦૧૦.

૧૦૭. http://mlk-kpp01.stanford.edu/index.php/encyclopedia/documents entry/doc_the_drum_major_instinct/

૧૦૮. લો-એ-મકસુદ, *ટેબ્લેટ્સ ઑફ બહાઉલ્લાહ રિવિલ્ડ આફ્ટર ધ કિતાબ-એ-અક્સદ,* http://reference.bahai.org/en/t/b/TB/tb–12.html

૧૦૯. નેલ્સન મંડેલા, *નેલ્સન મંડેલા બાય હિમસેલ્ફ : ધ ઓથોરાઈઝ્ડ બુક ઑફ ક્વેશ્ચન્સ,* મૅકમિલન, સંપૂર્ણ પ્રત, ૨૦૧૧

૧૧૦. hinkexist.com/quotation/the_weak_can_never_forgive-forgivenss_is_the/215848.html

૧૧૧. ધ દલાઈ લામા ઍન્ડ કમિટમેન્ટ ઑફ કોમ્પેશન : એન ઈવનિંગ વિથ વિક્ટર ચેન, gabriolaecumenical.com

૧૧૨. મેલ્વિન સી. ગોલ્ડસ્ટેન, *એ હિસ્ટરી ઑફ મોડર્ન તિબેટ, ૧૯૧૩-૧૯૫૧ : ધ ડિમાઈસ ઑફ ધ લામાઈસ્ટ સ્ટેટ,* યુનિવર્સિટી ઑફ કેલિફોર્નિયા પ્રેસ, ૧૯૯૧

૧૧૩. દલાઈ લામા, *ફ્રીડમ ઈન એક્સિલ : ધ ઓટોબાયોગ્રાફી ઑફ ધ દલાઈ લામા,* હાર્પર પેરનીઅલ, સંવર્ધિત આવૃત્તિ, ૨૦૦૮.

૧૧૪. દલાઈ લામા, ભાષાંતર રાજીવ મેહરોત્રા, *ઈન માય ઑવન વર્ડ્સ : એન ઈન્ટ્રોડક્શન ટુ માય ટીચિંગ્સ ઍન્ડ ફિલૉસૉફી,* હેય હાઉસ, ૨૦૧૧.

૧૧૫. થુપ્ટન જિન્પા, *એસેન્શિયલ માઈન્ડ ટ્રેનિંગ,* તિબેટિયન ક્લાસિક્સ, વિઝડમ પબ્લિકેશન્સ, ૨૦૧૧.

૧૧૬. અમૃતા શાહ, *વિક્રમ સારાભાઈ : અ લાઈફ,* પેંગ્વિન બુક્સ, ૨૦૦૭.

૧૧૭. http://www.isro.org/scripts/ aboutus.aspx#

૧૧૮. http://amul.com/m/40th-annual-general-body-meeting-held-on-15th-may-2014.

૧૧૯. વર્ગિસ કુરિયન ઍન્ડ ગૌરી સાલ્વી, *આઈ ટુ હેડ એ ડ્રીમ,* એપીએચ પબ્લિશિંગ કોર્પો., ૨૦૦૫.

૧૨૦. વર્ગિસ કુરિયન, *એન અનફિનિસ્ડ ડ્રીમ,* કલેક્શન ઑફ સ્પીચિસ ઈન ક્રોનોલોજિકલ ઑર્ડર ઑફ ધ ચૅરમૅન ઑફ ધ નેશનલ ડેરી ડેવલપમેન્ટ બોર્ડ ઑફ ઈન્ડિયા, ટાટા-મેકગ્રો-હિલ, ૧૯૯૭.

૧૨૧. www.swaminarayana.org/introduction/opinions/national/

૧૨૨. http://www.beliefnet.com/Quotes/Judaism/A/Albert-Einstein/A-Hundred-Times-A-Day-I-Remind-Myself-That-My-Inne.aspx

૧૨૩. પોલ આર્થર ક્લીપ (ઈડી.), *આલ્બર્ટ આઈન્સ્ટાઈન, ફિલૉસૉફર, સાયન્ટિસ્ટ : ધ લાઈબ્રેરી ઑફ લીવિંગ ફિલૉસૉફર્સ,* ભાગ-૭, ઓપન કોટ, ત્રીજી આવૃત્તિ, ૧૯૯૮.

પ્રમુખસ્વામીજી : સંક્ષિપ્ત પરિચય

પરમ પૂજ્ય પ્રમુખસ્વામીજી અત્યંત આદરણીય અને લોકપ્રિય આધ્યાત્મિક ધર્મગુરુ છે. ગુજરાતના ચાણસદ ગામમાં ૭ ડિસેમ્બર, ૧૯૨૧ના રોજ તેમનો જન્મ થયો હતો. તે સમયે તેમનું નામ શાંતિલાલ હતું. તેઓ બોચાસણવાસી શ્રી અક્ષરપુરુષોત્તમ સ્વામિનારાયણ સંસ્થા(બી.એ.પી.એસ.)ના વર્તમાન વડા અને સ્વામિનારાયણ ભગવાનના પાંચમા આધ્યાત્મિક અનુગામી છે. આ સંસ્થા 'સંયુક્ત રાષ્ટ્રસંઘ' સાથે આંતરરાષ્ટ્રીય આધ્યાત્મિક-સામાજિક સંસ્થા તરીકે જોડાયેલી છે.

અઢાર વર્ષની વયે પરિવાર છોડીને તેમણે સ્વામિનારાયણ સંપ્રદાયના એક સાધુ તરીકે દીક્ષા પ્રાપ્ત કરી અને તેમને નવું નામ 'નારાયણસ્વરૂપદાસ' સ્વામી મળ્યું. સન ૧૯૫૦માં તેમના ગુરુ શાસ્ત્રીજી મહારાજે તેમની જન્મજાત આધ્યાત્મિકતા અને દિવ્ય સદ્‌ગુણો પારખીને તેમને બી.એ.પી.એસ. સંસ્થાના પ્રમુખ તરીકે સ્થાપ્યા, ત્યારથી તેઓ 'પ્રમુખસ્વામી' તરીકે ઓળખાવા લાગ્યા. તેઓએ નિઃસ્વાર્થભાવે તેઓના ગુરુવર્ય શાસ્ત્રીજી મહારાજ અને યોગીજી મહારાજની છત્રછાયામાં રહીને સમાજની સેવા કરી. ૧૯૭૧થી તેઓ યોગીજી મહારાજના અનુગામી ગુરુવર્ય તરીકે બી.એ.પી.એસ. સંસ્થાની અનેકવિધ આધ્યાત્મિક-સામાજિક પ્રવૃત્તિઓનો વ્યાપ વૈશ્વિક સ્તરે વિસ્તારી રહ્યા છે.

તેઓએ દેશ-વિદેશમાં નૈતિકતા અને આધ્યાત્મિક સંદેશાના પ્રસાર માટે ૧૭,૦૦૦થી વધુ ગામો-નગરોમાં પરિભ્રમણ કર્યું અને ટેલિફોન તથા પત્રો દ્વારા તેમજ રૂબરૂમાં લાખો લોકોને વ્યક્તિગત, નિઃસ્વાર્થ માર્ગદર્શન પણ આપ્યું. ભારત ઉપરાંત, ઉત્તર અમેરિકા, ઇંગ્લૅન્ડ, યુરોપ, આફ્રિકા, ઑસ્ટ્રેલિયા, ન્યૂઝીલેન્ડ અને મિડલ ઈસ્ટમાં ૧,૧૦૦થી વધુ મંદિરો બંધાવ્યાં, જે આધ્યાત્મિક પ્રેરણા અને સામાજિક એકતાની સતત પ્રેરણા પૂરી પાડે છે. આ ઉપરાંત, તેમણે ગાંધીનગર અને નવી દિલ્હીમાં ભવ્ય સાંસ્કૃતિક પરિસરો – 'અક્ષરધામ'નું નિર્માણ કર્યું, જે લાખો મુલાકાતીઓને ભારતની પ્રાચીન સંસ્કૃતિ, પરંપરાઓ

અને મૂલ્યોનો સંદેશો આપે છે. ૩૯૦૦ કેન્દ્રો, ૯૫૦ સાધુઓ, ૫૫,૦૦૦ યુવા સ્વયંસેવકો અને વિશ્વભરમાં પથરાયેલા લાખો અનુયાયીઓને માનવતાવાદી પ્રવૃત્તિઓ ઉપરાંત શૈક્ષણિક, પર્યાવરણ, તબીબી, આદિવાસી, સામાજિક, સાંસ્કૃતિક અને આધ્યાત્મિક પ્રવૃત્તિઓની પ્રેરણા આપી રહ્યા છે.

પ્રમુખસ્વામીજી તેમની નમ્રતા, સાદગી, સત્યનિષ્ઠા, આધ્યાત્મિકતા અને વૈશ્વિક અભિગમ જેવા ગુણોને કારણે, જાતિ, ધર્મ કે પ્રદેશના ભેદભાવ વગર, અગણિત રાજકીય, સામાજિક ધુરંધરો અને આધ્યાત્મિક ધર્મગુરુઓનો આદર પામતા રહ્યા છે.

આભારોક્તિ

સર્વ શક્તિમાન પરમાત્માની કૃપાથી મને ડૉ. એ.પી.જે. અબ્દુલ કલામના હાથ નીચે પ્રથમ મિસાઇલ વિજ્ઞાની તરીકે અને ત્યારબાદ તેમના લેખન-સહાયક તરીકે કામ કરવાનું સૌભાગ્ય મળ્યું છે. છેલ્લાં તેત્રીસ વર્ષથી હું તેમના પડછાયા તરીકે ઊછર્યો છું, તેના કારણે એટલો શક્તિશાળી બની ગયો છું કે મને ગમે તેવી પરિસ્થિતિ કે સંજોગોમાં મારે શું કરવું તેની કોઈ દુવિધા રહેતી નથી. જ્યારે ડૉ. કલામે નક્કી કર્યું કે પ્રમુખસ્વામીજી સાથેની તેમની મુલાકાતો, જીવન પ્રત્યેની તેમની સમજ અને તેમનાં કાર્યોની વિગતોને કલમબદ્ધ કરવામાં આવે, ત્યારે તેમના આ કાર્યમાં સહાય માટે મારી પસંદગી થાય તે સાહજિક હતું.

ખરેખર, આ કાર્ય મારી ક્ષમતા બહારનું હતું. મને એ વાતનો ડર હતો કે વર્તમાન સમયના બે મહાન આત્માઓ વચ્ચેના સંવાદને મારી બુદ્ધિ પ્રમાણે હું કેવી રીતે યોગ્ય ન્યાય આપી શકીશ? આથી, મેં બી.એ.પી.એસ.ના સંતોની મદદ માગી અને તેમણે પુસ્તકના વિષયમાં મને ઊંડી સમજ આપવાનું નમ્રતાપૂર્વક સ્વીકાર્યું.

ભગવાન ડૉ. એ.પી.જે. અબ્દુલ કલામ પ્રત્યે અપાર કરુણા દાખવે, જેમણે પોતાનો અહંકાર છોડીને પ્રમુખસ્વામીજી પ્રત્યે તેમની શ્રદ્ધા પ્રગટ કરી. મહાન વ્યક્તિઓ માટે એ ઘણું મુશ્કેલ હોય છે કે તેમની સમકાલીન મહાન વ્યક્તિઓનો સ્વીકાર કરે. આ પુસ્તક લખીને ડૉ. કલામે નમ્રતાના ગુણનું બેજોડ ઉદાહરણ રજૂ કર્યું છે.

આ પુસ્તક લખવામાં એક વર્ષ જેટલો સમય થયો તેનું કારણ એ છે ડૉ. કલામનો સમય મેળવવાનું ઘણું મુશ્કેલ હોય છે. ઘણી વાર તો તેમના વિચારો અને તેમની લાગણીઓ સમજવા માટે મારે ૧૦૦ કલાકથી વધુ સમય તેમના ઘરે રહેવું પડ્યું છે. વીસ વર્ષ પૂર્વે અમે બંનેએ મળીને *'વિંગ્સ ઑફ ફાયર'* પુસ્તક લખ્યું ત્યારથી તેમની અંગત લાઇબ્રેરીનો ઉપયોગ મારા માટે શક્ય બન્યો હતો. આથી, તેમણે પુસ્તકોમાં કરેલાં અવતરણો અને નોંધ મારા

માટે ખૂબ ઉપયોગી બન્યાં.

જૂન ૨૦૦૧માં ડૉ. કલામ અને પ્રમુખસ્વામીજીની પ્રથમ મુલાકાત થઈ ત્યારથી માર્ચ, ૨૦૧૪માં તેમની છેલ્લી મુલાકાત સુધી, હું તેમના આધ્યાત્મિક શિષ્યત્વની સફરનો સાક્ષી રહ્યો છું. આ બધા સમય દરમ્યાન તેઓ બંને વચ્ચે આધ્યાત્મિક અને અંગત ચર્ચાઓ માટે બેઠકો થતી રહી અને ટેલિફોન પર પણ તેઓ વાત કરી લેતા. કોઈ જાતના એજન્ડા કે અંગત સ્વાર્થ વગર, આ બે મહાન આત્માઓ વચ્ચેના પ્રગાઢ સ્થાયી સંબંધનું મેં નિરીક્ષણ કર્યું છે. મને સમજાયું છે કે તેમનો આ દિવ્ય સંબંધ સમગ્ર વિશ્વ માટે ખૂબ શક્તિશાળી અને અસરકારક પ્રેરણારૂપ બની રહેશે.

ભગવાન પ્રમુખસ્વામીજી ઉપર ખૂબ કૃપા વરસાવે. તેમણે બી.એ.પી.એસ. સંસ્થાને એક ધાર્મિક સંસ્થામાંથી વૈશ્વિક આધ્યાત્મિક મિશનમાં બદલી નાખી. હિંદુ ધર્મ(જેમાં મારો જન્મ થયો છે)ને તેમણે નવું સ્વરૂપ આપ્યું. પ્રમુખ-સ્વામીજી સમગ્ર માનવજાત માટે આધારસ્તંભ બની ગયા. ભોગવિલાસ અને ઉપભોક્તાવાદમાં ફસાયેલા લોકોને ઉગારવા તેમણે શરૂઆત કરી. ભગવાન તમામ ગુણાતીત ગુરુઓને આશીર્વાદ આપે, જેઓનું અનુસરણ પૂજ્ય પ્રમુખસ્વામી કરી રહ્યા છે.

મને ઊંડી પ્રેરણા આપનાર સાધુ ઈશ્વરચરણદાસ અને ખાસ કરીને સાધુ બ્રહ્મવિહારીદાસ ઉપર ભગવાનના આશીર્વાદ ઊતરો, જેમણે આ પુસ્તક તૈયાર કરવામાં તેમજ મૂળ પ્રતને સુધારવામાં મને સહાય કરી છે. તેઓએ સતત મિત્ર અને માર્ગદર્શક બનીને મને સહાય કરી છે.

પુસ્તક તૈયાર થઈ ગયા પછી જ્યારે તેની મૂળ પ્રત બી.એ.પી.એસ.ના સૌથી વરિષ્ઠ સદ્‌ગુરુ સાધુ કેશવજીવનદાસજી(મહંત સ્વામી)ને સુપરત કરી ત્યારે મેં તેમને પૂછ્યું કે પ્રમુખસ્વામીજીએ તમને સંસ્થાની રોજબરોજની કામગીરી ઉપર દેખરેખ રાખવાની જવાબદારી સોંપી છે, તો તમને કેવો અનુભવ થાય છે? મહંત સ્વામીજી હસ્યા અને બોલ્યા : ‘‘પ્રમુખસ્વામીજીએ એકપણ વાર, ક્યારેય એવું કહ્યું નથી કે અનુભવ્યું નથી કે આ સંસ્થા હું ચલાવું છું. માત્ર તેમના પ્રભુ અને તેમના ગુરુઓ જ બધો ખ્યાલ રાખે છે. પ્રમુખસ્વામીજી એટલા શુદ્ધ છે કે તેઓમાં ભગવાન સિવાય કાંઈ જ નથી. તેથી મને લાગે છે કે હું પણ કંઈ કરતો નથી. માત્ર પ્રભુ અને પ્રમુખસ્વામીજીની આજ્ઞા પ્રમાણે મારી ફરજ

બજાવું છું, જેઓ દરેક વ્યક્તિ અને બધી જ બાબતોની દરકાર રાખી રહ્યા છે અને ભવિષ્યમાં પણ રાખતા રહેશે.'' તેમણે આ પુસ્તક માટે આશીર્વાદ આપ્યા અને મૂળ પ્રતમાં લખ્યું કે ''મને આખું પુસ્તક વાંચતાં નિરંતર એવો અનુભવ થયો કે ડૉ. કલામે પ્રમુખસ્વામીજીના જીવનરૂપી ખાણમાંથી સોનું ખોદી કાઢ્યું છે. આ ખજાનો ઉચ્ચ મુમુક્ષુઓ માટે પણ સાધનામાં ઉપયોગી બનશે.''

હું પી.ટી. રાજશેખરનો અત્યંત આભારી છું, જેમણે મને તેમની વિજ્ઞાનની જાણકારી અને આધ્યાત્મિક સૂઝ દ્વારા પુસ્તકના વિષયવસ્તુને અનુરૂપ અર્થઘટનમાં મદદ કરવાની સાથે મૂળ હેતુથી બહાર જતાં રોક્યો પણ છે. મારા મિત્ર એસ.એ. તૈમિયાએ ઇસ્લામિક સાહિત્યમાં મને મદદ કરી છે. હું અંતઃકરણપૂર્વક હાર્પર કોલિન્સના શ્રી વી.કે. કાર્તિક અને તેમની સમગ્ર ટીમ તેમજ પી.એમ. સુકુમાર અને તેમની પ્રકાશન ટીમનો આભાર માનું છું.

ડૉ. કલામના કાર્યાલયના ઘનશ્યામ શર્માએ પુસ્તકનો મુસદ્દો તૈયાર કરવામાં અને આ પુસ્તકને આખરી રૂપ આપવામાં જે મદદ કરી છે તેનો શબ્દો વડે આભાર માની શકાય તેમ નથી. તેમની સહાય વગર નિયત સમય-મર્યાદામાં પુસ્તક તૈયાર થઈ શક્યું ન હોત. છેલ્લાં બાવીસ વર્ષથી મારી દિલ્હીની મુલાકાત વખતે મને હંમેશાં મદદરૂપ બનતા શ્રી એચ. શેરીડોન અને આર.કે. પ્રસાદનો પણ અત્યંત આભારી છું.

મારી જાત માટે હું પરમેશ્વરનો આભાર માનું છું કે મને સ્વ. શ્રી ક્રિષ્નચંદ્ર તિવારી અને શ્રીમતી ઉપાસના તિવારી થકી આ પૃથ્વી ઉપર જન્મ લેવાનું સૌભાગ્ય પ્રદાન કર્યું. મને ઉછેરવામાં તેમણે કોઈ કચાશ રાખી નથી. ભગવાનના આશીર્વાદ માટે પ્રાર્થના કરું છું કે મારાં માતા-પિતાને અપકીર્તિ મળે તેવું કોઈ કામ મારાથી થાય નહીં અને મારી પત્ની અંજના તિવારી, મારા પુત્રો અસીમ અને અમોલ તથા તેમના કુટુંબને હું શ્રેષ્ઠ યોગદાન આપતો રહું. તેમજ મારા સંપર્કમાં આવેલા કોઈ પણ ગરીબ કે નિઃસહાય પ્રત્યે મારા હૃદયમાં ક્યારેય કોઈ કડવાશ આવે નહીં.

આ પ્રકલ્પ પૂર્ણ કરવામાં મારાથી જે કોઈ ભૂલ થઈ હોય કે કોઈની લાગણી દુભાઈ હોય તો ભગવાન મને માફ કરે. મારા આધ્યાત્મિક વિકાસમાં મને ઘણો ફાયદો થયો છે. આ પુસ્તકના વાચકોને ક્યાંય પણ અપૂર્ણતા કે સંશયાત્મકતા જણાય તો તે મારી પોતાની મર્યાદાઓને કારણે છે, તેને ક્ષમ્ય

ગણશો.

આ પુસ્તકના દરેક વાચકને શાંતિનો અનુભવ થાઓ. તેમના હાથમાં આ પુસ્તક ક્યારે આવશે તે તો પરમાત્મા જાણે.

હૈદરાબાદ
મે, ૨૦૧૫

અરુણ તિવારી